AF747322

കോവിഡിനോട് പൊരുതി ജയിക്കുന്ന കേരളം

covidinodu poruthy jayikkunna keralam

•

editor
dr. b ekbal

•

first edition
july 2020

•

typesetting & published
chintha publishers, thiruvananthapuram

•

cover
vinod mangoes

Distribution

DESHABHIMANI BOOK HOUSE

H O Thiruvananthapuram 695035
phone: 0471-2303026, 6063026
Email: chinthapublishers@gmail.com
Website: www.chinthapublishers.com

Branch

Head Office Kunnukuzhi • Statue Thiruvananthapuram • KSRTC Bus Station Alappuzha • KSRTC Bus Station Ernakulam • Machingal Lane Thrissur • IG Road Kozhikode • Mavoor Road Kozhikode • NGO Union Building Kannur • Central Bus Terminal Complex Thavakkara Kannur

CO - 2936 / 5329
ISBN - 978-93-89410-96-9

കോവിഡിനോട് പൊരുതി ജയിക്കുന്ന കേരളം

എഡിറ്റർ
ഡോ. ബി ഇക്ബാൽ

ചിന്ത പബ്ലിഷേഴ്സ്
തിരുവനന്തപുരം-695 035

ഡോ. ബി ഇക്ബാൽ

1947 ൽ ചങ്ങനാശ്ശേരിയിൽ ജനനം.

തിരുവനന്തപുരം, കോട്ടയം, കോഴിക്കോട് മെഡിക്കൽ കോളേജുകളിൽ ന്യൂറോസർജനായി സേവനം അനുഷ്ഠിച്ചു.

ന്യൂറോ സർജറി പ്രൊഫസർ, കേരള ശാസ്ത്ര സാഹിത്യ പരിഷത്ത് പ്രസിഡന്റ്, കേരള സർവ്വകലാശാല വൈസ്ചാൻസലർ, സംസ്ഥാന ആസൂത്രണ ബോർഡ് അംഗം, നാഷണൽ ഇൻസ്റ്റിറ്റ്യൂട്ട് ഓഫ് സ്പീച്ച് ആന്റ് ഹീയറിങ് പ്രോജക്ട്ബോർഡ് അദ്ധ്യക്ഷൻ, ശാസ്ത്ര സാഹിത്യ പരിഷത്ത് ഓൺലൈൻ ജേർണൽ ലൂക്ക എഡിറ്റർ, സ്വതന്ത്ര വിജ്ഞാന ജനാധിപത്യ സഖ്യം പ്രസിഡന്റ്, വിക്കി മീഡിയ ഇന്ത്യ എക്സിക്യൂട്ടിവ് സമിതി അംഗം എന്നീ ചുമതലകൾ വഹിച്ചു. സംസ്ഥാന ആസൂത്രണ ബോർഡ് അംഗം, കോവിഡ് പ്രതിരോധ വിദഗ്ദ്ധസമിതി അദ്ധ്യക്ഷൻ, അഖിലേന്ത്യാ ജനകീയാരോഗ്യ പ്രസ്ഥാനം (ജന സ്വസ്ഥയ അഭിയാൻ) ജോയിന്റ് കൺവീനർ, ബിഷപ്പ് പൗലോസ് മാർ പൗലോസ് ഫൗണ്ടേഷൻ അദ്ധ്യക്ഷൻ എന്നീ ചുമതലകൾ നിർവ്വഹിക്കുന്നു.

നിരവധി ഗ്രന്ഥങ്ങളുടേയും ലേഖനങ്ങളുടേയും കർത്താവ്.

ഭാര്യ : ഡോ. എ മെഹറുന്നിസ

മക്കൾ : അമൽ, അപർണ്ണ

മേൽവിലാസം : കുഴുവേലിൽ വീട്
ചിലമ്പിൽ ലെയിൻ, ഗാന്ധിപുരം
ശ്രീകാര്യം. തിരുവനന്തപുരം 685 017

ഫോൺ : 04812590912,

മൊബൈൽ : 9447060912

ഇമെയിൽ : ekbalb@gmail. com

ഉള്ളടക്കം

ലോകവും രാജ്യവും കേരളത്തെ വിലയിരുത്തുന്നു

സമർപ്പണം

ആരോഗ്യ പ്രവർത്തകർ കൈ കഴുകുന്നത് രോഗികളുടെ മരണനിരക്ക് കുറയ്ക്കും എന്ന് വ്യക്തമാക്കിയതിനെത്തുടർന്ന് പീഡനങ്ങൾക്കിരയായി രക്തസാക്ഷിത്വം വരിക്കേണ്ടി വന്ന ഹംഗേറിയൻ ഭിഷഗ്വരൻ ഇഗ്നാസ് സെമ്മൽ വെയ്സിന്റെ (ജൂലൈ 1, 1818 – ആഗസ്ത് 13, 1865) പാവനസ്മരണയ്ക്ക്

ഇഗ്നാസ് ഫിലിപ്പ് സെമ്മൽവെയ്സ്

ഇഗ്നാസ് ഫിലിപ്പ് സെമ്മൽവെയ്സ് ഹംഗേറിയൻ ഭിഷഗ്വരനും ശാസ്ത്രജ്ഞനുമായിരുന്നു (Ignaz Philipp Semmelweis). രോഗാണു സംക്രമണ പ്രതിരോധത്തിന്റെ ആദ്യകാല വക്താവായിരുന്നു ഇഗ്നാസ് ഫിലിപ്പ് സെമ്മൽവെയ്സ്. 1847 ൽ വിയന്ന ജനറൽ ഹോസ്പിറ്റലിൽ സ്ത്രീരോഗ വിഭാഗത്തിൽ ജോലി ചെയ്യുന്നതിനിടയിൽ ക്ലോറിനേറ്റഡ് ലായനി ഉപയോഗിച്ച് കൈ കഴുകുന്ന രീതി സെമ്മൽവെയ്സ് നിർദ്ദേശിച്ചു. കൈ അണുനാശിനി ഉപയോഗിച്ചു കഴുകുന്നതിലൂടെ പ്രസവവാർഡുകളിൽ ഗർഭിണികളുടെ മരണത്തിന് കാരണമാകുന്ന പ്യൂർപെറൽ പനി ഗണ്യമായി കുറയ്ക്കാമെന്ന് സെമ്മൽവെയ്സ് കണ്ടെത്തിയിരുന്നു. അക്കാലത്ത് ആശുപത്രികളിൽ പ്യൂർപെറൽ പനി സാധാരണമായിരുന്നു, പലപ്പോഴും മാരകവുമായിരുന്നു. സെമ്മൽവെയ്സ് പറഞ്ഞതനുസരിച്ച് കൈകഴുകി പ്രസവമെടുത്ത ആശുപത്രികളിൽ അമ്മമാരുടെ മരണനിരക്ക് ഗണ്യമായി കുറഞ്ഞു. 'അമ്മമാരുടെ രക്ഷകൻ' എന്ന് അതുവഴി ഇദ്ദേഹം വിശേഷിപ്പിക്കപ്പെട്ടു.

സെമ്മൽവെയ്സിന്റെ. ആശയങ്ങൾ അന്നത്തെ യാഥാസ്ഥിതിക വൈദ്യസമൂഹം നിരസിച്ചു. മാത്രമല്ല പല ഡോക്ടർമാരും കൈകഴുകണമെന്ന നിർദ്ദേശത്തിൽ ഏറെ പ്രകോപിതരായി പ്രതികരിച്ചു. മാനസികമായി തകർന്ന് സെമ്മൽവെയ്സ് ഭ്രാന്തിന്റെ വക്കത്തെത്തി. അദ്ദേഹത്തിന് മാനസിക അസ്ഥിരത ഉണ്ടെന്ന് ആശുപത്രി അധികൃതർ അറിയിച്ചതിനെത്തുടർന്ന് പൊലീസ് അദ്ദേഹത്തെ അറസ്റ്റുചെയ്ത് മാനസിക രോഗാശുപത്രിയിൽ തടങ്കലിൽ പാർപ്പിച്ചു. തുടർന്ന് തന്റെ 47-ാം വയസ്സിൽ, ജയിൽ കാവല്ക്കാർ തല്ലിച്ചതച്ച് ഏറെ മുറിവേറ്റ് രോഗാണു ബാധമൂലം അദ്ദേഹം രക്തസാക്ഷിത്വം വരിച്ചു.

പ്രസാധകക്കുറിപ്പ്

കൊറോണ വൈറസ് ബാധയിൽ ലോകം വിറങ്ങലിച്ചു നില്ക്കുമ്പോൾ മനുഷ്യർ അതിജീവനത്തിന്റെ പുത്തൻ പാഠങ്ങൾ പഠിക്കുകയാണ്. വികസിത–അവികസിത വേർതിരിവുകളില്ലാതെ സകലരെയും ഈ മഹാമാരി ബാധിച്ചു. പ്രത്യക്ഷത്തിൽ വികസിതമെന്നു കരുതിപ്പോന്ന സമ്പദ് വ്യവസ്ഥകളുടെ ആന്തരിക ദൗർബല്യങ്ങൾ കോവിഡ് കാലത്ത് പുറത്തുവന്നു. സമ്പദ് വ്യവസ്ഥയേക്കാൾ പ്രഥമമായ പരിഗണന ജനങ്ങൾ അർഹിക്കുന്നുവെങ്കിൽ ഭരണകൂടങ്ങളുടെ രാഷ്ട്രീയ മുൻഗണനകൾക്ക് മാറ്റം വരണം. ലോകം കോവിഡിനു മുന്നിൽ പതറി നിന്ന കാലത്താണ് ഇന്ത്യയിലെ ഒരു കൊച്ചുസംസ്ഥാനം ലോകത്തിന്റെ നെറുകയിലേക്ക് ഉയർത്തപ്പെടുന്നത്. കോവിഡിനെ ചെറുത്തുനില്ക്കുന്നതിൽ കേരളം മുന്നോട്ടുവച്ച മാതൃക ലോകശ്രദ്ധയാർജ്ജിച്ച കേരള വികസന മാതൃകയുടെ തുടർച്ചയാണ്. കേരളം കോവിഡിനെ ചെറുത്ത രീതി ലോകത്തിനാകെത്തന്നെ പാഠമാകുന്നു. പൊതുജനാരോഗ്യ രംഗത്തെ ജനകീയ ഇടപെടലുകളും സർക്കാർ മുൻകൈയും ഉയർന്ന സാമൂഹ്യാവബോധവും സാക്ഷരതയുമെല്ലാം ഒരു ക്ഷേമരാഷ്ട്ര സങ്കല്പനത്തിന് അനുരോധമാവുന്നു.

കേരളം കോവിഡ് നിയന്ത്രണത്തിന് നല്കിയ സംഭാവനകളും അതിനോട് ലോകത്തെമ്പാടുമുണ്ടായ പ്രതികരണങ്ങളുമാണ് ഈ പുസ്തകത്തിൽ. ശ്രദ്ധേയരായ ഭിഷഗ്വരന്മാരും സാമൂഹ്യ ശാസ്ത്രജ്ഞന്മാരും പരിണതപ്രജ്ഞരായ ബ്യൂറോക്രാറ്റുകളും പത്രപ്രവർത്തകരും പങ്കിടുന്ന അനുഭവങ്ങളും രേഖീകരണങ്ങളും ഈ പുസ്തകത്തെ വേറിട്ടതാക്കുന്നു.

പ്രശസ്ത ജനകീയ ഭിഷഗ്വരനും വിദ്യാഭ്യാസ വിചക്ഷണനും സാമൂഹ്യശാസ്ത്രജ്ഞനുമായ ഡോ. ബി ഇക്ബാലാണ് ഈ പുസ്തകം എഡിറ്റു ചെയ്തിരിക്കുന്നത്.

ചിന്ത പബ്ലിഷേഴ്സ്

ആമുഖം

ചൈനയിൽ 2018 ഡിസംബർ അവസാനം ആരംഭിച്ച് ലോകമെമ്പാടും വ്യാപിച്ച് ലക്ഷക്കണക്കിന് ജീവൻ അപഹരിച്ച് കൊണ്ടിരിക്കുന്ന കോവിഡ് രോഗത്തിൽനിന്നും രക്ഷനേടാൻ ലോകരാജ്യങ്ങൾ കഠിന ശ്രമം നടത്തിവരികയാണ്. കേരളം കോവിഡ് നിയന്ത്രണത്തിൽ കൈവരിച്ചുകൊണ്ടിരിക്കുന്ന നേട്ടങ്ങൾ പരിശോധിക്കാനും വിവിധ മേഖലകളിലെ വിദഗ്ദ്ധരും മാധ്യമങ്ങളും കേരളത്തിന്റെ അനുഭവങ്ങൾ വിശകലനം നടത്തി പ്രസിദ്ധീകരിച്ച ലേഖനങ്ങൾ സമാഹരിക്കാനുമാണ് ഈ പുസ്തകത്തിലൂടെ ശ്രമിക്കുന്നത്. നിരവധി സുഹൃത്തുക്കളുടെ സഹായത്തോടെയാണ് പുസ്തകത്തിലേക്കാവശ്യമായ വിവരങ്ങൾ ശേഖരിച്ചത്. ആരോഗ്യ വകുപ്പ് സെക്രട്ടറി ഡോ. രാജൻ കോബ്രഗഡ, നാഷണൽ ഹെൽത്ത് മിഷൻ ഡയറക്ടർ ഡോ. രത്തൻ കേൽക്കർ, കില ഡയറക്ടർ ഡോ. ജോയി ഇളമൺ, പൊലീസ് മീഡിയ സ്റ്റെന്റർ, ഡെപ്യൂട്ടി ഡയറക്ടർ വി പി പ്രമോദ് കുമാർ എന്നിവരോടുള്ള നന്ദിയും കടപ്പാടും അറിയിക്കട്ടെ. ഇംഗ്ലീഷ് ലേഖനങ്ങൾക്കുള്ള മികച്ച മലയാള പരിഭാഷ അതിവേഗം തയ്യാറാക്കിത്തന്ന നീലു മാത്തൻ, നീതു കെ ദാസ്, ഷിജു ഏലിയാസ് എന്നീ യുവസുഹൃത്തുക്കളോട് അതീവ നന്ദിയും സ്നേഹവുമുണ്ട്.

ചിന്ത പബ്ലിഷേഴ്സ് ജനറൽ മാനേജർ കെ ശിവകുമാറിന്റെ നിരന്തരമായ പ്രേരണയും നിർദ്ദേശങ്ങളുമാണ് കോവിഡ് നിയന്ത്രണ ചുമതലകൾക്കിടയിലും പുസ്തകം കഴിയുന്നത്ര വേഗത്തിൽ പൂർത്തിയാക്കാൻ സഹായകമായതെന്നത് പ്രത്യേകം സൂചിപ്പിക്കേണ്ടതുണ്ട്.

ഡോ. ബി ഇക്ബാൽ

ജൂൺ 2020

കേരളം മുന്നോട്ട്

കോവിഡ്:
കേരളത്തിന്റെ പോരാട്ട വഴികൾ

ഡോ. ബി ഇക്ബാൽ

ലോക രാജ്യങ്ങൾ കോവിഡ് എന്ന മഹാമാരിയെ അതിജീവിക്കാൻ കഠിനമായി ശ്രമിച്ച് വരികയാണ്. 218 രാജ്യങ്ങളിലായി രോഗം ബാധിച്ചവരുടെ എണ്ണം ഒരു കോടിയോട് അടുക്കുന്നു. ലക്ഷക്കണക്കിനാളുകളാണ് മരണമടഞ്ഞിട്ടുള്ളത്. അമേരിക്കയിലാണ് രോഗവ്യാപനവും മരണവും കൂടുതൽ. ചൈനയിൽ 2019 ഡിസംബർ അവസാനത്തോടെ ആരംഭിച്ച കോവിഡ് രോഗം തുടക്കത്തിൽ കിഴക്കൻ ഏഷ്യൻ രാജ്യങ്ങളിലേക്കും തുടർന്ന് യൂറോപ്പിലേക്കും അമേരിക്കൻ ഐക്യനാടുകളിലേക്കും ലാറ്റിനമേരിക്കൻ ആഫ്രിക്കൻ രാജ്യങ്ങളിലേക്കും അതിവേഗം പടർന്ന് പിടിച്ചു. ഇന്ത്യയിലാദ്യമായി കോവിഡ് റിപ്പോർട്ട് ചെയ്തത് ജനുവരി 30 ന് കേരളത്തിലേക്കെത്തിയ വുഹാൻ മെഡിക്കൽ കോളേജിൽ പഠിച്ചിരുന്ന ഒരു വിദ്യാർത്ഥിനിയിലായിരുന്നു, ഇന്ത്യയിൽ രോഗം ബാധിച്ചവരുടെയും മരണമടയുന്നവരുടെയും എണ്ണം ദിനംപ്രതി വർദ്ധിച്ച് വരികയാണ്.

മഹാമാരിയുടെ തുടക്കം

2019 ഡിസംബർ 31 ന് ചൈനയിലെ ഹുബൈ പ്രോവിൻസിൽ പെട്ട വുഹാൻ നഗരത്തിൽ സവിശേഷതകളുള്ള ശ്വാസകോശ അണുബാധ പ്രത്യക്ഷപ്പെട്ടതായി ലോകാരോഗ്യ സംഘടനയുടെ ചൈനീസ് ഓഫീസിനെ അറിയിക്കുന്നതോടെയാണ് കോവിഡ് വ്യാപന ചരിത്രം ആരംഭിക്കുന്നത്. ഡിസംബർ 31 മുതൽ ജനുവരി 3 വരെ രോഗകാരണം എന്തെന്ന് കണ്ടെത്താനാവാത്ത 44 ശ്വാസകോശ അണുബാധയുള്ള രോഗികളുടെ വിവരങ്ങൾ വുഹാനിൽനിന്നും റിപ്പോർട്ട് ചെയ്യപ്പെട്ടു. ജനുവരി 7 ന് ചൈനീസ് ശാസ്ത്രജ്ഞർ രോഗത്തിന് കാരണമായ

വൈറസിനെ വേർതിരിച്ചെടുത്തു. വൈറസ് കൊറോണ വിഭാഗത്തിൽ പെട്ടതാണെന്ന് കണ്ടെത്തി, 2019 പുതിയ കൊറോണ വൈറസ് (2019 nCov) എന്ന് താല്ക്കാലികമായി നാമകരണം ചെയ്തു. വുഹാനിലെ വന്യമൃഗവ്യാപാര ശാലയിൽ (Wet Market)നിന്നും അണുബാധ ആവിർഭവിച്ചിരിക്കാൻ സാദ്ധ്യതയുണ്ടെന്ന് ജനുവരി 12 ന് ചൈനീസ് നാഷണൽ ഹെൽത്ത് കമ്മീഷൻ ലോകാരോഗ്യ സംഘടനയെ അറിയിച്ചു. കൊറോണ രോഗംമൂലം ആദ്യ മരണം ജനുവരി 11 ന് റിപ്പോർട്ട് ചെയ്യപ്പെട്ടു. ഡിസംബർ 27 ന് ആശുപത്രിയിൽ അഡ്മിറ്റ് ചെയ്ത് ചികിത്സയിലായിരുന്ന 61 വയസ്സുള്ള രോഗിയാണ് കൊറോണ വൈറസ് രോഗംമൂലം മരണമടഞ്ഞത്. 69 വയസ്സുള്ള ഹൃദ്രോഗിയായിരുന്നു ജനുവരി 15 ന് രണ്ടാമത് മരിച്ചത്. ജനുവരി 22 ന് മരണമടഞ്ഞവരുടെ സംഖ്യ 17 ആയും രോഗബാധിതർ 550 ആയും വർദ്ധിച്ചു.

ജനുവരി 13 ന് തായ്‌ലന്റിലും 15 ന് ജപ്പാനിലും 20 ന് ദക്ഷിണ കൊറിയായിലും കൊറോണ വൈറസ് രോഗം റിപ്പോർട്ട് ചെയ്യപ്പെട്ടു. മൂന്നു രാജ്യങ്ങളിലേക്കും രോഗം എത്തിയത് ചൈനയിൽ നിന്നായിരുന്നു. പിന്നീട് മറ്റ് നിരവധി ലോക രാജ്യങ്ങളിലേക്കും രോഗം അതിവേഗം വ്യാപിച്ച് മഹാമാരിയായി (Pandemic) മാറി . രോഗം ബാധിച്ചവരുടെയും മരണമടയുന്നവരുടെയും എണ്ണം എല്ലാ രാജ്യങ്ങളിലും വർദ്ധിച്ച് തുടങ്ങി. രോഗം മനുഷ്യരിൽനിന്നും മനുഷ്യരിലേക്കും പകരാമെന്ന് ലോകാരോഗ്യ സംഘടന സ്ഥിരീകരിച്ചു. രോഗം അതിവേഗം വ്യാപിക്കുന്ന സാഹചര്യത്തിൽ ജനുവരി 30 ന് ആഗോള പൊതുജനാരോഗ്യ അടിയന്തരാവസ്ഥയും (Public Health Emergency of International Concern-PHEIC) തുടർന്ന് മാർച്ച് 11 ന് രോഗത്തെ മഹാമാരിയായും (Pandemic) ലോകാരോഗ്യ സംഘടന പ്രഖ്യാപിച്ചു.

സാർസ് രോഗാണുവിനോട് വളരെയേറെ സാമ്യമുള്ള പുതിയ കൊറോണ വൈറസിനെ സാർസ് കൊറോണ വൈറസ് 2 (SARS CoV 2) എന്നും ഈ വൈറസുമൂലമുണ്ടാകുന്ന രോഗത്തെ കോവിഡ് 19 (Covid-19- Corona Virus Disease-19) എന്നും ലോകാരോഗ്യ സംഘടന നാമകരണം ചെയ്തു. സാർസ് കൊറോണ വൈറസ് 2 മനുഷ്യനിലെത്തിയത് എങ്ങനെയെന്ന് കൃത്യമായി കണ്ടെത്താൻ കഴിഞ്ഞിട്ടില്ല. എങ്കിലും ഇതേ വൈറസിന്റെ ഘടനയോട് സാമ്യമുള്ള വൈറസുകളെ വവ്വാലുകളിൽ കണ്ടെത്തിയിട്ടുണ്ട്.

ഇന്ത്യയിലാദ്യമായി കോവിഡ് റിപ്പോർട്ട് ചെയ്യപ്പെട്ടത് വുഹാനിൽ നിന്നും ജനുവരി മുപ്പതിന് കേരളത്തിലെത്തിയ ഒരു വിദ്യാർത്ഥിനിയിലായിരുന്നു. തൃശൂർ ജില്ലാ ആശുപത്രിയിൽ ആദ്യം പ്രവേശിപ്പിച്ച വിദ്യാർത്ഥിനിയെ പിന്നീട് തൃശൂർ മെഡിക്കൽ കോളേജിലേക്ക് മാറ്റി. ഫെബ്രുവരി 2 ന് വുഹാനിൽനിന്നും ആലപ്പുഴയിലും ഫെബ്രുവരി 3 ന് കാസർഗോഡുമെത്തിയ ഓരോ വിദ്യാർത്ഥികളിൽ കോവിഡ് കണ്ടെത്തി. ഇവരുമായി ബന്ധപ്പെട്ട 3000 പേരെ ആരോഗ്യവകുപ്പ് നിരീക്ഷണത്തിലാക്കി സമ്പർക്കവിലക്ക് (ക്വാറന്റൈൻ) ഏർപ്പെടുത്തി. ആലപ്പുഴ മെഡിക്കൽ കോളേജിൽ അഡ്മിറ്റ് ചെയ്ത രോഗിയെ രോഗം

ദേദമായതിനെത്തുടർന്ന് ഫെബ്രുവരി 13 ന് ഡിസ്ചാർജ് ചെയ്തു. ഇന്ത്യയിലാദ്യമായി രോഗം ഭേദമായ കേസ് ഇതാണ്. രോഗം ഭേദമായതോടെ രണ്ടാമത്തെ രോഗിയെ ഫെബ്യവരി 19 ന് ഡിസ്ചാർജ് ചെയ്തു.

മാർച്ച് 2 ന് ഡൽഹിയിൽനിന്നും തെലങ്കാനയിൽനിന്നും ഓരോ കോവിഡ് കേസുകൾ കണ്ടെത്തിയതോടെ രാജ്യത്തെ മറ്റ് സംസ്ഥാനങ്ങളിൽനിന്നും കോവിഡ് രോഗം റിപ്പോർട്ട് ചെയ്യപ്പെട്ട് തുടങ്ങി. മാർച്ച് 12 ന് കർണ്ണാടകയിൽനിന്നും രാജ്യത്തെ ആദ്യത്തെ കോവിഡ് മരണം റിപ്പോർട്ട് ചെയ്തു. മാർച്ച് 14 ന് കോവിഡ് രോഗ വ്യാപനം ദേശീയ ദുരന്തമായി കേന്ദ്രസർക്കാർ പ്രഖ്യാപിച്ചു.

ഫെബ്രുവരിക്ക് ശേഷം മാർച്ച് 8 ന് ഇറ്റലിയിൽനിന്നും വന്ന 5 പേരിലും അടുത്ത ദിവസം അവരിൽനിന്നും രോഗം പകർന്ന ആറു പേരിലുമായിട്ടാണ് കേരളത്തിൽ പിന്നീട് കോവിഡ് കേസുകൾ റിപ്പോർട്ട് ചെയ്യപ്പെട്ടത്. വിദേശങ്ങളിൽ നിന്നെത്തിയവരിൽ കോവിഡ് പോസിറ്റീവായവരുടെ എണ്ണം കേരളത്തിൽ വർദ്ധിച്ച് വന്നു. മാർച്ച് 23 ന് 30 കേസുകൾ റിപ്പോർട്ട് ചെയ്യപ്പെട്ടതോടെ കേരളം മാർച്ച് 31 വരെ ലോക്ക് ഡൗൺ പ്രഖ്യാപിച്ചു. മാർച്ച് 24 ന് കേന്ദ്രസർക്കാർ രാജ്യമൊട്ടാകെ 21 ദിവസത്തെ ലോക്ക്ഡൗൺ പ്രഖ്യാപിച്ചു.

കേരളം തയ്യാറെടുക്കുന്നു

വുഹാനിൽനിന്നും ആദ്യ കോവിഡ് കേസുകൾ റിപ്പോർട്ട് ചെയ്തത് മുതൽ കേരളം കോവിഡ് പ്രതിരോധ പ്രവർത്തനങ്ങൾക്കുള്ള തയ്യാറെടുപ്പ് ആരംഭിച്ചിരുന്നു. 2018 മെയ് മാസത്തിൽ കോഴിക്കോട് ജില്ലയിൽ പ്രത്യക്ഷപ്പെട്ട 17 പേരുടെ ജീവൻ അപഹരിച്ച നിപ പകർച്ചവ്യാധിയിൽനിന്നും പൊതു സമൂഹവും ആരോഗ്യപ്രവർത്തകരും പകർച്ചവ്യാധി നിയന്ത്രണത്തിന്റെ പ്രാഥമിക പാഠങ്ങൾ ഉൾക്കൊണ്ടിരുന്നു. ഇൻഡക്സ് കേസ് (രോഗം ആദ്യം ബാധിക്കുന്നയാൾ), സമ്പർക്കത്തിലേർപ്പെട്ടവരെ കണ്ടെത്തൽ (Contact Tracing), സമ്പർക്കവിലക്ക് (Quarantine) തുടങ്ങിയ രോഗവ്യാപന നിയന്ത്രണത്തിന്റെ അടിസ്ഥാന പ്രമാണങ്ങൾ വ്യാപകമായി ചർച്ച ചെയ്യപ്പെട്ടിരുന്നു. നിപ നിയന്ത്രണത്തിന്റെ ഭാഗമായി 2000 ത്തോളം പേർക്ക് കോഴിക്കോട് മലപ്പുറം ജില്ലകളിലായി സമ്പർക്കവിലക്കിൽ കഴിയേണ്ടിവന്നു. ജൂൺ 10 നു നിപയെ സമ്പൂർണ്ണമായി നിയന്ത്രിക്കാൻ കഴിഞ്ഞത് ജനങ്ങളിൽ വലിയ ആത്മവിശ്വാസം സൃഷ്ടിച്ചു.

2018 ആഗസ്തിൽ കേരളം ഈ നൂറ്റാണ്ടിൽ നേരിട്ട ഏറ്റവും വലിയ പ്രളയവും രോഗ പ്രതിരോധ പ്രവർത്തനങ്ങളുടെ പഠന കാലമായി മാറി. പ്രളയത്തെത്തുടർന്ന് വ്യാപിക്കാൻ സാദ്ധ്യതയുണ്ടായിരുന്ന പകർച്ചവ്യാധികളെ വിപുലമായ പൊതുജനാരോഗ്യ വിദ്യാഭ്യാസത്തിലൂടെ നിയന്ത്രിച്ച് നിർത്താൻ സംസ്ഥാനത്തിന് കഴിഞ്ഞു. നിപ, പ്രളയകാല അനുഭവങ്ങൾ സൃഷ്ടിച്ച ശുഭാപ്തി വിശ്വാസവും പകർച്ചവ്യാധി

നിയന്ത്രണത്തിലുള്ള അറിവും കോവിഡ് നിയന്ത്രണത്തിനായി കാലേകൂട്ടി ഇടപെടുന്നതിനുള്ള അനുകൂല പശ്ചാത്തലമൊരുക്കി. മാത്രമല്ല, കേരളത്തിൽനിന്നും നിരവധി വിദ്യാർത്ഥികൾ വുഹാൻ മെഡിക്കൽ കോളേജിൽ പഠിക്കുന്നതായി അറിയാമായിരുന്നതുകൊണ്ട് കോവിഡ് രോഗം ചൈനയിൽ വ്യാപിച്ച് തുടങ്ങിയ സാഹചര്യത്തിൽ മെഡിക്കൽ വിദ്യാർത്ഥികൾ കേരളത്തിലേക്ക് എത്തി തുടങ്ങുമെന്നും സംസ്ഥാന സർക്കാർ പ്രതീക്ഷിച്ചിരുന്നു. ആർദ്രം പദ്ധതിയിലൂടെ കേരളത്തിലെ പൊതുജനാരോഗ്യ സംവിധാനം സുസജ്ജവും സുശക്തവുമായിരുന്ന സമയത്തുമാണ് കോവിഡ് കടന്നുവന്നത്.

കേരളം നേരിട്ട വെല്ലുവിളികൾ

കോവിഡ് രോഗവ്യാപനത്തെ നേരിടാൻ ആത്മവിശ്വാസത്തോടേ ഉചിതവും ഫലപ്രദവുമായ സംവിധാനങ്ങൾ സംഘടിപ്പിച്ച് തുടക്കത്തിലെ പ്രവർത്തനമാരംഭിച്ചതാണ് കേരളത്തെ മറ്റ് സംസ്ഥാനങ്ങളിൽനിന്നും വ്യത്യസ്തമാക്കിയത്. എന്നാൽ കോവിഡ് രോഗ ബാധയുമായി ബന്ധപ്പെട്ട് കേരളം നേരിടുന്ന വെല്ലുവിളികളെ ഒട്ടും കുറച്ച് കാണാതെ യാഥാർത്ഥ്യബോധത്തോടെയാണ് സർക്കാർ കരുതലോടെയും ജാഗ്രതയോടെയും പ്രവർത്തിച്ച് വരുന്നത്. കൊറോണ വൈറസിന്റെ വ്യാപന നിരക്ക് മറ്റ് പല രോഗാണുക്കളേക്കാളും വളരെ കൂടുതലാണ്. രോഗം ബാധിച്ച് ഒരാളിൽനിന്നും 3–4 പേരിലേക്ക് രോഗം പകരാൻ സാദ്ധ്യതയുണ്ട് ആർ നോട്ട് മൂല്യം (R naught) 3–4). ചില രാജ്യങ്ങളിൽ ഇത് അഞ്ചിന് മുകളിലാണ്. കേരളം പോലെ ജനസാന്ദ്രത കൂടിയ സംസ്ഥാനത്ത് രോഗവ്യാപന സാദ്ധ്യത വളരെ കൂടുതലാണ്. പശ്ചിമ ബംഗാളും ബീഹാറും കഴിഞ്ഞാൽ ഏറ്റവും കൂടുതൽ ജനസാന്ദ്രതയുള്ള സംസ്ഥാനമാണ് കേരളം. കോവിഡ് രോഗം മരണ കാരണമാവുന്നത് പ്രായാധിക്യമുള്ളവരെയും പ്രമേഹം, രക്താതിമർദ്ദം, ശ്വാസ കോശ രോഗങ്ങൾ, ക്യാൻസർ, പൊണ്ണത്തടി തുടങ്ങിയ അനുബന്ധ ആരോഗ്യ പ്രശ്നങ്ങളുള്ളവരെയും ബാധിക്കുമ്പോഴാണ്. കേരളത്തിൽ 60 വയസ്സിന് മുകളിലായി ഏതാണ്ട് 15 ശതമാനത്തോളം പേരുണ്ട്. 20 ശതമാനം പേർക്ക് പ്രമേഹവും 33 ശതമാനം പേർക്ക് രക്താതിമർദ്ദവുമുണ്ട്. ശ്വാസകോശ രോഗം ബാധിച്ചവരുടെ എണ്ണം 25 ലക്ഷത്തോളം വരും. വർഷം തോറും 60,000 പേരെ പുതുതായി ക്യാൻസർ ബാധിക്കുന്നുണ്ട്. രണ്ട് ലക്ഷത്തോളം ക്യാൻസർ രോഗികളുടെ സാന്നിദ്ധ്യമാണ് കേരളത്തിലുള്ളത്. വിദേശ രാജ്യങ്ങളിൽനിന്നും മറ്റു സംസ്ഥാനങ്ങളിൽ നിന്നും രോഗവുമായി കൂടുതൽ പേർ കേരളത്തിലെത്താൻ സാദ്ധ്യത യുമുണ്ട്. ഇതെല്ലാം ഗൗരവമായി കണക്കിലെടുത്ത് ഒട്ടും വിട്ടുവീഴ്ച യില്ലാത്ത കരുതൽ നടപടികളാണ് സംസ്ഥാന സർക്കാർ സ്വീകരിച്ചത്.

കേരളത്തിന്റെ കരുതലും ജാഗ്രതയും

ജനുവരി 30 ന് കോവിഡ് വുഹാനിൽ നിന്നെത്തിയ വിദ്യാർത്ഥിനിയിൽ സ്ഥിരീകരിക്കുന്നതിന് മുൻപ് തന്നെ ഉചിതമായ നിരവധി നടപടികൾ ആരോഗ്യ വകുപ്പ് സ്വീകരിച്ചു തുടങ്ങിയിരുന്നു:

- ജനുവരി 18: ലോകാരോഗ്യ സംഘടന ലോകരാജ്യങ്ങളെ കോവിഡ് മഹാമാരിയെപ്പറ്റി അറിയിച്ചതിനെത്തുടർന്ന് എല്ലാ ജില്ലകളിലുമുള്ള ആരോഗ്യസ്ഥാപനങ്ങളിലേക്ക് ജാഗ്രതാ മുന്നൊരുക്ക സന്ദേശം അയച്ചു.
- ജനുവരി 20: കോവിഡ് നിയന്ത്രണത്തിനുള്ള പ്രാരംഭ മാർഗ്ഗനിർദ്ദേശങ്ങൾ തയ്യാറാക്കി.
- ജനുവരി 23: അന്താരാഷ്ട്ര വിമാനത്താവളത്തിലെത്തുന്ന എല്ലാ യാത്രക്കാരെയും സ്ക്രീനിങ് നടത്തുന്നതിനുള്ള സംവിധാനങ്ങൾ സംഘടിപ്പിച്ചു.
- ജനുവരി 24: ഡയറക്ടർ ഓഫ് ഹെൽത്ത് സർവ്വീസസിന്റെ ഓഫീസിൽ കോവിഡ് കൺട്രോൾ റൂം പ്രവർത്തനമാരംഭിച്ചു.
- ജനുവരി 26: സ്ക്രീനിങ്, ടെസ്റ്റിങ്, രോഗം സംശയിക്കുന്നവരുടെ ആശുപത്രി അഡ്മിഷൻ എന്നിവയ്ക്കുള്ള മാർഗ്ഗ നിർദ്ദേശങ്ങൾ പുറപ്പെടുവിച്ചു.
- വിവിധ ജില്ലകളിലായി 41 ആശുപത്രികളിൽ 40 ബെഡ്ഡുകൾ വീതമുള്ള ഐസൊലേഷൻ വാർഡുകൾ സംഘടിപ്പിച്ചു.

ആദ്യത്തെ കേസ് റിപ്പോർട്ട് ചെയതിനെത്തുടർന്ന് കൂടുതൽ ഊർജ്ജിത നടപടികൾ ആരോഗ്യവകുപ്പ് സ്വീകരിച്ചു തുടങ്ങി.

- ജനുവരി 30: സംസ്ഥാന ജില്ലാതല കോവിഡ് നിരീക്ഷണ സമിതികൾ രൂപീകരിക്കുകയും സമിതികൾ ദിവസേന അവലോകന യോഗങ്ങൾ ആരംഭിക്കയും ചെയ്തു. ആരോഗ്യവകുപ്പ് മന്ത്രി എല്ലാ ദിവസവും പങ്കെടുക്കുന്ന സംസ്ഥാനതല അവലോകന യോഗം ആരംഭിച്ചു.
- മാർച്ച് 11: വിമാനത്താവളം, റെയിൽവേസ്റ്റേഷൻ, തുറമുഖം, സംസ്ഥാന അതിർത്തി എന്നിവിടങ്ങളിലുള്ള മേൽനോട്ടം കർശനമാക്കി
- മാർച്ച് 12: സമ്പർക്കവിലക്ക്, ടെസ്റ്റിങ്, ആശുപത്രി അഡ്മിഷൻ എന്നിവയ്ക്കുള്ള പുതുക്കിയ മാനദണ്ഡങ്ങൾ പുറപ്പെടുവിച്ചു.
- രോഗികളുമായി ബന്ധപ്പെട്ടെന്ന് സംശയിക്കുന്ന 4000 പേരെ ഭവന സ്ഥാപന സമ്പർക്കവിലക്കിന് (Home- Institutional Quarantine) വിധേയരാക്കി.
- മാർച്ച് 14: മുഖ്യമന്ത്രിയുടെ നേതൃത്വത്തിൽ ആരോഗ്യവകുപ്പ് മന്ത്രി, റവന്യൂവകുപ്പ് മന്ത്രി എന്നിവരുടെ സാന്നിദ്ധ്യത്തിൽ ഉന്നതതല ഉദ്യോസ്ഥരെ പങ്കെടുപ്പിച്ചുകൊണ്ടുള്ള ദിവസേനയുള്ള ഉന്നതതല അവലോകനയോഗം ആരംഭിച്ചു.
- മാർച്ച് 14: മുഖ്യമന്ത്രിയുടെ പ്രതിദിന പത്രസമ്മേളനം ആരംഭിച്ചു.

- മാർച്ച് 16: ശരീര ദൂരം പാലിക്കുക, കൈ കഴുകുക, മുഖം മറയ്ക്കുക എന്നീ സന്ദേശങ്ങൾ പ്രചരിപ്പിക്കുന്നതിനുള്ള 'ബ്രേക്ക് ദി ചെയിൻ' പ്രചാരണ പരിപാടി ആരംഭിച്ചു.
- മാർച്ച് 27: കേരള സർക്കാർ പകർച്ചവ്യാധി നിയന്ത്രണത്തിനുള്ള പ്രത്യേക അധികാരം നല്കുന്ന ഓർഡിനൻസ് (Kerala Epidemic Diseases, COVID-19 Regulations, 2020) പ്രഖ്യാപിച്ചു

കോവിഡ് നിയന്ത്രണ പ്രതിരോധ പ്രവർത്തനങ്ങൾ ചിട്ടയോടും കാര്യക്ഷമമായും നടപ്പിലാക്കുന്നതിനായി സംസ്ഥാനതലത്തിൽ മൂന്നു സംവിധാനങ്ങൾ രൂപീകരിച്ച് പ്രവർത്തനമാരംഭിച്ചു.

- മുഖ്യമന്ത്രിയുടെ അദ്ധ്യക്ഷതയിൽ സംസ്ഥാന കോവിഡ് നിർവ്വഹണ കമ്മിറ്റി
- ചീഫ് സെക്രട്ടറിയുടെ അദ്ധ്യക്ഷതയിൽ ക്രൈസിസ് മാനേജ്മെന്റ് കമ്മിറ്റി
- പൊതുസമൂഹത്തിൽനിന്നും പരാതികളും നിർദ്ദേശങ്ങളും സ്വീകരിക്കുന്നതിനും അനുബന്ധപ്രവർത്തനങ്ങൾക്കുമായി മുഖ്യമന്ത്രിയുടെ ഓഫീസിൽ വാർ റൂം.

കോവിഡ് നിയന്ത്രണത്തിനുള്ള സാങ്കേതിക നിർദ്ദേശം നല്കുന്നതിനായി മൂന്ന് സമിതികൾ ആരോഗ്യവകുപ്പ് രൂപീകരിച്ചു.

- റാപ്പിഡ് റെസ്പോൺസ് ടീം
- സംസ്ഥാന മെഡിക്കൽ ബോർഡ്
- കോവിഡ് വിദഗ്ദ്ധസമിതി.

കേരളത്തിന്റെ കോവിഡ് പ്രവർത്തന പദ്ധതി

വിദേശത്തു നിന്നും കൂടുതൽ കോവിഡ് രോഗികൾ എത്തി തുടങ്ങിയതിനെത്തുടർന്ന് കുറ്റമറ്റതും പഴുതകളടച്ചതും മുൻകൂട്ടി തയ്യാറാക്കിയ കൃത്യതയോടുകൂടിയ കർമ്മ പദ്ധതിയാണ് ആരോഗ്യ വകുപ്പ് നടപ്പിലാക്കി തുടങ്ങിയത്.

- അന്താരാഷ്ട്ര ആഭ്യന്തര എയർപോർട്ടുകളിലെ സ്ക്രീനിങ് കൂടുതൽ ശക്തമാക്കി.
- യാത്രക്കാരെ എയർപോർട്ടിൽ വച്ച് തന്നെ വൈദ്യപരിശോധനയ്ക്കും തെർമൽ പരിശോധനയ്ക്കും വിധേയരാക്കി.
- രോഗലക്ഷണമുള്ളവരെയും അവരുമായി അടുത്ത സമ്പർക്കത്തിലേർപ്പെട്ടവരെയും പി സി ആർ ടെസ്റ്റിന് വിധേയരാക്കി.
- രോഗലക്ഷണമുള്ളവരെ ഉടൻതന്നെ കോവിഡ് ആശുപത്രിയികളിലേക്ക് മാറ്റി.
- പോസിറ്റീവ് കേസുകൾക്ക് പ്രോട്ടോകോളുകളുടെ അടിസ്ഥാനത്തിൽ മികച്ച ചികിത്സ നല്കി.
- വിദേശത്ത് നിന്നെത്തിയവരുമായി സമ്പർക്കത്തിലേർപ്പെട്ട എല്ലാവരെയും കണ്ടെത്തി സമ്പർക്കവിലക്കേർപ്പെടുത്തി.

- പോസിറ്റീവ് കേസുകളായി കണ്ടെത്തിയവർ യാത്ര ചെയ്തിട്ടുണ്ടെങ്കിൽ അവരുടെ റൂട്ട് മാപ്പ് തയ്യാറാക്കി അവരുമായി ബന്ധപ്പെട്ടവരെയെല്ലാം സമ്പർക്കവിലക്കിന് വിധേയരാക്കി.
- വിദേശത്ത് നിന്നു വന്ന രോഗികളല്ലാത്തവരെയും അവരുമായി സമ്പർക്കത്തിലേർപ്പെട്ടവരെയും 28 ദിവസത്തെ സമ്പർക്കവിലക്കിൽ താമസിപ്പിച്ചു.
- സമ്പർക്കവിലക്കിൽ കഴിയുന്നവരിൽ രോഗലക്ഷണമുള്ളവരെ ടെസ്റ്റ് ചെയ്ത് രോഗമുണ്ടെന്ന് കണ്ടവരെ ആശുപത്രികളിലേക്ക് മാറ്റി ചികിത്സ നല്കി.

റാപ്പിഡ് റെസ്പോൺസ് ടീം

ആരോഗ്യവകുപ്പ് മന്ത്രി അദ്ധ്യക്ഷയും ആരോഗ്യ വകുപ്പ് സെക്രട്ടറി, നാഷണൽ ഹെൽത്ത് മിഷൻ ഡയറക്ടർ, ഹെൽത്ത് സർവ്വീസസ് ഡയറക്ടർ, ആരോഗ്യ വിദ്യാഭ്യാസ ഡയറക്ടർ കേരള മെഡിക്കൽ സർവ്വീസസ് കോർപ്പറേഷൻ ഡയറക്ടർ, ആർദ്രം മിഷൻ കൺസൾട്ടന്റ്, ആരോഗ്യവകുപ്പിലെ ഉയർന്ന ഉദ്യോഗസ്ഥർ എന്നിവർ അംഗങ്ങളുമായുള്ള സമിതിയുടെ നേതൃത്വത്തിലാണ് റാപ്പിഡ് റെസ്പോൺസ് ടീം പ്രവർത്തിക്കുന്നത്. ടീമിന് കീഴിലായി വിവിധ കോവിഡ് നിയന്ത്രണ പ്രവർത്തനങ്ങളെ ഏകോപിപ്പിക്കാനും മാർഗ്ഗ നിർദ്ദേശങ്ങൾ നല്കുന്നതിനുമായി വിവിധ ഉപഘടകങ്ങളെ ചേർത്തുകൊണ്ട് പ്രത്യേക കൺട്രോൾ റൂം ആരോഗ്യ വകുപ്പ് ഡയറക്ടറേറ്റിൽ സജ്ജമാക്കിയിട്ടുണ്ട്. സംസ്ഥാന കൺട്രോൾ റൂമിന് സമാനമായ രീതിയിൽ ജില്ലാ തലത്തിലും കൺട്രോൾ റൂമുകൾ സ്ഥാപിച്ചിട്ടുണ്ട്. വിവിധ പ്രവർത്തനങ്ങൾക്കായി കൺട്രോൾ റൂമിന് കീഴിലായി പ്രത്യേക ടീമുകളും രൂപീകരിച്ചിട്ടുണ്ട്.

നിരീക്ഷണ ടീം: ആശുപത്രി നിരീക്ഷണം, ഫീൽഡ് തല നിരീക്ഷണം, ലാബ് നിരീക്ഷണം തുടങ്ങി പ്രധാനമായും മൂന്നു തലങ്ങളിലാണ് നിരീക്ഷണ ടീം ഇടപെട്ടുകൊണ്ടിരിക്കുന്നത്. കോവിഡ് പ്രതിരോധ പ്രവർത്തനങ്ങൾക്കാവശ്യമായ നിർദ്ദേശങ്ങൾ തയ്യാറാക്കി നല്കുകയും ചെയ്യുന്നു. ജനങ്ങളുടെ കോവിഡുമായി ബന്ധപ്പെട്ട സംശയങ്ങൾ ദുരീകരിക്കാൻ ദിശ ഹെൽപ്പ് ലൈനുമായി ചേർന്ന് കർമ്മപരിപാടികൾക്ക് രൂപംനല്കുന്നു.

കോൾ സെന്റർ മാനേജുമെന്റ് ടീം: 24 മണിക്കൂറും ജനങ്ങളുടെ സംശയങ്ങൾക്ക് മറുപടി നല്കുന്നു. എച്ച് ആർ മാനേജ്മെന്റ് ടീം: ജില്ലകളിലെ ജീവനക്കാരുടെ കുറവുകളുണ്ടെങ്കിൽ അതു പരിഹരിക്കുന്നതിനുള്ള മാർഗ്ഗങ്ങളും വിദഗ്ദ്ധ ഉപദേശങ്ങളും നല്കി മെച്ചപ്പെട്ട കോവിഡ് ചികിത്സാ സൗകര്യങ്ങൾ ഒരുക്കുകയാണ് പ്രധാനമായും ടീം ചെയ്യുന്നത്.

പരിശീലനവും ബോധവല്ക്കരണവും: സർക്കാർ/അർദ്ധ സർക്കാർ/പൊതുമേഖല/ സ്വകാര്യ മേഖലകളിലെ വ്യത്യസ്ത വിഭാഗം

ജീവനക്കാർക്ക് കോവിഡ് പ്രതിരോധവുമായി ബന്ധപ്പെട്ട പരിശീലന പരിപാടികൾ നടത്തുകയാണ് പ്രധാനമായും ടീം ചെയ്യുന്നത്. കൂടാതെ പരിശീലന/പഠന സാമഗ്രികൾ തയ്യാറാക്കുകയും വിദഗ്ദ്ധ ഉപദേശങ്ങൾക്കായി കൈമാറുകയും ചെയ്യുന്നു. കോവിഡ് ബോധവല്ക്കരണ പ്രവർത്തനങ്ങൾ സാമൂഹിക മാധ്യമങ്ങളിലൂടെ നടത്തുകയും ചെയ്യുന്നു.

മെറ്റീരിയൽ മാനേജുമെന്റ് ടീം: ഓരോ ജില്ലകൾക്കും ആവശ്യമായിട്ടുള്ള ചികിത്സാ സാമഗ്രികളുടെ ദൗർലഭ്യം പരിഹരിച്ച് ആവശ്യത്തിനു ക്രമീകരിക്കുകയാണ് മെറ്റീരിയൽ മാനേജുമെന്റ് ടീം ചെയ്യുന്നത്.

ഡോക്യുമെന്റേഷൻ ടീം: കോവിഡ് നിയന്ത്രണ പ്രതിരോധ പരിപാടികളുമായി ബന്ധപ്പെട്ടു ഔദ്യോഗിക തലത്തിൽ നടക്കുന്ന മീറ്റിങ്ങുകളിലെ നിർദ്ദേശങ്ങൾ തയ്യാറാക്കി എല്ലാവരിലും എത്തിക്കുന്നു.

സ്വകാര്യ ആശുപത്രി നിരീക്ഷണ സംഘം വിദഗ്ദ്ധ പഠന ഏകോപന ടീം: സംസ്ഥാനത്തുടനീളമുള്ള സ്വകാര്യ ആശുപത്രികളെ നിരീക്ഷിക്കുകയും റിപ്പോർട്ട് ചെയ്യപ്പെടുന്ന കേസുകളെ കണ്ടെത്തി കോണ്ടാക്റ്റ് ട്രേസിങ് നടത്തി പ്രവർത്തനങ്ങൾ ഊർജ്ജിതമാക്കുന്നു.

ഗതാഗത, ആംബുലൻസ് മാനേജുമെന്റ് ടീം: ആംബുലൻസ് ഡ്രൈവർമാർക്കുവേണ്ട മാർഗ്ഗനിർദ്ദേശങ്ങൾ നല്കി കൊവിഡ് നിയന്ത്രണ പ്രതിരോധ പരിപാടികൾക്കായി അവരെ തയ്യാറാക്കുന്നു. ജില്ലകളിലുടനീളം 24 മണിക്കൂറും പ്രവർത്തിക്കുന്ന ഐസൊലേഷൻ സൗകര്യമുള്ള ആംബുലൻസുകളുടെ ലഭ്യത ഉറപ്പുവരുത്തുകയാണ് പ്രധാനമായും ടീം ചെയ്യുന്നത്.

ഇന്റർ ഡിപ്പാർട്ട്മെന്റൽ, കോർഡിനേഷൻ ടീം: വിവിധ ലൈൻ ഡിപ്പാർട്ട്മെന്റുകളുമായി ചേർന്ന് പ്രവർത്തനങ്ങൾ ഏകോപിപ്പിക്കുകയാണ് ടീം ചെയ്യുന്നത്.

ഡാറ്റ മാനേജുമെന്റ് ടീം: ജില്ലകളിൽനിന്നും അപ്പപ്പോൾ ലഭിക്കുന്ന വിവരങ്ങളെ ശേഖരിച്ചു വിശകലനങ്ങൾക്കും വിവരണങ്ങൾക്കുമായി സ്റ്റേറ്റ് ഡെമോഗ്രാഫറുടെ നേതൃത്വത്തിൽ മീറ്റിങ്ങുകളിൽ കൈമാറുന്നു.

എല്ലാദിവസവും റാപ്പിഡ് റെസ്പോൺസ് ടീം ആരോഗ്യവകുപ്പ് മന്ത്രിയുടെ അദ്ധ്യക്ഷതയിൽ യോഗം ചേർന്ന് പ്രവർത്തനങ്ങൾ വിലയിരുത്തുന്നു.

സംസ്ഥാന മെഡിക്കൽ ബോർഡ്

വിവിധ മെഡിക്കൽ സ്പെഷ്യാലിറ്റിയിൽ പെട്ടവരുൾപ്പെട്ട സംസ്ഥാന മെഡിക്കൽ ബോർഡ് ഫെബ്രുവരി 2 ന് തന്നെ രൂപീകരിച്ച് പ്രവർത്തനമാരംഭിച്ചിരുന്നു. പീഡിയാട്രിക്സ്, ഇൻഫക്ഷ്യസ് ഡിസീസ് (പകർച്ച വ്യാധി വിഭാഗം), മൈക്രോബയോളജി, സാമൂഹ്യാരോഗ്യം (Community Medicine), ഇന്റേണൽ മെഡിസിൻ, ക്രിട്ടിക്കൽ കെയർ മെഡിസിൻ, എമർജൻസി മെഡിസിൻ, ഫാർമക്കോളജി എന്നീ വിഭാഗങ്ങളിൽ നിന്നുള്ള എട്ട് പേരടങ്ങിയതാണ് സംസ്ഥാന മെഡിക്കൽ ബോർഡ്.

സംസ്ഥാന ബോർഡിന് പുറമേ മെഡിക്കൽ കോളേജുകളിലും ജില്ലാ ജനറൽ ആശുപത്രികളിലും സ്ഥാപന മെഡിക്കൽ ബോർഡുകളും (Institutional Medical Boards) രൂപീകരിച്ചിട്ടുണ്ട്. ആശുപത്രി സൂപ്രണ്ട്, ജനറൽ മെഡിസിൻ, ശ്വാസകോശ വിഭാഗം (Respiratory Medicine) അനസ്തീസിയ, ഇൻഫക്ഷ്യസ് ഡിസീസ്, മൈക്രോബയോളജി, സാമൂഹ്യാരോഗ്യം, പകർച്ചവ്യാധി നിയന്ത്രണ സെൽ (Prevention of Epidemics and Infectious Diseases Cell PEID) എന്നീ വിഭാഗത്തിൽപ്പെട്ടവരാണ് സ്ഥാപന മെഡിക്കൽ ബോർഡിലെ അംഗങ്ങൾ.

ചികിത്സാ മാർഗ്ഗനിർദ്ദേശങ്ങളും നിബന്ധനകളും (Advisories, Protocols and Guidelines) തയ്യാറാക്കുക എന്നതാണ് സംസ്ഥാന മെഡിക്കൽ ബോർഡിന്റെ പ്രധാന ചുമതല. ഇന്ത്യൻ കൗൺസിൽ ഓഫ് മെഡിക്കൽ റിസർച്ച് (ICMR) കാലാകാലങ്ങളിൽ പ്രസിദ്ധീകരിക്കുന്ന മാർഗ്ഗനിർദ്ദേശങ്ങളുടെ അടിസ്ഥാനത്തിൽ സംസ്ഥാനത്തെ സ്ഥിതി പഠിച്ചാണ് ബോർഡ് മാർഗ്ഗനിർദ്ദേശങ്ങൾ തയ്യാറാക്കുന്നതും ഇടയ്ക്കിടെ പുതുക്കുന്നതും. കോവിഡ് ആശുപത്രികളിൽ ചികിത്സയിൽ കഴിയുന്ന രോഗികളുടെ രോഗവിവരം അന്വേഷിക്കുകയും ഉചിതമായ ചികിത്സാ നിർദ്ദേശങ്ങൾ നല്കുകയും ചെയ്യുക എന്നതും ബോർഡിന്റെ ചുമതലയിൽ പെടുന്നു. സ്ഥാപന മെഡിക്കൽ ബോർഡുകൾ സംസ്ഥാന മെഡിക്കൽ ബോർഡിന്റെ നിർദ്ദേശങ്ങൾ നടപ്പിലാക്കുന്നത് ഉറപ്പുവരുത്തുകയും ഇടയ്ക്കിടെ നേരിടേണ്ടിവരുന്ന പ്രശ്നങ്ങൾ സംസ്ഥാന ബോർഡിന്റെ ശ്രദ്ധയിൽ കൊണ്ടുവരികയും ചെയ്യുന്നു.

കോവിഡ് വിദഗ്ദ്ധ സമിതി

സംസ്ഥാന സർക്കാരിന് കോവിഡ് നിയന്ത്രണ പ്രവർത്തനങ്ങൾക്കാവശ്യമായ നിർദ്ദേശങ്ങൾ നല്കുന്നതിനായി വിവിധ വൈദ്യശാസ്ത്ര മേഖലകളിലെ വിദഗ്ദ്ധരടങ്ങിയ പതിനൊന്നംഗങ്ങളുള്ള വിദഗ്ദ്ധ സമിതി ആരോഗ്യവകുപ്പ് രൂപീകരിച്ചിട്ടുണ്ട്. പത്തോളജിസ്റ്റ്, ക്രിട്ടിക്കൽ കെയർ, എമർജൻസി മെഡിസിൻ സ്പെഷ്യലിസ്റ്റ്, പൊതുജനാരോഗ്യ രോഗവ്യാപന ശാസ്ത്ര വിദഗ്ദ്ധർ (Public Health Experts, Epidemiologists), പകർച്ചവ്യാധി വിദ്ഗദ്ധർ (Infectious Disease Specialists), സയന്റിസ്റ്റ്, പാലിയേറ്റീവ് കെയർ പ്രവർത്തകർ എന്നിവരടങ്ങിയ വിവിധ വൈദ്യശാസ്ത്ര മേഖലകളിൽ നിന്നുള്ളവരാണ് വിദഗ്ദ്ധ സമിതിയിലുള്ളത്. എല്ലാ ദിവസവും സമിതി വീഡിയോ കോൺഫറൻസിലൂടെ യോഗം ചേരുകയും സംസ്ഥാന സർക്കാർ സൂചിപ്പിക്കുന്ന വിഷയങ്ങളും കോവിഡുമായി ബന്ധപ്പെട്ട മറ്റ് പ്രശ്നങ്ങളും ചർച്ചചെയ്യുകയും നിർദ്ദേശങ്ങൾ മുഖ്യമന്ത്രി, ആരോഗ്യവകുപ്പ് മന്ത്രി, ചീഫ് സെക്രട്ടറി, ആരോഗ്യവകുപ്പ് സെക്രട്ടറി എന്നിവർക്ക് നല്കുകയും ചെയ്യുന്നു. മുഖ്യമന്ത്രിയുടെ അദ്ധ്യക്ഷതയിൽ ചേരുന്ന ഉന്നതതല അവലോകന യോഗത്തിൽ വിദഗ്ദ്ധ സമിതി അദ്ധ്യക്ഷൻ പങ്കെടുക്കുയും സമിതിയുടെ അഭിപ്രായ

ങ്ങൾ അറിയിക്കുകയും ചെയ്തുവരുന്നു. സമിതി ഇടയ്ക്കിടെ ഡോക്ടർമാരുടെയും മറ്റ് ആരോഗ്യപ്രവർത്തകരുടെയും സംഘടനാ ഭാരവാഹികളുമായും കോവിഡ് മേഖലയിൽ പ്രവർത്തിക്കുന്ന വിദ്ഗ്ദ്ധരുമായും ചർച്ച നടത്തുന്നുണ്ട്. കോവിഡുമായി ബന്ധപ്പെട്ട് നടത്തുന്ന ശാസ്ത്ര സെമിനാറുകളിലും സമിതി അംഗങ്ങൾ പങ്കെടുത്തു വരുന്നു. ടെലിവിഷൻ, സാമൂഹ്യ ശൃഖല, അച്ചടി മാധ്യമങ്ങളിലൂടെ കോവിഡുമായി ബന്ധപ്പെട്ട വിഷയങ്ങളിലുള്ള ചർച്ചകളിൽ പങ്കെടുത്തും പ്രഭാഷണങ്ങൾ നടത്തിയും പ്രസക്തമായ വിഷയങ്ങളിൽ ലേഖനങ്ങൾ പ്രസിദ്ധീകരിച്ചും പൊതുസമൂഹവുമായും സമിതി അംഗങ്ങൾ നിരന്തരം ബന്ധപ്പെട്ടുവരുന്നു.

ജില്ലാതല ഏകോപനം

ജില്ലാ തലത്തിൽ കോവിഡ് നിയന്ത്രണ പ്രവർത്തനങ്ങൾ ജില്ലാ കളക്ടറുടെ നേതൃത്വത്തിലാണ് ഏകോപിപ്പിച്ച് വരുന്നത്. ദുരന്തനിവാരണ നിയമമനുസരിച്ച് കളക്ടർക്ക് കോവിഡ് പ്രതിരോധ പ്രവർത്തനങ്ങൾക്കായുള്ള പ്രത്യേക അധികാരങ്ങൾ നല്കിയിട്ടുണ്ട്. ജില്ലാ മെഡിക്കൽ ഓഫീസർ, മെഡിക്കൽ കോളേജ് പ്രിൻസിപ്പൽമാർ, സൂപ്രണ്ടുമാർ, കോവിഡ് ആശുപത്രികളിലെ സൂപ്രണ്ടുമാർ, ജില്ലാ പ്രോഗ്രാം മാനേജർ, കോവിഡുമായി ബന്ധപ്പെട്ട പ്രവർത്തനങ്ങൾക്കായി നിയമിച്ചിട്ടുള്ള ജില്ല മെഡിക്കൽ ഓഫീസിൽ നിന്നുള്ള ജില്ലാ സർവേയലൻസ് ഓഫീസർ, ജില്ലാ പ്ലാനിങ് ഓഫീസർ, കോർപ്പറേഷൻ, മുനിസിപ്പൽ പഞ്ചായത്ത് സെക്രട്ടറിമാർ എന്നിവരാണ് പ്രധാനമായും പ്രവർത്തനങ്ങൾക്ക് നേതൃത്വം നല്കുന്നത്. എല്ലാ ദിവസവും ബന്ധപ്പെട്ട ഡിപ്പാർട്ട്മെന്റുകളുടെ പ്രതിനിധികളെ പങ്കെടുപ്പിച്ചുകൊണ്ടുള്ള അവലോകന യോഗം നടത്തിവരുന്നുണ്ട്. കളക്ടറും ഉദ്യോഗസ്ഥരും എം എൽ എ, എം പി തുടങ്ങിയ ജനപ്രതിനിധികളുമായി നിരന്തരം ബന്ധപ്പെടുന്നു. കളക്ടറുമാരുമായി മുഖ്യമന്ത്രിയും ആരോഗ്യവകുപ്പ് മന്ത്രിയും ചീഫ് സെക്രട്ടറിയും ഇടയ്ക്കിടെ ടെലി കോൺഫറൻസിലൂടെ കോവിഡ് നിയന്ത്രണ പുരോഗതി വിലയിരുത്തുന്നു. ജില്ലകളിലെ മെഡിക്കൽ കോളേജിലെ സാമൂഹ്യാരോഗ്യ വിഭാഗവും (Community Medicine Department) പി ഇ ഐ ഡി സെല്ലും (Prevention of Epidemics and Infectious Diseases Cell) കോവിഡ് നിയന്ത്രണ പ്രവർത്തനങ്ങൾക്കാവശ്യമായ സാങ്കേതിക ഉപദേശങ്ങൾ ജില്ലാതലത്തിൽ നല്കുന്നുണ്ട്.

കോവിഡ് ആശുപത്രികളും കോവിഡ് പ്രാരംഭതല ചികിത്സാ കേന്ദ്രങ്ങളും (Covid Hospitals and Covid First Level Treatment Centres)

വിദേശത്ത് നിന്നും രോഗവുമായി ആൾക്കാർ എത്തുന്നതിന് മുൻപ് തന്നെ എല്ലാ ജില്ലയിലും ഒന്നു വീതം കോവിഡ് ചികിത്സാ കേന്ദ്രങ്ങൾ

ആരംഭിച്ച് കഴിഞ്ഞിരുന്നു. പിന്നീട് ജില്ലയിൽ രണ്ടെന്ന നിലയിൽ ഇപ്പോൾ 28 കോവിഡ് ചികിത്സാ കേന്ദ്രങ്ങളാണുള്ളത്. മെഡിക്കൽ കോളേജുകളിലും, ജില്ലാ ജനറൽ ആശുപത്രികളിലുമായിട്ടാണ് ചികിത്സാ സൗകര്യം ഒരുക്കിയിട്ടുള്ളത്. സർക്കാർ മേഖലയിലുള്ള എറണാകുളം, മഞ്ചേരി മെഡിക്കൽ കോളേജുകളും സ്വകാര്യ സ്വാശ്രയ മെഡിക്കൽ കോളേജ് ഉടമസ്ഥർ വിട്ടു തന്ന കണ്ണൂർ, വയനാട് മെഡിക്കൽ കോളേജുകളും മറ്റ് ചികിത്സകൾ ഒഴിവാക്കി പൂർണ്ണമായും കോവിഡ് ആശുപത്രികളാക്കി മാറ്റിയിട്ടുണ്ട്. മറ്റ് ആശുപത്രികളിൽ കോവിഡ് ഇതര രോഗികളെ ചികിത്സിക്കുന്നതിനുള്ള സൗകര്യങ്ങൾ നിലനിർത്തിക്കൊണ്ട് പ്രത്യേക ബ്ലോക്കിൽ കോവിഡ് ചികിത്സാ കേന്ദ്രം സ്ഥാപിക്കയാണ് ചെയ്തിട്ടുള്ളത്, കോവിഡ് ആശുപത്രികളിലായി 7084 കിടക്കകളാണുള്ളത്, ഗുരുതരമായ രോഗലക്ഷണമുള്ളവരെ കോവിഡ് ആശുപത്രികളിലും ലഘുവായ രോഗലക്ഷണമുള്ളവരെയും രോഗലക്ഷണമില്ലാതെതന്നെ പോസിറ്റീവായവരെയും പ്രാരംഭതല ചികിത്സാ കേന്ദ്രങ്ങളിലുമാണ് (Covid First Level Treatment Centre) അഡ്മിറ്റ് ചെയ്യുന്നത്. ആദ്യഘട്ടമായി 28 കോവിഡ് ആശുപത്രികളുമായി ബന്ധപ്പെടുത്തി 28 പ്രാരംഭതല ചികിത്സാ കേന്ദ്രങ്ങൾ സ്ഥാപിച്ച് കഴിഞ്ഞിട്ടുണ്ട്. ഇവിടെ ഇപ്പോൾ 5325 രോഗികളെ ചികിത്സിക്കാനുള്ള സൗകര്യമൊരുക്കിയിട്ടുണ്ട്.

രോഗികളെ എ, ബി ഒന്ന്, ബി രണ്ട്, സി എന്നിങ്ങനെ നാലായി തിരിച്ചാണ് ചികിത്സ നിശ്ചയിക്കുന്നത്. പനി ഒഴികെയുള്ള രോഗലക്ഷണമുള്ളവരെ എ, പനി കൂടിയുള്ളവരെ ബി ഒന്ന് എന്നീ വിഭാഗത്തിലാണ് പെടുത്തുക. ഇവർക്ക് മറ്റ് അനുബന്ധ രോഗം കൂടിയുണ്ടെങ്കിൽ ബി രണ്ട് ആയും ശ്വാസകോശ രോഗാണുബാധപോലുള്ള ഗുരുതരമായ തീവ്ര രോഗലക്ഷണങ്ങൾ കൂടിയുണ്ടെങ്കിൽ സി ആയും കണക്കാക്കും. എ വിഭാഗത്തിൽ പെട്ടവരെ വീട്ടിൽത്തന്നെ നിരീക്ഷണ വിധേയരായി കഴിയാൻ നിർദ്ദേശിക്കും ബി ഒന്നിൽ പെട്ടവരെ ഒന്നാം തല ചികിത്സാ കേന്ദ്രത്തിലും ബി രണ്ട്, സി വിഭാഗത്തിലുള്ള വരെ കോവിഡ് ആശുപത്രികളിലും പ്രവേശിപ്പിക്കാനാണ് തീരുമാനിച്ചിട്ടുള്ളത്. .

സർക്കാർ സ്വകാര്യ ആശുപത്രികളിൽ ലഭ്യമായ സാധാരണ കിടക്കകൾ, ഐ സി യു കിടക്കകൾ വെന്റിലേറ്ററുകൾ എന്നിവയുടെ എണ്ണം കണക്കാക്കി തിട്ടപ്പെടുത്തിയിട്ടുണ്ട്. ഗവൺമെന്റ് മെഡിക്കൽ കോളേജുകളിൽ 11,678 കിടക്കകളും 1098 ഐ സി യു കിടക്കകളും 488 വെന്റിലേറ്ററുകളുമുണ്ട്. ഹെൽത്ത് സർവ്വീസസ് ആശുത്രികളിൽ 38024 കിടക്കകളും 228 ഐ സി യു കിടക്കകളും 280 വെന്റിലേറ്ററുകളുമാണുള്ളത്. ഇ എസ് ഐ ഉൾപ്പെടെ മറ്റ് സർക്കാർ ആശുപത്രികളിലായി 5757 കിടക്കകളും 72 ഐ സി യു കിടക്കകളും 64 വെന്റിലേറ്ററുകളും ലഭ്യമാണ്. ഇതിന് പുറമേ ആയുഷ് ആശുപത്രികളിൽ ലഭ്യമായ 5467 കിടക്കകളും പ്രയോജനപ്പെടുത്താവുന്നതാണ്. സ്വകാര്യമേഖലയിൽ ലഭ്യമായ കിടക്കകളുടെയും വെന്റിലേറ്ററുകളുടെയും എണ്ണവും

കണക്കാക്കിയിട്ടുണ്ട്. 1311 സ്വകാര്യ ആശുപത്രികളിലായി 81904 കിടക്കകളും 6069 ഐ സി യു കിടക്കകളും 1578 വെന്റിലേറ്ററുകളും കോവിഡ് ചികിത്സയ്ക്കായി മാറ്റിവയ്ക്കാമെന്ന് ആശുപത്രി ഉടമസ്ഥർ ഉറപ്പ് നല്കിയിട്ടുണ്ട്.

രോഗികൾ വർദ്ധിക്കുന്ന മുറയ്ക്ക് കോവിഡ് പ്രാരംഭതല ചികിത്സാ കേന്ദ്രങ്ങളുടെ എണ്ണം 150 ആയി വർദ്ധിപ്പിക്കാനുള്ള നടപടികൾ സ്വീകരിച്ച് തുടങ്ങിയിട്ടുണ്ട്. രോഗികളുടെ എണ്ണത്തിൽ വലിയ വർദ്ധനവ് വന്നാൽ നേരിടുന്നതിനായി ഒന്നാം ഘട്ടത്തിൽ 50,000, രണ്ടാം ഘട്ടത്തിൽ 2,00,000 മൂന്നാം ഘട്ടത്തിൽ 2,50,000 ബെഡ്ഡുകൾ ലഭ്യമാക്കിക്കൊണ്ട് രോഗികളെ ചികിത്സിക്കാനുള്ള സൗകര്യം സംഘടിപ്പിക്കുന്നതിനുള്ള വിശദമായ രേഖ തയ്യാറാക്കിയിട്ടുണ്ട്. സർക്കാർ ആശുപത്രികൾക്ക് പുറമേ സ്വകാര്യ ആശുപത്രികൾ, സ്കൂൾ കോളേജ് ഹോസ്റ്റലുകൾ, ഹോട്ടലുകൾ, റിസോർട്ടുകൾ, ഓഡിറ്റോറിയങ്ങൾ, ഇൻഡോർ സ്റ്റേഡിയങ്ങൾ എന്നിവ ഇതിലേക്കായി ആവശ്യാനുസരണം ഉപയോഗിക്കാനാണുദ്ദേശിക്കുന്നത്.

ആശുപത്രി കിടക്കകളുടെ ഉപയോഗം ഭാവി വെല്ലുവിളികൾ മുന്നിൽ കണ്ട് പ്ലാൻ എ, ബി സി എന്ന് തിരിച്ചിട്ടുണ്ട്. കോവിഡ് ആശുപത്രികളിലേയും ആദ്യഘട്ട ചികിത്സാ കേന്ദ്രങ്ങളിലേയും 50 ശതമാനം കിടക്കകൾ ഉപയോഗിച്ച് കഴിഞ്ഞാൽ പ്ലാൻ ബി അനുസരിച്ച് സ്വകാര്യ ആശുപത്രികളിലേയും ആയുഷ് ചികിത്സാലയങ്ങളിലേയും കിടക്കകൾ ഉപയോഗിച്ച് തുടങ്ങും. ഇവിടെയും 50 ശതമാനം കിടക്കകൾ നിറഞ്ഞ് കഴിഞ്ഞാൽ പ്ലാൻ സിയിൽ ആശുപത്രികളല്ലാത്ത ചികിത്സാ സൗകര്യങ്ങൾ ഒരുക്കിയ സ്ഥാപനങ്ങളിൽ രോഗികളെ അഡ്മിറ്റ് ചെയ്യും. ഇങ്ങനെ എത്ര വലിയ പ്രതിസന്ധിയുണ്ടായാലും നേരിടാനുള്ള ദീർഘവീക്ഷണത്തോടുകൂടിയ ആസൂത്രണമാണ് നടത്തിയിട്ടുള്ളത്. കേരള ദുരന്തനിവാരണ അതോറിറ്റിയേയാണ് കോവിഡ് ചികിത്സാ കേന്ദ്രങ്ങൾക്കാവശ്യമായ അടിസ്ഥാന സൗകര്യങ്ങളും ഉപകരണങ്ങളും മരുന്നുകളും മറ്റും ഒരുക്കുന്നത്.

ക്വാറന്റൈൻ (സമ്പർക്കവിലക്ക്) റിവേഴ്സ് ക്വാറന്റൈൻ (സംരക്ഷണ സമ്പർക്കവിലക്ക്)

വിദേശത്ത് നിന്നും മറ്റു സംസ്ഥാനങ്ങളിൽനിന്നും കേരളത്തിലെത്തുന്നവരിൽ രോഗലക്ഷണമില്ലാത്തവരെയും അവരുമായി സമ്പർക്കത്തിലേർപ്പെടുന്നവരെയും ഗാർഹിക സമ്പർക്കവിലക്കിനോ (Home Quarantine) സ്ഥാപന സമ്പർക്കവിലക്കിനോ (Institutional Quarantine) വിധേയരാക്കും. തദ്ദേശസ്വയംഭരണവകുപ്പിന്റെയും റവന്യൂ വകുപ്പിന്റെയും കീഴിൽ വിവിധ ജില്ലകളിലായി സംഘടിപ്പിച്ചിട്ടുള്ള സ്ഥാപന സമ്പർക്കവിലക്ക് കേന്ദ്രങ്ങളെ കൊറോണ കെയർ സെന്ററുകൾ എന്നാണ് വിളിക്കുക.

സമ്പർക്കാന്വേഷണത്തിന്റെ (Contact Tracing) കാര്യത്തിൽ

കാട്ടിയ പഴുതടച്ചുള്ള കൃത്യതയാണ് കോവിഡ് നിയന്ത്രണത്തിലെ കേരളത്തിന്റെ വിജയത്തിന്റെ മുഖ്യകാരണങ്ങളിലൊന്ന്. കോവിഡ് രോഗികളുമായി നേരിട്ട് ബന്ധപ്പെട്ടവരെ പ്രാഥമിക സമ്പർക്കക്കാർ എന്നും (Primary Contacts) ഇവരുമായി ബന്ധപ്പെട്ടവരെ ദ്വിതീയ സമ്പർക്കക്കാർ (Secondary Contacts) എന്നും കണക്കാക്കി ഇരുകൂട്ടർക്കും സമ്പർക്കവിലക്കേർപ്പെടുത്തി കോവിഡിന്റെ സാമൂഹ്യവ്യാപനം തടയുക എന്ന തന്ത്രമാണ് കേരളം വിജയകരമായി നടപ്പിലാക്കിയത്. ചിലപ്പോഴൊക്കെ രോഗികൾ നിരീക്ഷണം ലംഘിച്ച് യാത്രചെയ്തിട്ടുണ്ടെങ്കിൽ അവരുടെ യാത്രയുടെ റൂട്ട് മാപ്പ് തയ്യാറാക്കി അവരുമായി ബന്ധപ്പെട്ടവരെയെല്ലാം കണ്ടെത്താൻ ശ്രമിച്ചിരുന്നു. ഓരോ രോഗിയുമായി ബന്ധപ്പെട്ട ശരാശരി 100 പേരെയെങ്കിലും സമ്പർക്കാന്വേഷണത്തിലൂടെ കണ്ടെത്തിയിട്ടുള്ളതിലൂടെ, ഒരു ലോക റെക്കോർഡ് തന്നെ ഇക്കാര്യത്തിൽ കേരളം കൈവരിച്ചിരിക്കയാണ്.

സമ്പർക്കവിലക്കിലേർപ്പെട്ടവരെ ആരോഗ്യപ്രവർത്തകരും പഞ്ചായത്ത് അംഗങ്ങളും സന്നദ്ധപ്രവർത്തകരും ജനമൈത്രി പൊലീസും അടങ്ങിയ വാർഡ് തലത്തിൽ രൂപീകരിച്ചിട്ടുള്ള നിരീക്ഷണ സമിതി നിരന്തരമായി നേരിട്ടും ഫോൺ വഴിയും ബന്ധപ്പെടുന്നു. അവരിൽ രോഗലക്ഷണം കണ്ടാൽ ആശുപത്രിയിലെത്തിക്കുന്നു. അവരുടെ ദൈനംദിനാവശ്യങ്ങൾ നിറവേറ്റുന്നു. സമ്പർക്കവിലക്ക് ലംഘനം തടയാൻ ശ്രമിക്കുന്നു. വാർഡ് തല കമ്മിറ്റികളുടെ കൃത്യതയാർന്ന പ്രവർത്തനം മൂലം ഗാർഹിക സമ്പർക്കവിലക്ക് കേരളത്തിൽ വലിയ വിജയമായിരുന്നു. സാമൂഹ്യവ്യാപനം തടയാൻ കഴിഞ്ഞതിന്റെ മറ്റൊരു പ്രധാന കാരണം ഇതാണ്.

ആദ്യഘട്ടത്തിൽ 28 ദിവസമായിരുന്നു സമ്പർക്കവിലക്കെങ്കിലും പിന്നീട് അന്താരാഷ്ട്ര, ഐ സി എം ആർ മാനദണ്ഡമനുസരിച്ച് 14 ദിവസമാക്കി മാറ്റി. വിദേശത്ത് നിന്നെത്തുന്നവർ ഏഴു ദിവസം സ്ഥാപന സമ്പർക്കവിലക്കിലും പിന്നീട് 7 ദിവസ ഗാർഹിക സമ്പർക്കവിലക്കിനും വിധേയരായിരിക്കും. ഗർഭിണികൾ, പത്ത് വയസ്സിന് താഴെയുള്ള കുട്ടികൾ, 65 വയസ്സിന് മുകളിലുള്ളവർ, മറ്റ് രോഗങ്ങളുള്ളവർ എന്നിവർ ഗാർഹിക സമ്പർക്കവിലക്ക് നടത്തിയാൽ മതിയാവുമെന്നാണ് നേരത്തെ തീരുമാനിച്ചിരുന്നത്. മറ്റ് സംസ്ഥാനങ്ങളിൽനിന്നും വരുന്നവർ പതിനാലു ദിവസം ഗാർഹിക സമ്പർക്കവിലക്കിൽ കഴിയേണ്ടിവരും. പിന്നീട് വിദേശത്ത് നിന്നും മറ്റ് സംസ്ഥാനങ്ങളിൽനിന്നും വരുന്നവർ എല്ലാം തന്നെ ഗാർഹിക സമ്പർക്കവിലക്കിൽ കഴിഞ്ഞാൽ മതിയെന്ന് തീരുമാനമായിട്ടുണ്ട്. എങ്കിലും വീട്ടിൽ സൗകര്യമില്ലാത്തവർക്ക് സ്ഥാപന സമ്പർക്കവിലക്ക് കേന്ദ്രങ്ങളിൽ താമസിക്കാവുന്നതാണ്. വിദേശങ്ങളിൽ നിന്നും വരുന്നവർക്ക് ചെലവ് സ്വയം വഹിച്ച് നേരത്തെ നിർദ്ദേശിക്കപ്പെട്ടിട്ടുള്ള ഹോട്ടലുകളിലും താമസിക്കാവുന്നതാണ്. സമ്പർക്കവിലക്ക് കാലാവധി കഴിഞ്ഞാൽ അടുത്തുള്ള സർക്കാർ ആശുപത്രികളിൽ

നിന്നും സമ്പർക്കവിലക്ക് കഴിഞ്ഞു എന്നതിന്റെ സർട്ടിഫിക്കറ്റ് ലഭിക്കും. ജൂൺ രണ്ടാം വാരത്തിൽ രണ്ട് ലക്ഷം പേർ ഗാർഹിക സമ്പർക്കവിലക്കിലും രണ്ടായിരത്തോളം പേർ സ്ഥാപന സമ്പർക്കവിലക്കിലും കഴിയുന്നുണ്ട്.

65 വയസ്സിനു മുകളിലുള്ളവരും പ്രമേഹം, രക്താതിമർദ്ദം, ഹൃദ്രോഗം, ശ്വാസകോശ രോഗങ്ങൾ, ക്യാൻസർ തുടങ്ങിയ മറ്റ് രോഗമുള്ളവർ സംരക്ഷണ സമ്പർക്കവിലക്കിന് വിധേയരായി വീട്ടിനുള്ളിൽ തന്നെ കഴിയേണ്ടതാണ്. സംരക്ഷണ സമ്പർക്കവിലക്കിനോട് ജനങ്ങൾ പൂർണ്ണമായും സഹകരിച്ചതുകൊണ്ട് രോഗം ഇത്തരം അപകടസാദ്ധ്യതയുള്ളവരിലേക്ക് പകരുന്നത് തടയാനും അതു വഴി കോവിഡ് മരണ നിരക്ക് കുറച്ച് നിർത്താനും സഹായകരമായി.

സമ്പർക്കവിലക്കിൽ കഴിയുന്നവർക്കാവശ്യമായ മരുന്നുകളും ആഹാരവും മറ്റും എത്തിച്ച് കൊടുക്കുക, പാലിയേറ്റീവ് പരിചരണം അവശ്യമെങ്കിൽ നല്കുക, മാനസിക സംഘർഷ ലഘൂകരണ ഉപദേശം (Psycho Social Support) നല്കുക തുടങ്ങിയവയ്ക്കായി ആരോഗ്യ വകുപ്പിലേയും തദ്ദേശസ്വയംഭരണ വകുപ്പിലേയും ജീവനക്കാരും സന്നദ്ധപ്രവർത്തകരും സദാ പ്രവർത്തിച്ച് വരികയാണ്. ജില്ലാ മെന്റൽ ഹെൽത്ത് അതോറിറ്റിയുടെ ആഭിമുഖ്യത്തിൽ ഫോൺ വഴിയും ആവശ്യമെങ്കിൽ നേരിട്ടും മാനസികാരോഗ്യ ഉപദേശവും കൗൺസിലിങ്ങും നല്കിവരുന്നുണ്ട്. ഗുരുതരമായ മാനസികരോഗമുള്ളവർക്ക് പ്രത്യേക പരിചരണവും മദ്യപാനികൾക്കുള്ള മദ്യവിമുക്തി ഉപദേശവും (De-addiction Counseling) നല്കിവരുന്നു. ഇതിനകം 9,27,848 പേർക്ക് ഫോണിലൂടെയും നേരിട്ടും മാനസികാരോഗ്യ ഉപദേശങ്ങൾ നല്കി കഴിഞ്ഞിട്ടുണ്ട്.

കോവിഡ് രോഗനിർണ്ണയ ടെസ്റ്റിങ് ലബോറട്ടറികൾ

കോവിഡ് രോഗം റിപ്പോർട്ട് ചെയ്ത് തുടങ്ങിയ അവസരത്തിൽ കേരളം നേരിട്ട ഏറ്റവും വലിയ വെല്ലുവിളി ടെസ്റ്റിങ് ലബോറട്ടറികളുടെ അഭാവമായിരുന്നു. ആലപ്പുഴയിലുള്ള നാഷണൽ ഇൻസ്റ്റിറ്റ്യൂട്ട് ഓഫ് വൈറോളജിയിൽ മാത്രമാണ് കോവിഡ് രോഗ നിർണ്ണയത്തിനുള്ള വൈറൽ *ആർ ടി പി സി ആർ (RT PCR) ടെസ്റ്റിങ്* സൗകര്യമുണ്ടായിരുന്നത്. കേന്ദ്ര സ്ഥാപനങ്ങളായ രാജീവ്ഗാന്ധി സെന്റർ ഫോർ ബയോടെക്ക്നോളജി, ശ്രീചിത്ര തിരുനാൾ ഇൻസ്റ്റിറ്റ്യൂട്ട് ഓഫ് മെഡിക്കൽ സയൻസസ് ആന്റ് ടെക്നോളജി, കാസർഗോഡുള്ള സെൻട്രൽ യൂണിവേഴ്സിറ്റി മഹാത്മാഗാന്ധി സർവ്വകലാശാലയിലെ ഇന്റർ യൂണിവേഴ്സിറ്റി സെന്റർഫോർ ബയോമെഡിക്കൽ റിസർച്ച് എന്നിവിടങ്ങളിൽ സംസ്ഥാന സർക്കാരിന്റെ അഭ്യർത്ഥനയെത്തുടർന്ന് ആർ ടി പി സി ആർ ടെസ്റ്റിങ് ആരംഭിച്ചു. അതോടൊപ്പം സംസ്ഥാന സർക്കാർ സ്ഥാപനങ്ങളിലും ടെസ്റ്റിങ് നടത്തുന്നതിനുള്ള ഉപകരണങ്ങളും മറ്റ് അടിസ്ഥാന

സൗകര്യങ്ങളും അടിയന്തരമായി ലഭ്യമാക്കിയതിനെ തുടർന്ന് തിരുവനന്തപുരം, കോട്ടയം, കോഴിക്കോട്, തൃശ്ശൂർ, മഞ്ചേരി, എറണാകുളം, കണ്ണൂർ, കൊല്ലം, ആലപ്പുഴ തുടങ്ങി മെഡിക്കൽ കോളേജുകളിലും മലബാർ ക്യാൻസർ സെന്ററിലും തിരുവനന്തപുരം സംസ്ഥാന പബ്ലിക്ക് ഹെൽത്ത് ലാബറട്ടറിയിലും, പത്തനംതിട്ട റീജിയണൽ പബ്ലിക്ക് ഹെൽത്ത് ലാബറട്ടറിയിലും, വയനാട് ജില്ലാ പബ്ലിക്ക് ഹെൽത്ത് ലാബറട്ടറിയിലും, പാലക്കാട് ടി ബി സെന്ററിലും ടെസ്റ്റിങ് സെന്ററുകൾ സ്ഥാപിക്കാൻ കഴിഞ്ഞു. ഇതിന് പുറമേ സ്വകാര്യ മേഖലയിൽ 11 സ്ഥാപനങ്ങൾക്ക് ടെസ്റ്റിങ് പരിശോധനാനുമതി ലഭിച്ചിട്ടുണ്ട്. ഇപ്പോൾ 20 സർക്കാർ സ്ഥാപനങ്ങളിലും 11 സ്വകാര്യ സ്ഥാപനങ്ങളിലുമായി 31 ടെസ്റ്റിങ് സെന്ററുകളുണ്ട്, ഇവയിലെല്ലാമായി 6000 ടെസ്റ്റുകൾ ദിവസവും നടത്താൻ കഴിയും. ടെസ്റ്റിങ് നടത്താൻ 70 ദിവസത്തേക്കാവശ്യമായ ടെസ്റ്റ് കിറ്റുകൾ മെഡിക്കൽ സർവ്വീസസ് കോർപ്പറേഷൻ വാങ്ങി സ്റ്റോക്ക് ചെയ്തിട്ടുമുണ്ട്.

അടിയന്തര ശസ്ത്രക്രിയക്ക് മുൻപും മറ്റും നടത്തേണ്ട ദ്രുത വൈറൽ രോഗനിർണ്ണയത്തിനായി ജീൻ എക്സ്പർട്ട് (Gene Xpert) മെഷീനുകളും ട്രൂനാറ്റ് മെഷീനുകളും (Trunat Bita-Cov) മെഡിക്കൽ കോളേജുകളിൽ ലഭ്യമാക്കിയിട്ടുണ്ട്. ഇവയ്ക്ക് പുറമേ ജില്ലാ ടി ബി സെന്ററുകളിലുള്ള നാറ്റ് ടെസ്റ്റിങ് മെഷീനുകളും ഇത്തരം ആവശ്യങ്ങൾക്കായി മറ്റ് ആശുപത്രികളിലേക്ക് മാറ്റി ഉപയോഗിച്ച് തുടങ്ങിയിട്ടുണ്ട്.

ടെസ്റ്റിങ് മാനദണ്ഡങ്ങൾ

ആർ ടി പി സി ആർ ടെസ്റ്റിങ്ങിനായുള്ള ഐ സി എം ആർ നിർദ്ദേശിക്കുന്ന പ്രോട്ടോക്കോൾ ഉചിതമായ ഭേദഗതികളോടെ സംസ്ഥാനത്ത് നടപ്പിലാക്കി വരുന്നു. ആദ്യഘട്ടത്തിൽ വിദേശത്ത് നിന്നും വരുന്നവരിൽ രോഗലക്ഷണമുള്ളവരിലും അവരുമായി അടുത്ത സമ്പർക്കത്തിലേർപ്പെട്ടവരിലും സമ്പർക്കവിലക്കിലുള്ളവരിൽ രോഗലക്ഷണം കാട്ടുന്നവരിലുമാണ് ടെസ്റ്റ് നടത്തിയിരുന്നത്. പിന്നീട് ഐ സി എം ആർ നിർദ്ദേശപ്രകാരം കടുത്ത ശ്വാസകോശരോഗമുള്ളവരിലും (SARI: Severe Acute Respiratory Infection) ടെസ്റ്റിങ് ആരംഭിച്ചു. കടുത്ത ജലദോഷപ്പനി (Influenza Like Illness) ബാധിച്ചവരെയും ജലദോഷപ്പനിയുള്ള കോവിഡ് രോഗബാധ സാദ്ധ്യതയുള്ള വിഭാഗത്തിൽപ്പെട്ട പ്രായാധിക്യമുള്ളവർ, ആരോഗ്യപ്രവർത്തകർ എന്നിവരെയും ടെസ്റ്റ് ചെയ്യുന്നുണ്ട്.

സർവേയലൻസ് ടെസ്റ്റ്

സാമൂഹ്യ രോഗ്യവ്യാപനം കണ്ടെത്തുന്നതിന് രോഗം ബാധിച്ചവരുടെയും രോഗഭേദമായവരുടെയും രക്തത്തിലുള്ള ആന്റിബോഡി (പ്രതിവസ്തു) ടെസ്റ്റ് കണ്ടെത്തുന്നതിനുള്ള പര്യവേക്ഷണ ടെസ്റ്റുകൾ

(Surveillance Tests) നടത്തേണ്ടതുണ്ട് രോഗലക്ഷണം പ്രത്യക്ഷപ്പെട്ട് കഴിഞ്ഞാൽ ഐ ജി എം എന്ന ആന്റിബോഡിയും രോഗം ഭേദമായി ക്കഴിഞ്ഞാൽ ഐ ജി ജി ആന്റിബോഡിയും രക്തത്തിലുണ്ടാവും. . രോഗ ചികിത്സയിൽ പങ്കെടുക്കുന്ന ആരോഗ്യപ്രവർത്തകർ, രോഗികളുമായി ബന്ധപ്പെട്ട മറ്റുള്ളവർ, നിരീക്ഷണത്തിൽ കഴിയുന്നവർ സമ്പർക്ക വിലക്കിലുള്ളവർ, ശ്വാസകോശ അണുബാധയുള്ളവർ, മുതിർന്ന പൗരന്മാർ, സന്നദ്ധപ്രവർത്തകർ, പൊലീസുകാർ തുടങ്ങി ബഹുജന സമ്പർക്കം കൂടുതലുള്ളവർ എന്നീ വിഭാഗങ്ങളിലാണ് സർവേയലൻസ് ടെസ്റ്റ് നടത്തുന്നത്.

സർവേയലൻസ് ടെസ്റ്റ് നടത്തുന്നതിനായി അച്യുതമേനോൻ സെന്റർ ഫോർ ഹെൽത്ത് സയൻസസ് സ്റ്റഡീസിന്റെയും ചെന്നൈയിലെ നാഷണൽ ഇൻസ്റ്റിറ്റ്യൂട്ട് ഓഫ് എപ്പിഡമിയോളജിയുടെയും സഹായ ത്തോടെ ടെസ്റ്റിങ് പ്രോട്ടോക്കോൾ തയ്യാറാക്കി. ഇതിന് പുറമേ ഹെൽത്ത് സർവ്വീസസ് ഡയറക്ടറുടെ കീഴിലുള്ള കോവിഡ് സെല്ലിലെ വിദഗ്ദ്ധർ മറ്റൊരു പ്രോട്ടോക്കോളും തയ്യാറാക്കിയിട്ടുണ്ട്. ഇവ രണ്ടും നടപ്പിലാക്കാൻ എല്ലാ തയ്യാറെടുപ്പുകളും നടത്തിയിരുന്നു. എന്നാൽ ഐ സി എം ആർ ലഭ്യമാക്കിയ ചൈനയിൽ നിന്നുമുള്ള ടെസ്റ്റ് കിറ്റുകൾ ഗുണനിലവാ രമില്ലെന്ന് കണ്ടതോടെ സർവേയലൻസ് ടെസ്റ്റ് നടത്തുന്നതിൽ തടസ്സം നേരിട്ടു.

ആന്റി ബോഡി ടെസ്റ്റ് കിറ്റുകളുടെ ലഭ്യത വൈകിയപ്പോൾ ആർ ടി പി സി ആർ ടെസ്റ്റ് ഉപയോഗിച്ച് രോഗസാദ്ധ്യതയുള്ള ജനവിഭാഗ ങ്ങളിൽ സർവേലയൻസ് ടെസ്റ്റ് ആരംഭിച്ചു. ആഴ്ചയിൽ മൂവായിരം പേരിലാണ് ഇങ്ങനെ ടെസ്റ്റ് നടത്തിവരുന്നത്.

ഇപ്പോൾ ഐ സി എം ആർ 10,000 ടെസ്റ്റ് കിറ്റുകൾ നല്കിയിട്ടുണ്ട്. വൈകാതെ 40,000 കിറ്റുകൾ കൂടി ലഭിക്കും. ആന്റിബോഡി ടെസ്റ്റ് കിറ്റുപയോഗിച്ച് കൊണ്ടുള്ള സർവേലയൻസ് പരിശോധന ആരംഭിച്ച് കഴിഞ്ഞിട്ടുണ്ട്. അതിനിടെ ഐ സി എം ആർ കേരളത്തിലെ തൃശ്ശൂർ, എറണാകുളം, പാലക്കാട് ജില്ലകളിൽ നേരിട്ട് ആന്റിബോഡി സർവേ യലൻസ് ടെസ്റ്റ് ആരംഭിച്ചിട്ടുണ്ട്.

കേരളത്തിൽ ജൂൺ വരെ രോഗം സംശയിക്കുന്നവരിൽ 1,26,088 ടെസ്റ്റുകൾ നടത്തിയിട്ടുണ്ട്. സെന്റിനൽ സർവേലയൻസ് പ്രകാരം 22,357 പേരെയും ടെസ്റ്റ് ചെയ്തിട്ടുണ്ട്. കേരളത്തിലെ ടെസ്റ്റിങ് നിരക്ക് പത്ത് ലക്ഷത്തിന് 709 ആണെങ്കിൽ രാജ്യം മൊത്തമെടുത്താൽ 677 ആണ്. നമ്മുടെ ടെസ്റ്റ് പോസിറ്റിവിറ്റി നിരക്ക് (ടെസ്റ്റ് ചെയ്യുന്നവരിൽ എത്ര പോസിറ്റീവ് കേസുകൾ ഉണ്ടെന്നത്) 1.6 ശതമാനം മാത്രമാണെങ്കിൽ രാജ്യത്തിലത് 5.2 ശതമാനമാണ്.

ബ്രേക്ക് ദി ചെയിൻ ക്യാംപെയ്ൻ

ആരോഗ്യവകുപ്പ് രോഗവ്യാപനത്തിന്റെ ആരംഭഘട്ടത്തിൽ മാർച്ച് 19 ന് തന്നെ ആരംഭിച്ച ബ്രേക്ക് ദി ചെയിൻ പ്രചാരണ പരിപാടി രോഗ

നിയന്ത്രണത്തിൽ വലിയ പങ്കാണ് വഹിച്ചത്. ശരീരം ദൂരം പാലിക്കുക, കൈകൾ സോപ്പോ, സാനിറ്റൈസറോ ഉപയോഗിച്ച് വൃത്തിയാക്കുക, തുമ്മുകയോ ചുമയ്ക്കുകയോ ചെയ്യുമ്പോൾ തുണികൊണ്ട് മുഖം മൂടുക എന്നിവയായിരുന്നു ആദ്യഘട്ടത്തിൽ ബ്രേക്ക് ദി ചെയിൻ പ്രചാരണത്തിൽ ഉൾപ്പെടുത്തിയിരുന്നത്. പിന്നീട് തുണികൊണ്ട് മുഖം മറയ്ക്കുന്നതിന് പകരമായി ആവർത്തിച്ചുപയോഗിക്കാവുന്ന തുണി മാസ്കുകൾ എല്ലാവരും ഉപയോഗിക്കണമെന്ന് നിർദ്ദേശിക്കപ്പെട്ടു. തുണി മാസ്ക് നിർബ്ബന്ധമാക്കുകയും മാസ്ക് ഉപയോഗിക്കാത്തവർക്ക് പിഴയീടാക്കാനുള്ള ഉത്തരവ് പുറപ്പെടുവിക്കുകയും ചെയ്തു. പ്രായാധിക്യമുള്ളവർ വീട്ടിലുണ്ടെങ്കിൽ വീട്ടിനുള്ളിലും മാസ്ക് ഉപയോഗിക്കണമെന്ന് നിർദ്ദേശിക്കപ്പെട്ടു.

സാനിറ്റൈസർ ഉല്പാദിപ്പിച്ച് വിതരണം ചെയ്യാൻ കേരള സ്റ്റേറ്റ് ഡ്രഗ്സ് ആന്റ് ഫാർമസ്യൂട്ടിക്കൽസ് ലിമിറ്റഡ്, കുടുംബശ്രീ, എഞ്ചിനീയറിങ് കോളേജുകൾ തുടങ്ങി നിരവധി ഏജൻസികൾ മുന്നോട്ട് വന്നു. ഓഫീസുകളിലും കടകളിലും മറ്റ് പൊതുസ്ഥാപനങ്ങളിലുമെല്ലാം സാനിറ്റൈസർ നിർബ്ബന്ധമാക്കി. 'ശരീരം ദൂരം പാലിക്കുക സാമൂഹ്യ ഒരുമ ശക്തിപ്പെടുത്തുക' എന്ന ആശയത്തിന് മുഖ്യമന്ത്രി തുടക്കം കുറിച്ചു.

കണ്ടൈൻമെന്റ് പ്രദേശങ്ങൾ (Containtment Zone: നിയന്ത്രിത മേഖല)

രോഗവ്യാപനം കൂടുതലായി നടക്കാൻ സാദ്ധ്യതയുള്ള പ്രദേശങ്ങളെ കണ്ടെത്തി നിയന്ത്രിത മേഖലകളായി (കണ്ടൈൻമെന്റ് സോണുകൾ) പ്രഖ്യാപിച്ച് കൂടുതൽ കരുതൽ നടപടികൾ സ്വീകരിക്കുന്നതിലൂടെ കേരളത്തിൽ സാമൂഹ്യവ്യാപനം തടയാൻ കഴിയുന്നുണ്ട്. ജില്ലകൾ, പഞ്ചായത്ത്, കോർപ്പറേഷൻ, മുനിസിപ്പിലിറ്റികൾ ഇവയിലെ വാർഡുകൾ, എന്നിവയായിരിക്കും നിയന്ത്രിത പ്രദേശങ്ങൾ. ചന്തകൾ, പൊതു ഇടങ്ങൾ, തുറമുഖങ്ങൾ, ഹാർബറുകൾ, കോളനികൾ, തെരുവുകൾ, റസിഡൻഷ്യൽ ഏരിയകൾ, ഷോപ്പിങ് മാളുകൾ തുടങ്ങി തദ്ദേശീയമായ പ്രത്യേകതകളനുസരിച്ചു ചെറിയ പ്രദേശങ്ങളെയും നിയന്ത്രിത പ്രദേശങ്ങളിൽ ഉൾപ്പെടുത്താറുണ്ട്. കേന്ദ്രസർക്കാർ ജില്ലകളെ നിയന്ത്രിത മേഖലകളെന്ന് അടയാളപ്പെടുത്തി റെഡ് സോണുകളായി പ്രഖ്യാപിക്കുന്നു.

ഒരാൾ തദ്ദേശീയമായ സമ്പർക്കത്തിലൂടെ രോഗബാധിതനാവുക, വീടുകളിൽ ക്വാറന്റൈനിൽ കഴിയുകയായിരുന്ന രണ്ടുപേരെങ്കിലും പോസിറ്റീവ് ആവുക, പത്തിലധികംപേർ പ്രാഥമിക സമ്പർക്കത്തെ തുടർന്ന് (Primary Contacts) നിരീക്ഷണത്തിലാവുക, ഇരുപത്തഞ്ചിലധികം ആളുകൾ ഏതെങ്കിലും സമ്പർക്കത്തെത്തുടർന്ന് (Primary or Secondary Contacts) നിരീക്ഷണത്തിലാവുക, തൊഴിൽപരമായ കാരണങ്ങളാൽ വാർഡിനുള്ളിൽത്തന്നെ ചില പ്രത്യേക ഇടങ്ങളിൽ

(ചന്തകൾ, പൊതുഇടങ്ങൾ, തുറമുഖങ്ങൾ, ഹാർബറുകൾ, കോളനികൾ, തെരുവുകൾ, റസിഡൻഷ്യൽ ഏരിയകൾ, ഷോപ്പിങ് മാളുകൾ തുടങ്ങിയവ) ഇടപെട്ടിട്ടുള്ള ഒരാൾക്കെങ്കിലും രോഗം സ്ഥിരീകരിക്കുക എന്നീ സാഹചര്യങ്ങളിലാണ് പ്രദേശങ്ങളെ നിയന്ത്രിത മേഖലകളായി പ്രഖ്യാപിക്കുന്നത്.

ജില്ലാ കളക്ടർമാർ ജില്ലാ മെഡിക്കൽ ഓഫീസർമാരുമായി ആലോചിച്ചു നിയന്ത്രിത മേഖലകൾ നിശ്ചയിക്കയും സംസ്ഥാന ദുരന്ത നിവാരണ അതോറിറ്റി നിയന്ത്രിതമേഖല പ്രഖ്യാപിക്കയും ചെയ്യുന്നു. ഒരു പ്രദേശം നിയന്ത്രിത മേഖലയായി പ്രഖ്യാപിക്കപ്പെട്ടാൽ നോട്ടിഫിക്കേഷൻ ദിവസം മുതൽ ഏറ്റവും കുറഞ്ഞത് ഏഴുദിവസം നിയന്ത്രണങ്ങൾ ഉണ്ടായിരിക്കും. അത്യാവശ്യം വേണ്ട വൈദ്യസഹായത്തിനോ അവശ്യവസ്തുക്കളുടെ വിതരണത്തിനോ അല്ലാതെ നിയന്ത്രിത മേഖലയ്ക്കും അവിടുന്ന് പുറത്തേക്കുമുള്ള പോക്കുവരവുകൾ പാടില്ല. നിയന്ത്രിത പ്രദേശത്തേക്കും പുറത്തേക്കുമുള്ള എല്ലാ വഴികളും അടച്ചിടുകയും നിയന്ത്രിതമായി സഞ്ചാരം അനുവദിക്കുന്ന വഴികളിലൂടെയുള്ള എല്ലാ യാത്രകളും രേഖപ്പെടുത്തുകയും വേണം. വൈകിട്ട് 7 മണിക്കും രാവിലെ 7 മണിക്കും ഇടയിൽ ഒഴിച്ചുകൂടാനാകാത്ത കാര്യങ്ങൾക്കല്ലാതെ പൊതുജനങ്ങൾ പുറത്തിറങ്ങരുത്.

കേരളത്തിൽ കർശനമായ പരിശോധനകളുടെ അടിസ്ഥാനത്തിൽ നിയന്ത്രിത മേഖലകൾ പ്രഖ്യാപിക്കയും രോഗവ്യാപനമില്ലെന്ന് ഉറപ്പുവരുത്തുകയും ചെയ്തുവരുന്നു.

തദ്ദേശസ്വയംഭരണ സ്ഥാപനങ്ങളുടെ പങ്ക്

കോവിഡ് നിയന്ത്രണത്തിൽ തദ്ദേശസ്വയംഭരണ സ്ഥാപനങ്ങളാണ് ചാലക ശക്തിയായി പ്രവർത്തിക്കുന്നത്. ആരോഗ്യമേഖലയുടെ വളർച്ചയ്ക്ക് പ്രാദേശിക ഭരണകൂടങ്ങൾ നല്കിവരുന്ന മികച്ച സംഭാവനകളുടെ തുടർച്ചയാണ് കോവിഡ് നിയന്ത്രണത്തിൽ അവർ വഹിച്ചുവരുന്ന നിർണ്ണായകമായ പങ്ക്.

മികച്ച ആരോഗ്യ നിലവാരത്തിലും സാമൂഹ്യ നീതിയിലും അധിഷ്ഠിതമായ കേരള ആരോഗ്യമേഖല 1980 കളുടെ അവസാനത്തോടെ പ്രതിസന്ധികളെ അഭിമുഖീകരിച്ച് തുടങ്ങിയിരുന്നു. പകർച്ചവ്യാധികളും പകർച്ചേതര രോഗങ്ങളും ഒരുപോലെ വർദ്ധിച്ച് വന്നു. എന്നാൽ വർദ്ധിച്ച രോഗാതുരതയെ നേരിടാൻ പാകത്തിൽ പൊതു ആരോഗ്യ സംവിധാനങ്ങൾ വളർത്തിയെടുക്കാൻ കഴിഞ്ഞില്ല. ഈ ശൂന്യതയിലേക്ക് വൻതോതിൽ വൻകിട സ്വകാര്യ ആശുപത്രികൾ കടന്നു വരികയും ആരോഗ്യ ചെലവ് കുതിച്ചുയരുകയും സാമൂഹ്യ സാമ്പത്തിക പിന്നോക്കാവസ്ഥയിലുള്ളവർക്ക് ആരോഗ്യ സേവനം നിഷേധിക്കപ്പെടുന്ന സ്ഥിതിയിലേക്ക് കാര്യങ്ങൾ നീങ്ങുകയും ചെയ്തു.

1996 ലെ ജനകീയാസൂത്രണ പരിപാടിയുടെ ഭാഗമായി ആരോഗ്യമേ

ഖല വികേന്ദ്രീകരിക്കുകയും അവശ്യമായ ഫണ്ട് തദ്ദേശസ്വയം ഭരണസ്ഥാപനങ്ങൾക്ക് നല്കുകയും ചെയ്തതോടെയാണ് കേരളത്തിലെ ആരോഗ്യമേഖല പ്രതിസന്ധികൾ പരിഹരിച്ച് മുന്നോട്ട് പോവാൻ തുടങ്ങിയത്. ജനകീയാസൂത്രണത്തിന്റെ ഭാഗമായി പ്രാഥമികാരോഗ്യ കേന്ദ്രങ്ങൾ മുതൽ ജില്ലാ ആശുപത്രികൾ വരെയുള്ള സർക്കാർ സ്ഥാപനങ്ങൾ തദ്ദേശസ്വയംഭരണ സ്ഥാപങ്ങളുടെ കീഴിലാക്കിയത് വലിയ മാറ്റങ്ങൾക്ക് തുടക്കംകുറിച്ചു. തദ്ദേശസ്വയംഭരണ സ്ഥാപനങ്ങൾക്കുള്ള പ്ലാൻ ഫണ്ടിന്റെ 40% ആരോഗ്യമടക്കമുള്ള സേവന മേഖലകൾക്ക് ചെലവഴിക്കാനുള്ള അധികാരം നല്കി. പ്രാദേശികാവശ്യങ്ങളുടെ അടിസ്ഥാനത്തിൽ ഗ്രാമസഭകളിലൂടെയും വികസന സെമിനാറുകളിലൂടെയും ജനഹിതമറിഞ്ഞ് ആരോഗ്യമേഖലയിലേക്കുള്ള ഉചിതമായ പ്രോജക്ടുകൾ തയ്യാറാക്കി നടപ്പിലാക്കാനും തദ്ദേശസ്വയംഭരണ സ്ഥാപനങ്ങൾക്ക് അവകാശം ലഭിച്ചു.

സംസ്ഥാന സർക്കാർ പ്ലാൻ ഫണ്ട്, ദേശീയ ആരോഗ്യ മിഷൻ ഫണ്ട്, എം എൽ എ, എം പി ഫണ്ട് എന്നിവയെല്ലാം പ്രയോജനപ്പെടുത്തി സർക്കാർ ആശുപത്രികൾ നവീകരണത്തിന്റെ പാതയിലേക്ക് നയിക്കാൻ തദ്ദേശ സ്വയംഭരണ സ്ഥാപനങ്ങൾക്ക് കഴിഞ്ഞു. സർക്കാർ ആശുപത്രികളുടെ പ്രവർത്തനം മെച്ചപ്പെടുത്താനും വിവിധ ആരോഗ്യ ബോധവല്ക്കരണ, പ്രതിരോധ പദ്ധതികൾ നടപ്പിലാക്കാനും വിവിധ ആരോഗ്യ പരിപാടികളിൽ ജനപങ്കാളിത്തം ഉറപ്പാക്കാനും കഴിഞ്ഞുവെന്നതാണ് തദ്ദേശസ്വയംഭരണസ്ഥാപനങ്ങൾ കൈവരിച്ച ഏറ്റവും വലിയ നേട്ടം. കോവിഡ് വ്യാപനത്തിന് മുൻപ് തന്നെ സർക്കാർ ആശുപത്രികൾ മെച്ചപ്പെടുത്തുന്നതിനായി ആരോഗ്യവകുപ്പ് നടപ്പിലാക്കി വന്നിരുന്ന ആർദ്രം മിഷന്റെ വിസ്മയകരമായ വിജയത്തിനും തദ്ദേശസ്വയംഭരണ സ്ഥാപനങ്ങൾ വലിയ പങ്ക് വഹിച്ചു.

ആരോഗ്യവകുപ്പിനോടൊപ്പം തദ്ദേശ സ്വയംഭരണ വകുപ്പ് കോവിഡ് നിയന്ത്രണത്തിനുള്ള വിവിധ കർമ്മപരിപാടികൾ വിജയിപ്പിക്കുന്നതിൽ വലിയ പങ്കാണ് വഹിച്ചുവരുന്നത്. കോവിഡ് വ്യാപനത്തിന്റെ സൂചന ലഭിച്ച 2020 ജനുവരി അവസാന വാരം തന്നെ തദ്ദേശസ്വയംഭരണ വകുപ്പ് കോവിഡ് പ്രതിരോധ പ്രവർത്തനങ്ങൾ ആരംഭിച്ചിരുന്നു. അതിന്റെ ഭാഗമായി തദ്ദേശസ്വയംഭരണ സ്ഥാപനങ്ങൾ എന്തെല്ലാം ചെയ്യണം എന്നതിനെ സംബന്ധിച്ച വിശദമായ മാർഗ്ഗനിർദ്ദേശങ്ങൾ പുറപ്പെടുവിച്ചു. തദ്ദേശ സ്വയംഭരണ വകുപ്പിനുകീഴിൽ കോവിഡ് സെൽ രൂപീകരിച്ചു. വകുപ്പിലെ വിവിധ സ്ഥാപനങ്ങൾ, ഏജൻസികൾ, മിഷനുകൾ എന്നിവ വഴി കോവിഡ് പ്രതിരോധപ്രവർത്തനങ്ങൾ നടപ്പാക്കുന്നത് ഉറപ്പ് വരുത്തുന്നതിനും റിപ്പോർട്ടു ചെയ്യുന്നതിനും വിലയിരുത്തുന്നതിനും സെൽ പ്രത്യേക ശ്രദ്ധ ചെലുത്തിവരുന്നു.

കോവിഡ് വ്യാപിക്കുന്നത് തടയുന്നതിനുള്ള മുൻകരുതൽ പ്രവർത്തനങ്ങളും രോഗം ബാധിച്ചാൽ സ്വീകരിക്കേണ്ട നടപടികളും

പ്രവർത്തനങ്ങൾക്കാവശ്യമായ തദ്ദേശസ്വയംഭരണവകുപ്പ് വിവിധ സ്ഥാപനങ്ങൾക്ക് ഫണ്ടും നല്കി. സോപ്പ് ഉപയോഗിച്ച് കൈ കഴുകൽ, പനി, ചുമ എന്നീ ലക്ഷണങ്ങളുള്ളവർ പൊതുസമ്പർക്കം ഒഴിവാക്കൽ ഉൾപ്പെടെ വ്യക്തി ശുചിത്വം പാലിക്കുന്നതിനാവശ്യമായ ക്യാംപെയിൻ തദ്ദേശ സ്ഥാപന തലത്തിൽ സ്കൂളുകൾ, റസിഡൻസ് അസോസിയേഷനുകൾ, ഓഫീസ് കോംപ്ലക്സുകൾ, ചന്തകൾ തുടങ്ങി പൊതുജനങ്ങൾ കൂടുന്ന സ്ഥലങ്ങൾ കേന്ദ്രീകരിച്ച് സംഘടിപ്പിച്ചു. ആരോഗ്യ സ്ഥാപനങ്ങളിൽ ഇൻഫെക്ഷൻ കൺട്രോൾ പ്രോട്ടോക്കോൾ കർശനമായി നടപ്പാക്കാനും രോഗബാധിത പ്രദേശങ്ങളിൽ നിന്നെത്തുന്നവരുടെ പട്ടിക തയ്യാറാക്കിക്കുകയും അവരെ ഗാർഹിക സമ്പർക്കവിലക്ക് പ്രോട്ടോക്കോൾ നടപ്പാക്കുന്നതിന് പ്രേരിപ്പിക്കുകയും ചെയ്തു. രോഗം റിപ്പോർട്ട് ചെയ്താൽ ആരോഗ്യവകുപ്പിന്റെ മാർഗ്ഗരേഖ അനുസരിച്ചുള്ള ചികിത്സ, ഐസൊലേഷൻ, മരുന്ന്, ആവശ്യമെങ്കിൽ രോഗിക്കും കുടുംബത്തിനും ഭക്ഷണം ലഭ്യമാക്കുന്നതിനുള്ള സൗകര്യങ്ങൾ എന്നിവ ഉറപ്പു വരുത്തുന്നതിനും തദ്ദേശസ്വയംഭരണ സ്ഥാപനങ്ങൾ ശ്രമിച്ച് വരുന്നു. വയോജന ബോധവല്ക്കരണത്തിന് പ്രത്യേക ശ്രദ്ധ നല്കി, അതിഥി തൊഴിലാളികൾക്ക് ബോധവല്ക്കരണം നല്കുന്നതിന് കുടുംബശ്രീ ഉൾപ്പെടെയുള്ള സംഘടനാ സംവിധാനം ഉപയോഗിച്ചു.

കോവിഡ് ബാധിത പ്രദേശങ്ങളിൽ നിന്നെത്തുന്നവരെയും അവരുമായി അടുത്തിടപഴകിയവരെയും കണ്ടെത്തി പട്ടികപ്പെടുത്തുകയും ഗാർഹിക സമ്പർക്കവിലക്ക് പാലിക്കുന്നു എന്ന് ഉറപ്പാക്കുകയും ചെയ്യേണ്ട ചുമതല തദ്ദേശസ്വയംഭരണ സ്ഥാപനങ്ങൾ ഏറ്റെടുത്ത് നടപ്പിലാക്കി. സംസ്ഥാനത്ത് കോവിഡ് പ്രതിരോധ പ്രവർത്തനങ്ങൾ ശക്തിപ്പെടുത്തുന്നതിന്റെ ഭാഗമായി ഗാർഹിക സമ്പർക്കവിലക്കിൽ കഴിയുന്നവരെ കൃത്യമായി മോണിട്ടർ ചെയ്യുന്നതിനും സമയാസമയങ്ങളിൽ ലഭ്യമാകുന്ന വിവരങ്ങൾ ശേഖരിച്ച് അപ് ലോഡ് ചെയ്യുന്നതിനും ശ്രമിച്ച് വരുന്നു.

'ബ്രേക്ക് ദി ചെയിൻ' പരിപാടി സംബന്ധിച്ച വിപുല പ്രചാരണത്തോടൊപ്പം അവ നടപ്പാക്കുന്നത് ഉറപ്പ് വരുത്തുന്നതിനും രോഗസാദ്ധ്യത കൂടുതലുള്ള ജന വിഭാഗങ്ങൾക്കിടയിലും, അതിഥി തൊഴിലാളികൾ, തൊഴിലുറപ്പ് തൊഴിലാളികൾ എന്നിവർക്കിടയിലും ബോധവല്ക്കരണ പ്രവർത്തനങ്ങൾ ശക്തമാക്കാനും തദ്ദേശസ്വയം ഭരണ സ്ഥാപനങ്ങൾക്ക് കഴിഞ്ഞു. അതോടൊപ്പം പരിസര ശുചീകരണം ഉറപ്പുവരുത്തുക, ഗാർഹിക സമ്പർക്കവിലക്കിൽ കഴിയുന്നവർക്ക് സാമൂഹികമായും മാനസികമായും പിന്തുണ നല്കുക, അവരുടെ കുടുംബത്തിനാവശ്യമെങ്കിൽ ഭക്ഷണവും മരുന്നും ലഭ്യമാക്കുക, വാർഡ് ഹെൽത്ത് കമ്മിറ്റികൾ, ആരോഗ്യ ജാഗ്രതാ സമിതികൾ, ദുരന്തനിവാരണ പ്രവർത്തനങ്ങളുടെ ഭാഗമായി രൂപീകരിച്ച എമർജൻസി റെസ്പോൺസ് ടീമുകൾ എന്നിങ്ങനെ നിലവിലുള്ള കമ്മിറ്റികളെ പ്രവർത്തനക്ഷമമാ

ക്കുക, അവശ്യസാധനങ്ങളുടെ ലഭ്യത ഉറപ്പു വരുത്തുക എന്നീ പ്രവർത്തനങ്ങളും തദ്ദേശസ്വയംഭരണസ്ഥാപനങ്ങൾ ഏറ്റെടുത്തു നടപ്പിലാക്കി വരുന്നു.

ചികിത്സാ സംവിധാനങ്ങൾക്കോ സമ്പർക്കവിലക്കിനോ ആവശ്യമായ കെട്ടിടങ്ങൾ തദ്ദേശസ്വയംഭരണസ്ഥാപന പ്രദേശത്ത് കണ്ടെത്തി പട്ടികപ്പെടുത്തുകയും സജ്ജമാക്കുകയും ചെയ്യുക എന്ന പ്രവർത്തനങ്ങൾ തദ്ദേശസ്വയംഭരണസ്ഥാപനങ്ങൾ ഏറ്റെടുത്തു. കോവിഡ് പ്രതിരോധവുമായി ബന്ധപ്പെട്ട ലോക്ക്ഡൗൺ കാലഘട്ടത്തിൽ ഭക്ഷണം കഴിക്കാതെ കഷ്ടപ്പെടുന്നവരായി ഒരാൾ പോലുമുണ്ടാകരുതെന്ന ഉദ്ദേശ്യത്തോടെ സൗജന്യ നിരക്കിലും നിർദ്ധനർ, അഗതി കുടുംബങ്ങൾ, കിടപ്പ് രോഗികൾ, ഭിക്ഷാടകർ എന്നിവർക്ക് തികച്ചും സൗജന്യമായും ഭക്ഷണം നല്കുന്നതിന് തദ്ദേശസ്വയംഭരണസ്ഥാപനങ്ങളുടെ നേതൃത്വത്തിൽ കുടുംബശ്രീ/സന്നദ്ധപ്രവർത്തകരുടെ സഹായത്തോടെ സാമൂഹ്യ അടുക്കളകൾ ആരംഭിച്ചു.

കോവിഡ് പ്രതിരോധ പ്രവർത്തനങ്ങളിൽ തദ്ദേശസ്വയംഭരണ സ്ഥാപനങ്ങളുടെ പ്രധാന കരുത്ത് സന്നദ്ധ പ്രവർത്തനത്തിന് മുന്നിട്ടിറങ്ങിയവരാണ്. സന്നദ്ധ സേവകരുടെ പ്രവർത്തനം വാർഡ് അടിസ്ഥാനത്തിൽ ക്രമീകരിച്ച് കൃത്യമായ ഉത്തരവാദിത്വം നിർണ്ണയിച്ച് നല്കി. പ്രവർത്തനങ്ങൾക്കാവശ്യമായ യാത്രാ പാസും നല്കി. പ്രവാസികളുടെയും മറ്റ് സംസ്ഥാനങ്ങളിൽ നിന്നുള്ള മലയാളികളുടെയും കേരളത്തിലേക്കുള്ള തിരിച്ചു വരവ് കണക്കിലെടുത്ത് കോവിഡ് നിർവ്യാപന പ്രതിരോധ പ്രവർത്തനങ്ങൾ ശക്തിപ്പെടുത്തുന്നതിന്റെ ഭാഗമായി വാർഡ് തല മോണിറ്ററിങ് കമ്മിറ്റികളും തദ്ദേശ സ്ഥാപനതല കമ്മിറ്റികളും രൂപീകരിച്ചു. തദ്ദേശസ്വയംഭരണ സ്ഥാപനത്തിലെ എല്ലാ ജനപ്രതിനിധികൾക്കും ഉദ്യോഗസ്ഥർക്കും കൃത്യമായ ഉത്തരവാദിത്വം നല്കി കോവിഡ് എന്ന മഹാമാരിയെ പ്രതിരോധിക്കുന്നതിൽ തദ്ദേശസ്വയംഭരണ സ്ഥാപനങ്ങൾ ആരോഗ്യവകുപ്പിനോടൊപ്പം മുൻപന്തിയിൽനിന്ന് പ്രവർത്തിച്ചു വരികയാണ്.

സ്വകാര്യമേഖലയുടെ സഹകരണം

സ്വകാര്യമേഖലയുമായി സഹകരിച്ചും സ്വകാര്യമേഖലയിലെ ഡോക്ടർമാരുമായും മാനേജ്മെന്റുമായും നിരന്തരം ബന്ധപ്പെട്ടുമാണ് കോവിഡ് നിയന്ത്രണ പദ്ധതികളെല്ലാം സർക്കാർ ആവിഷ്കരിച്ച് വരുന്നത്. ആദ്യഘട്ടത്തിൽ തന്നെ മുഖ്യമന്ത്രിയും ആരോഗ്യ വകുപ്പ് മന്ത്രിയും സ്വകാര്യ ആശുപത്രി സംഘടനകളുടെയും മാനേജ്മെന്റുകളുടെയും പ്രതിനിധികളുമായി വീഡിയോ കോൺഫറൻസ് വഴി ചർച്ച നടത്തി സഹായ സഹകരണങ്ങൾ അഭ്യർത്ഥിച്ചിരുന്നു. സ്വകാര്യ ആശുപത്രികളിലെ കിടക്കകൾ, ഐ സി യു, വെന്റിലേറ്ററുകൾ എന്നിവയെല്ലാം കോവിഡ് ചികിത്സാവശ്യങ്ങൾക്കായി വിട്ടു നല്കാമെന്ന്

സ്വകാര്യ മാനേജ്മെന്റ് ഉറപ്പ് നല്കിയിട്ടുണ്ട്. അതോടൊപ്പം സ്വകാര്യ സ്വാശ്രയ മെഡിക്കൽ കോളേജുകളുടെ സംഘടനാ ഭാരവാഹികൾ തങ്ങളുടെ കീഴിലുള്ള 22 കോളേജുകളിലെ ഹോസ്റ്റലുകളും ആശുപത്രി കിടക്കകളും കോവിഡ് നിയന്ത്രണാവശ്യങ്ങൾക്കായി നല്കാമെന്ന് സർക്കാരിനെ അറിയിച്ചു. ഇതിനകം ചില സ്വകാര്യ ആശുപത്രികളിലും സ്വാശ്രയ മെഡിക്കൽ കോളേജുകളിലും സമ്പർക്കവിലക്ക് കേന്ദ്രങ്ങളും ചികിത്സാ കേന്ദ്രങ്ങളും ആരംഭിച്ചിട്ടുണ്ട്. ഇതിന് പുറമേ കണ്ണൂരിലും (കണ്ണൂർ മെഡിക്കൽ കോളേജ് അഞ്ചരക്കണ്ടി) വയനാട്ടിലുമുള്ള (ഡി എം വയനാട് ഇൻസ്റ്റിറ്റ്യൂട്ട് ഓഫ് മെഡിക്കൽ സയൻസസ്) സ്വാശ്രയ മെഡിക്കൽ കോളേജുകൾ കോവിഡ് ആശുപത്രികളാക്കാൻ സർക്കാരിന് വിട്ട് കൊടുത്തിരിക്കയാണ്. ഇവിടെ കോവിഡ് ആശുപത്രികൾ ആരംഭിച്ച് കഴിഞ്ഞു. സ്വകാര്യ ആശുപത്രികളിലും ലാബറട്ടറികളിലുമായി 11 കോവിഡ് ടെസ്റ്റിങ് സെന്ററുകളും ആരംഭിച്ച് കഴിഞ്ഞിട്ടുണ്ട്.

ഇന്ത്യൻ മെഡിക്കൽ അസോസിയേഷൻ

ഇന്ത്യൻ മെഡിക്കൽ അസോസിയേഷൻ (ഐ എം എ) ഭാരവാഹികളും പ്രവർത്തകരുമായി ആരോഗ്യവകുപ്പും വിദഗ്ദ്ധ സമിതിയും നിരന്തരം ബന്ധപ്പെടുകയും ആശയവിനിമയം നടത്തുകയും ചെയ്യുന്നുണ്ട്. പൊലീസ് സേനയുടെ സുരക്ഷാ മാർഗ്ഗനിർദ്ദേശങ്ങൾ, (Guidelines for Police Covid Safety 02.05#.20), സ്കൂളുകളും കോളേജുകളും തുറക്കുന്നത് സംബന്ധിച്ചുള്ള മാർഗ്ഗനിർദ്ദേശങ്ങൾ, (Guidelines for Schools & Colleges Re-opening 13.05.20), ലോക്ക്ഡൗൺ ലഘൂകരിക്കുമ്പോൾ വിവിധ സ്ഥാപനങ്ങൾ പിന്തുടരേണ്ട നടപടിക്രമങ്ങളെ പറ്റി സംസ്ഥാന സാമൂഹ്യ സുരക്ഷമിഷനു വേണ്ടി തയ്യാറാക്കിയ പെരുമാറ്റ ചട്ടങ്ങൾ (Guidelines for Safe Social Behaviour of People in Future 25.05 20), തുടങ്ങിയ ഐ എം എ തയ്യാറാക്കിയ രേഖകൾ സർക്കാരിന്റെ വിവിധ വകുപ്പുകൾ നയരൂപീകരണത്തിനും നടപടിക്രമങ്ങൾക്കുമായി പ്രയോജനപ്പെടുത്തി വരുന്നു. ജൈവമാലിന്യ നിർമ്മാർജ്ജനത്തിനായി ഐ എം എയുടെ പാലക്കാടുള്ള ഇമേജ് (IMAGE: IMA Goes Eco-friendly) എന്ന ജൈവമാലിന്യ നിർമ്മാർജ്ജന കേന്ദ്രം വിലമതിക്കാനാവാത്ത സേവനമാണ് നടത്തിവരുന്നത്. കോവിഡ് ആശുപത്രികളിൽ നിന്നും വിദേശയാത്രക്കാർ എത്തുന്ന എയർപോർട്ടിൽ നിന്നും മറ്റും കോവിഡുമായി ബന്ധപ്പെട്ട 100 ടൺ ജൈവമാലിന്യങ്ങളാണ് ഇതിനകം ഇമേജ് സുരക്ഷിതമായി നീക്കം ചെയ്ത് സംസ്കരിച്ചിട്ടുള്ളത്.

കേരളാ പൊലീസിന്റെ സേവനം

കോവിഡ് നിയന്ത്രണത്തിൽ വലിയ പങ്കാണ് കേരള പൊലീസ് നിർവ്വഹിച്ച് വരുന്നത്. ക്രമസമാധാനം ഉറപ്പാക്കുന്നതിനുള്ള പതിവ്

രീതികൾക്ക് പുറമേ കോവിഡ് വ്യാപനം തടയുന്നതിനുള്ള നിരവധി ഭാവനാസമ്പന്നമായ പരിപാടികൾക്കും കേരള പൊലീസ് നേതൃത്വം നല്കി വരുന്നു. കോവിഡ് പ്രതിരോധപ്രവർത്തനങ്ങൾക്കായി സാമൂഹികമാധ്യമങ്ങളെ പൊലീസ് വളരെ ഫലപ്രദമായാണ് വിനിയോഗിച്ചത്. വൈറസ് ബാധയെക്കുറിച്ച് ജനങ്ങളെ ബോധവല്ക്കരിക്കുന്നതിനായി ഫെയ്സ്ബുക്ക്, ടിറ്റർ, ഇൻസ്റ്റാഗ്രാം, ടിക് ടോക്ക്, ഷെയർ ചാറ്റ്, യൂട്യൂബ്, വാട്സ്ആപ്പ് എന്നീ സാമൂഹികമാധ്യമങ്ങളെ പൊലീസ് വളരെ ഫലപ്രദമായി ഉപയോഗപ്പെടുത്തി. സ്റ്റേറ്റ് പൊലീസ് മീഡിയ സെൻറർ നിർമ്മിച്ച കൈകഴുകലിന്റെ പ്രാധാന്യം വിശദീകരിച്ച പൊലീസ് ഡാൻസ് ലോകമെങ്ങും ചർച്ചാവിഷയമായി. ബി ബി സിയും ആസ്ട്രേലിയൻ ബ്രോഡ്കാസ്റ്റിങ് ടി വിയും ഇറ്റാലിയൻ ടി വിയും ഉൾപ്പെടെയുള്ള രാജ്യാന്തരമാധ്യമങ്ങൾ ഈ ചിത്രം സംപ്രേഷണം ചെയ്തു. പൊലീസിന്റെ സോഷ്യൽ മീഡിയ സെല്ല് തയ്യാറാക്കിയ വീഡിയോകളും ജനങ്ങളുടെ മനം കവർന്നു. വൈറസ് ബാധയ്ക്കെതിരെയുള്ള ബോധവല്ക്കരണത്തിന് പ്രാധാന്യം നല്കിക്കൊണ്ട് നാന്നൂറിൽപ്പരം വീഡിയോകളാണ് കേരള പൊലീസിന്റെ വിവിധ യൂണിറ്റുകൾ തയ്യാറാക്കിയത്. പൊതുസ്ഥലങ്ങളിലും ജോലി സ്ഥലങ്ങളിലും സംസ്ഥാന സർക്കാർ മുഖാവരണം നിർബ്ബന്ധമാക്കിയതോടെ കേരള പൊലീസ് ആരംഭിച്ച ഫെയ്സ് മുഖാവരണ ബുക്ക് ചലഞ്ചിനും വൻ പ്രതികരണമാണ് ജനങ്ങളിൽ നിന്ന് ലഭിച്ചത്.

രണ്ടരമാസത്തെ ലോക്ക്ഡൗൺ കേരളത്തിൽ വളരെ വിജയകരമായി നടപ്പാക്കിയതിന് നേതൃത്വം കൊടുത്തത് കേരള പൊലീസാണ്. ലോക്ക്ഡൗൺ നിയന്ത്രണങ്ങളും നിർദ്ദേശങ്ങളും നടപ്പാക്കാനായി സംസ്ഥാനത്ത് ഒരിടത്തും പൊലീസിന് ബലം പ്രയോഗിക്കേണ്ടി വന്നിട്ടില്ല. ലോക്ക്ഡൗണിന്റെ ആദ്യനാളുകളിൽ പൊലീസിന്റെ നിർദ്ദേശങ്ങൾ അനുസരിക്കാൻ പലരും വൈമുഖ്യം കാട്ടിയെന്നത് വസ്തുതയാണ്. ഇവരെ ബോധവല്ക്കരിക്കുകയെന്ന ചുമതലയാണ് പൊലീസിന് ആദ്യകാലങ്ങളിൽ നിർവ്വഹിക്കേണ്ടിയിരുന്നത്. രോഗബാധയുടെ വ്യാപ്തി പത്രമാധ്യമങ്ങളിലൂടെ മനസ്സിലാക്കിയെങ്കിലും അത് തങ്ങളെ ബാധിക്കില്ലെന്ന തെറ്റിദ്ധാരണയാണ് ലോക്ക്ഡൗൺ ലംഘിച്ച് പുറത്തിറങ്ങാൻ ചിലരെ പ്രേരിപ്പിച്ചത്. ഇക്കൂട്ടരെ ബോധവല്ക്കരിക്കുക എന്നതായിരുന്നു ആദ്യകാലങ്ങളിൽ പൊലീസിന്റെ പ്രധാന ചുമതല.

നാട്ടുകാർക്ക് എന്നപോലെ പൊലീസിനും ഇത്തരം ബോധവല്ക്കരണ പരിപാടികൾ പുതിയ അനുഭവമായിരുന്നു. ക്ഷമയുടെ അതിര് വിടാതെയും ലോക്ക്ഡൗൺ ലംഘിച്ച് റോഡിൽ എത്തുന്ന ആളുകളെ മുഷിപ്പിക്കാതെയുമാണ് പൊലീസ് ഈ കർത്തവ്യം നിർവ്വഹിച്ചത്. പൊലീസിന്റെ പ്രവർത്തനങ്ങൾ ജനങ്ങൾ സർവ്വാത്മനാ സ്വീകരിച്ചു. വാഹനപരിശോധന നടക്കുന്ന പ്രധാനകേന്ദ്രങ്ങളിൽ മഴയും വെയിലും ഏല്ക്കാതെ ജോലിചെയ്യാൻ പൊതുജനസഹായത്തോടെ പന്തലുകൾ

ഉയർന്നു. പൊലീസിന് ആവശ്യമായ ഭക്ഷണം, കുടിവെള്ളം, ഫലവർഗ്ഗങ്ങൾ, മറ്റ് അവശ്യസാധനങ്ങൾ എന്നിവ ജനങ്ങൾ തന്നെ കൃത്യമായി ഡ്യൂട്ടിയിലുള്ള പൊലീസുകാർക്ക് എത്തിച്ചുനല്കുന്ന സ്ഥിതിവിശേഷം ഉണ്ടായി. നിരത്തുകളിൽ ഡ്യൂട്ടിയിൽ ഇല്ലാതെ പൊലീസ് സ്റ്റേഷനുകളിൽ ജോലി നോക്കുന്ന പൊലീസുകാർക്കുപോലും ജനങ്ങൾ ഭക്ഷണം എത്തിച്ചു.

ലോക്ക് ഡൗണിൽ വലയുന്ന സാധാരണക്കാരന്റെ കണ്ണീരൊപ്പാനും പൊലീസ് നടപടി സ്വീകരിച്ചു. പൊലീസിന്റെ നേതൃത്വത്തിൽ തിരുവനന്തപുരത്ത് തുടങ്ങിയ 'ഒരു വയറൂട്ടാം' എന്ന പദ്ധതിക്ക് വൻ സ്വീകരണമാണ് ലഭിച്ചത്. ഏതാനും വ്യക്തികളുടെയും സന്നദ്ധ സംഘടനകളുടെയും സഹകരണത്തോടെ തുടങ്ങിയ ഈ പദ്ധതി മുഖേന ജില്ലാ ആസ്ഥാനങ്ങളും ഉൾപ്പെടെ 24 കേന്ദ്രങ്ങളിലാണ് സൗജന്യമായി മൂന്നുനേരം ഭക്ഷണം വിതരണം ചെയ്തത്. 40 ദിവസം കൊണ്ട് 4,45,611 ഭക്ഷണപ്പൊതികളും 30,000 ത്തോളം ഭക്ഷ്യകിറ്റുകളുമാണ് വിതരണം ചെയ്തത്. തയ്യൽ അറിയാവുന്ന പൊലീസ് ഉദ്യോഗസ്ഥരുടെ സേവനം വിനിയോഗിച്ച് അഞ്ചുലക്ഷം മുഖാവരണങ്ങൾ നിർമ്മിക്കുന്ന നടപടി കേരളത്തിലെ വിവിധ പൊലീസ് സ്റ്റേഷനുകളിൽ പുരോഗമിക്കുകയാണ്.

കോവിഡ് കാലത്ത് വാഹനപരിശോധന നടത്തുന്നത് അവയുമായി നേരിട്ട് സ്പർശിക്കാതെ ആയിരിക്കണമെന്ന് സംസ്ഥാന പൊലീസ് മേധാവി എല്ലാ ജില്ലാ പൊലീസ് മേധാവിമാർക്കും നിർദ്ദേശം നല്കിയിരുന്നു. നിരത്തുകളിൽ ഉള്ള പൊലീസുകാർക്ക് യാത്രക്കാരിൽ നിന്ന് ഏതെങ്കിലും തരത്തിൽ അസുഖം പകരുന്നതിനുള്ള വിദൂരസാദ്ധ്യത പോലും ഒഴിവാക്കുകയായിരുന്നു ആ നിർദ്ദേശത്തിന്റെ ലക്ഷ്യം. ഇത്തരം സാഹചര്യങ്ങളിൽ ജോലി നോക്കുന്ന പൊലീസ് ഉദ്യോഗസ്ഥർക്ക് കൈയുറ, മുഖാവരണം, സാനിറ്റൈസറുകൾ എന്നിവ ലഭ്യമാക്കാനായി നിരവധി വ്യക്തികളും സന്നദ്ധസംഘടനകളുമാണ് രംഗത്തു വന്നത്. പൊലീസിന്റെ ഉപയോഗത്തിനായി പേഴ്സണൽ പ്രൊട്ടക്ഷൻ കിറ്റുകൾ പോലും ദാനം ചെയ്യാൻ തയ്യാറായി നിരവധി പേർ മുന്നോട്ട് വന്നു.

രോഗബാധ തടയുന്നതിനുവേണ്ടിയുള്ള പ്രവർത്തനങ്ങളിൽ വ്യാപൃതരായ പൊലീസിന്റെ ആരോഗ്യം സംരക്ഷിക്കുന്നതിനുള്ള നടപടികളും പൊലീസ് അധികാരികൾ നടപ്പിലാക്കി. തുടർച്ചയായി മണിക്കൂറുകളോളം ജോലി നോക്കുന്ന പൊലീസുകാർക്ക് ആരോഗ്യ പ്രശ്നങ്ങൾ ഉണ്ടായാൽ പെട്ടെന്നുതന്നെ വൈദ്യസഹായം നേടാൻ കഴിഞ്ഞുവെന്നുവരില്ല. ഈ പ്രശ്നം പരിഹരിക്കുന്നതിനായി ഇന്ത്യൻ മെഡിക്കൽ അസോസിയേഷന്റെയും ഒരു സ്വകാര്യ കമ്പനിയുടെയും സഹകരണത്തോടെ 'ബ്ലൂ ടെലിമെഡ്' എന്ന ആപ്പിന് കേരള പൊലീസ് രൂപം നല്കി. പൊതുജനത്തിനും ഉതകുന്ന നിരവധി ആരോഗ്യ

സേവനങ്ങളും പൊലീസ് ഇക്കാലയളവിൽ കാഴ്ചവെയ്ക്കുകയുണ്ടായി. ലോക്ക്ഡൗണിന്റെ പശ്ചാത്തലത്തിൽ മാനസിക സമ്മർദ്ദത്തിൽപെട്ടു ഴലുന്ന മുതിർന്ന പൗരന്മാരെ ആശ്വസിപ്പിക്കുന്നതിനുള്ള 'പ്രശാന്തി' എന്ന സംവിധാനം ഏറെ ഫലവത്തായി. 24 മണിക്കൂർ പ്രവർത്തിക്കുന്ന ഈ സംവിധാനം വഴി ആയിരക്കണക്കിനാളുകൾ മനഃശാന്തി നേടി.

സാങ്കേതികവിദ്യയിലൂന്നിയായിരുന്നു ഇക്കാലത്ത് പൊലീസിന്റെ പ്രവർത്തനം. നിരോധനം ലംഘിക്കുന്നവരെ കണ്ടെത്താൻ ഡ്രോണുകൾ വ്യാപകമായി ഉപയോഗിച്ചു. സമ്പർക്കവിലക്കിൽ കഴിയുന്നവരുടെ നീക്കങ്ങൾ നിരീക്ഷിക്കാൻ കോവിഡ് ട്രാക്കർ, ജിയോഫെൻസിങ്, ബി സേഫ് എന്നീ ആപ്പുകളും ഗതാഗതനിയമങ്ങൾ ലംഘിക്കുന്നവരെ കണ്ടെത്താൻ റോഡ് വിജിൽ എന്ന ആപ്പും ഉപയോഗിച്ചു. കേരള പൊലീസിന്റെ പ്രതിബദ്ധതയും ഭാവനാ സമ്പന്നവുമായ പ്രവർത്തനങ്ങൾ കോവിഡ് വ്യാപനം വിജയകരമായി തരണം ചെയ്യുന്നതിൽ ശ്രദ്ധേയമായ പങ്ക് വഹിച്ചു വരികയാണ്.

അടിസ്ഥാന സേവകർ (Field Workers)

കോവിഡ് പ്രതിരോധത്തിനായുള്ള വിവിധ സേവനങ്ങൾക്കായി പാലിയേറ്റീവ് കെയർ പ്രവർത്തകർ, ആശാ വർക്കർമാർ, ആരോഗ്യവകുപ്പിലെ ഹെൽത്ത് ഇൻസ്പെക്ടർമാർ, ജൂനിയർ പബ്ലിക്ക് ഹെൽത്ത് നഴ്സുമാർ, കുടുംബശ്രീ, അംഗൻവാടി, സന്നദ്ധ പ്രവർത്തകർ, പഞ്ചായത്ത് ജീവനക്കാർ എന്നിവരടങ്ങിയ ടീം വാർഡടിസ്ഥാനത്തിൽ പ്രവർത്തിച്ച് വരുന്നു. ഇവരോടൊപ്പം ജനമൈത്രി പൊലീസും സേവന പ്രവർത്തനങ്ങൾ നടത്തുന്നുണ്ട്. കോവിഡ് നിയന്ത്രണത്തിനുള്ള ഏറ്റവും വലിയ സാമൂഹ്യമൂലധനം ലഭ്യമാക്കിയിട്ടുള്ളത് ഇവരാണ്. സമ്പർക്കവിലക്കേർപ്പെടുത്തിയവരെ നിരന്തരം നിരീക്ഷിച്ച് ആരും പുറത്ത് പോകുന്നില്ലെന്ന് ഉറപ്പ് വരുത്തുക, അവരിൽ ആർക്കെങ്കിലും രോഗലക്ഷണമുണ്ടായാൽ ആരോഗ്യവകുപ്പിനെ അറിയിക്കുക, അവർക്കാവശ്യമായ വിവിധ സഹായങ്ങൾ ലഭ്യമാക്കുക, രോഗികളിൽ നിന്നും രോഗം പകർന്നു എന്ന് സംശയിക്കുന്നവരെ കണ്ടെത്തുക (Contact Tracing) തുടങ്ങി നിരവധി അടിസ്ഥാനതല പ്രവർത്തനങ്ങൾ നടത്തി വരുന്നത് ഇവരാണ്. സർക്കാർ ആശുപത്രികളിലെ ആരോഗ്യ പ്രവർത്തകർക്ക് പുറമേ, 26,475 ആശാ വർക്കർമാർ, 2,70,287 കുടുംബശ്രീ പ്രവർത്തകർ, 14,200 പാലിയേറ്റീവ് കെയർ പ്രവർത്തകർ, 33,119 അംഗൻവാടി പ്രവർത്തകർ എന്നിവർ ഇങ്ങനെ പ്രവർത്തിച്ചുവരുന്നു.

കോവിഡ് പ്രതിരോധ പ്രവർത്തനങ്ങളിൽ പങ്കാളികളാവാൻ സന്നദ്ധതയുള്ളവരെ സാമൂഹ്യ സന്നദ്ധസേനയിൽ അംഗങ്ങളാകാൻ മുഖ്യമന്ത്രി ക്ഷണിച്ചിരുന്നു. . തുടർന്ന് 3,26,610 പേർ സന്നദ്ധ സേനയിൽ അംഗങ്ങളാവാൻ മുന്നോട്ട് വന്നു. ഇവരിൽ 54 പേർ ട്രാൻസ് ജെൻഡറുകളാണ്. കോവിഡുമായി ബന്ധപ്പെട്ട പ്രവർത്തനങ്ങൾ 20 നും

40 വയസ്സിനുമിടയിലുള്ളവർക്ക് മാത്രമാണ് ചുമതല നല്കുക. ഓരോരുത്തരുടെയും കഴിവും നൈപുണ്യവുമനുസരിച്ച് ദുരിതാശ്വാസ പ്രവർത്തനത്തിലേർപ്പെടുക, കോൾ സെന്ററുകളിൽ സേവനം നല്കുക, സമ്പർക്കവിലക്ക് കേന്ദ്രങ്ങളിലും വീടുകളിലും കഴിയുന്നവർക്കാ ക്കാവശ്യമായ മരുന്നുകൾ, ഭക്ഷണം തുടങ്ങിയവ എത്തിച്ച് കൊടുക്കുക, ഐ ടി കഴിവുകളുള്ളവർ വിവര ശേഖരണത്തിന് സഹായിക്കുക, ഇലട്രിക് വർക്ക്, പ്ലംബിങ്, മരാമത്ത് പണികൾ അതിന് കഴിവുള്ളവർ ചെയ്യുക, മത്സ്യമേഖലയിൽ നിന്നുള്ളവർ ജലരക്ഷ ഉറപ്പാക്കുക തുടങ്ങിയ സേവനങ്ങളാണ് ചെയ്തുവരുന്നത്.

നാഷണൽ ഹെൽത്ത്മിഷനിൽ രജിസ്റ്റർ ചെയ്തിട്ടുള്ള ആരോഗ്യ മേഖലയിൽ ഉയർന്ന പരിശീലനം ലഭിച്ചവരെ എയർപോർട്ടിലും റെയിൽ വേസ്റ്റേഷനിലും മറ്റും യാത്രക്കാരെ പ്രാഥമിക പരിശോധന നടത്തുന്ന തിനും സ്ക്രീനിങ്ങിനും മറ്റുമായി പ്രയോജനപ്പെടുത്തുന്നുണ്ട്. എം ബി ബി എസ്, ബി ഡി എസ്, വെറ്റിനറി, ആയുർവേദ, ഹോമിയോ ഡോക്ടർമാർ, നഴ്സുമാർ, ഫാർമസിസ്റ്റ്, ലാബറട്ടറി ടെക്നിഷ്യൻസ്, ഡയാലിസിസ് ടെക്നിഷ്യൻസ് എന്നീ വിഭാഗങ്ങളിൽ പെട്ട ഇരുപതിനാ യിരത്തോളം പേർ ഇങ്ങനെ രജിസ്റ്റർ ചെയ്ത് പ്രവർത്തിച്ച് വരുന്നു.

കോവിഡ് കാലത്ത് കുടുംബശ്രീ

കോവിഡ് നിയന്ത്രണവുമായി നേരിട്ടും പരോക്ഷവുമായി ബന്ധമുള്ള ഒട്ടനവധി പ്രവർത്തനങ്ങളാണ് 42 ലക്ഷം അംഗങ്ങളുള്ള രാജ്യത്തെ ഏറ്റവും വിപുലമായ സ്വയം സഹായ വനിതാ സംഘമായ കുടുംബശ്രീ നടത്തി വരുന്നത്. ആശുപത്രികളിൽ കോവിഡ് രോഗികളെ പരിചരിക്കുന്ന ഡോക്ടർമാർക്കും മറ്റ് ആരോഗ്യ പ്രവർത്തകർക്കുമാ വശ്യമായ മുഖാവരണം (ഫേസ് ഷീൽഡ്) കുടുംബശ്രീ രൂപകല്പന ചെയ്ത് മാർക്കറ്റ് ചെയ്തു. സാങ്കേതികമായി മികവുറ്റ ഏറ്റവും പ്രധാനപ്പെട്ട ഉല്പന്നമായ ഫേസ് ഷീൽഡിനു 2,87,929 ഓർഡറാണ് ലഭിച്ചത്. ഇതിനകം 31, 240 ഫേസ് ഷീൽഡ് ലഭ്യമാക്കി കഴിഞ്ഞു. 306 തയ്യൽ കേന്ദ്രങ്ങളിലായി 40 ലക്ഷത്തി മുപ്പത്തിയേഴായിരം തുണി മാസ്കുകളാണ് കുടുംബശ്രീ നിർമ്മിച്ച് വിതരണം ചെയ്ത് വരുന്നത്. ഒറ്റപ്പാളി മാസ്കുകൾ 10 രൂപയ്ക്കും ഇരട്ടപ്പാളി മാസ്കുകൾ 15 രൂപയ്ക്കും വിറ്റുവരുന്നു. കഴുകി വീണ്ടും ഉപയോഗിക്കാവുന്ന മാസ്കുകളാണിവ. 21 സൂക്ഷ്മ സംരംഭകർ വഴി 5411 ലിറ്റർ സാനിറ്റൈസർ നിർമ്മിച്ച് വിറ്റുവരുന്നു.

നിരാലംബരായി ഒറ്റപ്പെട്ട് കഴിയുന്ന 1,54,858 കുടുംബങ്ങളിലെ 1,14,719 പ്രായാധിക്യമുള്ളവർക്ക് ആഹാരം, വൈദ്യസേവനം എന്നിവ ലഭ്യമാക്കാൻ 2176 പ്രവർത്തകരെ കുടുംബശ്രീ നിയോഗിച്ചിട്ടുണ്ട്. ഇതിനു പുറമേ സംരക്ഷണ സമ്പർക്കവിലക്കിൽ കഴിയുന്നവരെ സഹായിക്കാൻ 786 പ്രവർത്തകരെ പ്രത്യേകമായും ചുമതലപ്പെടുത്തിയിട്ടുണ്ട്. കോവിഡ്

ആരോഗ്യ സന്ദേശങ്ങൾ ജനങ്ങളിലെത്തിക്കുന്നതിനായി 22 ലക്ഷം കുടുംബശ്രീ അംഗങ്ങളുടെ നേതൃത്വത്തിൽ 1. 9 ലക്ഷം വാട്സ്ആപ്പ് ഗ്രൂപ്പുകൾ പ്രവർത്തിച്ച് വരുന്നു. ലോക്ക്ഡൗൺ കാലത്ത് സ്ത്രീകൾ നേരിടേണ്ടിവരുന്ന ഗാർഹിക പീഡനങ്ങൾ തടയുന്നതിനും മാനസിക സംഘർഷം ലഘൂകരിക്കുന്നതിനുമുള്ള പ്രവർത്തനങ്ങൾ 'സ്നേഹിത' എന്ന പരിപാടിയിലൂടെ നടത്തി വരുന്നു.

അടച്ച് പൂട്ടൽ കാലത്തും തുടർന്നും സാമൂഹ്യ പിന്നോക്കാവസ്ഥ യിലുള്ളവർക്കും തൊഴിൽ നഷ്ടപ്പെട്ട് സാമ്പത്തിക ബുദ്ധിമുട്ടുകളനുഭ വിക്കുന്നവർക്കും ഏറെ സഹായമായത് തദ്ദേശസ്വയംഭരണ സ്ഥാപന ങ്ങളുടെ ആഭിമുഖ്യത്തിൽ കുടുംബശ്രീയുടെ സഹായത്തോടെ ആരംഭിച്ച സാമൂഹ്യ അടുക്കളയും (Community Kitchen) കുടുംബശ്രീ ആരംഭിച്ച ജനകീയ ഹോട്ടലുകളുമായിരുന്നു. 1144 സാമൂഹ്യ അടുക്കളകളും 379 ജനകീയ ഹോട്ടലുകളുമാണ് ആരംഭിച്ചത്. സാമൂഹ്യ അടുക്കളകളിൽ സാമ്പത്തിക ശേഷിയില്ലത്തവർക്ക് സൗജന്യമായും മറ്റുള്ളവർക്ക് മിതമായ നിരക്കിലും ഭക്ഷണം ലഭ്യമാക്കി. സാമൂഹ്യ അടുക്കള വഴി എൺപത്തിയേഴു ലക്ഷത്തോളം (86,51, 627) പേർക്കാണ് ഭക്ഷണം നല്കിയത്. കുടുംബശ്രീ ജനകീയ ഹോട്ടലുകളിൽ മിതമായ നിരക്കി ലാണ് ഭക്ഷണം നല്കിവരുന്നത്. ലോക്ക്ഡൗൺ ലഘൂകരിച്ചതോടെ അവശ്യാനുസരണം മാത്രം സാമൂഹ്യ അടുക്കള പ്രവർത്തിച്ച് തുടങ്ങി. മെയ് മദ്ധ്യമായതോടെ സാമൂഹ്യ അടുക്കളകൾ 853 ആയി കുറച്ചു. സമ്പർക്കവിലക്കിലേർപ്പെട്ട് കഴിയുന്നവർക്കും ഒറ്റപ്പെട്ട് കഴിയുന്നവർക്കും ആവശ്യമായ ഭക്ഷണം കുടുംബശ്രീ പ്രവർത്തകർ സമ്പർക്കവിലക്ക് കേന്ദ്രങ്ങളിലും വീടുകളിലും എത്തിച്ച് കൊടുക്കുന്നുണ്ട്.

ദിശ ഹെൽത്ത് ഹെൽപ്പ് ലൈൻ

ദേശീയ ആരോഗ്യ മിഷനും സംസ്ഥാന ആരോഗ്യവകുപ്പും സംയുക്തമായി സംഘടിപ്പിച്ചിട്ടുള്ള ദിശ (*Direct Intervention System For Health Awareness: DISHA*) ഹെൽത്ത് ഹെൽപ്പ് ലൈൻ 2013 മാർച്ച് മുതൽ കേരളത്തിൽ പ്രവർത്തിച്ച് വരികയാണ് പൊതുജനങ്ങൾക്ക് ആരോഗ്യവിവരങ്ങൾ നല്കുക, ആരോഗ്യ സംബന്ധിയായ സംശയങ്ങൾ ക്ക് മറുപടി നല്കുക, ആരോഗ്യ മേഖലയിലെ വിവര ശേഖരണത്തിൽ സഹായിക്കുക തുടങ്ങിയ നിരവധി മേഖലകളിൽ ദിശ ഫലപ്രദമായി പ്രവർത്തിച്ച് വരുന്നുണ്ട്. 1056 എന്ന ടോൾ ഫ്രീ നമ്പറിൽ എല്ലാ ദിവസവും ഏത് സമയത്തും (24 x 7) ദിശയെ സമീപിക്കാനാവും. ആറ് ഹെൽപ്പ് ഡസ്കുകളിലായി പ്രത്യേകം പരിശീലനം കിട്ടിയവർ 15 കൗൺ സിലർമാരാണ് കോളുകൾ സ്വീകരിക്കുന്നത്. നിപ രോഗകാലത്തും പ്രളയകാലത്തും ജനങ്ങൾക്ക് ശാസ്ത്രീയ വിവരങ്ങൾ എത്തിച്ചും പകർച്ചവ്യാധി നിയന്ത്രണ സംവിധാനങ്ങൾ ശക്തിപ്പെടുത്തിയും ദിശ

സ്തുത്യർഹമായ സേവനമാണ് നല്കിയത്.

കോവിഡ് രോഗവ്യാപനമാരംഭിച്ചതോടെ ദിശയുടെ അടിസ്ഥാന സൗകര്യങ്ങൾ വികസിപ്പിച്ച് പ്രവർത്തനങ്ങൾ കൂടുതൽ ശക്തിപ്പെടുത്തി. 30 ഹെൽപ്പ് ഡസ്കുകളിലായി 60 ഓളം എം എസ് ഡബ്ലിയു, എം എ സോഷ്യോളജി ഗ്രാഡ്വേറ്റുകളാണ് സേവനത്തിനായി സജ്ജരായിട്ടുള്ളത്. ദിവസേന ശരാശരി 5000 കോളുകൾ വരെ ദിശ കൈകാര്യം ചെയ്യുന്നുണ്ട്. മെയ് അവസാനം വരെ ഒരു ലക്ഷത്തി അമ്പതിനായിരം കോളുകളാണ് ദിശ സെന്ററിലെത്തിയത്. ഇതിൽ പത്ത് ശതമാനത്തോളം മറ്റ് സംസ്ഥാനങ്ങളിൽ നിന്നായിരുന്നു. കോവിഡ് രോഗ സംശയമുള്ളവരെ മൂന്ന് തരമായി തിരിച്ച് ദിശയിലെ സേവകർ നിർദ്ദേശങ്ങൾ നല്കുന്നു. നിസാര രോഗലക്ഷണമുള്ളവരെ വീട്ടിനുള്ളിൽ തുടരാനും ഇടയ്ക്കിടെ ബന്ധപ്പെടാനും ഉപദേശിക്കുന്നു കൂടുതൽ പ്രശ്നങ്ങളുള്ളവരെ സമീപത്തുള്ള മുൻകൂട്ടി നിശ്ചയിച്ചിട്ടുള്ള ആശുപത്രികളിലേക്ക് അയക്കുന്നു, കടുത്ത രോഗമുള്ളവരെ ആംബുലൻസ് അയച്ച് കോവിഡ് ആശുപത്രികളിൽ എത്തിക്കുന്നു. സമ്പർക്കവിലക്കിൽ കഴിയുന്നവർക്കുള്ള സഹായം എത്തിക്കുക, മറ്റ് സ്ഥാലങ്ങളിൽ നിന്ന് എത്തുന്നവർക്കുള്ള നിർദ്ദേശങ്ങൾ നല്കുക, രോഗികൾ യാത്ര ചെയ്ത സ്ഥലങ്ങളുടെ റൂട്ട് മാപ്പ് തയ്യാറാക്കുക, സമ്പർക്കവിലക്ക് ലംഘിക്കുന്നവരെ കണ്ടെത്താൻ അധികൃതരെ സഹായിക്കുക, രോഗികളുമായി സമ്പർക്കത്തിലേർപ്പെട്ടവരെ കണ്ടെത്തുക തുടങ്ങി നിരവധി സേവനങ്ങളാണ് ദിശ ഹെൽപ്പ് ലൈൻ നിർവ്വഹിച്ച് വരുന്നത്.

ഇ സഞ്ജീവിനി ടെലിമെഡിസിൻ

കോവിഡ് വ്യാപനത്തെ തുടർന്ന് ലോക്ക്ഡൗൺ നടപ്പിലാക്കിയതോടെ രോഗികൾക്ക് ആശുപത്രികളിൽ പോകാനും ഡോക്ടർമാരെ കാണുന്നതിനും തടസ്സം നേരിട്ടു. ഈ സാഹചര്യത്തിൽ കേരളത്തിൽ പല ജില്ലകളിലും വിവിധ ഏജൻസികൾ സംഘടിപ്പിച്ച ടെലിമെഡിസിൻ സംവിധാനത്തിലൂടെ ചികിത്സയിലിരുന്ന രോഗികൾ ഡോക്ടർമാരുമായി ബന്ധപ്പെട്ട് തുടങ്ങിയിരുന്നു. നീതി ആയോഗ് കേന്ദ്ര ആരോഗ്യമന്ത്രാലയത്തിന് വേണ്ടി തയ്യാറാക്കിയ ടെലിമെഡിസിൻ മാർഗ്ഗനിർദ്ദേശങ്ങളുടെ അടിസ്ഥാനത്തിലാണ് പദ്ധതി നടപ്പിലാക്കിയിരുന്നത്. സ്കൈപ്പ്, വാട്സ് ആപ്പ്, ടെലിഫോൺ ഉപാധികളിലൂടെയാണ് ടെലികൺസൾട്ടേഷൻ പലരും നടത്തി വന്നിരുന്നത്.

ആരോഗ്യ വകുപ്പിന്റെയും നാഷണൽ ഹെൽത്ത് മിഷന്റെയും ആഭിമുഖ്യത്തിൽ ഇവയെല്ലാം ഏകോപിപ്പിച്ച് കേന്ദ്ര ആരോഗ്യമന്ത്രാലയത്തിന്റെ സഹായത്തോടെ ദേശീയ ടെലി കൺസൾട്ടേഷൻ പ്രോജക്റ്റിന്റെ ഭാഗമായി ഇ സഞ്ജീവിനി ടെലിമെഡിസിൻ പദ്ധതിക്ക് സംസ്ഥാനത്ത് തുടക്കംകുറിച്ച് കഴിഞ്ഞു. മൊഹാലിയിലെ സെന്റർ ഫോർ ഡെവലപ്പ്മെന്റ് ഓഫ് അഡ്വാൻസ്ഡ് കമ്പ്യൂട്ടിങ് (സി ഡാക്)

സ്വതന്ത്ര സോഫ്റ്റ് വെയറുകൾ ഉപയോഗിച്ച് 15 സംസ്ഥാനങ്ങളിൽ നടത്തിവരുന്ന ഇ സഞ്ജീവിനി ഒ പിസ്റ്റേ ഹോം ഒ പി (e Sanjeevani OPD – Stay Home OPD) പ്ലാറ്റ് ഫോമിന്റെ അടിസ്ഥാനത്തിലാണ് കേരളത്തിലും ഇ സഞ്ജീവിനി നടപ്പിലാക്കി വരുന്നത്. തികച്ചും സൗജന്യമായി ജനറൽ– സ്പെഷ്യലിസ്റ്റ് ഡോക്ടർമാരുമായി വീഡിയോയിലൂടെ രോഗവിവരങ്ങൾ സംസാരിക്കാനും മരുന്നുകൾക്കുള്ള പ്രിസ്ക്രിപ്ഷൻ വാങ്ങാനും രോഗികൾക്ക് കഴിയും. കേരളത്തിൽ ഇതിലേക്കായി https://esanjeevaniopd. in/kerala എന്ന വെബ് സൈറ്റും ആരംഭിച്ചിട്ടുണ്ട്. ഹെൽത്ത് സർവ്വീസസ്, മെഡിക്കൽ കോളേജ്, നാഷണൽ ഹെൽത്ത് മിഷൻ ഡോക്ടർമാരുടെ സേവനമാണ് ഇപ്പോൾ ഇ സഞ്ജീവിനിക്കായി പ്രയോജനപ്പെടുത്തി വരുന്നത്. 32 ഡോക്ടർമാരെ ഇതിനായി പരിശീലിപ്പിച്ച് കഴിഞ്ഞു. ദിശയുടെ ഓഫീസിലാണ് ടെലിമെഡിസിൻ ഹബ്ബ് സജ്ജീകരിച്ചിട്ടുള്ളത്. സംസ്ഥാന സർക്കാരിന്റെ കീഴിലുള്ള ഇന്ത്യൻ ഇൻസ്റ്റിറ്റ്യൂട്ട് ഓഫ് ഡയബറ്റിസ് ഇ സഞ്ജീവിനിയിൽ പങ്കാളികളാവാൻ മുന്നോട്ട് വന്നിട്ടുണ്ട്. സ്വകാര്യ ആശുപത്രികളിലെ ഡോക്ടർമാരെയും വൈകാതെ ഇ സഞ്ജീവിനിയിൽ ഉൾപ്പെടുത്തുന്നതാണ്. തുടക്കത്തിൽ രാവിലെ 8 മണി മുതൽ ഉച്ചയ്ക്ക് ഒരു മണിവരെയും തുടർന്ന് വൈകുന്നേരം 6 മണി വരെയും ഇ സഞ്ജീവിനി സേവനം ലഭ്യമായിരിക്കും.

അതിഥി സംസ്ഥാന തൊഴിലാളികൾ

കോവിഡ് കാലത്തെ രാജ്യത്തെ ഏറ്റവും വലിയ മാനുഷിക പ്രശ്നമായി വളർന്ന കുടിയേറ്റ തൊഴിലാളികളുടെ കഷ്ടപ്പാടുകളും ദുരിതങ്ങളും പരിഹരിക്കുന്നതിലും കേരളം ശ്രദ്ധേയമായ കരുതൽ നടപടികളാണ് സ്വീകരിച്ചത്. അഖിലേന്ത്യാ ലോക്ക്ഡൗണിനെ തുടർന്ന് ഏറ്റവുമധികം ദുരിതമനുഭവിച്ചത് വിവിധ സംസ്ഥാനങ്ങളിലായി കുടുങ്ങിപ്പോയ കുടിയേറ്റ തൊഴിലാളികളായിരുന്നു. തൊഴിൽ നഷ്ടപ്പെട്ടതിനെത്തുടർന്ന് വരുമാനം നിലച്ച അവർ ആഹാരവും താമസ സൗകര്യവുമില്ലാതെ കഷ്ടപ്പെട്ടു. സ്വന്തം നാട്ടിലേക്ക് തിരികെ പോകാൻ കഴിയാതെ പല സംസ്ഥാനങ്ങളിലും അവർ കലാപത്തിനൊരുങ്ങി. ലോക്ക്ഡൗൺ ലഘുകരിച്ച ആദ്യഘട്ടത്തിൽ പോലും അന്തർസംസ്ഥാന യാത്രകളനുവദിച്ചിരുന്നില്ല. ഒരു നിവൃത്തിയുമില്ലാതെ കുടിയേറ്റ തൊഴിലാളികൾ മാതൃസംസ്ഥാനങ്ങളിലേക്ക് കാൽനടയായി റോഡിലൂടെയും റെയിൽ പാതകളിലൂടെയും യാത്രയാരംഭിച്ചു. മഹാരാഷ്ട്രയിലെ ഔറംഗാബാദിൽ റെയിൽ പാതയിലൂടെ നടന്ന് നീങ്ങിയ 16 പേർ ട്രെയിൻ ഇടിച്ച് മരണമടഞ്ഞ ദാരുണ സംഭവം രാജ്യത്തെ ഞെട്ടിച്ചു. വിഭജനകാലത്തെ അനുസ്മരിക്കുന്ന കഷ്ടതകൾ നിറഞ്ഞ ഹൃദയഭേദകമായ പ്രയാണമാണ് കുടിയേറ്റ തൊഴിലാളികൾ നടത്തികൊണ്ടിരിക്കുന്നത്.

കേരളത്തിൽ കുടിയേറ്റ തൊഴിലാളികളെ അതിഥി തൊഴിലാളി

കളായി പരിഗണിച്ച് സംരക്ഷിക്കുന്ന നയമാണ് എല്ലാക്കാലത്തും പിന്തുടർന്ന് വന്നിരുന്നത്. കോവിഡ് മറ്റ് സംസ്ഥാനങ്ങളിൽനിന്നും റിപ്പോർട്ട് ചെയ്ത് തുടങ്ങിയതിനെത്തുടർന്ന് നിരവധി പേർ സ്വന്തം സംസ്ഥാനങ്ങളിലേക്ക് മടങ്ങാൻ തുടങ്ങി. എന്നാൽ ലോക്ക്ഡൗണിനെ തുടർന്ന് അവർക്ക് യാത്ര ഉപേക്ഷിക്കേണ്ടിവന്നു. വിവിധ ജില്ലകളിൽ 2155 ക്യാമ്പുകളിലായി 4,34,280 അതിഥി തൊഴിലാളികളാണ് മാർച്ച് മദ്ധ്യത്തോടെ സംസ്ഥാനത്തുണ്ടായിരുന്നത്. ജോലി നഷ്ടപ്പെടുകയും വരുമാനമാർഗ്ഗം അടയുകയും സ്വന്തം നാട്ടിലേക്ക് മടങ്ങുന്നത് അനിശ്ചിതത്തിലാവുകയും ചെയ്തതോടെ ഒന്ന് രണ്ടിടത്ത് അവർ അസ്വസ്ഥരായി തെരുവിലിറങ്ങി ബഹളം വച്ചു. സർക്കാരും ജനപ്രതിനിധികളും പൊതുസമൂഹവും ഉടൻതന്നെ രംഗത്തെത്തുകയും അവരുടെ പ്രശ്നങ്ങൾ പരിഹരിക്കാൻ അടിയന്തര നടപടികൾ സ്വീകരിക്കുകയും ചെയ്തു.

ക്യാമ്പുകളിൽ താമസിക്കുന്ന എല്ലാവർക്കും ഓരോ സംസ്ഥാനത്തിലുള്ളവരുടെ രീതിയനുസരിച്ചുള്ള ഭക്ഷണവും ടി വിയും മറ്റ് സൗകര്യങ്ങളും ലഭ്യമാക്കി. വിവിധ ഭാഷ സംസാരിക്കുന്ന സന്നദ്ധപ്രവർത്തകർ അതിഥി തൊഴിലാളികളുടെ വിവിധ ആവശ്യങ്ങൾ നിർവ്വഹിക്കുന്നതിനായി അവരെ സഹായിച്ചു വരുന്നു. മറ്റ് സംസ്ഥാനങ്ങളിലേക്കുള്ള ട്രെയിൻ സർവ്വീസ് ആരംഭിച്ചതിനെ തുടർന്ന് മടങ്ങുന്നവർക്ക് നാട്ടിലെത്തുന്നത് വരെയുള്ള ഭക്ഷണ സാധനങ്ങളും മറ്റും നല്കിയാണ് സർക്കാർ തിരികെ അയച്ചുകൊണ്ടിരിക്കുന്നത്. ഇതിനകം 112 ട്രെയിനുകളിലായി 1. 53 ലക്ഷം അതിഥി തൊഴിലാളികൾ നാട്ടിലേക്ക് മടങ്ങിയിട്ടുണ്ട്. അവശ്യമായ വൈദ്യസേവനം നൽകയും ശരീരദൂരം പാലിക്കുക, കൈ വൃത്തിയാക്കുക, മാസ്ക് ധരിക്കുക തുടങ്ങിയ ആരോഗ്യ സന്ദേശങ്ങൾ പ്രചരിപ്പിക്കുകയും അവശ്യമായ സോപ്പും, വെള്ളവും സാനിറ്റൈസറും മാസ്കും നല്കുകയും ചെയ്തിരുന്നതിനാൽ അതിഥി സംസ്ഥാന തൊഴിലാളികളിൽ ഒരാളെ പോലും കോവിഡ് ബാധിച്ചില്ല. അതിഥി തൊഴിലാളികൾക്ക് മെഡിക്കൽ ഇൻഷ്വറൻസും സർക്കാർ നടപ്പിലാക്കിയിട്ടുണ്ട്. ഇവിടെത്തന്നെ തുടരാനാണ് താല്പര്യമെന്ന് 1. 61 ലക്ഷം തൊഴിലാളികൾ അറിയിച്ചിട്ടുള്ളത് കേരളത്തിൽ അവർ അനുഭവിക്കുന്ന സുരക്ഷിതബോധത്തിന്റെ സൂചനയായി കണക്കാക്കാം.

ഗവേഷണ സംരംഭങ്ങൾ

കോവിഡ് ഗവേഷണങ്ങൾക്കുള്ള നിരവധി സംരംഭങ്ങൾ ആരോഗ്യവകുപ്പിന്റെയും ഗവേഷണ സ്ഥാപനങ്ങളുടെയും നേതൃത്വത്തിൽ കേരളത്തിൽ ആരംഭിച്ച് കഴിഞ്ഞിട്ടുണ്ട്. കോവിഡുമായി ബന്ധപ്പെട്ട് ഇതുവരെ ശേഖരിക്കാൻ കഴിഞ്ഞ വിവരങ്ങളുടെ അടിസ്ഥാനത്തിൽ സാംക്രമിക രോഗപഠനം (Epidemiological Study) തുടങ്ങി കഴിഞ്ഞു.

രോഗികളെയും അവർ ബന്ധപ്പെട്ടവരെയും സംബന്ധിച്ചുള്ള വിവരങ്ങളുടെയും അപകടഘടകങ്ങളുടെയും (Risk Factors) അടിസ്ഥാനത്തിലാണ് പ്രധാനമായും ഈ പഠനം നടത്തുന്നത്. രോഗ വ്യാപനത്തിന്റെ ഗതി നിശ്ചയിച്ച് ഉചിതമായ കരുതൽ നടപടികൾ കാലേക്കൂട്ടി ആവിഷ്കരിക്കാൻ സാംക്രമികരോഗ പഠനത്തിലൂടെ കഴിയും.

പ്ലാസ്മാ ചികിത്സയും പരീക്ഷണാടിസ്ഥാനത്തിൽ കേരളത്തിൽ ആരംഭിച്ചിട്ടുണ്ട്. കോവിഡ് രോഗം ബാധിച്ച് മുക്തിനേടിയവരുടെ രക്തത്തിലുള്ള ആന്റിബോഡി ഉപയോഗിച്ച് രോഗ ചികിത്സ നടത്തുന്ന രീതിയാണിത്. രോഗമുക്തനായ ആളുടെ രക്തം പ്ലാസ്മാ ഫേറസിസ് യന്ത്രത്തിലൂടെ കടത്തിവിട്ട് ആന്റി ബോഡിയുള്ള പ്ലാസ്മ വേർതിരിച്ചെടുത്ത് സൂക്ഷിക്കും. ഇതാണ് രോഗികൾക്ക് നല്കുക. കൺവലസന്റ് പ്ലാസ്മാ തെറാപ്പിയെന്നും ആന്റിബോഡി ചികിത്സയെന്നും ഈ ചികിത്സാ രീതിയെ വിളിക്കാറുണ്ട്. പ്ലാസ്മാ ഫേറസിസിനുള്ള സൗകര്യം മെഡിക്കൽ കോളേജുകളിലെ ബ്ലഡ് ബാങ്കുകളിലും മലബാർ ക്യാൻസർ സെന്റർ തുടങ്ങിയ സ്ഥാപനങ്ങളിലും ലഭ്യമാണ്. തിരുവനന്തപുരം, തൃശ്ശൂർ മെഡിക്കൽ കോളേജുകളെ പ്ലാസ്മാ ചികിത്സയ്ക്കുള്ള കേന്ദ്രങ്ങളായി ഐ സി എം ആർ തെരഞ്ഞെടുത്തിട്ടുണ്ട്. ഇതിനകം രണ്ട് രോഗികൾ പ്ലാസ്മാ തെറാപ്പി നല്കിയിട്ടുണ്ട്.

നിരവധി മരുന്നുകൾ കോവിഡ് ചികിത്സയ്ക്കായി പരീക്ഷിച്ച് വരുന്നുണ്ട്. ഇതിലേറ്റവും പ്രധാനപ്പെട്ടത് ക്യൂബയിൽ നിന്നുള്ള ഇന്റർഫെറോൺ ആൽഫായാണ്. നെബുലൈസേഷൻ മാർഗ്ഗത്തിൽ ശ്വാസകോശത്തിലേക്കാണ് ഈ മരുന്ന് നല്കുക. സോളിഡാരിറ്റി ട്രയൽ എന്ന പേരിൽ ലോകാരോഗ്യ സംഘടന ഇന്റർഫെറോൺ ബീറ്റ ഇഞ്ചക്ഷനും മറ്റ് ചില രോഗങ്ങൾക്ക് നല്കിവരുന്ന ചില ആന്റി വൈറലുകളും പരീക്ഷിച്ച് വരുന്നു. ലോകാരോഗ്യ സംഘടനയുടെ സോളിഡാരിറ്റി പരീക്ഷണത്തിൽ ചേരാനും ക്യൂബൻ മരുന്ന് പരീക്ഷിക്കാനും കേരള ആരോഗ്യവകുപ്പ് തീരുമാനിച്ചിട്ടുണ്ട്. ഐ സി എം ആറിന്റെ അനുമതി കിട്ടിയാലുടൻ ഔഷധ പരീക്ഷണങ്ങൾ ആരംഭിക്കും.

കോവിഡിന് കാരണമായ സാർസ് കൊറോണ 2 വൈറസിന്റെ ഘടന നിർദ്ധാരണം ചെയ്യാനാണ് ജനറ്റിക് സ്വീക്വൻസിലൂടെ ശ്രമിക്കുന്നത്. രോഗം വന്ന വഴി പഠിക്കുന്നതിനും കോവിഡിനെതിരായ വാക്സിനും മരുന്നുകളും നിർമ്മിക്കാനും ജനിതക പഠനം ആവശ്യമാണ്. കൊറോണ വൈറസിന്റെ ഘടനയിൽ നേരിയ മാറ്റങ്ങൾ (Mutations) രോഗവ്യാപനത്തിനിടെ സംഭവിച്ചുകൊണ്ടിരിക്കും. പല സ്ഥലങ്ങളിലായി വൈറസിന്റെ ജനിതകഘടന മനസ്സിലാക്കി ജീൻബാങ്ക് എന്ന പൊതു ജനിതക ഡേറ്റബേസിൽ പ്രസിദ്ധീകരിക്കും. ഈ വിവരം വിവിധ ഗവേഷക സ്ഥാപനങ്ങൾക്ക് പ്രയോജനപ്പെടുത്താം. ആരോഗ്യവകുപ്പ് ഡൽഹിയിൽ ഇൻസ്റ്റിറ്റ്യൂട്ട് ഓഫ് ജീനോമിക്സ് ആന്റ് ഇന്റിഗ്രേറ്റഡ്

ബയോളജിയുമായി (CSIR-Institute of Genomics and Integrative Biology) ചേർന്ന് ജീൻ സ്വീക്വൻസിങ് ആരംഭിച്ചിട്ടുണ്ട്. രാജീവ്ഗാന്ധി സെന്റർ ഫോർ ബയോടെക്നോളജിയും ജനിതക സ്വീക്വൻസിങ് ആരംഭിച്ചിട്ടുണ്ട്.

ആന്റിബോഡി ടെസ്റ്റ് കിറ്റുകളും ആന്റിജൻ ടെസ്റ്റ് കിറ്റുകളും നിർമ്മിക്കാൻ ശ്രീചിത്ര തിരുനാൾ മെഡിക്കൾ സെന്ററും രാജീവ് ഗാന്ധി സെന്റർ ഫോർ ബയോടെക്നോളജിയും ശ്രമിച്ച് വരുന്നു. ശ്രീചിത്ര തിരുനാൾ മെഡിക്കൽ സെന്റർ ഡി എൻ എ എക്സ്ട്രാക്ഷൻ കിറ്റ് വിജയകരമായി രൂപകല്പന ചെയ്ത് മാർക്കറ്റ് ചെയ്ത് കഴിഞ്ഞു. ഇൻസ്റ്റിറ്റ്യൂട്ട് ഫോർ സയൻസ് എഡ്യൂക്കേഷൻ ആന്റ് റിസർച്ചും ആന്റിജൻ പഠനം നടത്തിവരുന്നു.

ട്രോപ്പിക്കൽ ബോട്ടാനിക്കൽ ഗാർഡൻ ആന്റ് റിസർച്ച് ഇൻസ്റ്റിറ്റ്യൂട്ട് കേരളത്തിലുള്ള ഔഷധ സസ്യങ്ങളിൽനിന്നും കോവിഡ് ചികിത്സയ്ക്കുള്ള മരുന്ന് വികസിപ്പിച്ചെടുക്കാനുള്ള ഗവേഷണം ആരംഭിച്ചിട്ടുണ്ട്. കേരള ആരോഗ്യ സർവ്വകലാശാല, വെറ്റിനറി സർവ്വകലാശാലയുമായി ചേർന്ന് വവ്വാലുകളുടെ ശരീരത്തിൽ കാണപ്പെടുന്ന വൈറസുകളെ പറ്റി പഠിക്കാനുള്ള ഗവേഷണ പദ്ധതി ആവിഷ്കരിച്ചിട്ടുണ്ട്. കേരള സ്റ്റാർട്ടപ്പ് മിഷൻ തയ്യാറാക്കിയ എൻ 95 മാസ്കിന് ഐ സി എം ആർ അംഗീകാരം ലഭിച്ച് കഴിഞ്ഞു. നിരവധി ചെറുകിട സംരംഭകരും ഗവേഷക വിദ്യാർത്ഥികളും വെന്റിലേറ്ററുകൾ, കോവിഡ് നിയന്ത്രണത്തിന് സഹായകരമായ ആപ്പുകൾ എന്നിവ വികസിപ്പിച്ചെടുത്തിട്ടുണ്ട്.

മാധ്യമങ്ങളുടെ ഗുണപരമായ ഇടപെടൽ

ദൃശ്യ-ശ്രവ്യ-അച്ചടി-സാമൂഹ്യ മാധ്യമങ്ങൾ കോവിഡ് കാലത്ത് വളരെ സൃഷ്ടിപരവും ഗുണപരവുമായ ഇടപെടലുകളാണ് നടത്തിക്കൊണ്ടിരിക്കുന്നത്. അനാവശ്യമായ വിവാദങ്ങളും തെറ്റായ വിവരങ്ങളും പ്രചരിപ്പിച്ച് ജനങ്ങളിൽ ഭീതിയും ആശയക്കുഴപ്പവും ഉണ്ടാക്കുന്നതൊഴിവാക്കി ശാസ്ത്രീയവും വസ്തുനിഷ്ഠവുമായ വിവരങ്ങളാണ് മാധ്യമങ്ങൾ ജനങ്ങളിലെത്തിച്ച് കൊണ്ടിരിക്കുന്നത്. 'ബ്രേക്ക് ദി ചെയിൻ' പ്രചാരണം വിജയിപ്പിക്കുന്നതിൽ മാധ്യമങ്ങൾ വലിയ പങ്ക് വഹിച്ച് വരുന്നുണ്ട്. വിവിധ ഏജൻസികൾ മാസ്കുകളും സാനിറ്റൈസറുകളും നിർമ്മിച്ചുകൊണ്ടും വിവിധ കലാരൂപങ്ങളിലൂടെ കോവിഡ് പ്രതിരോധ സന്ദേശങ്ങൾ പ്രചരിപ്പിച്ചുകൊണ്ടും നടത്തുന്ന മാതൃകാപരങ്ങളായ പ്രവർത്തനങ്ങൾ വലിയ പ്രാധാന്യത്തോടെ മാധ്യമങ്ങൾ അവതരിപ്പിച്ചു വരുന്നു. വിദഗ്ദ്ധരും പൊതുപ്രവർത്തകരും പങ്കെടുക്കുന്ന ഉന്നത നിലവാരത്തിലുള്ള ചർച്ചകൾ പ്രൈം ടൈമിൽ ചാനലുകൾ പ്രക്ഷേപണം ചെയ്യുന്നുണ്ട്. ശാസ്ത്രസാഹിത്യപരിഷത്തിനെ പോലുള്ള ജനകീയ ശാസ്ത്ര പ്രസ്ഥാനങ്ങൾ നൂറുകണക്കിന് വാട്സ് ആപ്പ് ഗ്രൂപ്പുകളിലൂടെ കോവിഡുമായി ബന്ധപ്പെട്ട ശാസ്ത്രീയ വിവരങ്ങളും ചെറിയ തോതിലാ

ണെങ്കിലും പ്രചരിപ്പിക്കപ്പെടുന്ന അശാസ്ത്രീയവും തെറ്റിദ്ധാരണ പരത്തുന്നവയുമായ സന്ദേശങ്ങൾക്കുള്ള മറുപടിയും ലക്ഷക്കണക്കിനാളുകളിലെത്തിച്ച് വരുന്നുണ്ട്. ഫേസ് ബുക്ക് ലൈവ് സ്ടീമിങ്ങിലൂടെ നിരവധി പേർ പൊതുസമൂഹവുമായി സംവാദം നടത്തിവരുന്നു. ഓൺലൈൻ വെബിനാറുകളിലൂടെ പ്രൊഫഷണൽ സംഘടനകൾ നിരവധി ശാസ്ത്ര സെമിനാറുകൾ നടത്തിവരുന്നത് കോവിഡിനെ സംബന്ധിച്ച എറ്റവും ആധുനിക വിവരങ്ങൾ പൊതു സമൂഹത്തിലും വൈദ്യലോകത്തിലും എത്തിക്കാൻ സഹായിക്കുന്നുണ്ട്.

സാമൂഹ്യക്ഷേമ പദ്ധതികൾ

കോവിഡ് രോഗവ്യാപനവും അതിന്റെ ഭാഗമായി നടപ്പിലാക്കിയ ലോക്ക്ഡൗൺമൂലവും കഷ്ടപ്പെടുന്ന ജനവിഭാഗങ്ങൾക്ക് ആശ്വാസം പകരാൻ സർക്കാർ നിരവധി സാമൂഹ്യക്ഷേമ പരിപാടികൾ പ്രഖ്യാപിച്ച് നടപ്പിലാക്കിവരുന്നു. കോവിഡ് കേവലം ആരോഗ്യ പ്രശ്നം മാത്രമല്ലെന്നും ജനജീവിതത്തിന്റെ സമസ്ത മേഖലകളേയും ബാധിക്കുന്ന സാമൂഹ്യ സാമ്പത്തിക പ്രശ്നം കൂടിയാണെന്ന് തിരിച്ചറിഞ്ഞ് സർക്കാർ ഉചിതമായ നടപടികൾ സ്വീകരിച്ച് വരികയാണ്.

സാമ്പത്തിക പ്രതിസന്ധികൾക്കിടയിലും കോവിഡ് കാലത്ത് ജനങ്ങൾ നേരിടുന്ന സാമ്പത്തിക സാമൂഹ്യ പ്രശ്നങ്ങൾ പരിഹരിക്കാനും ദുർബ്ബലർക്ക് ആശ്വാസം പകരാനും 20,000 കോടി രൂപയുടെ സാമ്പത്തിക പാക്കേജ് സംസ്ഥാന സർക്കാർ മാർച്ച് 19 ന് പ്രഖ്യാപിച്ചു. ഇതിന്റെ ഭാഗമായി ഏപ്രിൽ, മെയ് മാസങ്ങളിൽ 2000 കോടി രൂപയുടെ ഗ്രാമീണ തൊഴിലുറപ്പ് പദ്ധതി നടപ്പിലാക്കി. കോവിഡുമായി ബന്ധപ്പെട്ട ആരോഗ്യ ആവശ്യങ്ങൾക്കായി 5000 കോടി നീക്കിവച്ചു. കുടുംബ കടബാദ്ധ്യതകൾ തീർക്കുന്നതിനും സൗജന്യ റേഷൻ നല്കുന്നതിനും 2000 കോടി മാറ്റിവച്ചിട്ടുണ്ട്. സാമൂഹ്യ സുരക്ഷ പെൻഷൻകാർക്ക് രണ്ടു മാസത്തെ തുക നല്കിയതിന് പുറമേ കോവിഡ് സാമ്പത്തിക പാക്കേജിന്റെ ഭാഗമായി ഇതുവരെ ഒരു ക്ഷേമപെൻഷനോ ധനസഹായമോ ലഭിക്കാത്ത ബി പി എൽ അന്ത്യോദയ കാർഡ് ഉടമകൾക്ക് സംസ്ഥാന സർക്കാർ ധനസഹായമായി 1000 രൂപ വീതം വിതരണം ചെയ്തു.

മെയ് മാസം 14–ാം തീയതി മുതൽ മുൻഗണന, മുൻഗണനേതര വ്യത്യാസമില്ലാതെ ഒരു മാസത്തെ ഭക്ഷ്യധാന്യം എല്ലാവർക്കും നല്കി തുടങ്ങി. ആകെ 14,78,236 കുടുംബങ്ങൾക്ക് ഇതിന്റെ പ്രയോജനം ലഭിച്ചു. സംസ്ഥാനത്തെ 87 ലക്ഷം വരുന്ന റേഷൻ കാർഡ് ഉടമകൾക്കും ഏപ്രിൽ മാസത്തിൽ 15 കിലോ റേഷൻ ഭക്ഷ്യധാന്യം സൗജന്യമായി നല്കുവാൻ സംസ്ഥാന സർക്കാർ തീരുമാനിച്ചതിനെത്തുടർന്ന് 96. 66 ശതമാനം റേഷൻ ഉപഭോക്താക്കൾക്കും സൗജന്യ ഭക്ഷ്യധാന്യം നല്കി. നിലവിൽ അന്ത്യോദയ കാർഡ് ഉടമകൾക്ക് 30 കിലോ അരിയും അഞ്ച് കിലോ ഗോതമ്പും സൗജന്യമായി ലഭിക്കുന്നത് മാറ്റമില്ലാതെ തുടരും.

മുൻഗണനാ വിഭാഗം (പിങ്ക് കളർ) കാർഡുകൾക്ക് രണ്ട് രൂപ നിരക്കിൽ ലഭിക്കുന്ന ധാന്യം ഒരാളിന് അഞ്ച് കിലോ വീതം സൗജന്യമായി ലഭിക്കും. മുൻഗണനേതര വിഭാഗം കാർഡുകൾക്ക് (നീല, വെള്ള) കാർഡ് ഒന്നിന് മിനിമം 15 കിലോ സൗജന്യമായി ലഭിക്കും. ഏപ്രിൽ 27 മുതൽ വിവിധ റേഷൻകാർഡ് വിഭാഗങ്ങൾക്ക് കേരളം നല്കുന്ന 1000 രൂപ വില വരുന്ന 17 ഇന പലവ്യഞ്ജനകിറ്റ് വിതരണം ആരംഭിച്ചു. അതിഥി തൊഴിലാളികൾക്ക് 742 മെട്രിക്ക് ടൺ അരിയും 2,34,000 കിലോ ആട്ടയും നല്കി. റേഷൻ കാർഡില്ലാത്ത 25906 കുടുംബങ്ങൾക്ക് സൗജന്യമായി 316 മെട്രിക് ടൺ അരി വിതരണം ചെയ്തു.

സംസ്ഥാനത്ത് കോവിഡ് കാലത്തിനുശേഷമുള്ള ഭക്ഷ്യസുരക്ഷ ഉറപ്പാക്കാൻ 'സുഭിക്ഷ കേരളം' പദ്ധതി പ്രഖ്യാപിച്ചിട്ടുണ്ട്. ഒരുവർഷം കൊണ്ട് 3,860 കോടി രൂപയുടെ പദ്ധതിയാണ് നടപ്പാക്കുന്നത്. തരിശുനിലങ്ങളിൽ കൃഷിയിറക്കുക, ഉല്പാദനവർദ്ധനയിലൂടെ കർഷകർക്ക് വരുമാനം ഉറപ്പാക്കുക, കൂടുതൽ തൊഴിൽ അവസരങ്ങൾ സൃഷ്ടിക്കുക എന്നിവയാണ് പദ്ധതിയുടെ ലക്ഷ്യങ്ങൾ. മൃഗസംരക്ഷണം, ക്ഷീരവികസനം, മത്സ്യകൃഷി എന്നീ മേഖലകളിൽ വിവിധ വകുപ്പുകൾ ഒന്നിച്ചാണ് പദ്ധതി നടപ്പാക്കുന്നത്.

ആരോഗ്യ മേഖലയുടെ നവീകരണം

കോവിഡിന്റെ പശ്ചാത്തലത്തിൽ സംസ്ഥാനത്ത് ആരംഭിച്ച 22 ക്യാൻസർ ചികിത്സാ കേന്ദ്രങ്ങൾക്ക് പുറമേ തിരുവനന്തപുരം ആർ സി സിയുടെ നേതൃത്വത്തിൽ തമിഴ്നാട് സർക്കാരിന്റെ സഹകരണത്തോടെ കന്യാകുമാരി ജില്ലാ ആശുപത്രിയെ ക്യാൻസർ ചികിത്സാ കേന്ദ്രമാക്കി വികസിപ്പിച്ചു. കന്യാകുമാരിയിലും സമീപ ജില്ലകളിൽനിന്നും ദിനം പ്രതി 560 പേരാണ് ആർ സി സിയിൽ ചികിത്സക്കെത്തുന്നത്. ലോക്ക്ഡൗൺ കാരണം അതിർത്തി കടന്ന് ചികിത്സക്കെത്താൻ കഴിയാത്തവർക്ക് ചികിത്സാ സൗകര്യം ഉറപ്പ് വരുത്തുന്നതിനാണ് സംസ്ഥാന സർക്കാർ ഇത്തരമൊരു തീരുമാനമെടുത്തത്.

കോവിഡ് ഇതര രോഗം ബാധിച്ചവർക്കുള്ള ജീവൻരക്ഷാ മരുന്നുകൾ തദ്ദേശസ്വയംഭരണ സ്ഥാപനങ്ങളിലൂടെ ലഭ്യമാക്കുന്നുണ്ട്. ലോക്ക്ഡൗൺമൂലം വരുമാനം നിലച്ച നിർദ്ധനരായ ഡയാലിസിസ് രോഗികൾ, അവയവം മാറ്റിവച്ച മറ്റു രോഗികൾ, അർബുദരോഗ ബാധിതർ എന്നിവർക്കുള്ള ഇൻസുലിൻ ഉൾപ്പെടെയുള്ള അത്യാവശ്യ മരുന്നുകൾ മെഡിക്കൽ സർവ്വീസ് കോർപ്പറേഷനിൽനിന്നും ലഭിക്കുവാൻ കാലതാമസം ഉണ്ടായാൽ കാരുണ്യ, നീതി സ്റ്റോറുകളിൽനിന്നും വാങ്ങാൻ അനുമതി നല്കി.

കോവിഡ് പ്രതിരോധ പ്രവർത്തനങ്ങളിൽ മുഴുവൻ സമയ ഡ്യൂട്ടിയിലായതിനാൽ ആശാവർക്കർമാർക്ക് 2020 മാർച്ച് മുതൽ മെയ് വരെ നിബന്ധനകൾ പരിശോധിക്കാതെ ഓണറേറിയവും നിശ്ചിത

ഇൻസെന്റീവും നല്കാൻ അനുമതി. കൂടാതെ മാർച്ച് മുതൽ കോവിഡ് കാലയളവിൽ അധിക ഇൻസെന്റീവായി പ്രതിമാസം 1000 രൂപ നല്കും.

സംസ്ഥാനത്ത് കോവിഡ് പ്രതിരോധ പ്രവർത്തനങ്ങൾ ശക്തമാക്കാൻ ആരോഗ്യവകുപ്പിൽ നാഷണൽ ഹെൽത്ത് മിഷൻ മുഖാന്തിരം 3770 താല്ക്കാലിക തസ്തികകൾ സൃഷ്ടിച്ച് നിയമനം നടത്തി. 704 ഡോക്ടർമാർ, 100 സ്പെഷ്യലിസ്റ്റുകൾ, 1196 സ്റ്റാഫ് നഴ്സുമാർ, 167 നഴ്സിങ് അസിസ്റ്റന്റുമാർ, 246 ഫാർമസിസ്റ്റുകൾ, 211 ലാബ് ടെക്നീഷ്യന്മാർ, 292 ജെ എച്ച് ഐ മാർ, 317 ക്ലീനിങ് സ്റ്റാഫുകൾ തുടങ്ങി 34 ഓളം വിവിധ തസ്തികകളാണ് സൃഷ്ടിച്ചത്. 1390 പേരെ ഇതിനോടകം തന്നെ നിയമിച്ചിട്ടുണ്ട്. ബാക്കിയുള്ളവ ജില്ലകളിലെ ആവശ്യകതയനുസരിച്ച് നിയമിച്ചു വരുന്നു. സംസ്ഥാനത്ത് കോവിഡ് 19 പ്രതിരോധ പ്രവർത്തനങ്ങൾ ശക്തമാക്കുന്നതിന്റെ ഭാഗമായി 276 ഡോക്ടർമാരെ പി എസ് സി വഴി അടിയന്തരമായി നിയമിച്ചു.

നിർമ്മാണം ഭാഗികമായി പൂർത്തിയാക്കിയിരുന്ന കാസർഗോഡ് സർക്കാർ മെഡിക്കൽ കോളേജിൽ 4 ദിവസം കൊണ്ട് അക്കാഡമിക് ബ്ലോക്കിൽ 7 കോടി ചെലവഴിച്ച് അത്യാധുനിക കോവിഡ് ആശുപത്രി സ്ഥാപിച്ചു. ഇവിടെ 273 പുതിയ തസ്തികകൾ സൃഷ്ടിച്ചു. 300 കിടക്കകളോടു കൂടിയ 24 മണിക്കൂറും പ്രവർത്തിക്കുന്ന അത്യാഹിത വിഭാഗം, ഒ പി, ഐ പി സേവനങ്ങളോടു കൂടിയ ആശുപത്രി പ്രവർത്തനക്ഷമമാക്കുന്നതിനാണ് തസ്തിക സൃഷ്ടിച്ചത്. ഇതിലേക്കായി പ്രതിവർഷം 14.61 കോടി രൂപയാണ് ചെലവ് പ്രതീക്ഷിക്കുന്നത്.

കോവിഡ് 19 പ്രതിരോധം ശക്തിപ്പെടുത്തുന്നതിന്റെ ഭാഗമായി 980 ഡോക്ടർമാരെ മൂന്ന് മാസക്കാലയളവിലേക്ക് നിയമിച്ചു. ഹൗസ് സർജൻസി കഴിഞ്ഞവർക്ക് സ്ഥാപനത്തിൽ ഡ്യൂട്ടിയിൽ ചേരുന്ന തീയതി മുതൽ 90 ദിവസത്തേക്കാണ് നിയമനം അനുവദിക്കുന്നത്. പ്രാഥമികാരോഗ്യ കേന്ദ്രങ്ങളിലും സാമൂഹികാരോഗ്യ കേന്ദ്രങ്ങളിലുമാണ് നിയമനം.

എസ് എസ് എൽ സി, പ്ലസ് ടു പരീക്ഷകളുടെ വിജയകരമായ നടത്തിപ്പ്

എസ് എസ് എൽ സി, പ്ലസ് ടു, വി എച്ച് എസ് ഇ വിദ്യാർത്ഥികളുടെ ലോക്ക്ഡൗൺമൂലം പൂർത്തിയാക്കാൻ കഴിയാതെ പോയ പരീക്ഷകൾ എല്ലാ സുരക്ഷാ മാനദണ്ഡങ്ങളും പാലിച്ചുകൊണ്ട് മെയ് 26 മുതൽ 30 വരെയുള്ള അഞ്ചു ദിവസങ്ങളിലായി വിജയകരമായി നടത്താൻ കഴിഞ്ഞു. 13.7 ലക്ഷം വിദ്യാർത്ഥികളാണ് മൂവായിരത്തോളം കേന്ദ്രങ്ങളിലായി പരീക്ഷയെഴുതിയത്. അയൽ സംസ്ഥാനങ്ങളിൽനിന്നും എത്തിയ കുട്ടികളെ പരീക്ഷയെഴുതാൻ അനുവദിച്ച ശേഷം പരീക്ഷയെഴുതിയ കാലയളവ് അടക്കം 14 ദിവസം സമ്പർക്കവിലക്കേർപ്പെടുത്തി. കുട്ടികളോടൊപ്പം വന്ന മാതാപിതാക്കളെയും സമ്പർക്കവിലക്കിന് വിധേയരാക്കി. ഇവരെ പ്രത്യേക ക്ലാസുകളിലാണിരുത്തിയത്, എല്ലാ

പരീക്ഷാ കേന്ദ്രങ്ങളിലും ശരീരോഷ്മാവ് പരിശോധിക്കാനുള്ള തെർമ്മൽ സ്കാനറുകളും സാനിറ്റൈസറുകളും ലഭ്യമാക്കി. പനിയുണ്ടെന്ന് കണ്ട വിദ്യാർത്ഥികളെ വൈദ്യപരിശോധനയ്ക്ക് വിധേയരാക്കി, ഗുരുതരമായ രോഗമില്ലാത്തവരെ പ്രത്യേക മുറിയിലിരുത്തി പരീക്ഷയെഴുതിച്ചു. പരീക്ഷകരും വിദ്യാർത്ഥികളും രണ്ട് ലയർ മാസ്കും ധരിക്കണമെന്ന് നിഷ്കർഷിച്ചു. പരീക്ഷകർ കൈയുറകളും ധരിച്ചു. പരീക്ഷ പേപ്പറുകൾ പ്രത്യേക പോളിത്തീൻ കവറുകളിലാക്കി ഏഴു ദിവസത്തിന് ശേഷം മാത്രമാണ് മൂല്യനിർണ്ണയം നടത്തേണ്ടത്. നിയന്ത്രിത മേഖലയിൽ നിന്നുള്ളവരെ അവിടെ തന്നെയുള്ള പരീക്ഷാകേന്ദ്രങ്ങളിൽ പരീക്ഷയെ ഴുതാൻ അനുവദിച്ചു. പരീക്ഷ കഴിഞ്ഞ് രണ്ടാഴ്ച കഴിഞ്ഞ ശേഷമുള്ള നിരീക്ഷണത്തിൽ അദ്ധ്യാപകരും വിദ്യാർത്ഥികളും സുരക്ഷിതരാണെന്ന് കാണാൻ കഴിഞ്ഞു.

രോഗവ്യാപനത്തിന്റെ ഒന്നും രണ്ടും ഘട്ടങ്ങൾ

വുഹാനിൽനിന്നും വിദ്യാർത്ഥികൾ കേരളത്തിലെത്തിയത് മുതൽ അന്തർ സംസ്ഥാന വിദേശയാത്രകൾ നിരോധിച്ച ലോക്ക്ഡൗൺ വരെയുള്ള കാലത്തെ ഒന്നാം ഘട്ടമായും (ജനുവരി അവസാനം മുതൽ മാർച്ച് 25 വരെ) ലോക്ക്ഡൗൺ ലഘൂകരിച്ച് വിദേശത്തു നിന്നും മറ്റ് സംസ്ഥാനങ്ങളിൽനിന്നും ആളുകൾക്ക് കേരളത്തിലേക്ക് വരാൻ അനുമതി നല്കിയ വന്ദേഭാരത് വരെയുള്ള കാലത്തെ (മെയ് നാലുവരെ) രണ്ടാം ഘട്ടമായും കണക്കാക്കാം. ഒന്നും രണ്ടും ഘട്ടങ്ങളിലായി 499 പേർക്കാണ് രോഗം ബാധിച്ചത്. ഇവരിൽ 496 പേരുടെയും രോഗം ഭേദമായി. ഇവരിൽ 326 പേർ പുറമേനിന്നും വന്നവരും 173 പേർ സമ്പർക്കത്തിലൂടെ രോഗികളായവരുമായിരുന്നു മൂന്ന് പേർ മരണമട ഞ്ഞു. 21,724 പേരാണ് സമ്പർക്കവിലക്കിൽ കഴിഞ്ഞിരുന്നത്.

മൂന്നാം ഘട്ടത്തിലെ വെല്ലുവിളികൾ

ലോക്ക്ഡൗൺ ലഘൂകരിച്ചുകൊണ്ട് കേന്ദ്രസർക്കാർ അന്താരാഷ്ട്ര വിമാന സർവ്വീസും അന്തർസംസ്ഥാന ട്രെയിൻ സർവ്വീസുകളും പുനഃരാരംഭിക്കാൻ തീരുമാനിച്ച മെയ് നാലുമുതൽ കേരളം കോവിഡ് നിയന്ത്രണത്തിന്റെ മൂന്നാം ഘട്ടത്തിലേക്ക് കടന്നിരിക്കയാണ്. ഒന്നാം ഘട്ടത്തിൽ വിദേശരാജ്യങ്ങളിലും മറ്റ് സംസ്ഥാനങ്ങളിലും ഉണ്ടായിരുന്ന തിനേക്കാൾ വളരെ ശക്തമാണ് ഇവിടങ്ങളിലെ കോവിഡ് വ്യാപന നിരക്ക്. മലയാളികൾ കൂടുതലായി വരാൻ സാദ്ധ്യതയുള്ള ഗൾഫ് രാജ്യങ്ങളിലും യൂറോപ്പിലും അമേരിക്കയിലും മറ്റും കോവിഡ് രോഗം അതിവേഗം പടർന്ന് പിടിച്ചുകൊണ്ടിരിക്കയാണ്. മലയാളികൾ ഏറെ തിരികെ വരാൻ സാദ്ധ്യതയുള്ള ചെന്നൈ, മുംബൈ, ഡൽഹി തുടങ്ങിയ നഗരങ്ങൾ കോവിഡ് ഹോട്ട് സ്പോട്ടുകളുമാണ്. സ്വാഭാവികമായും

ഇവിടെ നിന്നെത്തുന്നവരിൽ രോഗബാധിതർ ഒന്നാംഘട്ടത്തിലേതിനേക്കാൾ വളരെ കൂടുതലായിരിക്കും. മാത്രമല്ല പ്രായാധിക്യമുള്ളവർക്കും മറ്റ് ഗുരുതരമായ രോഗമുള്ളവർക്കും തിരികെ വരാൻ മുൻഗണന നല്കുന്നുമുണ്ട്. രോഗബാധിതരായിട്ടാണ് വരുന്നതെങ്കിൽ ഇവരിൽ മരണ സാദ്ധ്യത കൂടുതലായിരിക്കും. ഇതെല്ലാം കണക്കിലെടുക്കുമ്പോൾ മൂന്നാം ഘട്ടത്തിൽ രോഗികളുടെയും മരണമടയുന്നവരുടെയും എണ്ണം ഗണ്യമായി വർദ്ധിക്കാൻ സാദ്ധ്യതയുണ്ട്.

ഇതിനു പുറമേ വേനൽക്കാല മഴയും തുടർന്ന് കാലവർഷവും ആരംഭിക്കുന്നതോടെ സ്ഥിരമായി കേരളത്തിൽ പ്രത്യക്ഷപ്പെടാറുള്ള ഡെങ്കി, എലിപ്പനി, എച്ച് 1 എൻ 1 എന്നീ രോഗങ്ങൾ വർദ്ധിക്കാനും സാദ്ധ്യതയുണ്ട്. സർക്കാർ സ്വകാര്യ ആശുപത്രികൾ അടിയന്തര സ്വഭാവുമുള്ള രോഗികളെ മാത്രം ചികിത്സിക്കുന്നതുമൂലം കോവിഡ് ഇതര രോഗമുള്ളവർക്കെല്ലാം ആവശ്യമായ ചികിത്സ നല്കാൻ കഴിയുന്നതുമില്ല. ഇവരുടെ ചികിത്സ പുനഃരാരംഭിക്കുന്നതിനുള്ള നടപടികളും സ്വീകരിക്കേണ്ടതായിട്ടുണ്ട്. ആദ്യ രണ്ട് ഘട്ടങ്ങളിലും വിജയകരമായി തരണം ചെയ്തതിൽനിന്നും ലഭിച്ച ആത്മവിശ്വാസത്തോടെ കോവിഡ് വ്യാപനനിയന്ത്രണത്തിനും രോഗികളുടെയും കോവിഡ് ഇതര രോഗികളുടെയും പരിചരണത്തിനുള്ള നടപടികൾ കൂടുതൽ ഊർജ്ജിതമായി സർക്കാർ നടപ്പിലാക്കിവരികയാണ്.

കഴിഞ്ഞ രണ്ട് വർഷവും കാലവർഷത്തിന് ശേഷം ആഗസ്ത് മാസത്തിൽ ഏതാനും ജില്ലകളിൽ പ്രളയ സമാനമായ മഹാവർഷം ഉണ്ടായിട്ടുണ്ട്. ഈ വർഷവും പ്രളയം ഉണ്ടാവുമോ എന്ന് തീർച്ചയില്ല. ഇതും സമീപഭാവിയിൽ കേരളം നേരിടേണ്ടി വരുമെന്ന് ഭയക്കേണ്ട മറ്റൊരു വെല്ലുവിളിയാണ്. വർഷകാലത്തും പ്രളയകാലത്തും വീട് വെള്ളത്തിലായിപോകുന്നവരെ ശരീരദൂരവും മറ്റും ഉറപ്പാക്കി ദുരിതാശ്വാസ കേന്ദ്രങ്ങളിലേക്ക് മാറ്റി താമസിപ്പിക്കുക ദുഷ്കരമായിരിക്കും. ഇതെല്ലാം കണക്കിലെടുത്ത് മഴക്കാല പൂർവ്വ ശുചീകരണ പ്രവർത്തനങ്ങളും രോഗ പ്രതിരോധ നടപടികളും തദ്ദേശസ്വയം ഭരണ വകുപ്പ്, വിദ്യാഭ്യാസ വകുപ്പ്, റവന്യൂ വകുപ്പ് തുടങ്ങിയ ബന്ധപ്പെട്ട എല്ലാ വകുപ്പുകളുടെയും പ്രവർത്തനങ്ങൾ ഏകോപിപ്പിച്ച് ആരോഗ്യ ജാഗ്രത പരിപാടിയിലൂടെ ആരോഗ്യവകുപ്പ് കാര്യക്ഷമതയോടെ നടപ്പിലാക്കി വരുന്നുണ്ട്.

മൂന്നാം ഘട്ടത്തിലേക്ക് പ്രവേശിക്കുമ്പോൾ

ലോക്ക്ഡൗൺ വളരെയേറെ ലഘൂകരിക്കുകയും വിദേശത്തുനിന്നും മറ്റ് സംസ്ഥാനങ്ങളിൽ നിന്നുമുള്ള വിമാന റെയിൽ കപ്പൽ റോഡ് ഗതാഗതം പുനരാരംഭിക്കയും ചെയ്തതോടെ ലക്ഷക്കണക്കിനാളുകൾ പുറമേ നിന്നും കേരളത്തിലേക്ക് വന്നു തുടങ്ങിയിട്ടുണ്ട്. എന്നാൽ പുറമേ

നിന്നും വരുന്നവരിൽനിന്നും നാട്ടിലുള്ളവരിലേക്ക് സമ്പർക്കത്തിലൂടെ രോഗം പകരുന്നത് പരിമിതപ്പെടുത്താൻ കഴിഞ്ഞാൽ രോഗത്തിന്റെ സാമൂഹ്യ വ്യാപനവും കൂടുതൽ പേരെ ബാധിക്കുന്നതും തടയാൻ കഴിയുമെന്ന് തിരിച്ചറിഞ്ഞ് ഉചിതമായ നടപടികൾ സർക്കാർ സ്വീകരിച്ച് വരികയാണ്.

പ്രതീക്ഷിച്ചത് പോലെ മെയ് 7 ന് ആദ്യവിമാനം വിദേശത്ത് നിന്നുമുള്ളവരുമായി എത്തിയത് മുതൽ രോഗികളുടെ എണ്ണം കുതിച്ചുയർന്നിട്ടുണ്ട്. മെയ് നാലിന് 499 കേസുകളും 3 മരണവുമാണ് റിപ്പോർട്ട് ചെയ്യപ്പെട്ടിരുന്നത്. ഇവരിൽ 334 പേർ പുറമേനിന്നു വന്നവരും 165 പേർ സമ്പർക്കത്തിലൂടെ രോഗികളായവരുമായിരുന്നു. അതായത് സമ്പർക്കത്തിലൂടെ 33 ശതമാനം പേരാണ് രോഗബാധിതരായത്. ജൂൺ ആദ്യവാരമാവുമ്പോഴേക്കും കേസുകൾ രണ്ടായിരത്തിന് മുകളിലായി മരണം 16 ആയും വർദ്ധിച്ചു. എന്നാൽ സമ്പർക്കത്തിലൂടെ രോഗം വ്യാപിച്ചവരുടെ എണ്ണത്തിൽ കാര്യമായ വർദ്ധന ഉണ്ടായിട്ടില്ല. ജൂൺ ആദ്യവാരത്തിലെ കണക്കനുസരിച്ച് കേവലം 11% പേർ മാത്രമാണ് സമ്പർക്കത്തിലൂടെ രോഗികളായത്. ഇതാശ്വാസകരമാണ്. നമ്മുടെ സമ്പർക്കവിലക്ക് ഫലവത്താണെന്നാണിത് സൂചിപ്പിക്കുന്നത്. വിദേശ ത്തുനിന്ന് വരുന്നവരിൽ മരണ സാദ്ധ്യതയുള്ളവരുടെ എണ്ണം കുറയുന്നതനുസരിച്ച് മരണനിരക്കും കുറയുമെന്ന് പ്രതീക്ഷിക്കാം.

എന്നാൽ പുറമേ നിന്നുള്ളവരുടെ വരവ് വർദ്ധിക്കയും ലോക്ക് ഡൗണിന് ഇളവനുവദിച്ച് ഓഫീസുകളും കച്ചവട സ്ഥാപനങ്ങളും പ്രവർത്തിച്ച് തുടങ്ങുകയും ചെയ്ത സാഹചര്യത്തിൽ അതീവ ജാഗ്രത പുലർത്തേണ്ടതുണ്ട്. ശരീര ദൂരം പാലിക്കുക, മാസ്ക് ധരിക്കുക, കൈകൾ ആവർത്തിച്ച് വൃത്തിയാക്കുക എന്ന 'ബ്രേക്ക് ദി ചെയിൻ' ജീവിത രീതി കൂടുതൽ കർശനമായി പിന്തുടരേണ്ടതുണ്ട്. അതുപോലെ ഗാർഹിക സമ്പർക്കവിലക്കും സംരക്ഷണസമ്പർക്കവിലക്കും ലംഘി ക്കാൻ ആരെയും അനുവദിക്കാതെ നിതാന്ത ജാഗ്രതയോടെ തുടർന്നും നടപ്പിലാക്കേണ്ടതാണ്.

കോവിഡിനെതിരെ ഇതുവരെ പൊരുതി ജയിക്കാൻ കഴിയുമെന്ന് തെളിയിച്ചുകൊണ്ടിരിക്കുന്ന കേരള സമൂഹം പുതിയ വെല്ലുവിളികളെയും അതിജീവിച്ച് മുന്നോട്ട് പോകുമെന്ന് ഉറപ്പിച്ച് പറയാൻ കഴിയും.

അചഞ്ചലമായ രാഷ്ട്രീയ ഭരണ നേതൃത്വം

ബഹുമാനപ്പെട്ട മുഖ്യമന്ത്രി പിണറായി വിജയന്റെയും ആരോഗ്യ വകുപ്പ് മന്ത്രി കെ കെ ശൈലജ ടീച്ചറിന്റെയും നേതൃത്വത്തിൽ വിവിധ ഡിപ്പാർട്ട്മെന്റുകളുടെ പ്രവർത്തനങ്ങൾ സമുചിതമായി ഏകോപിപ്പിച്ച് ജനപങ്കാളിത്തത്തോടെ വ്യക്തമായ ലക്ഷ്യബോധത്തോടെയാണ് കോവിഡ് നിയന്ത്രണ പ്രവർത്തനങ്ങൾ അതീവ സൂക്ഷ്മതയോടെയും കാര്യക്ഷമതയോടെയും നടപ്പിലാക്കി വരുന്നത്. മുകളിൽനിന്നും താഴോട്ട്

എന്ന ലംബമാന ആധിപത്യ രീതിയല്ല (Vertical Command System) ഭരണ നേതൃത്വം പിന്തുടരുന്നത്. മുഖ്യമന്ത്രിയുടെ ഓഫീസ് കേന്ദ്രമാക്കി പ്രവർത്തിക്കുന്ന വാർ റൂമിൽ താഴെത്തട്ടിൽ വിവിധ വകുപ്പുകളും ജനങ്ങളും നേരിടുന്ന ബുദ്ധിമുട്ടുകളും പ്രയാസങ്ങളും ശേഖരിക്കുന്നു. ഇവയെല്ലാം മുഖ്യമന്ത്രി ദിവസവും ഉന്നത ഉദ്യോഗസ്ഥന്മാരെ പങ്കെടുപ്പിച്ച് നടത്തുന്ന അവലോകന യോഗത്തിൽ അവതരിപ്പിച്ച് ചർച്ച ചെയ്ത് പരിഹാരം കണ്ടെത്തുന്നു. വിവിധ വകുപ്പദ്ധ്യക്ഷന്മാർ ചീഫ് സെക്രട്ടറിയുടെ നേതൃത്വത്തിൽ ദിവസവും കോവിഡ് പ്രതിരോധ പ്രവർത്തനങ്ങൾ വിലയിരുത്തുന്നു. അങ്ങനെ വിവിധ വകുപ്പുകളും മന്ത്രിമാരും അന്യോന്യം ബന്ധപ്പെട്ടും ആശയവിനിമയവും നടത്തി തിരശ്ചീനവും ശൃംഖലാബന്ധിതവുമായ രീതിയിലാണ് (Longitudinal and Networked System) കോവിഡ് നിയന്ത്രണ പ്രവർത്തനങ്ങൾ നടത്തിവരുന്നത്. എല്ലാ ഡിപ്പാർട്ട്മെന്റുകളും അവയുടെ പ്രവർത്തനങ്ങൾ നിരന്തര നിരീക്ഷണത്തിനും (Monitoring) വിലയിരുത്തലിനും (Evaluation) മേൽനോട്ട നടപടികൾക്കും വിധേയമാക്കുന്നു.

മുഖ്യമന്ത്രി ജനങ്ങളെ അഭിസംബോധന ചെയ്ത് നടത്തുന്ന പത്രസമ്മേളനമാണ് കേരളത്തിന്റെ കോവിഡ് പ്രതിരോധ പ്രവർത്തനങ്ങൾക്ക് വ്യക്തമായ ദിശാബോധം നല്കുന്നതും ജനങ്ങൾക്ക് ശുഭാപ്തിവിശ്വാസവും ആത്മവിശ്വാസവും നല്കുന്നതും. കോവിഡ് വ്യാപനവുമായി ബന്ധപ്പെട്ട് ദിവസേന ലഭിക്കുന്ന വിവരങ്ങൾ മുഖ്യമന്ത്രി ജനങ്ങളുമായി പങ്കിടുന്നു. വിവിധ വകുപ്പുകൾ നടത്തുന്ന പരിപാടികൾ വിശദീകരിക്കുന്നു. വിമർശനങ്ങൾക്ക് സൗമ്യമായ ഭാഷയിൽ മറുപടി പറയുന്നു. ഭിന്നാഭിപ്രായങ്ങളോട് മിതമായ ഭാഷയിൽ പ്രതികരിക്കുന്നു. മാറി നിന്നു അടിസ്ഥാനരഹിതമായി വിമർശിക്കുന്നവരെ സർക്കാരുമായി സഹകരിച്ച് തിരുത്തൽ ശക്തികളാവാൻ ഉപദേശിക്കുന്നു. പലപ്പോഴും വിലപ്പെട്ട ആരോഗ്യ സന്ദേശങ്ങൾ നല്കുന്ന പഠന ക്ലാസുകളായി മുഖ്യമന്ത്രിയുടെ പത്രസമ്മേളനം മാറുന്നു. പത്രസമ്മേളനത്തിനവസാനം മാധ്യമങ്ങളുടെ ചോദ്യങ്ങൾക്ക് കലവറകൂടാതെ മറുപടി നല്കുന്നു. മുഖ്യമന്ത്രിയുടെ നേതൃത്വത്തിൽ വ്യക്തമായ ജനപക്ഷ രാഷ്ട്രീയം പിന്തുടരുന്ന ഭരണ നേതൃത്വമാണ് കേരളത്തിന്റെ കോവിഡ് പ്രതിരോധ പ്രവർത്തനങ്ങൾക്ക് ഊർജ്ജം പകരുന്നതും വിജയത്തിലേക്ക് നയിച്ച് കൊണ്ടിരിക്കുന്നതും.

കേരളത്തിന്റെ വിജയകരമായ കോവിഡ് നിയന്ത്രണത്തിന്റെ അടിസ്ഥാന ഘടകങ്ങൾ

1. സുശക്തമായ പൊതുജനാരോഗ്യ സംവിധാനം
2. തദ്ദേശസ്വയംഭരണസ്ഥാപനങ്ങളുടെ കാര്യക്ഷമത
3. നിപ, പ്രളയ കാലങ്ങളിൽ നിന്നുള്ള അനുഭവജ്ഞാനം
4. ആരോഗ്യ വകുപ്പിന്റെ മുൻകൂട്ടിയുള്ള തയ്യാറെടുപ്പ്

5. കർശനമായ എയർപോർട്ട് പരിശോധന
6. രോഗലക്ഷണമുള്ളവർക്ക് പി സി ആർ ടെസ്റ്റിങ്
7. കോവിഡ് രോഗികൾക്ക് ഫലപ്രദമായ ആശുപത്രി ചികിത്സ
8. ചിട്ടയായ സമ്പർക്കാന്വേഷണം
9. ഫലപ്രദമായ ഗാർഹിക സ്ഥാപന സമ്പർക്കവിലക്ക്
10. പ്രായാധിക്യമുള്ളവർക്കും അനുബന്ധരോഗമുള്ളവർക്കുമുള്ള ഫലവത്തായ സംരക്ഷണ സമ്പർക്കവിലക്ക്
11. വിജയകരമായ ബ്രേക്ക് ദി ചെയിൻ പ്രചാരണം
12. കുടുംബശ്രീ, ആശാ വർക്കർ, അംഗൻവാടി, സന്നദ്ധ പ്രവർത്തകരുടെ നിസ്വാർത്ഥ സേവനം
13. കലവറയില്ലാത്ത ജനപങ്കാളിത്തം
14. പൊലീസ് സേനയുടെ ചിട്ടയായ പ്രവർത്തനം
15. മാധ്യമങ്ങളുടെ ഗുണപരമായ ഇടപെടൽ
16. സാമൂഹ്യ ശൃംഖലകളുടെ ഫലവത്തായ ഇടപെടൽ
17. സ്വകാര്യ മേഖലയുടെ പൂർണ്ണ സഹകരണം
18. പ്രൊഫഷണൽ സംഘടനകളുടെ പിന്തുണ
19. സുതാര്യമായ വിവരലഭ്യത
20. ദുർബ്ബലർക്കുള്ള ക്ഷേമപദ്ധതികൾ
21. അതിഥി തൊഴിലാളികളുടെ സംരക്ഷണം
22. സർക്കാർ വകുപ്പുകളുടെ ഏകോപിത പ്രവർത്തനം
23. എസ് എസ് എൽ സി, പ്ലസ് ടു പരീക്ഷകളുടെ വിജയകരമായ നടത്തിപ്പ്
24. നിരന്തര നിരീക്ഷണവും വിലയിരുത്തലും മേൽനോട്ടവും
25. ലക്ഷ്യബോധമുള്ള രാഷ്ട്രീയ ഭരണനേതൃത്വം.

ഡോ. ബി ഇക്ബാൽ: *സംസ്ഥാന ആസൂത്രണ ബോർഡംഗം, സംസ്ഥാന കോവിഡ് നിയന്ത്രണ വിദഗ്ദ്ധസമിതി അദ്ധ്യക്ഷൻ: മൊബൈൽ: 94470 60912 ഇ മെയിൽ: ekbalb@gmail. com*

കോവിഡ്19നോട് പൊരുതാൻ കേരള മോഡൽ

വിനോദ് റായ്

ജില്ലാ തലത്തിലും താഴെ തലങ്ങളിലും പ്രവർത്തിക്കുന്ന ഭരണ സംവിധാനത്തെക്കുറിച്ചു മനസ്സിലാക്കിയാൽ മാത്രമേ കോവിഡ് 19 നെ നേരിടുന്ന കേരളത്തിൽ മോഡലിനെ അഭിനന്ദിക്കാൻ സാധിക്കൂ. 1990 കളുടെ മദ്ധ്യത്തോടെ അധികാരം തദ്ദേശസ്വയംഭരണ സ്ഥാപനങ്ങളിലേക്ക് (ഗ്രാമ പഞ്ചായത്ത്, ജില്ലാ പഞ്ചായത്ത്) എത്തിക്കാനായി വ്യാപകമായ വികേന്ദ്രീകൃത പ്രവർത്തനങ്ങൾ തുടങ്ങി. ജില്ലാ തലം വരെയുള്ള പൊതു വിദ്യാഭ്യാസ, പൊതുജനാരോഗ്യ പ്രവർത്തനങ്ങളുടെ ചുമതലകളുടെ ഉത്തരവാദിത്വം നിർവ്വഹിച്ചിരുന്നത് ഈ സ്ഥാപനങ്ങളായിരുന്നു. പ്രാഥമികാരോഗ്യകേന്ദ്രങ്ങളിൽ ജോലി ചെയ്യുന്ന ഡോക്ടർമാർക്ക് ശമ്പളം നല്കുന്നത് സർക്കാർ ആണെങ്കിലും, കേന്ദ്രങ്ങളുടെ നടത്തിപ്പ് ഗ്രാമ പഞ്ചായത്തിനാണ്. അതുപോലെ, ജില്ലാ ആശുപത്രി നടത്തിപ്പ് ചുമതല ജില്ലാ പഞ്ചായത്തിനാണ്. പൊതു പ്രവർത്തനങ്ങളുടെ നടത്തിപ്പ് ഈ അധികാര വികേന്ദ്രീകരണത്തിലൂടെ എളുപ്പമായി. തദ്ദേശീയമായി ലഭിക്കുന്ന വിഭവങ്ങളുടെയും പഞ്ചായത്തിന് നീക്കി വെച്ചിരിക്കുന്ന ഫണ്ടിന്റെയും അടിസ്ഥാനത്തിൽ പ്രാദേശികമായി വികസന പ്രവർത്തനങ്ങൾ നടത്താൻ ഇത് വഴി സാധിക്കുന്നു. അങ്ങനെ താഴെതലങ്ങളിൽ പൊതുജനപങ്കാളിത്തവും പൊതുജനങ്ങളുടെ സഹകരണവും ഉറപ്പാക്കാൻ സാധിച്ചു. ഉയർന്ന ജനസാന്ദ്രതയുള്ള കേരളത്തിന് തുണയായത് പൊതുജനാരോഗ്യരംഗത്തുള്ള നിക്ഷേപവും അധികാര വികേന്ദ്രീകരണവുമാണ്.

നേരത്തെ തുടങ്ങിയ തയ്യാറെടുപ്പുകൾ

ലോകാരോഗ്യ സംഘടനയുടെ മുന്നറിയിപ്പിനനുസരിച്ചു, 18 ജനുവരി, 2020 ഓടെ തന്നെ, കേരളം മാർഗ്ഗനിർദ്ദേശങ്ങൾ ഇറക്കി. കേരളത്തിന്

പുറത്ത് ജോലി ചെയ്യുന്ന ഒരുപാട് പ്രവാസി മലയാളികൾ ഉള്ളതിനാൽ, കേരളത്തിലെ 4 അന്താരാഷ്ട്ര വിമാനത്താവളങ്ങളിലും ടെസ്റ്റിങ് തുടങ്ങാൻ സംസ്ഥാന സർക്കാർ സ്വമേധയാ തീരുമാനമെടുത്തു. ആദ്യഘട്ടത്തിൽ ചൈന, ഇറാൻ, ദക്ഷിണ കൊറിയ എന്നീ രാജ്യങ്ങളിൽ നിന്ന് വരുന്നവരിൽ ആദ്യം ശ്രദ്ധ കേന്ദ്രീകരിക്കുകയും എന്നാൽ പിന്നീട് വിദേശയാത്ര ചെയ്തിട്ടുള്ള എല്ലാവരെയും പരിശോധിക്കാൻ ആരംഭിക്കുകയും ചെയ്തു. ഒരു ഹെൽത്ത് കാർഡിൽ യാത്രക്കാരോട് അവരുടെ യാത്രാവിവരങ്ങളും ആരോഗ്യസ്ഥിതിയും രേഖപ്പെടുത്താൻ നിർദ്ദേശിച്ചു.

രോഗലക്ഷണങ്ങളുള്ള യാത്രക്കാരെ കണ്ടെത്തിയാൽ, അപ്പോൾ തന്നെ അടുത്തുള്ള ആശുപത്രിയിൽ എത്തിക്കാൻ വിമാനത്താവളത്തിലെ ഹെൽത്ത് യൂണിറ്റ് ആംബുലൻസുമായി സുസജ്ജമായിരുന്നു. പിന്നീട് ആ യാത്രക്കാരുടെ ആരോഗ്യസ്ഥിതി ആരോഗ്യവകുപ്പിന്റെ കർശനനിരീക്ഷണത്തിലായിരിക്കും. വൈറസിന്റെ അപകടസാദ്ധ്യത കണക്കിലെടുത്തു ജില്ലാതല കൺട്രോൾ റൂമുകൾ ആരംഭിക്കുകയും, മാസ്കുകൾ, ഗ്ലൗസ് തുടങ്ങിയവയുടെ വിതരണം നടത്തുകയും ചെയ്തു. ജനുവരി അവസാനത്തോടെ, എല്ലാ ജില്ലാ ആശുപത്രികളിലും പ്രത്യേക കോവിഡ്19 ഐസൊലേഷൻ വാർഡുകൾ ആരംഭിച്ചു. ഫെബ്രുവരി 4 ആയപ്പോഴേക്കും, കോവിഡിനെ കേരളം ഒരു സ്റ്റേറ്റ് ഡിസാസ്റ്റർ ത്രെറ്റ് ആയി പ്രഖ്യാപിച്ചു. കേരളത്തിന് പുറത്തുള്ളവരെയും ടൂറിസ്റ്റുകളെയും താമസിപ്പിക്കാനായി ഫെബ്രുവരി 10നുള്ളിൽത്തന്നെ താല്ക്കാലിക ക്വാറന്റൈൻ കേന്ദ്രങ്ങളും ഒരുക്കി.

സമ്പർക്കപ്പട്ടിക തയ്യാറാക്കലും നിരീക്ഷണവുമെല്ലാം കാര്യക്ഷമമായി നടക്കുമ്പോൾ തന്നെ, ഇറ്റലിയിൽ നിന്ന് തിരുവനന്തപുരത്തെത്തിയ ഒരു മൂന്നംഗ കുടുംബം യാത്രാവിവരം വെളിപ്പെടുത്താതെ പത്തനംതിട്ടയിലെ റാന്നിയിലേക്ക് യാത്ര ചെയ്തു. ഒരാഴ്ചയ്ക്ക് ശേഷം, ഇവരിൽ രോഗലക്ഷണങ്ങൾ കണ്ടതിനുശേഷമാണ് ഇവർക്ക് കൊറോണ പരിശോധിക്കുകയും പോസിറ്റീവ് ആണെന്ന് കണ്ടെത്തുകയും ചെയ്തത്. ജില്ലാ കളക്ടർ പി ബി നൂഹിന്റെ നേതൃത്വത്തിൽ പൊലീസ് ഓഫീസർമാർ, സന്നദ്ധ സേവകർ, പഞ്ചായത്ത് അംഗങ്ങൾ, റവന്യൂ അധികൃതർ, ആരോഗ്യപ്രവർത്തകർ തുടങ്ങിയവരെ ഉൾക്കൊള്ളിച്ചുകൊണ്ട് ഒരു കമ്മിറ്റി രൂപീകരിച്ചു. ഈ ടീം മൊബൈൽ രേഖകളും സി സി ടി വി ദൃശ്യങ്ങളും പരിശോധിച്ച് ഈ കുടുംബത്തിലെ മൂന്നു പേരുടെയും വിശദമായ റൂട്ട് മാപ്പ് തയ്യാറാക്കി.

ആ കുടുംബം വിശദമായ യാത്രാവിവരങ്ങൾ വെളിപ്പെടുത്താത്തതിനാൽ, അവരുടെ വിശദാംശങ്ങൾ സമൂഹമാദ്ധ്യമങ്ങളിൽ പരസ്യപ്പെടുത്തി, ഇവരുമായി ബന്ധപ്പെട്ട എല്ലാവരോടും ക്വാറന്റൈനിൽ പോകാൻ ആവശ്യപ്പെട്ടു. അധികം വൈകാതെ, കൺട്രോൾ റൂമിൽ ഒരുപാട് കോളുകൾ വരുകയും, വേണ്ട നടപടികൾ സ്വീകരിക്കുകയും ചെയ്തു.

ലോക്ക്ഡൗണും ഊർജ്ജിത പ്രവർത്തനവും

മാർച്ച് 11 ന്, ലോകാരോഗ്യ സംഘടന കോവിഡ് 19 നെ ഒരു മഹാമാരിയായി പ്രഖ്യാപിച്ചു. കേരളത്തിന്റെ മുഖ്യമന്ത്രി പിണറായി വിജയൻ ലോക്ക്ഡൗൺ പ്രഖ്യാപിച്ചു. സ്കൂളുകൾ അടയ്ക്കാനും, വിവാഹവും മറ്റ് ചടങ്ങുകൾ ഉൾപ്പെടുന്ന എല്ലാ കൂട്ടംകൂടലുകളും നിരോധിച്ചു. ഇത് ദേശീയ ലോക്ക്ഡൗണിനു ഒരാഴ്ച മുൻപാണ്.

രാജ്യത്തെ ഏറ്റവും ഉയർന്ന ടെസ്റ്റിങ് നിരക്ക് കേരളത്തിലാണ്. സാമൂഹിക അകലം പാലിക്കുന്നത് പ്രോത്സാഹിപ്പിക്കാൻ തുടങ്ങിയ 'ബ്രേക്ക് ദി ചെയിൻ' ബോധവല്ക്കരണപരിപാടി വിജയകരമായി. ലോക്ക് ഡോൺ വഴി വൈറസിനെ വീട്ടിടങ്ങളിൽ ഒതുക്കാൻ മാത്രമേ സാധിക്കൂ എന്നും അവിടെ നിന്ന് അത് വർദ്ധിച്ചേക്കാം എന്നുമുള്ള ധാരണയിലായിരുന്നു ഈ തീരുമാനം. ദേശീയ നിർദ്ദേശപ്രകാരമുള്ള ക്വാറന്റൈൻ ദിനത്തിന്റെ ഇരട്ടിയായ 28 ദിന ക്വാറന്റൈൻ ആണ് കേരളം മുന്നോട്ട് വെച്ച നിർദ്ദേശം. സമൂഹം വഴി പകരുന്ന വൈറസ് വ്യാപനം തടയാൻ നടപടി എടുക്കേണ്ടത് സമൂഹത്തിൽ തന്നെയാണ് എന്ന് ജനങ്ങളെ അധികാരികൾ കൃത്യമായി ബോധവല്ക്കരിച്ചു. തദ്ദേശസ്വയംഭരണസ്ഥാപനങ്ങളുടെയും സഹകരണസംഘങ്ങളുടെയും വനിതാ അയൽക്കൂട്ടങ്ങളുടെയും പങ്കാളിത്തം ഉറപ്പ് വരുത്താൻ സംസ്ഥാനത്തിന് കൃത്യമായ ആശയവിനിമയത്തിലൂടെ സാധിച്ചു. നിപാ വൈറസ് വ്യാധിയുടെ സമയത്ത് ഈ ഏജൻസികൾക്ക് പ്രവർത്തിച്ചു പരിചയമുള്ളത് ഈ അവസരത്തിൽ സഹായകമായി.

18 ഏപ്രിൽ 2020 ഓടെ സംസ്ഥാനത്ത് ഹോം ക്വാറന്റൈനിലുള്ളവരുടെ എണ്ണം ഏകദേശം 1,30,000 എന്ന സംഖ്യയിലെത്തി. ഇവരെയെല്ലാം ദിവസേന ആരോഗ്യപ്രവർത്തകർ ഫോണിൽ ബന്ധപ്പെട്ട് ആരോഗ്യസ്ഥിതി അന്വേഷിക്കുകയും അതുപോലെ തന്നെ, ക്വാറന്റൈനിൽ കഴിയുന്നവർ അത് കൃത്യമായി പാലിക്കുന്നുണ്ടോ എന്ന് ഉറപ്പ് വരുത്തുകയും ചെയ്തു. വിപുലമായി ടെസ്റ്റിങ് നടത്തുന്നതിന്റെ ഭാഗമായി, കേരളത്തിൽ നിന്ന് ഏകദേശം 15,000 സാമ്പിളുകളാണ് പരിശോധനയ്ക്ക് അയച്ചത്. കേരളത്തിന്റെ മൂന്നിരട്ടി വലിപ്പമുള്ള അയൽ സംസ്ഥാനങ്ങളായ കർണാടകത്തിലും ആന്ധ്രപ്രദേശിലും ഇതേ സമയം 8000 സാമ്പിളുകൾ മാത്രമാണ് പരിശോധനക്കയച്ചത്.

സംസ്ഥാനത്തെ മൂന്നു സോണുകളായി തരം തിരിച്ച്, ഏപ്രിൽ 20 ഓടെ കേരളം ലോക്ക്ഡൗണിൽ ഇളവുകളനുവദിച്ചു. സംസ്ഥാനം മുഴുവനുമുള്ള 147 രോഗികളിൽ 124 രോഗികളുമുള്ള റെഡ് സോൺ എന്ന ആദ്യ സോണിൽ, മെയ് 3 വരെ ലോക്ക്ഡൗൺ തുടരാനും അതിർത്തികൾ അടയ്ക്കാനും തീരുമാനിച്ചു. 14 കേസുകൾ ഉള്ള പത്തനംതിട്ട, എറണാകുളം, കൊല്ലം എന്നീ ജില്ലകൾ ഉൾപ്പെടുന്ന ഓറഞ്ച് എ സോണിൽ കേന്ദ്രാനുമതിയോടെ 24 ഏപ്രിലോടെ ലോക്ക്ഡൗൺ പിൻവലിക്കാനും 9 കേസുകൾ മാത്രമുള്ള തിരുവനന്തപുരം, ആലപ്പുഴ,

തൃശൂർ, വയനാട്, പാലക്കാട് എന്നീ ജില്ലകൾ ഉൾപ്പെടുന്ന ഓറഞ്ച് ബി സോണിൽ ഭാഗികമായി സാധാരണ ജീവിതം പുനരാരംഭിക്കാനും തീരുമാനമായി. റെസ്റ്റോറന്റുകളിൽ പാർസൽ സർവ്വീസ്, ഗതാഗതം എന്നിവ രാത്രി 7 മണി വരെ മാത്രം അനുവദിച്ചുകൊണ്ടും എന്നാൽ ജില്ലയ്ക്ക് പുറത്തേക്കുള്ള യാത്രകൾ മെയ് 3 വരെ നിരോധിച്ചുകൊണ്ടും ഉത്തരവിറങ്ങി. ഒറ്റ, ഇരട്ട ക്രമത്തിൽ വാഹന ഗതാഗതം ഇടവിട്ടുള്ള ദിവസങ്ങളിൽ അനുവദിച്ചു.

വികേന്ദ്രീകൃത ഭരണസംവിധാനം ഗുണകരമാകുന്നു

മഹാമാരിയുടെ അപകടസാദ്ധ്യത മുൻകൂട്ടി മനസ്സിലാക്കി വേണ്ട തയ്യാറെടുപ്പുകൾ സ്വീകരിച്ച ഭരണനേതൃത്വത്തിന്റെ ദീർഘദർശനം തന്നെയാണ് ഏറ്റവും നിർണ്ണായകമായത്. മറ്റേതൊരു സംസ്ഥാനത്തിലെയും, കേന്ദ്രതലത്തിൽ തന്നെയുമുള്ള ആരോഗ്യപ്രവർത്തകരെക്കാൾ മുൻപേ ഈ വൈറസിന്റെ അപകടസാദ്ധ്യത മനസ്സിലാക്കി അധികാരികളോട് വേണ്ട നടപടികൾ സ്വീകരിക്കാൻ മുന്നറിയിപ്പ് നല്കിയ സംസ്ഥാനത്തെ ആരോഗ്യപ്രവർത്തകർ പ്രശംസ അർഹിക്കുന്നു. കേരളത്തിലെ ഒരു വലിയ വിഭാഗം ജനങ്ങൾ ലോകത്തിന്റെ പല ഭാഗങ്ങളിലായി ജോലി ചെയ്യുന്നുവെന്നതിനാൽ നാട്ടിലേക്കുള്ള യാത്രയിൽ അവർ രോഗവാഹകരാകാൻ സാദ്ധ്യതയുണ്ടെന്ന് തിരിച്ചറിയാൻ സംസ്ഥാനത്തിന് കഴിഞ്ഞു.

ഈ തിരിച്ചറിവിന്റെ പുറത്ത് കൃത്യമായ പദ്ധതി കേരളം തയ്യാറാക്കി. ഫണ്ടിങ്ങിൽ മുൻഗണന ലഭിക്കുന്ന, പ്രാപ്തരായ സ്റ്റാഫുള്ള, ഉപകരണങ്ങളുടെ ലഭ്യതയിൽ ഉറപ്പുള്ള, കരുത്തുറ്റ പൊതുജനാരോഗ്യ സംവിധാനം തന്നെയാണ് കേരളത്തിനു ഇത്തരം സാഹചര്യങ്ങളിൽ ഏറ്റവും വലിയ മുതൽക്കൂട്ടാകുന്നത്. വികേന്ദ്രീകൃതമായ അധികാരമുള്ള തദ്ദേശസ്വയംഭരണസ്ഥാപനങ്ങളാണ് കേരളത്തിന്റെ അടുത്ത മുതൽക്കൂട്ട്. ഗ്രാമപഞ്ചായത്ത് മുതൽ ജില്ലാ പഞ്ചായത്ത് വരെയും അവിടെ നിന്ന് സംസ്ഥാന സെക്രട്ടേറിയറ്റിലെ തദ്ദേശസ്വയംഭരണ വകുപ്പിലേക്കും അധികാരം വ്യാപരിക്കുന്നു. പ്രളയം, ഭക്ഷ്യക്ഷാമം, മഹാമാരി തുടങ്ങി സർക്കാരിന്റെ ഏത് ദൗത്യത്തിനും സാമൂഹിക പങ്കാളിത്തം ഉറപ്പ് വരുത്താൻ ഈ ശൃംഖലയ്ക്ക് സാധിക്കുന്നു. ജില്ലാ തലത്തിൽ കളക്ടറുടെ ഏകോപനത്തോടെ, വിവരശേഖരണത്തിനും പ്രതിരോധ പാലിയേറ്റീവ് ആരോഗ്യ പരിപാലനത്തിനും 'ബ്രേക്ക് ദി ചെയിൻ' ക്യാംപെയ്നിൻ എല്ലാവരിലുമെത്തിക്കാനും ഈ ഒരു സാമൂഹികശക്തി വഴി സാധിച്ചു. ഈ സംവിധാനത്തിന്റെ കാര്യക്ഷമത 2018 ൽ 17 പേരുടെ മരണത്തിനിടയാക്കിയ നിപാ വ്യാധിയുടെ സമയത്തും അതേ വർഷം തന്നെയുണ്ടായ മഹാപ്രളയത്തിന്റെ സമയത്തും ഫലം കണ്ടിരുന്നു.

നടപടികളെ വിലയിരുത്താനും പ്രവർത്തനങ്ങൾ നിർദ്ദേശിക്കാനും തുടങ്ങിയ കൺട്രോൾ റൂമുകൾ മോക്ക് ഡ്രില്ലുകൾ വരെ സംഘടിപ്പിച്ചു.

വരാൻ സാദ്ധ്യതയുള്ള കേസുകൾ കൈകാര്യം ചെയ്യാനുള്ള അനുഭവ മായും വൈറസിന്റെ മാരകമായ അപകടശേഷിയെക്കുറിച്ച് കൃത്യമായ ധാരണ ഉണ്ടാക്കാനും ഇത് വഴി സാദ്ധ്യമായി. ഗുരുതരമായി രോഗം പടരുന്ന രാജ്യങ്ങളായ ദക്ഷിണ കൊറിയ, ഇറ്റലി, ഇറാൻ, ചൈന എന്നി വിടങ്ങളിൽ നിന്ന് വരുന്നവരെ പരിശോധിക്കാൻ 4 വിമാനത്താവ ളങ്ങളിലും സ്റ്റാഫും ആവശ്യമായ ഉപകരണങ്ങളും തയ്യാറായി. ഈ വിമാനത്താവളങ്ങളോട് അനുബന്ധിച്ചുള്ള ആശുപത്രികളിൽ രോഗ ലക്ഷണങ്ങൾ ഉള്ളവരെ മാറ്റുകയും ആശുപത്രിയിൽ എത്തിക്കുന്ന വരുടെ വിവരങ്ങൾ സൂക്ഷിച്ചു നിരീക്ഷിക്കുകയും ചെയ്തു. രോഗിയുടെ പരിശോധന ഫലം പോസിറ്റീവ് ആയാൽ, രോഗിയോട് തന്നെ സംസാരിച്ച് സമ്പർക്കപ്പട്ടിക തയ്യാറാക്കി, ഈ വിവരങ്ങളെല്ലാം ഇത്തരത്തിൽ ഡാറ്റാ ബാങ്കിൽ ശേഖരിക്കുകയും ചെയ്തു. ഇവരോടെ ല്ലാം പിന്നീട് സെൽഫ് ക്വാറന്റൈനിൽ പോകാൻ ആവശ്യപ്പെട്ടു. ആരോഗ്യപ്രവർത്തകർ ഇവർ ക്വാറന്റൈനിൽത്തന്നെ തുടരുന്നുണ്ടോ എന്നു നിരീക്ഷിക്കുകയും ഫോൺ വിളിച്ചു വിവരങ്ങൾ തിരക്കുകയും ചെയ്തു. കൃത്യമായ ജാഗ്രത പാലിക്കുന്നതിന്റെ ഭാഗമായി, ക്വാറന്റൈൻ പീരിയഡ് ആയി നിഷ്കർഷിക്കപ്പെട്ടത് 28 ദിവസമായിരുന്നു.

സാമൂഹിക ഊർജ്ജം വിജയിക്കുന്നു

കേരളത്തിന്റെ വലിയ വിഭാഗം ജനങ്ങൾ കേരളത്തിന് പുറത്ത് ജോലി ചെയ്യുന്നതിനാൽ, കേരളത്തിന് അന്യ സംസ്ഥാന തൊഴിലാളി കളോട് വളരെ അനുഭാവപൂർവ്വമായ സമീപനമാണ്. ലോക്ക്ഡൗണിനു മുൻപ് തന്നെ, അന്യസംസ്ഥാന തൊഴിലാളികൾക്ക് ഒരു സഹായ പാക്കേജ് പ്രഖ്യാപിച്ചിരുന്നു. റിലീഫ് ക്യാമ്പുകളിൽ താമസസൗകര്യവും കമ്യൂണിറ്റി കിച്ചണുകൾ വഴി ഭക്ഷണവും, 2000 രൂപയും, ഫുഡ് കിറ്റുകളും ഇവർക്ക് ഉറപ്പാക്കി. ഇവർക്ക് ഭക്ഷണവും വെള്ളവും ശുചീകരണ സംവിധാനവും എത്തിക്കുന്ന ചുമതല തദ്ദേശസ്വയംഭരണ സ്ഥാപനങ്ങൾക്കായിരുന്നു. ജനങ്ങളുടെ സാമ്പത്തിക സഹായത്തോടെ ആരംഭിച്ച സമൂഹ അടുക്കളകൾ വഴി ഏകദേശം 4,00,000 ഭക്ഷണപ്പൊ തികളാണ് ദിവസേന വിതരണത്തിനെത്തിച്ചത്. വനിതാ സ്വാശ്രയ സംഘമായ കുടുംബശ്രീക്ക് ആയിരുന്നു സമൂഹ അടുക്കളകളുടെ നടത്തിപ്പ് ചുമതല. ജനജീവിതത്തിൽ ലോക്ക്ഡൗൺ വരുത്തുന്ന സാമ്പ ത്തികാഘാതത്തെക്കുറിച്ച് മനസ്സിലാക്കി, സാമൂഹ്യക്ഷേമ ഫണ്ടുകളിൽ നിന്ന് ഓരോ തൊഴിലാളിക്കും 2000 രൂപ വീതം പലിശരഹിത ലോൺ ഉറപ്പ് വരുത്തി.

സാമൂഹിക ശൃംഖലയുടെ ഏറ്റവും മികച്ച ഉദാഹരണമാണ് പത്തനംതിട്ടയിൽ നടന്ന ഒരു സംഭവം. അവിടെ, പതിവ് ചെക്കപ്പിന് പോയ ഒരു ഗർഭിണിയായ യുവതിയോട് എന്തെങ്കിലും ഭാരിച്ച ജോലി ചെയ്യാറുണ്ടോ എന്ന് ഡോക്ടർ അന്വേഷിച്ചു. തന്റെ വീട് സ്ഥിതി

ചെയ്യുന്നത് ഒരു ഉയർന്ന പ്രദേശത്താണെന്നും അവിടെ വെള്ളം ചിലപ്പോൾ കിട്ടാത്തതുകൊണ്ട് താഴെയുള്ള സഹോദരിയുടെ വീട്ടിൽ പോയി വെള്ളം ചുമന്നുകൊണ്ട് വരാറുണ്ടെന്നും യുവതി പറഞ്ഞു. ഡോക്ടർ അധികം ആയാസം പാടുള്ളതല്ലെന്ന് ഓർമ്മിപ്പിച്ചു അവരെ തിരിച്ചയച്ചു. വീട്ടിൽ തിരിച്ചെത്തിയ യുവതി കണ്ടത് അവരുടെ വീട്ടിലെ ടാങ്കിൽ വെള്ളം നിറയ്ക്കുന്ന ഫയർ ഫോഴ്സ് വാഹനമായിരുന്നു. കൺട്രോൾ റൂമിൽ ഡോക്ടർ വിവരമറിയിച്ചതിനെത്തുടർന്ന് അവിടെ നിന്ന് നിർദ്ദേശം ലഭിച്ച ഫയർ ഓഫീസറാണ് ഈ ചുമതല നിർവ്വഹിച്ചത്. ഇത് വകുപ്പധികാരികളുടെ കാരുണ്യത്തിന്റെയും ജാഗ്രതയുടെയും നേർസാക്ഷ്യമായ സംഭവമാണ്.

കേരള മോഡലിന്റെ സവിശേഷ ഘടകങ്ങളിലൊന്നാണ് വകുപ്പ് തലത്തിലെ ഉയർന്ന അധികാരികളുടെ നേതൃത്വവും ഇടപെടലും. സംസ്ഥാന ആരോഗ്യവകുപ്പ് മന്ത്രി കെ കെ ശൈലജ ദിവസേനയുള്ള നിരീക്ഷണ പദ്ധതി രൂപീകരണ പ്രവർത്തനങ്ങളിൽ സജീവമാണ്. ഒരു അദ്ധ്യാപിക ആയിരുന്ന കെ കെ ശൈലജ അത്യന്തം വിശ്വാസ്യത ആവശ്യപ്പെടുന്ന പ്രവർത്തനമികവാണ് കാഴ്ചവെക്കുന്നത്. ശൈലജയുടെ സമർപ്പണമനോഭാവം ആരോഗ്യപ്രവർത്തകരെ ഊർജ്ജസ്വലമായി ജോലി ചെയ്യാൻ പ്രേരിപ്പിക്കുന്നതാണ്. എല്ലാ ദിവസവും വൈകുന്നേരം 6 മണിക്കുള്ള ലൈവ് വാർത്താസമ്മേളനത്തിലൂടെ കേരളത്തിന്റെ മുഖ്യമന്ത്രി, എടുത്തിട്ടുള്ള നടപടികളെക്കുറിച്ചും ജനങ്ങളുടെ സഹകരണം ആവശ്യമുള്ള കാര്യങ്ങളെക്കുറിച്ചും സംസാരിക്കുന്നു. അത്തരമൊരു വാർത്താസമ്മേളനത്തിൽ, വർഗ്ഗീയ ചേരിതിരിവ് ഉണ്ടാകുന്നതിനെക്കുറിച്ചു ശക്തമായ ഭാഷയിൽ മുഖ്യമന്ത്രി സംസാരിച്ചു. മുഖ്യമന്ത്രിയുടെ വൈകുന്നേരത്തെ വാർത്താസമ്മേളനങ്ങൾ ഏറ്റവുമധികം താല്പര്യത്തോടെ തന്നെ ജനങ്ങൾ കാണുന്നു. കളക്ടർമാരും മറ്റ് ജില്ലാ വകുപ്പ് അധികാരികളും നേതൃത്വം ഏറ്റെടുത്ത് മുഴുവൻ സമയവും പ്രവർത്തനങ്ങളിൽ ഏർപ്പെടുകയും, അതുപോലെ തന്നെ നേരിടുന്ന പ്രശ്നങ്ങളെ അനുഭാവപൂർവ്വമായോ കർശനമായോ, സാഹചര്യം അനുസരിച്ചു കൈകാര്യം ചെയ്യുന്നു. ജനങ്ങളുടെ പ്രശ്നങ്ങളിൽ മനുഷ്യത്വപരമായി ഇടപെട്ടുകൊണ്ട്, സ്റ്റേറ്റ് പൊലീസും മാതൃകയായി. വ്യാജവാർത്തകൾ തടയാനും ശരിയായ വാർത്തകൾ ആളുകളെ അറിയിക്കാനും 'GOK ഡയറക്റ്റ്' എന്ന ആപ്പും പ്രവർത്തിക്കുന്നുണ്ട്.

രോഗമുക്തിയുടെ പാത

കോവിഡ് 19 പ്രതിരോധ ഗ്രാഫ് നേർരേഖയിലെത്തുന്നതിന്റെ ആരംഭദശയിലാണ് കേരളം. ഏപ്രിൽ 11 മുതൽ 18 വരെ 32 പുതിയ കേസുകൾ മാത്രമാണ് റിപ്പോർട്ട് ചെയ്തത്. ഇതുവരെ റിപ്പോർട്ട് ചെയ്ത 395 കേസുകളിൽ 277 പേരും വിദേശത്തു നിന്ന് വന്നവരാണ്. പക്ഷേ, കേരളം അതിന്റെ മുഴുവൻ സംവിധാനവും ജാഗ്രതയിൽ തുടരാൻ തീരു

മാനിച്ചിരിക്കുന്നു. നേരത്തെ വിശദമാക്കിയത് പോലെ, ജില്ലകളെ തരം തിരിച്ച്, ലോക്ക്ഡൗണുകൾ സാവകാശം പിൻവലിക്കുന്നതിന്റെ ഭാഗമായി ഒരു വിശദമായ ഷെഡ്യൂൾ തന്നെ തയ്യാറാക്കിയിട്ടുണ്ട്. വയോധികർക്ക് ആരോഗ്യപരിരക്ഷ ഉറപ്പാക്കാൻ തദ്ദേശസ്വയംഭരണ സ്ഥാപനങ്ങളോട് ടെലിമെഡിസിൻ സംവിധാനം വഴി മരുന്നെത്തിക്കാൻ നിർദ്ദേശിച്ചിട്ടുണ്ട്.

വിവിധ രാജ്യങ്ങളിലായി കേരളത്തിലെ ഒരുപാട് പ്രവാസികൾ ലോക്ക്ഡൗണുകളിൽ കുടുങ്ങി, നാട്ടിലെത്താൻ കാത്തിരിക്കുന്നു. ഇതൊരു വലിയ വെല്ലുവിളിയാണ്. വരുന്നവർക്കായി 1,50,000 ബെഡ്ഡുകൾ ഹോട്ടലുകളിലും ഹോസ്റ്റലുകളിലുമായി കണ്ടെത്തിയിട്ടുണ്ട്.

ലോക്ക്ഡൗൺ കാരണം ഒരുപാട് കുടുംബങ്ങൾ ദാരിദ്ര്യസ്ഥിതിയിലായിട്ടുണ്ട്. അടിയന്തരമായി തന്നെ സാമ്പത്തിക മേഖലകൾ തുറക്കാനും, അത് വഴി കുറെ പേർക്ക് തൊഴിൽ ചെയ്യാനുമുള്ള അവസരവും തുറന്ന് കൊടുക്കേണ്ട സ്ഥിതി സർക്കാർ തിരിച്ചറിയുന്നു. ഇതിനായി കേരളം മുൻ ചീഫ് സെക്രട്ടറി കെ എം അബ്രഹാമിന്റെ അദ്ധ്യക്ഷതയിൽ, ഒരു 17 അംഗ കമ്മിറ്റി രൂപീകരിച്ചു. കോവിഡിന് ശേഷമുള്ള സാമ്പത്തിക സാഹചര്യം മെച്ചപ്പെടുത്താൻ കേരളം അവശ്യ വിഭവങ്ങൾ മുഴുവനായും ഉപയോഗിക്കുമെന്ന പ്രതീക്ഷയോടെയാണ് ടാസ്ക് ഫോഴ്സ് റിപ്പോർട്ട് സമർപ്പിച്ചത്.

ഇൻസൈറ്റ്ഡ് നം. 614 20 ഏപ്രിൽ 2020

വിനോദ് റായ്: വിസിറ്റിങ് റിസർച്ച് ഫെല്ലോ ഇൻസ്റ്റിറ്റ്യൂട്ട് ഓഫ് സൗത്ത് ഏഷ്യൻ സ്റ്റഡീസ്, മുൻ കംട്രോളർ ആന്റ് ഓഡിറ്റർ ജനറൽ ഓഫ് ഇന്ത്യ. ഇ മെയിൽ: isasvr@nus. edu. sg.

കോവിഡ് 19 കേരളത്തിലെ പൊതുജനാരോഗ്യ സംവിധാനവും തദ്ദേശസ്വയംഭരണവും

ടി എം തോമസ് ഐസക്, രാജീവ് സദാനന്ദൻ

കേരളത്തിൽ കോവിഡ് 19 നിയന്ത്രിച്ചു നിർത്തുന്നതിലും താഴ്ന്ന വ്യാപന നിരക്കും മെച്ചപ്പെട്ട രോഗമുക്തിയും കൈവരിക്കുന്നതിലും മരണസംഖ്യ പരമാവധി കുറയ്ക്കുന്നതിലും സംസ്ഥാനം ഇതുവരെ വിജയിച്ചിട്ടുണ്ട്. കേരളത്തിന്റെ ഈ വിജയത്തിൽ പ്രധാന പങ്കുവഹിക്കുന്ന പൊതുജനാരോഗ്യ സംവിധാനം, സാമൂഹ്യ മൂലധനം, തദ്ദേശസ്വയംഭരണ സ്ഥാപനങ്ങൾ വഴിയുള്ള ജനങ്ങളുടെ സജീവ പങ്കാളിത്തം എന്നിവയുടെ പ്രാധാന്യം ഈ വേളയിൽ എടുത്തു കാണിക്കാനാവും. കേരളത്തിലെ പൊതുജനാരോഗ്യ സംവിധാനവും തദ്ദേശസ്വയംഭരണവും ഇന്നത്തെ രീതിയിൽ മാറിത്തീർന്നതിന്റെ ലഘു ചരിത്ര വിവരണത്തിനും ഈ അവസരം വിനിയോഗിക്കാം.

ആഗോളവല്ക്കരണ കാലഘട്ടത്തിലെ ആദ്യത്തെ മഹാമാരിയായ എയിഡ്സ് (അക്വയേഡ് ഇമ്യൂണോഡെഫിഷ്യൻസി സിൻഡ്രോം AIDS) വന്നതു മുതൽ, ലോകത്തിന്റെ ഏതു ഭാഗത്തുണ്ടാകുന്ന സാംക്രമിക രോഗങ്ങളും സംസ്ഥാനത്തെ ബാധിച്ചേക്കാമെന്ന ബോദ്ധ്യം കേരളത്തിലെ പൊതുജനാരോഗ്യ വിദഗ്ദ്ധർക്കുണ്ട്. കേരളത്തിന് ലോക സമ്പദ്‌വ്യവസ്ഥയുമായുള്ള വർദ്ധിച്ച സംയോജനം, ലോകത്തിന്റെ പല ഭാഗങ്ങളിൽ താമസിക്കുന്ന പ്രവാസി കേരളീയരുടെ വലിയ സംഖ്യ, സംസ്ഥാനത്തിന്റെ സമ്പദ് വ്യവസ്ഥയിൽ രാജ്യാന്തര ടൂറിസത്തിനുള്ള പങ്ക് എന്നിവ ലോകത്തിന്റെ ഏതു ഭാഗത്തുമുള്ള സാംക്രമിക രോഗങ്ങൾ സംസ്ഥാനത്തെ എളുപ്പത്തിൽ ബാധിക്കാൻ ഇടയാക്കും. 2018 ൽ നിപ വൈറസ് ബാധ പൊട്ടിപ്പുറപ്പെട്ടത് ഈ ആപൽ ഭീഷണി വർദ്ധിപ്പിച്ചു.

രോഗകാരികളായ അണുക്കൾ

(ലോകാരോഗ്യ സംഘടന പാതോജൻ എന്ന് വിളിക്കുന്ന അറിയപ്പെടാത്ത രോഗകാരി ഉൾപ്പെടെ) പുറത്തു നിന്നെത്തി കേരളത്തിൽ രോഗം പടർത്തുന്നത് തടയാനുള്ള ഒരു നിരീക്ഷണ സംവിധാനവും സംസ്ഥാനത്ത് ഏർപ്പെടുത്തി. നോവൽ കൊറോണ വൈറസിനെപ്പറ്റി ചൈനയിൽ നിന്ന് വാർത്തകൾ വന്നപ്പോൾ തന്നെ കേരളം ജാഗ്രത്തായി. 2019 നോവൽ കൊറോണ വൈറസ് എന്ന് വിളിച്ചിരുന്നതും പിന്നീട് സാർസ് (സിവിയർ അക്യൂട്ട് റെസ്പിറേറ്ററി സിൻഡ്രോം) കൊറോണ വൈറസ് 2 എന്ന് നാമകരണം ചെയ്യപ്പെട്ടതുമായ വൈറസ് രോഗബാധ കൈകാര്യം ചെയ്യുന്നതിനുള്ള മാർഗ്ഗനിർദ്ദേശം 2020 ജനവരി 24 ന് സംസ്ഥാന സർക്കാർ പുറപ്പെടുവിച്ചു.

രോഗത്തിന്റെ പ്രഭവകേന്ദ്രം സംബന്ധിച്ച് വ്യക്തത ഇല്ലാതിരുന്നതിനാൽ ചൈനയിൽ നിന്ന് (മറ്റ് ഹോട്ട് സ്പോട്ടുകൾ ഉണ്ടായാൽ അവിടെ നിന്നും) വരുന്നവരിൽ കേരളം ശ്രദ്ധ കേന്ദ്രീകരിച്ചു. പ്രവാസികാര്യ വകുപ്പിന്റെ കൈവശമുള്ള വിവരങ്ങൾ വച്ച് ചൈനയിൽനിന്നും മറ്റ് ഹോട്ട് സ്പോട്ടുകളിൽനിന്നും വരുന്നവരെ കണ്ടെത്തി സമ്പർക്കവിലക്കിൽ പാർപ്പിച്ചു. സംസ്ഥാനത്ത് ആദ്യം റിപ്പോർട്ട് ചെയ്ത മൂന്ന് പോസിറ്റീവ് കേസുകളും വുഹാനിൽ നിന്ന് തിരിച്ചെത്തിയ വിദ്യാർത്ഥികളായിരുന്നു. വുഹാനിൽ നിന്നെത്തിയ മുഴുവൻപേരെയും സമ്പർക്കവിലക്കിൽ ആക്കിയിരുന്നതിനാൽ അവരിൽ നിന്ന് ആർക്കും രോഗം പകരാതെ നോക്കുന്നതിൽ കേരളം വിജയിച്ചു. ഫെബ്രുവരി ഇരുപതോടെ മൂന്നു പേർക്കും രോഗം ഭേദമായി. അതിനു ശേഷം മാർച്ച് 9 വരെ സംസ്ഥാനം രോഗ ബാധിതരില്ലാതെ തുടർന്നു.

യൂറോപ്പിലും ഇറാനിലും ഗൾഫ് രാജ്യങ്ങളിലും പുതിയ പ്രഭവകേന്ദ്രങ്ങൾ വന്നതോടെ രോഗവാഹകരെ തെരഞ്ഞു കണ്ടെത്തുന്ന പ്രവർത്തനം കൂടുതൽ ഊർജ്ജിതമാക്കേണ്ടി വന്നു. ഈ രാജ്യങ്ങളിൽ ജോലി ചെയ്തിരുന്ന നിരവധി കുടിയേറ്റ തൊഴിലാളികൾ കേരളത്തിലേക്ക് തിരിച്ചു വന്നു. ഇവരെയും ഇവരുമായി സമ്പർക്കത്തിൽ വന്നവരെയും കണ്ടെത്തി ക്വാറന്റൈനിലാക്കി. ഇപ്പോൾ വലിയൊരു സംഖ്യ വരുന്ന ആളുകൾ ഇത്തരത്തിൽ സമ്പർക്കവിലക്കിലുണ്ട്. ഈ കൂട്ടായ പ്രവർത്തനം വഴി കൂടുതൽ പോസിറ്റീവ് കേസുകൾ കണ്ടെത്തിയതോടെ, രാജ്യത്ത് ഏറ്റവും കൂടുതൽ കോവിഡ് 19 രോഗികളുള്ള സംസ്ഥാനമായി കേരളം മാറി.

കേരളത്തിൽ ഭയാനകമായ സാഹചര്യം ഉരുത്തിരിയാൻ പോവുകയാണെന്ന് പലരും പ്രവചിച്ചു. മേയ് എട്ടോടെ കേരളത്തിലെ സ്ഥിരീകരിച്ച കേസുകൾ ഏറ്റവും ഉയർന്ന് 72,057 വരെ എത്തുമെന്നും അതിൽ 22,281 കേസുകൾ തീവ്രപരിചരണം ആവശ്യമുള്ള അതീവ ഗുരുതര കേസുകൾ ആയിരിക്കുമെന്നും 2020 ഏപ്രിൽ 12 ന് ടൈംസ്

നെറ്റ്‌വർക്കിനു വേണ്ടി കൺസൾട്ടിങ് സ്ഥാപനമായ പ്രോറ്റിവിറ്റി (Protiviti) നടത്തിയ പഠനം പ്രവചിച്ചു. എന്നാൽ, സംസ്ഥാനത്ത് ആ തീയതി വരെ രോഗം സ്ഥിരീകരിച്ച കേസുകൾ 503 ഉം അതിൽ രോഗാവസ്ഥ മാറാതെ തുടരുന്നവരുടെ എണ്ണം 16 ഉം ആയിരുന്നു.

ഹോട്സ്‌പോട്ടുകളിൽനിന്ന് വരുന്ന മുഴുവൻ പേരെയും സമ്പർക്ക വിലക്കിൽ വച്ച് നിരീക്ഷിക്കുന്നതിനും രോഗലക്ഷണങ്ങളുള്ള മുഴുവൻ പേരെയും പരിശോധനയ്ക്ക് വിധേയരാക്കുന്നതിനും പോസിറ്റീവ് ആയി കണ്ടെത്തുന്നവരുമായി സമ്പർക്കത്തിലിരുന്ന മുഴുവൻപേരെയും നിരീക്ഷണത്തിൽ വയ്ക്കുന്നതിനുമുള്ള സംസ്ഥാന സർക്കാരിന്റെ ഊർജ്ജിത നടപടികളാണ് ഇതിൽ കേരളത്തിന് സഹായകരമായത്.

കേരളം ശക്തമായ സാമൂഹ്യ നിരീക്ഷണം നടപ്പിലാക്കിയ സാഹചര്യത്തിൽ സമ്പർക്കവിലക്കിൽ നിർത്തിയ ആളുകളുടെ എണ്ണം വർദ്ധിച്ചപ്പോഴും, ആവശ്യത്തിനുള്ള പരിശോധനാ കിറ്റുകളുടെ അഭാവത്തിൽ ഏപ്രിൽ രണ്ടാംവാരം വരെ, പരിശോധനകളുടെ എണ്ണം താരതമ്യേന കുറവായിരുന്നു. നേരത്തേകൂട്ടി നിരീക്ഷണത്തിലാക്കിയ ആളുകൾ തന്നെയായിരുന്നു പോസിറ്റീവ് കേസുകളിൽ ഏറക്കുറെ എല്ലാവരും തന്നെ. രോഗലക്ഷണങ്ങൾ കാണിക്കുന്നവരെ മാത്രം പരിശോധിപ്പിക്കുന്ന സാഹചര്യത്തിൽ, ലക്ഷണങ്ങൾ കാണിക്കാത്ത രോഗാണു വാഹകരായ ആളുകൾ വിട്ടു പോകാനുള്ള സാഹചര്യം ഉണ്ടെന്നിരിക്കെ, സമ്പർക്ക വിലക്ക് നടപ്പിലാക്കിയതിലൂടെ അവരിൽ നിന്ന് മറ്റുള്ളവരിലേക്ക് രോഗം പകരുന്നതും അതിലൂടെയുള്ള സാമൂഹ്യ വ്യാപനവും ഫലപ്രദമായി തടയാൻ കഴിഞ്ഞു. നിരീക്ഷണത്തിൽ കഴിയുന്നവരിൽ ലക്ഷണങ്ങൾ കാണിക്കാത്ത ആർക്കെങ്കിലും വൈറസ് ബാധയുണ്ടെങ്കിലും ആ കാലയളവത്രയും അവർ സമ്പർക്കവിലക്കിലായിരിക്കും എന്നതു തന്നെ കാരണം.

രോഗികളുമായി നേരിട്ട് സമ്പർക്കമില്ലാത്തവർ അടക്കമുള്ളവരുടെ പരിശോധനകളുടെ എണ്ണം വർദ്ധിപ്പിച്ചതിനുശേഷവും പോസിറ്റീവ് കേസുകൾ കുറഞ്ഞിരിക്കുന്നത് രോഗ പ്രതിരോധത്തിന് സംസ്ഥാനം അവലംബിക്കുന്ന തന്ത്രം ഫലപ്രദമാണെന്നതിന്റെ തെളിവാണ്. ഹോട്ട്സ്‌പോട്ടുകളിൽനിന്നു വരുന്നവരെ മുഴുവൻ സമ്പർക്കവിലക്കിൽ പാർപ്പിക്കുകയെന്ന സംസ്ഥാന സർക്കാരിന്റെ രീതി സംസ്ഥാനത്തിന് ടൂറിസത്തിൽ നിന്ന് ലഭിക്കേണ്ടിയിരുന്ന വരുമാനം നഷ്ടപ്പെടുത്തിയെങ്കിലും, രോഗം പകരുന്നതു തടയുന്നതിലൂടെ വലിയൊരു സംഖ്യ വരുന്ന ആളുകളെ രോഗത്തിന്റെ പിടിയിലാവാതെ രക്ഷപ്പെടുത്താൻ അതിലൂടെ സാധിച്ചു.

ഏപ്രിൽ മാസമായതോടെ, പുതിയ പോസിറ്റീവ് കേസുകൾ ക്രമമായി കുറഞ്ഞുവരികയും രോഗം ഭേദമാകുന്നവരുടെ എണ്ണം വർദ്ധിക്കുകയും ചെയ്തു. ഇതിന്റെയെല്ലാം ഫലമായി കോവിഡ് 19 ബാധയുടെ ഗ്രാഫ് താഴ്ത്തിക്കൊണ്ടു വരാൻ ഇതുവരെ നമുക്കായി. 2020

മേയ് 1 ലെ കണക്കിൽ, 08 ശതമാനമെന്ന രാജ്യത്തെ ഏറ്റവും താഴ്ന്ന കോവിഡ് 19 മരണ നിരക്കും 78.71 ശതമാനമെന്ന ഏറ്റവും ഉയർന്ന രോഗമുക്തി നിരക്കും കേരളത്തിലാണ്. യഥാക്രമം 3.23 ശതമാനവും 26.52 ശതമാനവുമാണ് ദേശീയ ശരാശരി. സംസ്ഥാനത്ത് രോഗബാധി തരുടെ എണ്ണം ഇരട്ടിയാകാനെടുക്കുന്ന സമയം (30 ദിവസം) ദേശീയ ശരാശരിയുടെ (11 ദിവസം) ഏകദേശം മൂന്നിരട്ടിയാണ്.

രോഗവ്യാപനത്തിന്റെ ആദ്യ പ്രധാന തരംഗം ഫലപ്രദമായി നിയ ന്ത്രിക്കാൻ കേരളത്തിനായി. രോഗവ്യാപനത്തിന്റെ ആദ്യ ഘട്ടത്തിൽ സമാന വിജയം കൈവരിച്ച മറ്റ് പല രാജ്യങ്ങളിലും സംഭവിച്ചതുപോലെ, വ്യാധി ശക്തമായി തിരിച്ചു വരാനുള്ള സാദ്ധ്യത വളരെ വലുതാണ്. മേയ് പകുതിക്കു ശേഷം മറ്റിടങ്ങളിൽ നിന്ന് ആളുകൾ വലിയ തോതിൽ തിരിച്ചെത്തുന്ന സാഹചര്യത്തിൽ പകർച്ചവ്യാധി നിയന്ത്രണത്തിൽ നിർത്തുക എന്നത് വലിയ വെല്ലുവിളിയായിരിക്കും. ആരോഗ്യ അടിയ ന്തരാവസ്ഥകൾ നേരിടുന്ന കാര്യത്തിൽ, ആപൽ പ്രവചനങ്ങളെ അസ്ഥാ നത്താക്കി രോഗവ്യാപനത്തിന്റെ ആദ്യ തരംഗം നിയന്ത്രണ വിധേയ മാക്കാൻ കേരളത്തെ സഹായിച്ച ഘടകങ്ങളിൽനിന്ന് വിഭവ പരിമിതി യുള്ള സമൂഹങ്ങൾക്ക് പ്രയോജനപ്രദമായ പല പാഠങ്ങളും പഠി ക്കാനുണ്ട്.

കോവിഡ് 19 നെ വിജയകരമായി നേരിടാൻ കേരളത്തെ സഹായിച്ച ഘടകങ്ങളാണ് ഇവിടെ പരിശോധിക്കുന്നത്. ശക്തമായ പൊതുജനാ രോഗ്യ സംവിധാനത്തിനും ആരോഗ്യജാഗ്രതയ്ക്കും പുറമേ, സംസ്ഥാ നത്തിന്റെ സാമൂഹ്യ മൂലധനം, ഭരണകൂടത്തിനും ജനങ്ങൾക്കുമിടയിൽ നിലനില്ക്കുന്ന വിശ്വാസ്യതയിലൂന്നിയ പരസ്പര ബന്ധം, തദ്ദേശഭരണ സ്ഥാപനങ്ങളിലൂടെയുള്ള ജനങ്ങളുടെ സജീവത എന്നിവയ്ക്ക് കേരള ത്തിന്റെ വിജയത്തിൽ പ്രധാന പങ്കുണ്ട് എന്നതാണ് ഇതിലുന്നയിക്കുന്ന വാദം. ഇന്നത്തെ അവസ്ഥ മറികടക്കാൻ സംസ്ഥാനത്തിനു മുന്നിലുള്ള വിശ്വസനീയ മാർഗ്ഗമെന്ത് എന്നതും ഇതിൽ പരിശോധിക്കുന്നുണ്ട്.

ആരോഗ്യ പരിരക്ഷാ സംവിധാനം

കേരളത്തിന്റെ കോവിഡ് പ്രതിരോധത്തിലെ പ്രധാന ഘടകം സംസ്ഥാനത്തെ ശക്തമായ പൊതുജനാരോഗ്യ സംവിധാനമാണ്. കേരളം ആർജ്ജിച്ച മികച്ച ആരോഗ്യസൂചകങ്ങൾ വിതരണവശത്തിന്റെ പ്രാധാന്യത്തിൽ ഊന്നിയുള്ള തുടർച്ചയായ സർക്കാർ ഇടപെടലുകളു ടെയും ആവശ്യകതയ്ക്ക് ഊന്നൽ നല്കി സാമൂഹ്യ പ്രസ്ഥാനങ്ങൾ നടത്തിയ ഇടപെടലുകളുടെയും ഫലമാണ്. വിദ്യാഭ്യാസത്തിന്റെ, വിശേഷിച്ച് സ്ത്രീ വിദ്യാഭ്യാസത്തിന്റെ, വ്യാപനം ആരോഗ്യ സേവനങ്ങൾ സ്വായത്തമാക്കാൻ ജനങ്ങളെ പ്രാപ്തരാക്കുന്നതിൽ പ്രധാന പങ്കു വഹിച്ചു.

1819 ൽ തിരുവിതാംകൂർ (കേരള സംസ്ഥാനത്തിന്റെ പ്രധാന

ഭാഗമായിത്തീർന്ന തെക്കേ ഇന്ത്യൻ നാട്ടുരാജ്യം) മഹാരാജാവ് ആദ്യ പൊതു ഡിസ്പെൻസറി സ്ഥാപിച്ചതാണ് കേരളത്തിലെ ആധുനിക രീതിയിലുള്ള പൊതുജനാരോഗ്യ സംവിധാനത്തിന്റെ രൂപീകരണത്തിലേക്ക് നയിച്ച ആദ്യത്തെ പ്രധാന ഇടപെടൽ. 1860 ൽ തിരുവിതാംകൂറിൽ സർക്കാർ ഉടമസ്ഥതയിലുള്ള ഏഴ് ആരോഗ്യ സ്ഥാപനങ്ങളുണ്ടായിരുന്നു. പാശ്ചാത്യ ചികിത്സാ രീതികൾ സ്വീകരിച്ച രാജകുടുംബം ആരോഗ്യ സേവനങ്ങൾ പ്രോത്സാഹിപ്പിക്കുന്നത് അഭിമാനമായി കരുതി ആയുർവേദ ചികിത്സ ജനപ്രിയമായി തുടർന്നപ്പോഴും, പാശ്ചാത്യ ചികിത്സാ രീതികളിൽ താല്പര്യമുണർത്താൻ ഇത് സഹായിച്ചു. വിദ്യാഭ്യാസവും ആരോഗ്യ സ്ഥാപനങ്ങളും ക്രിസ്തീയ മിഷണറിമാരുടെ പ്രേഷിത ദൗത്യത്തിന്റെ ഭാഗം കൂടിയായിരുന്നു.

തിരുവിതാംകൂർ രാജാക്കന്മാരുടെയും ആദ്യകാല മിഷണറിമാരുടെയും ഉദ്യമങ്ങളുടെ പ്രാധാന്യം അടിവരയിട്ടു പറയുന്നതിനൊപ്പം, ബ്രിട്ടീഷിന്ത്യൻ സർക്കാരിന്റെയും അന്നത്തെ മിഷണറിമാരുടെയും മുൻകൈ പ്രവർത്തനങ്ങളും എടുത്തു പറയണം. 1940 ൽ ബ്രിട്ടീഷിന്ത്യയിൽ ച. കിലോമിറ്ററിന് 6.8 സ്ഥാപനങ്ങളും ലക്ഷം പേർക്ക് 21.27 ആശുപത്രി കിടക്കകളും ഉണ്ടായിരുന്ന സ്ഥാനത്ത് തിരുവിതാംകൂറിൽ അത് യഥാക്രമം 22.56 സ്ഥാപനങ്ങളും 46.81 കിടക്കകളും ആയിരുന്നു.

കേരളം മൊത്തമെടുത്താൽ, തെക്കൻ, മദ്ധ്യ മേഖലകളടങ്ങുന്ന തിരുവിതാംകൂർ കൊച്ചി ഭാഗങ്ങളുടേതിൽ നിന്ന് തീർത്തും വ്യത്യസ്തമായിരുന്നു നേരിട്ട് ബ്രിട്ടീഷ് ഭരണത്തിലിരുന്ന വടക്കൻ പ്രദേശമായ മലബാറിലെ ആരോഗ്യ, വിദ്യാഭ്യാസ സൗകര്യങ്ങളുടെ സ്ഥിതി. രണ്ടാമത്തേതിന്റെ സാമൂഹ്യ വികാസ സൂചികകൾ ആദ്യത്തേതിനെ അപേക്ഷിച്ച് മോശമായിരുന്നു. കൊളോണിയൽ കാലഘട്ടത്തിൽ ഈ വിടവ് വർദ്ധിച്ചു.

ജന്മി മേധാവിത്വം ശക്തമായിരുന്ന വടക്കൻ കേരളത്തിലും ജന്മിത്വം താരതമ്യേന ഇല്ലാതിരുന്ന തെക്കൻ കേരളത്തിലും നിലനിന്ന കാർഷിക ഘടനയിലെ വ്യത്യാസമാണ് രണ്ടു ഭാഗങ്ങളിലേയും സാമൂഹ്യ വികാസം രണ്ട് രീതിയിലാവാൻ കാരണം. ഇത് തെക്കൻ കേരളത്തിൽ ഒരു സമ്പന്ന കർഷകവർഗ്ഗം രൂപപ്പെടുന്നതിനും, അതിന്റെ തുടർച്ചയായി കാർഷികാധിഷ്ഠിത വ്യവസായങ്ങൾ വികാസം കൊള്ളുന്നതിനും ആധുനിക സാമൂഹ്യ വർഗ്ഗങ്ങൾ ഉയർന്നു വരുന്നതിനും സൗകര്യമൊരുക്കി. സാമൂഹിക വികാസത്തിലേക്കുള്ള പടവുകളായി കണക്കാക്കപ്പെട്ട വിദ്യാഭ്യാസത്തിനും ആരോഗ്യ രക്ഷാ സൗകര്യങ്ങൾക്കും വേണ്ടിയുള്ള ആവശ്യമുണർത്തുന്ന ശക്തമായ സാമൂഹ്യ പരിഷ്കരണ പ്രസ്ഥാനങ്ങൾ വ്യത്യസ്ത ജാതികളിലും സമുദായങ്ങളിലും ഉയർന്നു വന്നതിന്റെ പശ്ചാത്തലം ഇതാണ് (Tharakan 1984, 2008). വടക്കൻ കേരളത്തിൽ അത്തരം സാമൂഹ്യ ഇടപെടൽ താരതമ്യേന ദുർബ്ബലമായിരുന്നു.

ഐക്യകേരളം രൂപപ്പെട്ടതിനുശേഷം മലബാർ പ്രദേശവും കേരളത്തിന്റെ

മറ്റ് ഭാഗങ്ങളുമായുള്ള ഈ അന്തരം കുറയാൻ തുടങ്ങി. 1957 ൽ അധികാരമേറ്റ ആദ്യ കമ്യൂണിസ്റ്റ് സർക്കാർ വടക്കൻ കേരളത്തിലെ ആരോഗ്യ, വിദ്യാഭ്യാസ സൗകര്യങ്ങൾ മെച്ചപ്പെടുത്താൻ കാര്യമായ മുതൽമുടക്കു നടത്തി. ഭൂപരിഷ്കരണം ആവശ്യപ്പെട്ട പ്രസ്ഥാനങ്ങൾ അതോടൊപ്പം ആരോഗ്യ, വിദ്യാഭ്യാസ സൗകര്യങ്ങൾക്കു വേണ്ടിയുള്ള ആവശ്യവും ശക്തമാക്കി. താഴേ തട്ടിൽ ജനങ്ങൾക്കിടയിൽനിന്ന് ഉയർന്നുവരുന്ന ആവശ്യം പൊതുജനാരോഗ്യ സംവിധാനത്തിന്റെ വളർച്ചയിൽ വഹിക്കുന്ന പങ്ക് എത്ര വലുതാണെന്ന് വടക്കൻ കേരളത്തിലെ പാലക്കാട്ടുള്ള പ്രാഥമികാരോഗ്യ കേന്ദ്രവും തമിഴ്നാട്ടിലെ തഞ്ചാവൂരുള്ള സ്ഥാപനവും താരതമ്യം ചെയ്ത് മെൽവിൻ മെഞ്ചർ നാടകീയമായി വ്യക്തമാക്കുന്നുണ്ട്. കേരളത്തിൽ ആരോഗ്യരക്ഷാ സൗകര്യങ്ങൾക്കു വേണ്ടിയുള്ള ആവശ്യവും അവകാശാധികാരങ്ങളെ കുറിച്ചുള്ള ബോധവും വളരെ ഉയർന്നതാണ്; സേവനങ്ങൾ നിഷേധിക്കപ്പെട്ടാൽ കേരളത്തിലത് പ്രതിഷേധങ്ങൾക്ക് ഇടയാക്കും

താഴേ തട്ടിൽ നിന്നുള്ള ബഹുജന സമ്മർദ്ദത്തിന്റെ ഫലമായി, രാജ്യത്തിന്റെ മറ്റു ഭാഗങ്ങളിലേതിനെ അപേക്ഷിച്ച് കേരളത്തിലെ സർക്കാരുകൾ ആരോഗ്യരക്ഷ, വിദ്യാഭ്യാസം എന്നീ രംഗങ്ങളിൽ കാര്യമായ മുതൽ മുടക്കു നടത്തുന്നത് തുടർന്നു. 1960 നും 1970 നും ഇടയിൽ ഇന്ത്യയിലെ മുഴുവൻ സംസ്ഥാനങ്ങളുടെ മൊത്തം സർക്കാർ ചെലവിൽ ആരോഗ്യരംഗത്തിനു വേണ്ടിയുള്ള വിഹിതം 8.13 ശതമാനം ആയിരുന്ന സ്ഥാനത്ത് കേരളത്തിലത് 10.43 ശതമാനമായിരുന്നു. 1970 കൾ മുതല്ക്ക് സംസ്ഥാന സർക്കാർ നേരിട്ട ധനക്കമ്മി സാമൂഹ്യ ചെലവുകൾ നിർബ്ബന്ധിതമായി കുറയ്ക്കുന്നതിലേക്കും കേരള മാതൃകയുടെ കുറവുകൾ സംബന്ധിച്ച് ചോദ്യങ്ങൾ ഉയരുന്നതിലേക്കും നയിച്ചു. ആരോഗ്യമേഖലയ്ക്കുള്ള ചെലവനുപാതം 1985–86 ൽ 7.69 ശതമാനം, 1995 – 96 ൽ 6.81 ഉം 1999 – 2000 ൽ 5.5 ഉം ശതമാനം, 2004–05 ൽ 4.5 ശതമാനം എന്നിങ്ങനെ കുറഞ്ഞു വന്നു. സർക്കാർ ആരോഗ്യമേഖലയിലെ മുതൽമുടക്ക് കുറച്ചതോടെ, ആ വിടവിലേക്ക് സ്വകാര്യ മേഖല കയറി വന്നു.

2004–05 ലെ താഴ്ന്ന നിലയിൽ നിന്ന് കേരളത്തിന്റെ ബഡ്ജറ്റിലെ ആരോഗ്യമേഖലയ്ക്കുള്ള പ്രാധാന്യം സാവകാശം ഉയർന്ന്, 2006–11 ൽ അത് 5.1 ശതമാനത്തിൽ എത്തി. 2015–16 വരെ അതേ നില തുടർന്നു. 2016 ൽ അധികാരത്തിലെത്തിയ സർക്കാർ പി എച്ച് സികൾ മെച്ചപ്പെടുത്താനും സർക്കാർ ആശുപത്രികളെ ആശ്രയിക്കുന്നവരുടെ ശതമാനം ഉയർത്താനും ലക്ഷ്യമിട്ട് ആർദ്രം ദൗത്യത്തിന് തുടക്കമിട്ടു. ഈ ദൗത്യത്തിനുകീഴിൽ, 2014–15 ൽ ആരോഗ്യമേഖലയ്ക്കുള്ള ബഡ്ജറ്റ് വിഹിതം 629 കോടിയായിരുന്നത് 2018–19 ഓടെ 1,419 കോടിയായി വർദ്ധിപ്പിച്ചതിനു പുറമേ, 5,289 ആരോഗ്യ പ്രവർത്തകരുടെ തസ്തികകൾ സൃഷ്ടിക്കുകയും ചെയ്തു. ആശുപത്രികളിലെ അടിസ്ഥാന സൗകര്യവികസനത്തിനും ഉപകരണങ്ങൾ വാങ്ങുന്നതിനുമായി 2,266 കോടി രൂപ

കേരള ഇൻഫ്രാസ്ട്രക്ച്ചർ ഇൻവെസ്റ്റ്മെന്റ് ഫണ്ട് ബോർഡ് എന്ന സ്പെഷ്യൽ പർപ്പസ് വെയിക്കിൾ വഴി കണ്ടെത്തി

ഇതിന്റെ ഗുണഫലങ്ങൾ ഇപ്പോൾത്തന്നെ പ്രകടമാണ്. സർക്കാർ ആശുപത്രികൾ ഉപയോഗപ്പെടുത്തുന്നവർ 2014 ലെ 71–ാം വട്ട നാഷണൽ സാമ്പിൾ സർവേ ഓഫീസ് (NSSO) കണക്കുകൾ പ്രകാരം 34 ശതമാനം ആയിരുന്നത് 2017–18 ലെ 75–ാം വട്ട സർവ്വേ കണക്കുകൾ പ്രകാരം 48 ശതമാനമായി ഉയർന്നു (NSSO 2015; NSO 2019).

ആരോഗ്യ വകുപ്പിന്റെ പ്രതികരണം

ചൈനയുമായി വളരെ അടുത്ത ബന്ധമുള്ളതും ചൈനയിൽ സംഭവിച്ചതിന് സമാനമായ ഒരു പകർച്ചവ്യാധിയുടെ വ്യാപനം പ്രതീക്ഷിച്ചിരുന്നതുമായ തയ്‌വൻ പോലുള്ള തെക്ക് കിഴക്ക് ഏഷ്യൻ രാജ്യങ്ങൾക്ക് കോവിഡ് 19 പോലെ തന്നെ പകരുന്ന സാർസ് രോഗത്തെ കൈകാര്യം ചെയ്ത അനുഭവം കൈമുതലായി ഉണ്ടായിരുന്നു. രണ്ടു ഘട്ടങ്ങളിലായി നിപ വൈറസ് ബാധ കൈകാര്യം ചെയ്തതിന്റെ അനുഭവം കേരളത്തിനും ഗുണകരമായി. രോഗലക്ഷണങ്ങൾ ഉള്ളവരെ കണ്ടെത്തി സുരക്ഷിതമായി എത്തിക്കുന്നതിന് ആരോഗ്യ പ്രവർത്തകർക്ക് പരിശീലനം നല്കി. ഐസൊലേഷൻ കിടക്കകൾ ഒരുക്കുകയും പ്രോട്ടോക്കോളുകൾ നടപ്പിൽ വരുത്തുകയും ചെയ്തു. വീടുകളിൽ സമ്പർക്കവിലക്ക് ആചരിക്കേണ്ടതിന്റെ പ്രാധാന്യത്തെക്കുറിച്ച് ജനങ്ങൾ ബോധവാന്മാരായി. എല്ലാറ്റിലുമുപരി, അന്നോളം കേട്ടു പരിചയമില്ലാത്ത പകർച്ചവ്യാധിയെക്കുറിച്ചുള്ള ഭയപ്പാടിൽ കഴിഞ്ഞ ജനങ്ങൾ പുതിയ വൈറസ് ഉയർത്തുന്ന ഭീഷണി ഒട്ടും കുറച്ചു കണ്ടില്ല.

2020 ജനുവരി മുതൽക്ക് രോഗം വ്യാപിക്കുന്ന സാഹചര്യം കൈകാര്യം ചെയ്യുന്നതിനുള്ള ചിട്ടയായ തയ്യാറെടുപ്പുകൾ കേരളം ആരംഭിച്ചു. ആംബുലൻസുകളിൽ വച്ച് അണുബാധയേല്ക്കുന്നതും രോഗം വ്യാപിക്കുന്നതും തടയൽ, ബയോമെഡിക്കൽ മാലിന്യങ്ങളുടെ പരിപാലനം, ശരീര ദ്രവങ്ങൾ കൈകാര്യം ചെയ്യൽ, അണുനശീകരണം, കൈകഴുകൽ, മൃതദേഹങ്ങൾ കൈകാര്യം ചെയ്യൽ, സുരക്ഷാ ഉപകരണങ്ങളുടെ (PPE) ഉപയോഗം, സാമ്പിൾ ശേഖരണവും പരിശോധനയ്ക്ക് എത്തിക്കലും തുടങ്ങിയ മേഖലകൾ സ്പർശിക്കുന്ന പ്രായോഗിക നടപടിക്രമങ്ങൾ സംബന്ധിച്ച മാതൃകാ നിർദ്ദേശങ്ങൾ സർക്കാർ പുറത്തിറക്കി. രോഗ പരിശോധന, സമ്പർക്കവിലക്ക്, ആശുപത്രി പ്രവേശനം, ചികിത്സ, രോഗം ഭേദമായവരെ ഡിസ്ചാർജ് ചെയ്യൽ എന്നിവ സംബന്ധിച്ച സമാഹൃത മാർഗ്ഗരേഖകൾ പ്രസിദ്ധപ്പെടുത്തുകയും മാറുന്ന സാഹചര്യങ്ങളും പുതിയ അറിവുകളും ഉൾക്കൊള്ളിച്ച് അവയിൽ മാറ്റങ്ങൾ വരുത്തുകയും ചെയ്തു. മാർഗ്ഗരേഖകളെ തുടർന്ന് ട്രെയിനിങ് മൊഡ്യൂളുകളും സർക്കാർ പുറത്തിറക്കി.

രാജ്യത്തെ വരേണ്യ വിഭാഗങ്ങൾ ആശ്രയിച്ചുപോന്ന വലിയ ആശു

പത്രികകളിൽ പലയിടത്തും ആരോഗ്യപ്രവർത്തകർ നിസ്സഹായരാവുകയും അസ്വാസ്ഥ്യം പടരുകയും ചെയ്തപ്പോൾ, നേരേ തിരിച്ചായിരുന്നു കേരളത്തിലെ സ്ഥിതി. ആരോഗ്യമേഖലയ്ക്ക് അധിക വിഭവങ്ങൾ ലഭ്യമാക്കിയതും തയ്യാറെടുപ്പുകളുടെ ഉയർന്ന നിലവാരവും സംസ്ഥാനത്തെ ആരോഗ്യപ്രവർത്തകരുടെ മനോവീര്യം ഉയർത്തി. നിപയെ മുന്നിൽനിന്ന് നേരിട്ട അനുഭവമുള്ള കേരളത്തിലെ ആരോഗ്യമന്ത്രി ആരോഗ്യ വകുപ്പിന്റെ പ്രവർത്തനങ്ങൾക്ക് തുടക്കം മുതൽ ശക്തവും പ്രകടവുമായ നേതൃത്വം നല്കി. നിപ പ്രതിസന്ധിയും രണ്ടു പ്രളയങ്ങളുടെ അനന്തര പ്രശ്നങ്ങളും മികവോടെ നേരിട്ട സംസ്ഥാനത്തെ ആരോഗ്യ സംവിധാനം ഇതുപോലൊരു പകർച്ച വ്യാധിയെ നേരിടാൻ തക്ക ആത്മവിശ്വാസം ആർജ്ജിക്കുകയും സർക്കാരിന്റെ ആരോഗ്യരക്ഷാ സംവിധാനത്തിൽ ജനങ്ങൾക്കുള്ള വിശ്വാസവും ശക്തിപ്പെടുത്തുകയും ചെയ്തിരുന്നു.

സാമൂഹ്യ അടിത്തറ

കേരളത്തിന്റെ മികച്ച ആരോഗ്യനിലയ്ക്ക് ഏറ്റവും പ്രധാന സംഭാവന നല്കുന്നത് സംസ്ഥാനത്തെ പൊതു ജനാരോഗ്യ സംവിധാനം തന്നെയാണെങ്കിലും, സ്ത്രീ സാക്ഷരത, ദളിതരുടെയും സാമൂഹ്യ പിന്നോക്കാവസ്ഥയുള്ള മറ്റ് വിഭാഗങ്ങളുടെയും ശാക്തീകരണം, ഉയർന്ന രാഷ്ട്രീയ സംഘടന ക്ഷമത, പഞ്ചായത്തുകളുടെയും മുനിസിപ്പാലിറ്റികളുടെയും കർമ്മോത്സുകത, പൗരസമൂഹ കൂട്ടായ്മകളുടെ വളർച്ച, രാഷ്ട്രീയ വ്യവഹാരങ്ങളിൽ ആരോഗ്യ കാര്യങ്ങൾക്ക് ലഭിക്കുന്ന ഉയർന്ന പരിഗണന, മാധ്യമ സജീവത തുടങ്ങിയവയ്ക്ക് അതിൽ പ്രധാന പങ്കുണ്ട്. കേരളത്തിലെ കോവിഡ് പ്രതിരോധ ശ്രമങ്ങൾക്ക് സമൂഹത്തിലെ മറ്റ് ഘടകങ്ങളുടെ പിന്തുണ ഉറപ്പാക്കാൻ അത് സഹായിച്ചു.

വ്യത്യസ്ത സാമൂഹ്യ ഘടകങ്ങളുടെ ഏകോപിത ശക്തിയും സമൃദ്ധമായ സാമൂഹ്യ മൂലധനവും ഇതിനായി ഉപയോഗപ്പെടുത്താൻ സംസ്ഥാന സർക്കാർ ശ്രമിച്ചു. സാമൂഹ്യ വിഷയങ്ങളിൽ ഇടപെടുന്ന സർക്കാരിതര സംഘടനകൾ, ട്രേഡ് യൂണിയനുകൾ, ലൈബ്രറികൾ, ക്ലബുകൾ, തൊഴിൽ മേഖലയിലെ സംഘടനകൾ തുടങ്ങിയവ ഉൾപ്പെടുന്ന സംഘടനാ ബന്ധങ്ങളുടെ സക്രിയത കേരളത്തിലെ ഉയർന്ന സാമൂഹ്യബോധത്തിന്റെ പ്രഭവകേന്ദ്രമായി മനസ്സിലാക്കപ്പെടുന്നു. സംസ്ഥാനത്തെ ദാരിദ്ര്യത്തിന്റെ ലഘൂകരണത്തിന് അതുമായി ബന്ധമുണ്ട്. ഇത്തരം മുൻകൈ പ്രവർത്തനങ്ങൾ സർക്കാർ ഇടപെടലുകളിൽ നിന്ന് വേറിട്ട് സ്വതന്ത്രമായി നില്ക്കുക മാത്രമല്ല, സർക്കാരിന്റെ ഉദ്യമങ്ങൾക്ക് സഹായകരമാവുകയും ചെയ്യുന്നു. നിപ പ്രതിസന്ധിയുടെയും പ്രളയങ്ങളുടെയും കാലത്ത് അത് പ്രകടമായി. കോവിഡ് 19 നെതിരായ സർക്കാരിന്റെ പ്രവർത്തനങ്ങൾക്ക് പിന്തുണ നല്കുന്ന കാര്യത്തിലും അത് കാണാം.

സുതാര്യതയും വിശ്വാസവും

ആരോഗ്യ അടിയന്തരാവസ്ഥകൾ കൈകാര്യം ചെയ്യാൻ അഹിതകരമായ ത്യാഗങ്ങൾ ഏറ്റെടുക്കാൻ സ്വയം തയ്യാറുള്ള സമൂഹത്തിന്റെ സജീവ പങ്കാളിത്തം ആവശ്യമാണ്. അത്തരം പങ്കുകൊള്ളൽ സാദ്ധ്യമാവണമെങ്കിൽ ജനങ്ങൾക്ക് അവരുടെ സർക്കാരിൽ വിശ്വാസമുണ്ടാവണം. പരമ്പരാഗതമായിത്തന്നെ, കേരളത്തിലെ ജനങ്ങൾക്ക് സർക്കാരിൽ വിശ്വാസം കൂടുതലാണ്. സമീപകാലത്ത് പല പ്രതിസന്ധികളും വിജയകരമായി നേരിട്ടത് ഈ വിശ്വാസം ബലപ്പെടുത്തിയിരിക്കുന്നു. സാമൂഹ്യ അകലം പാലിക്കുന്നതും സ്വയം സമ്പർക്കവിലക്ക് ഏർപ്പെടുത്തുന്നതും സംബന്ധിച്ച അറിയിപ്പുകൾ കേരളത്തിലെ ജനങ്ങൾ ഗൗരവമായി കണ്ടു.

പ്രതിസന്ധിയുടെ കാലങ്ങളിൽ മോശമെങ്കിലും വിശ്വസനീയമായ വിവരങ്ങൾക്കാണ് ജനങ്ങൾ വില കല്പിക്കുന്നത്. വിവരങ്ങൾ ജനങ്ങളുമായി പങ്കുവയ്ക്കാനുള്ള സർക്കാരിന്റെ സന്നദ്ധത സുതാര്യത വർദ്ധിപ്പിക്കുകയും ജനങ്ങൾക്ക് സർക്കാരിൽ വിശ്വാസം വളർത്തുകയും ചെയ്യും. അന്നന്നത്തെ വിവരങ്ങൾ പരിശോധിച്ച് നയപരമായ കാര്യങ്ങൾ ചർച്ച ചെയ്തതിനുശേഷം, പ്രധാനപ്പെട്ട വിവരങ്ങൾ മുഖ്യമന്ത്രി തന്നെ ഓരോ ദിവസവും വാർത്താസമ്മേളനത്തിലൂടെ ജനങ്ങളെ അറിയിക്കുന്നു. ഈ ദിവസങ്ങളിൽ സംസ്ഥാനത്ത് ഏറ്റവും കൂടുതൽ ആളുകൾ കാണുന്ന പരിപാടിയും ഇതാണ്. സംസ്ഥാനത്തെ കോവിഡ് 19 പരിശോധനയ്ക്കും ചികിത്സയ്ക്കുമുള്ള മുഴുവൻ ചെലവും സർക്കാരാണ് വഹിക്കുന്നത്.

സർക്കാരിന്റെ ഈ നടപടികൾ ജനങ്ങളുടെ വിശ്വാസം ആർജ്ജിച്ചിക്കുകയും ജനങ്ങൾ സർക്കാരുമായി സഹകരിക്കുന്ന ഒരന്തരീക്ഷം സൃഷ്ടിക്കുന്നതിലൂടെ, പകർച്ചവ്യാധി വരുതിയിലാക്കാൻ സർക്കാർ കൊണ്ടുവരുന്ന നിയന്ത്രണങ്ങൾക്ക് സ്വയം വിധേയരാവാൻ ജനങ്ങളെ സന്നദ്ധരാക്കുകയും ചെയ്തു. സർക്കാരിന്റെ പ്രവർത്തനങ്ങൾ വിജയിക്കുന്നു എന്നതാണ് ജനങ്ങൾക്കു മുന്നിൽ ഇതുവരെയുള്ള അനുഭവം. സാഹചര്യം ഗൗരവതരമാവുകയും സംസ്ഥാനത്തിന്റെ കഴിവിനപ്പുറം പോകുമെന്ന അപകട ഭീതി ഉണ്ടാവുകയും ചെയ്താൽ അന്നായിരിക്കും ഈ വിശ്വാസം ശരിയായി പരീക്ഷിക്കപ്പെടുക.

വികേന്ദ്രീകൃത ആസൂത്രണം

ആവശ്യത്തിന് വിഭവങ്ങളും അധികാരങ്ങളും ഉദ്യോഗസ്ഥശേഷിയുമുള്ള തദ്ദേശഭരണ സ്ഥാപനങ്ങൾ താഴെത്തട്ടിൽ നടത്തിയ പ്രവർത്തനങ്ങൾ ആരോഗ്യരംഗത്തെ ഇടപെടലുകൾക്കൊപ്പം മറ്റു മേഖലകളിലെ പ്രവർത്തനങ്ങൾക്കും നേതൃത്വം നല്കുന്നതിലും ആരോഗ്യരംഗത്തെ മുൻകൈ പ്രവർത്തനങ്ങൾക്ക് പിന്തുണ നേടിക്കൊടുക്കുന്നതിലും

പ്രധാന പങ്കുവഹിച്ചു. രണ്ടായിരത്തി ഇരുപതാമാണ്ട് അധികാര വികേന്ദ്രീകരണത്തിനുള്ള ജനകീയ ക്യാംപെയിനുമായി മുമ്പേ നടന്ന കേരളം ജനകീയാസൂത്രണം ഏറ്റെടുത്തതിന്റെ ഇരുപത്തഞ്ചാം വർഷം കൂടിയാണ്. പരമാവധി മനുഷ്യ വിഭവവും മരുന്നുകളും ഉപകരണങ്ങളും എത്തിക്കുകയും സാധാരണ നിലയിൽ അവഗണിക്കപ്പെടാൻ ഇടയുള്ള സാന്ത്വന പരിചരണം തുടങ്ങിയ മേഖലകൾക്ക് അവ ലഭ്യമാക്കുകയും ചെയ്യുന്നതിനൊപ്പം, പകർച്ചാ രോഗങ്ങളുടെ നിയന്ത്രണം, ദുരന്തനിവാരണവും പുനരധിവാസവും തുടങ്ങിയ കാര്യങ്ങളിലും കേരളത്തിലെ തദ്ദേശഭരണ സ്ഥാപനങ്ങൾ സജീവമാണ്.

ദുരന്തനിവാരണം എല്ലാ കാലത്തും അധികാരശ്രേണീ ബദ്ധമായ ഒരു കേന്ദ്രീകൃത പ്രക്രിയ ആയിരുന്നു; ഇനിയും അത് അങ്ങനെ തന്നെ ആയിരിക്കുകയും ചെയ്യും. എന്നാൽ, വിശാല ചട്ടക്കൂടിനുള്ളിൽ മേൽത്തട്ടിൽനിന്ന് നിയന്ത്രിക്കുന്ന പ്രവർത്തനങ്ങൾക്കൊപ്പം, ദുരന്തങ്ങളുടെ ആഘാതം കുറയ്ക്കുന്നതിലും പ്രവർത്തനങ്ങൾ നീതിപൂർവ്വകമാക്കുന്നതിലും പ്രാദേശിക ആസൂത്രണവും സംഘാടനവും തദ്ദേശഭരണ സ്ഥാപനങ്ങളുടെ ഇടപെടലും എത്രമാത്രം പ്രധാനമാണെന്ന് കേരളത്തിന്റെ അനുഭവം വ്യക്തമാക്കുന്നു. പ്രാദേശിക ദുരന്തനിവാരണ പദ്ധതി തയ്യാറാക്കാൻ തദ്ദേശഭരണ സ്ഥാപനങ്ങളെ അധികാരപ്പെടുത്തുന്ന സർക്കാർ ഉത്തരവു വന്നതോടെ, ഈ പുതിയ ഉത്തരവാദിത്വത്തിന് ഔദ്യോഗിക അംഗീകാരമായി. പഞ്ചായത്ത്/മുനിസിപ്പാലിറ്റി തല ദുരന്തനിവാരണ പദ്ധതി റിപ്പോർട്ടുകൾ സമീപകാല പ്രകൃതിദുരന്തങ്ങളുടെ, വിശേഷിച്ച് വെള്ളപ്പൊക്ക ദുരന്തങ്ങളുടെ, അനുഭവം വിലയിരുത്തി, തദ്ദേശഭരണ സ്ഥാപനതലത്തിലും സർക്കാരിന്റെ കൂടുതൽ ഉയർന്ന തലങ്ങളിലും നടപ്പിലാക്കേണ്ട പ്രവർത്തനങ്ങൾ നിർദ്ദേശിക്കുന്നു. ദുരന്തം ഉണ്ടായാലുള്ള തത്സമയ നടപടികളും ഇതിൽ ഉൾപ്പെടും. ജനസംഖ്യയിലെ 100 പേർക്ക് കുറഞ്ഞത് ഒരാളെ ഉൾപ്പെടുത്തി ഒരു സന്നദ്ധ സേനയും സർക്കാർ രൂപീകരിക്കുന്നുണ്ട്. ദുരന്തവേളയിൽ ഈ സന്നദ്ധ സേവകർ തദ്ദേശ ഭരണ സ്ഥാപനങ്ങളുടെ ഏകോപനത്തിൻകീഴിൽ പ്രവർത്തിക്കും. പഞ്ചായത്തുകളുടെയും മുനിസിപ്പാലിറ്റികളുടെയും ഈ ദുരന്ത മാനേജ്മെന്റ് ചട്ടക്കൂടിന് നന്നായി ഇണങ്ങുന്നതാണ് കോവിഡ് 19 കാലത്തെ പ്രവർത്തനവും.

തദ്ദേശഭരണ സ്ഥാപനങ്ങളും ആരോഗ്യരംഗവും

സംസ്ഥാനത്തിന്റെ 30% - 35% വികസന ഫണ്ടും തദ്ദേശഭരണ സ്ഥാപനങ്ങൾക്ക് ആസൂത്രണാധികാരത്തോടെ കൈമാറുമെന്ന പ്രഖ്യാപനവുമായാണ് ജനകീയാസൂത്രണം തുടക്കംകുറിച്ചത്. ആരോഗ്യരംഗം ഈ സാമ്പത്തിക വികേന്ദ്രീകരണത്തിന്റെ ഒരു പ്രധാന ഗുണഭോക്താവായി. വാസ്തവം പറഞ്ഞാൽ, ഇത്ര വലിയ തുക തദ്ദേശഭരണ സ്ഥാപനങ്ങൾക്കു കൈമാറിയതു തന്നെ ആരോഗ്യ, വിദ്യാഭ്യാസ

രംഗങ്ങളിലെ സർക്കാർ സേവനങ്ങളുടെ ഗുണനിലവാരം ഉയർത്താൻ അത് ഉപയോഗപ്പെടുത്തും എന്ന കണക്കുകൂട്ടലിൽ ആയിരുന്നു.

പ്രാദേശിക പദ്ധതികൾ ജനങ്ങളുടെ മുൻഗണനകൾ ശരിയായി പ്രതിഫലിപ്പിക്കും; കേരളത്തിലാവുമ്പോൾ, ആരോഗ്യ മേഖലയ്ക്ക് അതിന്റെ പ്രയോജനം ലഭിക്കുമെന്ന് തീർച്ചയാണ്. ആദ്യവർഷങ്ങളിൽ ഇതിന്റെ ഫലം സമ്മിശ്ര സ്വഭാവത്തിലുള്ളതായിരുന്നു. തൊട്ടടുത്ത വർഷങ്ങളിൽ സംസ്ഥാനത്തിന്റെയും പ്രാദേശിക തലത്തിലെയും മൊത്തം പദ്ധതിത്തുകയിലെ ആരോഗ്യ മേഖലയ്ക്കുള്ള വിഹിതം 2.2 ൽ നിന്ന് അതിന്റെ രണ്ടു മടങ്ങായി ഉയർന്ന് 4.5 ശതമാനത്തിലെത്തി. ഡോക്ടർമാർക്കും ആരോഗ്യരംഗത്തെ പ്രധാന അധികാരികൾക്കും തദ്ദേശഭരണ സ്ഥാപനങ്ങളുമായി സഹകരിച്ചു പ്രവർത്തിക്കാൻ ഉണ്ടായിരുന്ന വിമുഖതയാണ് ജനകീയാസൂത്രണത്തിന്റെ ആദ്യ വർഷങ്ങളിൽ ആരോഗ്യ മേഖലയുടെ പ്രകടനം മോശമാവാൻ ഇടയാക്കിയത്. ആരോഗ്യ പ്രോജക്ടുകളുടെ നിർവ്വഹണോദ്യോഗസ്ഥർ എന്ന നിലയിലുള്ള അധികചുമതലകൾ, വിശേഷിച്ചും നിർമ്മാണ പ്രവൃത്തികൾ അടങ്ങിയ പ്രോജക്ടുകൾ, ഏറ്റെടുക്കാനും തുടക്കത്തിൽ അവർ മടി കാണിച്ചു.

പിന്നീട്, ഈ മനോഭാവം മാറുകയും പ്രാദേശിക ആസൂത്രണ പ്രക്രിയയിൽ അവർ ക്രിയാത്മക പങ്കാളിത്തം വഹിക്കാൻ തുടങ്ങുകയും ചെയ്തു. തദ്ദേശഭരണ സ്ഥാപനങ്ങളിലെ തിരഞ്ഞെടുക്കപ്പെട്ട പ്രതിനിധികൾ തങ്ങളുടെ മുൻഗണനകൾ ഔദ്യോഗിക ശ്രേണിയിലെ മേലധികാരികളേക്കാൾ എളുപ്പത്തിൽ അംഗീകരിച്ചു തരുമെന്ന് അവർ മനസ്സിലാക്കി. അധികാര വികേന്ദ്രീകരണം ആരോഗ്യമേഖലയിൽ ചെലുത്തിയ സ്വാധീനം വിലയിരുത്തുന്ന ധാരാളം രചനകൾ ഉണ്ടായി. മെച്ചപ്പെടാൻ ധാരാളമുണ്ടെങ്കിലും ഗുണഫലങ്ങളാണ് കൂടുതലുമെന്ന ആശയത്തെയാണ് ഈ പഠനങ്ങൾ പൊതുവിൽ പിന്തുണയ്ക്കുന്നത്.

ആർദ്രം മിഷൻ ആരംഭിച്ചതോടെ, ആരോഗ്യരക്ഷാ രംഗത്തെ തദ്ദേശഭരണ സ്ഥാപനങ്ങളുടെ പങ്കാളിത്തത്തിൽ പൊടുന്നനെയുള്ള വർദ്ധനവാണ് കണ്ടത്. പി എച്ച് സികളുടെയും സബ് സെന്ററുകളുടെയും കെട്ടിടങ്ങൾ നന്നാക്കാനും പരിപാലിക്കാനും, മരുന്നുകളും മെഡിക്കൽ ഉപകരണങ്ങളും വാങ്ങാനും കരാർ വ്യവസ്ഥയിൽ ഡോക്ടർമാരെയും നഴ്സുമാരെയും പാരാമെഡിക്കൽ ജീവനക്കാരെയും നിയമിക്കാനും ആശാ (Accredited Social Health Activist) പ്രവർത്തകരുടെ ഓണറേറിയം കൂട്ടി നല്കാനും തദ്ദേശഭരണ സ്ഥാപനങ്ങൾ തുക ചെലവഴിക്കുന്നു. സാന്ത്വന പരിചരണ സംഘടനകൾ, ഭക്ഷണ വിതരണ പരിപാടികൾ, കുടുംബശ്രീ ആരോഗ്യ വളണ്ടിയർമാർ എന്നിങ്ങനെയുള്ള സിവിൽ സമൂഹ സംഘടനാ സംവിധാനങ്ങൾക്കും ആരോഗ്യ വകുപ്പിനും ഇടയിൽ അവയെ കൂട്ടിയോജിപ്പിക്കുന്ന പാലമായും തദ്ദേശഭരണ സ്ഥാപനങ്ങൾ നിലകൊള്ളുന്നു. വാർദ്ധക്യ പരിചരണത്തിലും ഭിന്നശേഷിക്കാർക്ക് പിന്തുണ നല്കുന്നതിലും പഠനവൈകല്യമുള്ള

വരുടെ സ്പെഷ്യൽ സ്കൂളുകൾക്ക് സാമ്പത്തിക സഹായമെത്തിക്കുന്നതിലും അവയ്ക്ക് പ്രധാന പങ്കുണ്ട്. വായുവിലൂടെയും ജലത്തിലൂടെയും പകരുന്ന രോഗങ്ങൾ നിയന്ത്രിക്കുന്നതിനുള്ള പ്രവർത്തനങ്ങളും അവയുടെ ചുമതലയിൽ നടക്കുന്നു. ആരോഗ്യരംഗത്തും അനുബന്ധ മേഖലകളിലുമുള്ള തദ്ദേശഭരണ സ്ഥാപനങ്ങളുടെ ക്രിയാത്മക ഇടപെടൽ വച്ചു നോക്കിയാൽ, കോവിഡ് 19 നെതിരായ പോരാട്ടത്തിൽ അവ പ്രധാന പങ്കു വഹിക്കുന്നത് സ്വാഭാവികം മാത്രമാണ്.

2020 മാർച്ച് 20 ന് ഒരുത്തരവിലൂടെ തദ്ദേശഭരണ സ്ഥാപനങ്ങളുടെ ഈ പങ്കാളിത്തത്തിന് സംസ്ഥാന സർക്കാർ ഔദ്യോഗിക സ്വഭാവം നല്കി. കോവിഡ് 19 രോഗ വ്യാപനത്തിന്റെ പശ്ചാത്തലത്തിൽ, അതിനെ പ്രതിരോധിക്കുന്നതിനുള്ള ബ്രേക്ക് ദി ചെയിൻ ക്യാംപെയിൻ, ശുചിത്വം, ഐസൊലേഷനിൽ കഴിയുന്നവർക്കുള്ള സഹായം, അവശ്യവസ്തുക്കളുടെ ലഭ്യത ഉറപ്പു വരുത്തൽ, വിഭവങ്ങളുടെ പട്ടിക തയ്യാറാക്കുന്നത് അടക്കമുള്ള പ്രവർത്തനങ്ങളുടെ രേഖകൾ തയ്യാറാക്കി വയ്ക്കൽ, തദ്ദേശഭരണ സ്ഥാപനങ്ങളുടെ പ്രത്യേക സഹായം ആവശ്യമുള്ളവരെ കണ്ടെത്തി സഹായിക്കൽ തുടങ്ങിയ കാര്യങ്ങളിൽ തദ്ദേശഭരണ സ്ഥാപനങ്ങളുടെ ഉത്തരവാദിത്വം അതിലൂടെ വ്യക്തമാക്കി. വ്യത്യസ്ത ഭരണതലങ്ങളുടെയും ഉദ്യാഗസ്ഥരുടെയും ചുമതലകൾ പട്ടികപ്പെടുത്തി.

മുകളിൽ പറഞ്ഞ ഔപചാരിക ചുമതലകൾ നിർവ്വഹിച്ചതിലേറെ, ആവശ്യക്കാർക്ക് ഭക്ഷണം എത്തിക്കാൻ സമൂഹ അടുക്കളകൾ ആരംഭിച്ചതാണ് തദ്ദേശഭരണ സ്ഥാപനങ്ങളുടെ യഥാർത്ഥ കരുത്തു വെളിവാക്കിയ നടപടി. സംസ്ഥാനമൊട്ടുക്കും സമൂഹ അടുക്കളകൾ ഒരുക്കിയത് വെറും മൂന്ന് ദിവസങ്ങൾക്ക് ഉള്ളിലാണ്. അടച്ചു കിടന്ന ഹോട്ടലുകളിലും സ്കൂൾ അടുക്കളകളിലും കല്യാണ ഹാളുകളിലും സമൂഹ അടുക്കളകൾ ആരംഭിച്ചു. ആവശ്യമായ അരി, പയറു വർഗ്ഗങ്ങൾ, മസാലകൾ, പച്ചക്കറികൾ എന്നിവയും, ഇറച്ചിയും മീനും പോലും, സംഭാവനകൾ വഴിയാണ് കൂടുതലും സമാഹരിച്ചത്. ഓരോ സ്ഥലത്തും ഒന്നോ രണ്ടോ പാചകക്കാരെ ഒഴിച്ചാൽ, പാചകത്തിന് സഹായികളായും പൊതിച്ചോർ തയ്യാറാക്കാനും പൊതികൾ വിതരണം ചെയ്യാനും പ്രവർത്തിച്ചതത്രയും വലിയൊരു സംഖ്യ വരുന്ന സന്നദ്ധ സേവകരാണ്. കൂടുതൽ ആവശ്യക്കാരുണ്ടായ ഘട്ടത്തിൽ ദിവസവും അഞ്ച് ലക്ഷത്തിലധികം ഭക്ഷണപ്പൊതികളാണ് സമൂഹ അടുക്കളകളിൽനിന്ന് നല്കിയത്. വന്നു വാങ്ങാൻ കഴിയാത്ത മുഴുവൻ പേർക്കും ഭക്ഷണം വീട്ടിൽ എത്തിച്ചു നല്കി.

വനിതാ അയൽക്കൂട്ടങ്ങളുടെ ശൃംഖലയായ കുടുംബശ്രീയുടെ ബലത്തിലാണ് ഇത്രയും ചുരുങ്ങിയ സമയത്തിനകം ഇത്ര വലിയ തോതിൽ ഫലപ്രദമായി പ്രവർത്തിക്കാൻ തദ്ദേശഭരണ സ്ഥാപനങ്ങൾക്ക് സാധിച്ചത്. ദാരിദ്ര്യ ലഘൂകരണ പരിപാടികളിൽ പങ്കെടുത്ത ശക്തമായ പാരമ്പര്യം അവർക്കുണ്ട്. 946 കാറ്ററിങ് യൂണിറ്റുകളും 1,479 കഫേ

യൂണിറ്റുകളും അവർ നടത്തിയിരുന്നു. അഗതികൾക്കും കിടപ്പു രോഗികൾക്കും വീട്ടിൽ ഭക്ഷണം എത്തിച്ചു കൊടുക്കുന്ന പ്രവർത്തനം പാലിയേറ്റീവ് കെയർ ഗ്രൂപ്പുകൾ നേരത്തേ തന്നെ നടത്തിവന്നു. ഈ അനുഭവങ്ങൾ വച്ചാണ് തദ്ദേശഭരണ സ്ഥാപനങ്ങൾ സമൂഹ അടുക്കളകൾ തുടങ്ങിയത്. ലോക്ക്ഡൗൺ തീരുന്നതോടെ ഇവയും പിൻവാങ്ങും; എന്നാൽ, മിക്ക കമ്യൂണിറ്റി കിച്ചണുകളും 20 രൂപയ്ക്ക് ഊണു നല്കുന്ന കുടുംബശ്രീ ന്യായവില ഹോട്ടലുകളായി തുടർന്നേക്കും.

അതിഥി തൊഴിലാളികളുടെ ക്യാമ്പുകൾ മോണിട്ടർ ചെയ്യലും അവർക്ക് ഭക്ഷണവും ചികിത്സയും ഉറപ്പുവരുത്തലുമാണ് തദ്ദേശഭരണ സ്ഥാപനങ്ങൾ നിർവ്വഹിക്കുന്ന മറ്റൊരു ഉത്തരവാദിത്വം. രാജ്യത്ത് കുടിയേറ്റ തൊഴിലാളികൾക്കു വേണ്ടി തുറന്ന 23,567 ക്യാമ്പുകളിൽ 65 ശതമാനവും അവിടെ പാർപ്പിച്ച 6. 5 ലക്ഷം തൊഴിലാളികളിൽ 47 ശതമാനവും കേരളത്തിൽ മാത്രമായിരുന്നു. തദ്ദേശഭരണ സ്ഥാപന പ്രതിനിധികളും ഉദ്യോഗസ്ഥരും ഈ ക്യാമ്പുകൾ സന്ദർശിച്ച് സ്ഥിതി പരിശോധിക്കുകയും ആവശ്യമുള്ള സ്ഥലങ്ങളിൽ ഭക്ഷണ കിറ്റുകൾ എത്തിക്കുകയും, മൊബൈൽ ചാർജറുകളും, സമയം തള്ളി നീക്കാൻ ചെസും കാരംസും പോലെ കളികൾക്കുള്ള ഉപകരണങ്ങളും എത്തിച്ചു കൊടുക്കുന്നതിൽ പോലും ശ്രദ്ധിക്കുകയും ചെയ്യുന്നു.

രാജ്യത്തെ ഏറ്റവും വലിയ നിർമ്മാണത്തൊഴിലാളി സഹകരണ സംഘമായ ഊരാളുങ്കൽ ലേബർ കോൺട്രാക്റ്റ് കോ-ഓപ്പറേറ്റീവ് സൊസൈറ്റി ഈ അവസരത്തിൽ മാതൃക കാട്ടി. ഇതിലെ മൂവായിരത്തോളം തൊഴിലാളികളിൽ ഭൂരിപക്ഷവും അതിഥി തൊഴിലാളികളാണ്. അംഗങ്ങൾക്കുള്ള എല്ലാ ആനുകൂല്യങ്ങളും ലഭിക്കത്തക്ക വിധത്തിൽ സൊസൈറ്റിയിൽ അംഗത്വമെടുക്കാൻ അതിഥി തൊഴിലാളികളെ പ്രോത്സാഹിപ്പിക്കുന്ന ഇവർ ഈ നല്ല പ്രവണത തുടങ്ങി വച്ചവരാണ്. പ്രതിസന്ധി വന്നപ്പോൾ വീട്ടിലേക്ക് മടങ്ങിപ്പോകാൻ ആഗ്രഹിച്ചവരെ സൊസൈറ്റി തന്നെ പണം മുടക്കി പ്രത്യേക ബസുകൾ ഏർപ്പാടു ചെയ്ത് പറഞ്ഞയച്ചു. ഒട്ടും തൃപ്തികരമല്ലാതിരുന്ന അതിഥി തൊഴിലാളികളുടെ നില കഴിവതും മെച്ചപ്പെടുത്താൻ തദ്ദേശഭരണ സ്ഥാപനങ്ങൾ ശ്രമിച്ചു.

ആരോഗ്യ, തദ്ദേശ സ്വയംഭരണ വകുപ്പുകൾക്കു പുറമേ, പൊലീസ്, ദുരന്തനിവാരണം, വിദ്യാഭ്യാസം തുടങ്ങിയ മറ്റു വകുപ്പുകളും കോവിഡ് 19 നിവാരണത്തിനുള്ള സമാന മാർഗ്ഗരേഖകൾ പുറത്തിറക്കി. ശരിയായ ഏകോപനവും മേൽനോട്ടവുമില്ലാതെ ഇവയൊന്നും പ്രതീക്ഷിച്ച ഫലം ചെയ്യുമായിരുന്നില്ല. ഈ വകുപ്പുകളുടെ പ്രവർത്തനവും വകുപ്പുകളുടെ ഏകോപനവും ഓരോ ദിവസവും മുഖ്യമന്ത്രി തന്നെ നേരിട്ട് റിവ്യൂ ചെയ്ത് ജനങ്ങളുമായി പങ്കുവച്ചു.

എക്സിറ്റ് തന്ത്രം

സമ്പൂർണ്ണ ലോക്ക്ഡൗണിൽ നിന്ന് പുറത്തു കടക്കുന്നതിനുള്ള ഒരു

പ്രവർത്തന തന്ത്രം തയ്യാറാക്കുകയാണ് കേരളമിപ്പോൾ. മറ്റ് രാജ്യങ്ങളിൽനിന്നും ഇതര സംസ്ഥാനങ്ങളിൽനിന്നും തിരിച്ചു വരുമെന്ന് പ്രതീക്ഷിക്കുന്ന അഞ്ച് ലക്ഷത്തോളം കുടിയേറ്റ തൊഴിലാളികളെ കണ്ടെത്തി സമ്പർക്കവിലക്കിൽ ആക്കുകയും ആവശ്യമെങ്കിൽ പരിശോധനയ്ക്ക് വിധേയരാക്കുകയും ചെയ്യുക എന്നുള്ളതാണ് ഒരു പ്രധാന വെല്ലുവിളി. ഓരോ പ്രദേശത്തും തിരിച്ചെത്താൻ സാദ്ധ്യത യുള്ളവർ ആരൊക്കെയെന്ന് മനസ്സിലാക്കി, പൊതുമരാമത്ത് വകുപ്പിന്റെ കൂടി സഹകരണത്തോടെ അവരെ സമ്പർക്ക വിലക്കിൽ പാർപ്പിക്കാൻ ആവശ്യമായ ഹോട്ടലുകളും ഹോസ്റ്റലുകളും ഒഴിഞ്ഞ ഫ്ളാറ്റുകളും വലിയ വീടുകളും കണ്ടെത്തുന്ന പ്രവർത്തനത്തിൽ മുഴുകിയിരി ക്കുകയാണ് സംസ്ഥാനത്തെ തദ്ദേശഭരണ സ്ഥാപനങ്ങൾ. 2. 5 ലക്ഷം പേർക്കുള്ള താമസ സൗകര്യം ഇതിനകം കണ്ടെത്തി. തിരിച്ചെത്തുന്ന മുഴുവൻപേരെയും സമ്പർക്കവിലക്കിൽ ആക്കുകയും പരിശോധനയ്ക്ക് വിധേയരാക്കുകയും പോസിറ്റീവായവരെ ഐസൊലേഷനിൽ വച്ച് ചികിത്സ നല്കുകയും വേണം. സ്വന്തം ചെലവിൽ ഹോട്ടലുകളിൽ സമ്പർക്കവിലക്കിൽ കഴിയുകയെന്ന മാർഗ്ഗവും തിരിച്ചെത്തുന്ന കുടിയേറ്റക്കാർക്ക് മുന്നിലുണ്ട്.

'റിവേഴ്സ് ക്വാറന്റയിൻ' ആണ് അവലംബിക്കാവുന്ന രണ്ടാമതൊരു രീതി. 65 വയസ്സ് കഴിഞ്ഞവരും മാറാരോഗങ്ങൾ ഉള്ളവരും പെട്ടെന്ന് രോഗം പിടിപെടാനുള്ള സാദ്ധ്യത ഒഴിവാക്കാൻ വീട്ടുമുറികളിൽ അടച്ചു പൂട്ടി കഴിയണം. ജനസംഖ്യയുടെ 13. 5 ശതമാനവും 65 വയസ്സിന് മുകളിൽ പ്രായമുള്ളവരും, പ്രമേഹവും രക്തസമ്മർദ്ദവും കൂടുതൽ വ്യാപകവുമായ കേരളത്തിൽ ഇത് വളരെ വലിയൊരു ദൗത്യമാകും. 40 ലക്ഷത്തിലധികം ആളുകളെ വീടുകളിൽ ക്വാറന്റയിൻ ചെയ്യാൻ വളരെ വലിയ വിവരവിശകലനവും ഓരോ പ്രദേശത്തും അതിന്റെ പ്രത്യേ കതകൾക്ക് ചേർന്ന പ്രവർത്തന തന്ത്രവും വേണ്ടിവരും. ക്വാറന്റയിനിൽ ആക്കുന്നവർക്ക് മരുന്നും കൗൺസലിങ്ങും, അത്യാവശ്യക്കാർക്ക് സൗജന്യ ഭക്ഷണവും, നല്കുക എന്നതും തുല്യ അളവിൽ പ്രധാന മാണ്. വ്യക്തിശുചിത്വം പാലിക്കുകയും കൈ കഴുകുന്നതും മാസ്ക്കിന്റെ ഉപയോഗം ശീലമാക്കുകയും വേണം. ആര്യാട് ബ്ലോക്ക് പഞ്ചായത്തും അതിലെ ഗ്രാമ പഞ്ചായത്തുകളും പോലെ ചില തദ്ദേശഭരണ സ്ഥാപനങ്ങൾ ഇപ്പോൾ തന്നെ റിവേഴ്സ് ക്വാറന്റയിൻ രീതി പ്രയോഗി ക്കുന്നുണ്ട്. ഡിജിറ്റലാക്കിയ വിവരങ്ങൾ, ടെലി മെഡിസിൻ എന്നിവ ഉപയോഗപ്പെടുത്തിയും ആവശ്യക്കാർക്ക് സൗജന്യ ഭക്ഷണവും മരുന്നും കൗൺസലിങ്ങും നല്കിയും, പ്രായമായവരും ദുർബ്ബലരായ മറ്റുള്ളവരും വീടുകളിൽ സുരക്ഷിതരായി കഴിയുന്നുവെന്ന് ഉറപ്പുവരുത്താനാണ് അവരുടെ ശ്രമം.

ഉപജീവന പ്രവൃത്തികൾ ശ്രദ്ധാപൂർവ്വം തിരിച്ചുകൊണ്ടു വരിക എന്നതാണ് മൂന്നാമത്തെ ഘടകം. കൃഷിയും അനുബന്ധ മേഖലകളും,

കുടിൽ വ്യവസായവും ചെറുകിട വ്യവസായവും എന്നീ രംഗങ്ങളാണ് ആദ്യം തുറന്നിട്ടത്. ഈ മേഖലകൾ ഏറിയ കൂറും തദ്ദേശഭരണ സ്ഥാപനങ്ങളുടെ ചുമതലാ പരിധികൾക്ക് അകത്തു വരുന്നവയാണ്. കേരളത്തിൽ നെൽകൃഷിയും തെങ്ങിൻ പുരയിടങ്ങളിലെ സമ്മിശ്ര കൃഷിയും കുറഞ്ഞുവരികയാണ്. ഈ പ്രവണത നേരെയാക്കാൻ കോവിഡ് 19 പ്രതിസന്ധി അവസരമായേക്കും. ലോക്ക്ഡൗൺ കാലത്ത് പച്ചക്കറി കൃഷിക്ക് സർക്കാർ പ്രോത്സാഹനം നല്കി. അതൊരു ക്യാംപെയിൻ പോലെ ഏറ്റെടുക്കാൻ പോവുകയാണ്. ചെറുകിട പങ്കാളിത്ത പച്ചക്കറി കൃഷിയുടെ എത്രയെങ്കിലും മികച്ച മാതൃകകൾ സൃഷ്ടിക്കുന്നതിൽ ജനകീയാസൂത്രണ ക്യാംപെയിൻ വിജയിച്ചിട്ടുണ്ട്. തദ്ദേശ ഭരണ സ്ഥാപനങ്ങളുമായി ചേർന്ന് കാർഷിക രംഗം പുനരുജ്ജീവിപ്പിക്കുന്നതിനുള്ള ഒരു വിശദ പദ്ധതി കൃഷി വകുപ്പ് തയ്യാറാക്കി വരികയാണ്. പരമ്പരാഗത വ്യവസായങ്ങൾ പുനരാരംഭിച്ചതിനൊപ്പം, പുതിയ സംരംഭങ്ങളെ പ്രോത്സാഹിപ്പിക്കുന്നതിനുള്ള നടപടികളും ഉണ്ടാകും. തദ്ദേശഭരണ സ്ഥാപനങ്ങളുടെ പരിധിയിൽ ഓരോ ആയിരം പേർക്കും അഞ്ച് കാർഷികേതര തൊഴിലുകൾ അധികമായി സൃഷ്ടിക്കാൻ 2020–21 ബഡ്ജറ്റിൽ നിർദ്ദേശമുണ്ട്.

മഹാത്മാഗാന്ധി ദേശീയ ഗ്രാമീണ തൊഴിലുറപ്പ് നിയമ (MGNREGA) ത്തിലെ പ്രവൃത്തികൾ ഇതിലെ ഒരു പ്രധാന ഘടകമാണ്. ദരിദ്ര ജനങ്ങൾക്ക് തൊഴിലും വരുമാനവും നല്കുന്നതിനായി ഇത് പരമാവധി ഉപയോഗപ്പെടുത്തണം. കേരളത്തിലെ 80,000 കിലോമീറ്ററോളം വരുന്ന കനാൽ ശൃംഖലയിലെ പകുതി ഭാഗം ചളി കോരി മാറ്റി പുനർനിർമ്മിക്കുന്നതിന് ഈ പദ്ധതിയിൽ ഊന്നൽ നല്കാനാണ് സംസ്ഥാന സർക്കാരിന്റെ തീരുമാനം. ഇത് വർഷകാലത്ത് വെള്ളപ്പൊക്കമുണ്ടാവാനുള്ള സാദ്ധ്യത കുറയ്ക്കുകയും വേനലിൽ ജലസേചനത്തിന് സഹായിക്കുകയും ചെയ്യും. കേരളത്തിൽ MGNREGA പ്രവൃത്തികളുടെ പൂർണ്ണ നിർവ്വഹണ ചുമതല ഗ്രാമപഞ്ചായത്തുകൾക്കാണ്. പ്രാദേശിക പദ്ധതികളുമായി ഇതിനെ സംയോജിപ്പിക്കുകയെന്ന സമീപനവും സ്വീകരിച്ചിട്ടുണ്ട്.

സമ്പദ് വ്യവസ്ഥയെ അടച്ചുപൂട്ടലിന്റെ അവസ്ഥയിൽ നിന്ന് തിരികെ കൊണ്ടു വരാൻ കൃഷിയുടെയും വ്യവസായത്തിന്റെയും പ്രോത്സാഹനമുദ്ദേശിച്ച് പ്രാദേശിക തലത്തിൽ നടപ്പിലാക്കുന്ന പ്രോഗ്രാമുകൾക്ക് അപ്പുറത്ത്, ഒട്ടു വളരെ കാര്യങ്ങൾ ചെയ്യണം. കേന്ദ്ര, സംസ്ഥാന സർക്കാരുകൾ ഇതിനുവേണ്ടി ഒത്തൊരുമയോടെ നീങ്ങണം. ഫാർമസ്യൂട്ടിക്കൽ മെഡിക്കൽ ഉപകരണ വ്യവസായങ്ങൾ, ജൈവസാങ്കേതിക വിദ്യയും വിവര സാങ്കേതിക വിദ്യയും, കാർഷികാധിഷ്ഠിത മൂല്യവർദ്ധിത ഉല്പാദന വ്യവസായങ്ങൾ, ടൂറിസം മുതലായ മുൻഗണനാ മേഖലകൾ സംസ്ഥാന സർക്കാർ ഇതിനായി തീരുമാനിച്ചിട്ടുണ്ട്. സുരക്ഷിതവും അതിജീവന ക്ഷമത കൂടിയതുമായ പ്രദേശമെന്ന

കേരളത്തിന്റെ പുതിയ കീർത്തി നിക്ഷേപങ്ങളെ ഈ രംഗത്തേക്ക് ആകർഷിക്കാൻ സംസ്ഥാനത്തിന് പ്രയോജനപ്പെടും. കുടിയേറ്റക്കാരുടെ കൂട്ടത്തോടെയുള്ള തിരിച്ചുവരവിന്റെ സാഹചര്യത്തിൽ അവരെ ചേർത്തു നിർത്തുന്നതിനും പുനരധിവസിപ്പിക്കുന്നതിനും പ്രത്യേക ശ്രമം വേണ്ടി വരും. കേരള ഇൻഫ്രാസ്ട്രക്ചർ ഇൻവെസ്റ്റ്മെന്റ് ഫണ്ട് ബോർഡ് (KIIFB) പോലുള്ള സ്പെഷ്യൽ പർപ്പസ് വെഹിക്കിളുകൾ വഴി പണം സമാഹരിച്ച് അടിസ്ഥാന സൗകര്യ വികസനത്തിനുള്ള പദ്ധതികൾക്ക് വലിയ മുതൽമുടക്കു നടത്തുക എന്നുള്ളതും ഈ പരിപാടിയിൽ പ്രധാനമാണ്.

ധന പ്രതിസന്ധി

കോവിഡ് 19 മഹാമാരി സമ്പദ് വ്യവസ്ഥയിലും സർക്കാരിന്റെ ധനസ്ഥിതിയിലും സൃഷ്ടിക്കുന്ന പ്രത്യാഘാതങ്ങൾ പഠിക്കാൻ യഥാക്രമം പ്ലാനിങ് ബോർഡ്, ഗുലാത്തി ഇൻസ്റ്റിറ്റ്യൂട്ട് ഓഫ് ഫിനാൻസ് & ടാക്സേഷൻ എന്നിവ മുഖേന രണ്ടു കമ്മിറ്റികളെ സംസ്ഥാന സർക്കാർ ഇതിനകം നിയോഗിച്ചിട്ടുണ്ട്. ഓരോ വ്യവസായ മേഖലയ്ക്കും പ്രത്യേക പാക്കേജുകൾ വേണ്ടിവരും. സൂക്ഷ്മ, ചെറുകിട, ഇടത്തരം (MSME) സംരംഭങ്ങൾക്കും കൃഷിക്കുമുള്ള വായ്പാ മോറട്ടോറിയം പലിശ ഇളവോടെ ഒരു വർഷത്തേക്ക് നീട്ടുകയും അധിക പ്രവർത്തന മൂലധനം ലഭ്യമാക്കുന്ന രീതിയിൽ നിലവിലെ വായ്പകൾ പുനഃക്രമീകരിക്കുകയും ചെയ്യേണ്ടതുണ്ട്.

കോർപ്പറേറ്റുകൾക്ക് നികുതിയിളവുകൾ അനുവദിക്കുന്നതിൽ ഉദാരസമീപനം സ്വീകരിക്കുന്ന കേന്ദ്ര സർക്കാർ സൂക്ഷ്മ, ചെറുകിട, ഇടത്തരം സംരംഭങ്ങൾക്കു നേരെ കടുത്ത പിശുക്കു കാട്ടുന്നു. പ്രോവിഡന്റ് ഫണ്ട്, എംപ്ലോയീ സ്റ്റേറ്റ് ഇൻഷുറൻസ് എന്നിവ വഴിയുള്ള ആനുകൂല്യങ്ങൾക്ക് കേന്ദ്ര സർക്കാർ വച്ചിട്ടുള്ള വ്യവസ്ഥകൾ കേരളത്തിലെ മിക്ക വ്യവസായ യൂണിറ്റുകൾക്കും പ്രയോജനപ്പെടാത്ത വിധം യാഥാർത്ഥ്യബോധമില്ലാത്തതാണ്.

ഇതിനു മുമ്പൊരിക്കലും ഉണ്ടാകാത്ത വിധത്തിലുള്ള ഗുരുതര ധനപ്രതിസന്ധിയാണ് സംസ്ഥാന സർക്കാർ നേരിടുന്ന ഏറ്റവും വലിയ പരിമിതി.

സംസ്ഥാനത്തിന്റെ വരുമാനം പത്തിൽ ഒന്നായി കുറഞ്ഞു. കേന്ദ്രം തരുന്ന വിഹിതമടക്കമുള്ള സംസ്ഥാനത്തിന്റെ മൊത്തം വരുമാനം മാസശമ്പളം കൊടുത്തു തീർക്കാൻ പോലും തികയുകയില്ല. ഈ സാഹചര്യത്തിലും 20,000 കോടി രൂപയുടെ കോവിഡ് 19 പാക്കേജ് നടപ്പിലാക്കുന്നതിൽ നിന്ന് സംസ്ഥാന സർക്കാർ പിറകോട്ടു പോയില്ല; ഇതിൽ പകുതി തുകയും ലോക്ക്ഡൗണിന്റെ സാഹചര്യത്തിൽ ജനങ്ങൾക്ക് നേരിട്ട് കൈമാറുന്നതിനുള്ളതാണ്. വലിയ തോതിൽ, കടം വാങ്ങിയും സഹകരണ സ്ഥാപനങ്ങൾ, കുടുംബശ്രീ, മൈക്രോ

ഫിനാൻസ് എന്നിവ ഉപയോഗപ്പെടുത്തിയുമാണ് ഇത് നടപ്പിലാക്കുന്നത്.

എന്നാൽ, എല്ലാം പിടിച്ചടക്കി വയ്ക്കുകയും മഹാമാരി സൃഷ്ടിച്ച പ്രതിസന്ധിയുടെ സാഹചര്യത്തിലും ചെലവുകൾ വെട്ടിക്കുറയ്ക്കാൻ സംസ്ഥാനങ്ങളെ നിർബ്ബന്ധിതമാക്കുകയും ചെയ്യുന്ന കേന്ദ്ര സർക്കാരിന്റെ ധനകാര്യ നയം രാജ്യത്ത് ഒരു അസാധാരണ സാഹചര്യം സൃഷ്ടിച്ചിരിക്കുന്നു. സംസ്ഥാനം ചെയ്യുന്നത് കേന്ദ്രത്തിന്റെ ഈ നിലപാടു കൊണ്ട് വെറുതെയാവുമെന്ന അവസ്ഥയാണ്. ഈ സാഹചര്യത്തിൽ കേന്ദ്ര സർക്കാർ, അനുവദനീയമായ ധനക്കമ്മിയുടെ പരിധി 5 ശതമാനത്തിലേക്ക് ഉയർത്തിയും ജി എസ് ടി നഷ്ടപരിഹാരത്തുക മുഴുവൻ കൈമാറിയും കേന്ദ്രത്തിൽ നിന്ന് ലഭിക്കുന്ന വിഹിതം കുറയുന്നതിന് പരിഹാരമായി പ്രത്യേക കോവിഡ് 19 ഗ്രാന്റ് അധികമായി അനുവദിച്ചും, സംസ്ഥാന സർക്കാരുകളെ വിശ്വാസത്തിലെടുത്ത് പ്രവർത്തിക്കേണ്ടത് വളരെ പ്രധാനമാണ്.

നിഗമനങ്ങൾ

എബോള വ്യാപനം നേരിടാൻ ഐക്യരാഷ്ട്ര സഭ നിർദ്ദേശിച്ച 'വ്യാപനം തടയുക, രോഗബാധിതർക്ക് ചികിത്സ നല്കുക, അവശ്യ സേവനങ്ങൾ ഉറപ്പാക്കുക, ആരോഗ്യഭദ്രത നിലനിർത്തുക, തുടർ വ്യാപനം തടയുക' എന്ന പ്രവർത്തന ചട്ടക്കൂട് ഏതൊരു ആരോഗ്യ അടിയന്തരാവസ്ഥയും നേരിടുന്നതിനുള്ള മാർഗ്ഗരേഖയായി മാറിയിട്ടുണ്ട്. ഒരു ആരോഗ്യ അടിയന്തരസ്ഥിതി എന്ന നിലയിൽ ഇതിനോടുള്ള പ്രതികരണത്തിൽ കേന്ദ്രസ്ഥാനത്ത് ഉണ്ടാവേണ്ടത് ആരോഗ്യരക്ഷാ സംവിധാനം തന്നെയാണ്. രോഗ ചികിത്സ ആരോഗ്യ വകുപ്പിന്റെ മാത്രം മേഖലയാണ്. ആരോഗ്യ വകുപ്പിന്റെ പ്രവർത്തനങ്ങൾക്ക് അപ്പുറത്ത്, മുഴുവൻ സമൂഹത്തെയും ഉണർത്തുന്ന ഒരു സമഗ്ര സമീപനം ഉണ്ടാവണം. പൊതു സമൂഹം, പൊതുജനാരോഗ്യ ക്രമം, രോഗ ചികിത്സാ സംവിധാനം എന്നിവ മാനവിക കാഴ്ചപ്പാടോടെ, വലിയ അളവിൽ ഏകോപിതമായി പ്രവർത്തിക്കണം. കേരളത്തിലെ കോവിഡ് 19 നിവാരണ പ്രവർത്തനം ഈ പരീക്ഷണത്തെ വിജയകരമായി നേരിട്ടിരിക്കുന്നു. പ്രതിസന്ധിയെ നേരിടുന്നതിൽ സംസ്ഥാനം പ്രകടിപ്പിക്കുന്ന മാതൃകാപരമായ നേതൃത്വ മികവിനൊപ്പം, കേരളത്തിന്റെ ഈ വിജയത്തിൽ സാമൂഹ്യ മൂലധനത്തിനും തദ്ദേശഭരണ സ്ഥാപനങ്ങൾ വഴിയുള്ള ജനങ്ങളുടെ സക്രിയ പങ്കാളിത്തത്തിനുമുള്ള പ്രാധാന്യവും വ്യക്തമാണ്.

ഇപ്പോഴും വെല്ലുവിളി നീങ്ങിയിട്ടില്ല. നമ്മുടെ അറിവിനപ്പുറത്ത് വൈറസ് നിശ്ശബ്ദമായി വ്യാപിക്കുന്നില്ലെന്ന് ഉറപ്പിച്ചു പറയാനാവില്ല. വിദേശ രാജ്യങ്ങളിൽനിന്നും രാജ്യത്തിന്റെ മറ്റ് ഭാഗങ്ങളിൽനിന്നും കേരളത്തിലേക്ക് തിരിച്ചുവരാനൊരുങ്ങുന്ന പ്രവാസികളുടെ വലിയ

സംഖ്യ സംസ്ഥാനത്തിനു മുന്നിലുള്ള മറ്റൊരു വലിയ വെല്ലുവിളിയാണ്. ഇതിനെ നേരിടാൻ ഉറച്ചുതന്നെയാണ് കേരളം മുന്നോട്ടു പോവുന്നത്; എന്നാലത് രോഗികളുടെ എണ്ണം വർദ്ധിക്കുന്നതിന് ഇടയാക്കിയേക്കും. ഫലപ്രദമായ വാക്സിൻ കണ്ടു പിടിക്കുകയോ മനുഷ്യ ശരീരം രോഗപ്രതിരോധ ശേഷി ആർജ്ജിക്കുകയോ ചെയ്യുന്നതു വരെ, വൈറസുള്ള സമൂഹത്തിൽ അതിനെ നേരിട്ട് ജീവിക്കാൻ ജനങ്ങൾ ശീലിച്ചേ പറ്റൂ. എന്നിരുന്നാലും അതീവ ഗുരുതര സാഹചര്യം കൈകാര്യം ചെയ്യാനും, ഒരുപക്ഷേ, ഒരു വലിയ ദുരന്തം ഒഴിവാക്കാനുമുള്ള അതിജീവനക്ഷമതയും കരുത്തും കേരളത്തിന്റെ പ്രവർത്തനങ്ങളിൽ പ്രകടമാണ്.

എക്കോണോമിക് ആന്റ് പൊളിറ്റിക്കൽ വീക്കിലി മാർച്ച് 23, 2020.

(**ഡോ. തോമസ് ഐസക്ക്:** കേരള സർക്കാർ ധനം, കയർ വകുപ്പ് മന്ത്രി. മൊബൈൽ: 94477 33600 ഇ മെയിൽ: tisaaq@gmail. com

രാജീവ് സദാനന്ദൻ: ചീഫ് എക്സിക്യൂട്ടീവ് ഓഫീസർ, ഹെൽത്ത് സിസ്റ്റം ട്രാൻസ്ഫോർമേഷൻ പ്ലാറ്റ്ഫോം, ഡൽഹി, കേരള സർക്കാർ ആരോഗ്യ വകുപ്പ് മുൻ അഡീഷണൽ ചീഫ് സെക്രട്ടറി.
മൊബൈൽ: 9868829495,
ഇ മെയിൽ: rsadanandan@gmail. com)

സമത്വം, സാമൂഹ്യാവകാശങ്ങൾ, ജനവിശ്വാസം: പ്രതിസന്ധിയിൽ കരുത്തായത്

പാട്രിക് ഹെല്ലർ

കൊറോണവൈറസെന്ന ആഗോള മഹാമാരി സ്വാഭാവികമെങ്കിലും നിഷ്ഠൂരമായ ഒരു പരീക്ഷണഘട്ടമാണ്. ലോകത്തിന്റെ ഏതാണ്ടെല്ലാഭാഗത്തും അതിന്റെ ആഘാതമേറ്റു. വ്യത്യസ്ത രാജ്യങ്ങളും പ്രദേശങ്ങളും അതിനെതിരെ നടത്തുന്ന പ്രവർത്തനങ്ങളിൽ കാണുന്ന വ്യത്യാസങ്ങൾ നിലവിലെ അസമത്വങ്ങൾ മാത്രമല്ല, അതിനെ നേരിടാൻ സർക്കാരുകൾക്കുള്ള രാഷ്ട്രീയവും സ്ഥാപനപരവുമായ പരിമിതികൾ കൂടി വെളിപ്പെടുത്തുന്നുണ്ട്. ഇത് ഇന്ത്യയിലേതിനേക്കാൾ സത്യമായ മറ്റൊരിടമില്ല.

ദേശീയ സർക്കാർ ലോക്ക്ഡൗൺ പ്രഖ്യാപിച്ചു. എന്നാൽ, രോഗവ്യാപനം നിയന്ത്രിക്കേണ്ടതും ലോക്ക്ഡൗൺ ക്ഷേമ പ്രവർത്തനങ്ങൾക്കുമേൽ സൃഷ്ടിച്ച ആഘാതത്തെ അഭിസംബോധന ചെയ്യേണ്ടതും സംസ്ഥാനങ്ങളാണ്. പല സംസ്ഥാനങ്ങളിലും അതിനുള്ള ശ്രമങ്ങൾ നടത്തുന്നുണ്ട്. എന്നാൽ, കേരളം ചെയ്യുന്നതുപോലെ ഫലപ്രദമായി മറ്റൊരു സംസ്ഥാനവും അത് ചെയ്യുന്നില്ല.

ഗ്രാഫ് താഴ്ത്തിയത് ഇങ്ങനെ

ഇന്ത്യയിൽ ആദ്യത്തെ കൊറോണ വൈറസ് കേസ് രേഖപ്പെടുത്തിയതും ഒരു ഘട്ടത്തിൽ രാജ്യത്തെ രോഗികളുടെ എണ്ണത്തിൽ ഒന്നാമതായിരുന്നതും കേരളമാണ്. എന്നാലിപ്പോൾ രാജ്യത്ത് ഏറ്റവും കൂടുതൽ കൊറോണ വൈറസ് രോഗികളുള്ള സംസ്ഥാനങ്ങളിൽ കേരളം പത്താം സ്ഥാനത്താണ് (രാജ്യത്ത് ഏറ്റവും നല്ല രീതിയിൽ പരിശോധനകൾ നടത്തുന്നതും കേരളമാണ്). ഒരാഴ്ചയായി ഈ സംഖ്യ ക്രമമായി കുറഞ്ഞു വരുന്നു. രോഗം ഭേദമായവരേക്കാൾ കുറവാണ് ഇപ്പോൾ

സംസ്ഥാനത്തെ രോഗികളുടെ എണ്ണം. സംസ്ഥാനത്തെ ജനസാന്ദ്രതയും ലോക സമ്പദ് വ്യവസ്ഥയുമായി അതിന് ആഴത്തിലുള്ള ബന്ധങ്ങളും രാജ്യാന്തര യാത്രകളുടെ ആധിക്യവും വച്ചു നോക്കിയാൽ കേരളം ഒരു ഹോട്ട് സ്പോട്ട് ആവാനുള്ള സാദ്ധ്യത അങ്ങേയറ്റമായിരുന്നു. എന്നിട്ടും, സംസ്ഥാനം കോവിഡ് ഗ്രാഫ് താഴ്ത്തി കൊണ്ടുവരികയും കേന്ദ്രം ലോക്ക്ഡൗൺ പ്രഖ്യാപിക്കുന്നതിനുപോലും മുമ്പ്, 20,000 കോടി രൂപയ്ക്കുള്ള ഒരു വിശദ സാമ്പത്തിക പാക്കേജ് അവതരിപ്പിക്കുകയും ചെയ്തു. ഇന്ത്യയിലും ലോകത്തുതന്നെയും കേരളം വേറിട്ടു നില്ക്കുന്നത് എങ്ങനെയാണ്?

കേരളത്തിന്റെ ഏറെ പ്രശംസിക്കപ്പെട്ട സാമൂഹ്യ പുരോഗതി സംസ്ഥാനത്തിന്റെ സാംസ്കാരികവും ചരിത്രപരവും ഭൂമിശാസ്ത്ര പരവുമായ അദ്വിതീയത സംബന്ധിച്ച അസംഖ്യം വിലയിരുത്തലുകൾക്ക് പ്രേരണയായി. എന്നാൽ ഒരു മഹാമാരിയെ നിയന്ത്രണത്തിലാക്കുന്നതും വിപുലമായ സുരക്ഷാ സംവിധാനങ്ങളുടെ ശൃംഖല അതിവേഗം രൂപപ്പെടുത്തുന്നതും, മൗലികമായി, സംസ്ഥാന സർക്കാരും പൗരൻമാരും തമ്മിലുള്ള ബന്ധത്തിന്റെ കാര്യമാണ്. 1957 ലെ ആദ്യ നിയമസഭാ തിരഞ്ഞെടുപ്പു മുതൽ കമ്യൂണിസ്റ്റു പാർട്ടികളുടെയും കോൺഗ്രസിന്റെയും നേതൃത്വത്തിലുള്ള സർക്കാരുകൾ മാറി മാറി വന്നപ്പോഴും ഇത്തരം സാമൂഹ്യ സംഘാടനം ആവർത്തിക്കുകയും അതൊരു ശക്തമായ സാമൂഹ്യ ജനാധിപത്യത്തിലേക്ക് നയിക്കുകയും ചെയ്തു. ഇപ്പോഴത്തെ പ്രതിസന്ധിയുടെ സാഹചര്യം ഈ സാമൂഹ്യ ജനാധിപത്യത്തിന്റെ താരതമ്യേനയുള്ള മെച്ചമാണ് അടിവരയിടുന്നത്.

ജനങ്ങൾക്ക് അടിസ്ഥാന ക്ഷേമവും വിശാലാടിസ്ഥാനത്തിലുള്ള അവസരങ്ങളും ഉറപ്പുവരുത്തുന്ന ഒരു പൊതു സമ്മത രാഷ്ട്രീയ പദ്ധതിയോടുള്ള പ്രതിബദ്ധതയ്ക്കു മേലാണ് സാമൂഹ്യ ജനാധിപത്യം കെട്ടിപ്പടുക്കപ്പെടുന്നത്. 1930 കളിലെ ക്ഷേത്രപ്രവേശന പ്രസ്ഥാനം മുതൽ 1950 കളിലെയും 60 കളിലെയും കർഷക, കർഷകത്തൊഴിലാളി പ്രസ്ഥാനങ്ങൾ, 1980 കളിലെ സാക്ഷരതാ പ്രസ്ഥാനം, 1990 കളിൽ കേരള ശാസ്ത്രസാഹിത്യ പരിഷത്തിന്റെ നേതൃത്വത്തിൽ നടന്ന വികേന്ദ്രീകൃതാസൂത്രണത്തിനു വേണ്ടിയുള്ള പ്രസ്ഥാനം, ലിംഗസമത്വത്തിനും പരിസ്ഥിതി സംരക്ഷണത്തിനും വേണ്ടിയുള്ള സമീപകാല മുന്നേറ്റങ്ങൾ എന്നിവവരെ ഒന്നിനു പിറകെ മറ്റൊന്നായിവന്ന നിരവധി ഉപാഖ്യാനങ്ങളിലൂടെയാണ് കേരളത്തിൽ ഇതുണ്ടായത്.

ഈ അവസരം സാമൂഹ്യ ബോധം ശക്തമാക്കുകയും പൊതു ഇടപെടൽ കൂടുതൽ ശക്തിമത്താക്കാൻ സഹായിക്കുന്ന പരിഷ്കരണങ്ങളെ മുന്നോട്ടു നയിക്കുകയും ചെയ്തു. രണ്ടാമതായി, അവകാശാധിഷ്ഠിത ക്ഷേമസങ്കല്പത്തിലുള്ള ഊന്നൽ സമൂഹത്തിന്റെ നായകശക്തികളിൽ നിന്ന് നിരന്തര ഉത്തരവാദിത്വം ആവശ്യപ്പെടുന്ന ചടുലവും കെട്ടുറപ്പുള്ളതുമായ ഒരു പൗരസമൂഹത്തിന്റെ ഉണർവ്വിലേക്ക് നയിച്ചു.

മൂന്നാമതായി, ഏതു പാർട്ടി അധികാരത്തിലിരുന്നാലും ഈ ഉയർന്ന സാമൂഹ്യ സമ്മർദ്ദവും മത്സരക്ഷമതയുള്ള പാർട്ടി സംവിധാനവും പൊതു സേവനങ്ങൾ, വിശേഷിച്ചും ഇന്ത്യയിലെ ഏറ്റവും മികച്ചതെന്ന് പറയുന്ന ആരോഗ്യ, വിദ്യാഭ്യാസ ക്രമം, കൂടുതൽ മേന്മയുള്ളതാക്കാനും സാമൂഹ്യ സുരക്ഷാശൃംഖല വിപുലപ്പെടുത്താനും സർക്കാരുകളെ പ്രേരിപ്പിച്ചു. നാലാമതായി, കഴിഞ്ഞ രണ്ടു ദശാബ്ദക്കാലമായി ഈ സമ്മർദ്ദം തദ്ദേശഭരണ സ്ഥാപനങ്ങളെ ശാക്തീകരിക്കുന്നതിനുള്ള പ്രേരണയായി പ്രവർത്തിച്ചുകൊണ്ടിരിക്കുന്നു. കേരളത്തിലേതുപോലെ ഇത്ര വിഭവസമ്പത്തുള്ള തദ്ദേശഭരണ സ്ഥാപനങ്ങൾ രാജ്യത്ത് മറ്റെവിടെയുമില്ല. സ്ഥാപനപരമായ വ്യാപ്തിയും പൊതുജനങ്ങൾക്ക് വിശ്വാസവുമുള്ളതും ജനങ്ങളെ പ്രജകളോ കക്ഷികളോ ആയി പരിഗണിക്കാതെ തുല്യ പൗരാവകാശങ്ങളുള്ള പൗരന്മാരായി കാണുന്നതുമായ രൂഢമൂല ജനാധിപത്യ (deep democracy) ത്തിന്റെ ഏറ്റവും വലിയ ഈടുവയ്പാണിത്.

തീരുമാനമെടുക്കൽ പ്രക്രിയയിലെ കണ്ണികൾ

ഈ ആർജ്ജിതശേഷി രോഗവ്യാപനത്തിന്റെ ഗ്രാഫ് താഴ്ത്തുന്നതിലേക്കും വിശാലാടിസ്ഥാനത്തിലുള്ളതും ഫലപ്രദവുമായ ക്ഷേമനടപടികളിലേക്കും എത്തിയത് എങ്ങനെയാണ്? കോവിഡ് 19 പോലുള്ള ഒരു പ്രതിസന്ധി പ്രവാഹം നേരിടുന്നതിൽ സർക്കാരിനുള്ള കഴിവ് സാമൂഹ്യവും ധനപരവുമായ വിഭവ സ്വരൂപണത്തിന്റെ ലോലമായ ശൃംഖലാ ബന്ധങ്ങൾ, വ്യത്യസ്ത അധികാര കേന്ദ്രങ്ങൾക്കിടയിലെ ഏകോപനത്തിലൂടെ ലക്ഷ്യങ്ങൾ പ്രാവർത്തികമാക്കാൻ സർക്കാരിനുള്ള ശേഷി, ഏറ്റവും പ്രധാനമായി, സർക്കാരിന്റെ തീരുമാനങ്ങൾ അനുസരിക്കാനുള്ള പൗരന്മാരുടെ സന്നദ്ധത എന്നിവയെ ആശ്രയിച്ചിരിക്കുന്നു. വ്യക്തമായ ആസൂത്രണത്തോടെയുള്ള തീരുമാനങ്ങളിൽ നിന്നാണ് ഫലപ്രദമായ പ്രവർത്തനം തുടങ്ങുന്നത്.

കേരളത്തിലെ ആദ്യ കേസ് റിപ്പോർട്ടു ചെയ്തപ്പോൾ തന്നെ, മുഖ്യമന്ത്രി പിണറായി വിജയൻ വ്യത്യസ്ത ചുമതലകളുള്ള 18 ഗ്രൂപ്പുകളുടെ പ്രവർത്തനങ്ങൾ ഏകോപിപ്പിക്കുന്ന ഒരു സംസ്ഥാനതല റെസ്പോൺസ് ടീമിന് രൂപം കൊടുത്തു. എല്ലാ ദിവസവും വാർത്താ സമ്മേളനങ്ങൾ വിളിച്ച് വിവരങ്ങൾ ജനങ്ങളുമായി പങ്കുവച്ചു. കേരളത്തിന്റെ സാമൂഹ്യ സവിശേഷത അതാവശ്യപ്പെടുന്നു. സർക്കാർ തീരുമാനം നടപ്പാക്കുകയെന്ന അർത്ഥത്തിൽ ഇതിനെ കുറച്ചു കാണാതെ, ജനങ്ങളുടെ പൗരബോധം ഉണരുകയും പ്രവർത്തനങ്ങളിൽ അവരുടെ പങ്കാളിത്തം ഉണ്ടാവുകയും വേണമെന്ന് വിജയൻ ആഹ്വാനം ചെയ്തു. വൈറസ് ആളും തരവും നോക്കാതെ ആരെയും ബാധിക്കാമെന്ന് ജനങ്ങളെ നിരന്തരം ഓർമ്മിപ്പിക്കുകയും മഹാമാരിയെക്കുറിച്ചുള്ള

മുൻധാരണകൾ നീക്കാൻ സഹായകമായ വിവരങ്ങൾ ജനങ്ങളുമായി പങ്കുവയ്ക്കുകയും ചെയ്തു.

രണ്ടാമതായി, സ്വകാര്യ ആരോഗ്യ സേവനങ്ങൾ വളർന്നപ്പോഴും പൊതു ജനങ്ങൾക്കിടയിൽ സ്വാധീനം നിലനിർത്തിയ വിപുലവും ശക്തവുമായ പൊതുജനാരോഗ്യ സംവിധാനം ബലവത്തായി ഉപയോഗപ്പെടുത്താൻ സർക്കാരിന് കഴിഞ്ഞു. അമേരിക്കൻ ഐക്യനാടുകൾ ചെന്നുപെട്ട ദയനീയ സ്ഥിതി നിരീക്ഷിക്കുന്ന ആർക്കും മനസ്സിലാക്കാവുന്നതുപോലെ, ലാഭ കേന്ദ്രീകൃത ആരോഗ്യ സേവന സംവിധാനത്തിന്റെ ഏകോപനപരമായ പരിമിതികൾ ഇതുപോലൊരു മഹാമാരിയുടെ ഘട്ടത്തിൽ വെളിച്ചത്തു വരും. ഇത്തരം ഘട്ടങ്ങളിൽ ഒരു സ്വകാര്യ സംവിധാനം ജനങ്ങൾക്ക് ശരിയായി പ്രയാജനപ്പെടുമെന്ന് കരുതുന്നതിൽ യാതൊരടിസ്ഥാനവുമില്ല. കേരളത്തിലെ പൊതു ജനാരോഗ്യ പ്രവർത്തകർ ഒത്തൊരുമയോടെയും സംഘടിതമായും പ്രവർത്തിച്ചു; അവരുടെ സുരക്ഷിതത്വം ഉറപ്പുവരുത്തുന്നതിൽ സർക്കാർ പ്രത്യേകം ശ്രദ്ധ നല്കുകയും ചെയ്തു.

മൂന്നാമതായി, പ്രവർത്തന സജ്ജമായ കേരളീയ പൗരസമൂഹത്തെ രോഗ പ്രതിരോധ യജ്ഞങ്ങളിൽ ശരിയായി പങ്കുകൊള്ളിക്കാൻ സർക്കാരിന് കഴിഞ്ഞു. കേസുകളുടെ എണ്ണം കൂടിയപ്പോൾ വീടുവീടാന്തരം കയറിയിറങ്ങി രോഗ സാദ്ധ്യതയുള്ളവരുടെ വിവരങ്ങൾ ശേഖരിക്കാനും അവരുടെ ആവശ്യങ്ങൾ ചോദിച്ചറിയാനും രണ്ടു ലക്ഷം വളന്റിയർമാരെ സർക്കാർ രംഗത്തിറക്കി. സിവിൽ സമൂഹത്തിന് സർക്കാർ കാര്യങ്ങളിൽ മേൽക്കൈയുള്ള സംസ്ഥാനത്ത്, സമ്പർക്ക വിവരങ്ങൾ ശേഖരിക്കുന്നത് മുതൽ കുടുംബശ്രീ സമൂഹ അടുക്കളകൾ വഴി ദിവസവും മൂന്നു ലക്ഷത്തോളം ഭക്ഷണപ്പൊതികൾ ആവശ്യക്കാർക്ക് എത്തിച്ചു നല്കുന്നതു വരെയുള്ള കാര്യങ്ങളിൽ അതിന്റെ സ്ത്രീശാക്തീകരണ പ്രസ്ഥാനമായ കുടുംബശ്രീയുടെ പങ്ക് ഇതിൽ എടുത്തു പറയണം. ശക്തമായ പങ്കാളിത്തവും ഫലപ്രദമായ ഇടപെടലുകളും ഉണ്ടായി.

തദ്ദേശഭരണമെന്ന അച്ചുതണ്ട്

നാലാമതായി, രാഷ്ട്രീയം നേരെയാണെങ്കിൽ നല്ലൊരു ആരോഗ്യ രക്ഷാ സംവിധാനവും ഉണ്ടാക്കിയെടുക്കാം. എന്നാൽ, ഇതുപോലുള്ള പ്രതിസന്ധിയെ നേരിടാൻ അത് എത്ര കണ്ട് ഫലപ്രദമാവുമെന്നത് സമീപകാല പ്രവർത്തനങ്ങളുടെ മികവിനെ ആശ്രയിച്ചിരിക്കും.

കഴിഞ്ഞ രണ്ട് ദശാബ്ദങ്ങളിലെ തദ്ദേശഭരണ സ്ഥാപനങ്ങളുടെ ശാക്തീകരണം ഇതിൽ ഗുണം ചെയ്തുവെന്ന് വ്യക്തമാണ്. ഹോട്ട്സ്പോട്ടുകളിലെ നിയന്ത്രണങ്ങൾ സൂക്ഷ്മതലത്തിൽ നടപ്പിലാക്കുന്നതിലും കുടിയേറ്റ തൊഴിലാളികൾ, പ്രായം ചെന്നവർ, ഭിന്നശേഷിക്കാർ

എന്നിങ്ങനെ സർക്കാരിന്റെ പ്രത്യേക സഹായം ആവശ്യമുള്ളവരെ കണ്ടെത്തി വിപുലമായ സർക്കാർ സേവനങ്ങൾ അവരിൽ എത്തിക്കുന്നതിലും പഞ്ചായത്ത്, ജില്ലാ, മുനിസിപ്പാലിറ്റി തലങ്ങളിലെ സർക്കാർ സംവിധാനങ്ങൾക്കും പൗരസമൂഹത്തിനും ഇടയിലുള്ള യോജിപ്പും ഏകോപനവും പ്രധാനമാണ്; അത് ഉറപ്പാക്കുന്നതിൽ തദ്ദേശഭരണ സ്ഥാപനങ്ങൾക്ക് മുഖ്യ പങ്കുണ്ട്.

സമൂഹ ശരീരം എത്രമാത്രം ആരോഗ്യവത്താണെന്ന പരീക്ഷണ വേളയാണ് ഈ മഹാമാരി. സർക്കാർ സംവിധാനങ്ങളിലുള്ള വിശ്വാസം മുമ്പൊരിക്കലും ഇതിലേറെ പരീക്ഷിക്കപ്പെട്ടിട്ടില്ല. ജനാധിപത്യ സംവിധാനത്തിൽ, സർക്കാർ കൈക്കൊള്ളുന്ന തീരുമാനങ്ങൾക്ക് ജനങ്ങളുടെ പിന്തുണ ഉണ്ടാവണം. വീടുകളിൽ കഴിച്ചു കൂട്ടണമെന്നും ജോലിക്ക് പോകരുതെന്നും സമൂഹത്തിന്റെ സുസ്ഥിതിക്കും മുന്നോട്ടു പോക്കിനും വ്യക്തിപരമായ ത്യാഗങ്ങൾ അത്യാവശ്യമാണെന്നും പറഞ്ഞാൽ ജനങ്ങൾ അത് ചെവിക്കൊള്ളണമെന്നില്ല. പോരാട്ടം ഒരു അദൃശ്യ ശത്രുവിനോടാവുമ്പോൾ പ്രത്യേകിച്ചും. ജനങ്ങൾക്ക് സർക്കാരിലുള്ള വിശ്വാസം അളക്കാൻ എളുപ്പമല്ല. എന്നാൽ, ഞാനും എന്റെ സഹപ്രവർത്തകരും ബംഗളൂരുവിലെ 'ജനാഗ്രഹ' എന്ന സർക്കാരിതര സംഘടനയുമായി ചേർന്ന് കൊച്ചിയടക്കമുള്ള പത്ത് ഇന്ത്യൻ നഗരങ്ങളിലെ എല്ലാ ജാതി, മത, വർഗ്ഗ വിഭാഗങ്ങളിലും നടത്തിയ വിശദമായ സർവ്വേയിൽ മനസ്സിലാക്കാൻ കഴിഞ്ഞതനുസരിച്ച്, മറ്റു സംസ്ഥാനങ്ങളിലെ ജനങ്ങളെ അപേക്ഷിച്ച് മലയാളികൾക്ക് അവരുടെ സ്ഥാപനങ്ങളിലും അവർ തെരഞ്ഞെടുത്ത തദ്ദേശഭരണ സ്ഥാപനങ്ങളിലെ ജനപ്രതിനിധികളിലും വളരെ കൂടിയ വിശ്വാസമുണ്ട്. ഇത് മറ്റെന്തിലുമുപരി, കേരളത്തിലെ സാമൂഹ്യ സംഘാടനത്തിന്റെ കരുത്താണ് കാണിക്കുന്നത്.

മഹാമാരി സാമ്പത്തിക, ക്ഷേമരംഗങ്ങളിൽ സൃഷ്ടിച്ച പ്രത്യാഘാതങ്ങൾ കൈകാര്യം ചെയ്യാൻ ലോക രാജ്യങ്ങൾക്ക്, വിശേഷിച്ച് ഇന്ത്യക്ക്, വർഷങ്ങൾ വേണ്ടി വരും. ഈ മാരകവും ആരും പ്രവചിക്കാത്തതുമായ ആഘാതം ജനാധിപത്യ പൗരസമൂഹങ്ങൾക്ക് അനിവാര്യവും സങ്കീർണ്ണവുമായ വെല്ലുവിളികൾ സമ്മാനിച്ചിട്ടുണ്ട്. ഇതുപോലുള്ള അവസരങ്ങളിൽ ചിലർക്ക് അവരുടെ ഏകാധിപത്യ പ്രവണത അടക്കിവയ്ക്കാനാവുന്നില്ല. യു എസ് പ്രസിഡൻറ് ഡൊണാൾഡ് ട്രംപ് കൂടുതൽ അധികാരങ്ങൾ കൈപ്പിടിയിൽ ഒതുക്കാനും ഗവർണർമാരുടെ അധികാരങ്ങൾ കൂടി കവർന്നെടുക്കുമെന്ന് അവരെ ഭീഷണിപ്പെടുത്താനും ശ്രമിക്കുമ്പോൾ, മഹാമാരിയുടെ അവസരം വർഗ്ഗീയമായി ചൂഷണം ചെയ്ത് വിമർശകരെ നിശ്ശബ്ദരാക്കുകയാണ് ഇന്ത്യയിലെ ഭാരതീയ ജനതാ പാർട്ടി ഭരണം ചെയ്യുന്നത്. ചൈനയുടെ കാര്യമെടുത്താൽ, അവരുടെ സമഗ്രാധിപത്യ DNA വീണ്ടും പഴയതുപോലെ തന്നെ പ്രവർത്തിക്കുകയാണ്. ഇന്ത്യയിലെ ജനാധിപത്യം പ്രതിസന്ധിയിൽ

ആയിരുന്നപ്പോൾ, കേരളം ഇച്ഛാശക്തികൊണ്ടും സഹാനുഭൂതിപരമായ സമീപനംകൊണ്ടും അതിനെ നേരിട്ടതും രാജ്യത്തെ വലിയ സംസ്ഥാനങ്ങളിൽ വച്ച് ഏറ്റവും മികച്ച ഫലപ്രാപ്തി സാദ്ധ്യമാക്കിയതും ശ്രദ്ധേയമാണ്. ഏറ്റവും ചുരുക്കി പറഞ്ഞാൽ, സമത്വത്തിന്റെയും സാമൂഹ്യ അവകാശങ്ങളുടെയും ജന വിശ്വാസത്തിന്റെയും പാരമ്പര്യ ത്തിലൂന്നി പ്രവർത്തിച്ചാണ് കേരളമത് സാധിച്ചത്.

(ദി ഹിന്ദു ഏപ്രിൽ 18, 2020)

പാട്രിക് ഹെല്ലർ: ലിൻ ക്രോസ്റ്റ് പ്രൊഫസർ ഓഫ് സോഷ്യൽ സയൻസസ്, പ്രൊഫസർ ഓഫ് സോഷ്യോളജി വാട്സൺ ഇൻസ്റ്റിറ്റ്യൂട്ട് ഓഫ് ഇന്റർനാഷണൽ ആന്റ് പബ്ലിക് അഫയേഴ്സ് ബ്രൗൺ സർവ്വകലാശാല റോഡ് ഐലന്റ്

നിപ മുതൽ കോവിഡ് വരെ

ഡോ. ചാന്ദ്നി ആർ

ലോകം മുഴുവൻ ഒരു മഹാമാരിയുടെ പിടിയിലാണ്. മനോഹരമായ തന്റെ മുള്ളൻ കുപ്പായം കൊണ്ട് മനുഷ്യ കോശങ്ങളിലേക്കു തുളച്ചു കയറുന്ന സാർസ് കോവിഡ് 2 എന്ന വൈറസ് കുറച്ചു മാസങ്ങൾക്കുള്ളിൽ തന്നെ ലക്ഷക്കണക്കിനാളുകളെ രോഗത്തിന് പിടിയിലാക്കിയിരിക്കുന്നു. ഈ വൈറസ് ചിലരിൽ രോഗബാധ ഉണ്ടാക്കുന്നതേയില്ല. ചിലരിൽ വളരെ നേരിയ ജലദോഷ പനി മാത്രം. ചിലരിൽ അതീവ ഗുരുതരമായ ന്യൂമോണിയ ആകുന്നു. ചിലരിലെങ്കിലും മരണ കാരണവും. മറ്റു സങ്കീർണ്ണതകളോ പ്രായാധിക്യമോ ഒക്കെ രോഗതീവ്രതയ്ക്കും മരണത്തിനും വരെ കാരണമാകാം, അതിനർത്ഥം മറ്റു രോഗങ്ങളില്ലാത്തവരിലോ ചെറുപ്പക്കാരിലോ ഇതു ഗുരുതരമായേക്കില്ല എന്നുമല്ല. ഇവിടെ ഈ ലോകം ഒരു രാജ്യം, ഒരു സംസ്ഥാനം, ഒരു പ്രദേശം, ഒരു വ്യക്തി – ഈ വൈറസ് ആക്രമണത്തിൽ എവിടെയെത്തി നില്ക്കുന്നു എന്നറിയില്ല. എങ്കിലും ഒരു അർദ്ധ വിരാമം. ഒരു കോവിഡ് കാലത്തിന്റെ നടുവിൽ നിന്നു കൊണ്ടൊരു തിരിഞ്ഞു നോട്ടം.

2018 കോഴിക്കോടിന് മറക്കാൻ പറ്റാത്ത ഒരു വർഷമാണ്. മെയ് മാസം 17 നാണ് കോഴിക്കോടിനെ നടുക്കിയ ഈ സംഭവത്തിന്റെ തുടക്കം. ഒരു കുടുംബത്തിലെ മൂന്നു പേർ ഒരേ കാലയളവിൽ രോഗലക്ഷണങ്ങളുമായി കോഴിക്കോട്ടെ ഒരു സ്വകാര്യ ആശുപത്രിയിൽ പ്രവേശിപ്പിക്കപ്പെടുന്നു. ഡോക്ടർ അനൂപ് കുമാർ ഉൾപ്പെടെയുള്ള അവിടത്തെ ഡോക്ടർമാർ സമയോചിതമായി ഇടപെടുകയും രോഗികളുടെ സ്രവം പരിശോധനയ്ക്കായി ഉടൻതന്നെ മണിപ്പാൽ സെന്റർ ഫോർ വൈറോളജി ഇൻസ്റ്റിറ്റ്യൂട്ടിലേക്കെത്തിക്കുന്നു. തുടർന്ന് ഡോക്ടർ അരുൺകുമാറും സംഘവും ഇത് അപകടകരമായ, നമുക്കറിയാത്ത ഇതുവരെ കണ്ടിട്ടില്ലാത്ത ഒരു രോഗം ആണെന്നറിയിക്കുന്നു.

ഇതേ കുടുംബത്തിലെ മറ്റൊരു വ്യക്തി രണ്ടാഴ്ച മുമ്പ് കോഴിക്കോട് മെഡിക്കൽ കോളേജ് ആശുപത്രിയിൽ വെച്ച് മരിച്ചിരുന്നു എന്ന അറിവ് രോഗത്തെക്കുറിച്ച് ഒരുപാട് ചോദ്യങ്ങൾ ഉയർത്തിയിരുന്നെങ്കിലും ഈ രോഗം ആരോഗ്യമേഖലയിലും അതിനു പുറത്തും ഉയർത്താൻ പോകുന്ന ആഘാതങ്ങൾ എത്രമേൽ വലുതാകാം എന്നറിയില്ലായിരുന്നു. എന്നിരുന്നാലും ആരോഗ്യമേഖലയിലും അനുബന്ധ കേന്ദ്രങ്ങളിലും യോഗങ്ങളും തയ്യാറെടുപ്പുകളും തുടങ്ങിയിരുന്നു. ഈ വൈറസിന്റെ അപ്പോൾ അറിയപ്പെടുന്ന വിവരങ്ങൾ വെച്ചായിരുന്നു അത് ചെയ്തത്. തുടർന്ന് പൂനയിലെ വൈറോളജി ഇൻസ്റ്റിറ്റ്യൂട്ടിൽ നിന്ന് രോഗം നിപയാണെന്നു സ്ഥിരീകരണം വന്നതോടെ മെയ് 20 ന് ഔദ്യോഗിക പ്രഖ്യാപനം വരുന്നു.

എന്താണ് നിപ വൈറസ് പനി

നിപ വൈറസ് പനിയുടെ രോഗവ്യാപനം ലോകത്തിൽ ആദ്യമായി നടന്നത് 1998 ൽ മലേഷ്യയിൽ ആണ്. ബംഗ്ലാദേശിൽ 2001 വർഷവും തുടർന്ന് ഇന്ത്യയിൽ വെസ്റ്റ് ബംഗാളിലെ സിലിഗുരിയിൽ 2001 ലും നാദിയയിൽ 2007 ലും രോഗം പ്രത്യക്ഷപ്പെട്ടു.

2018 യിൽ ലോകാരോഗ്യ സംഘടന നിപ രോഗത്തെ മുൻഗണന രോഗക്രമത്തിൽ ഉൾപ്പെടുത്തിയിട്ടുണ്ട്.

കോഴിക്കോട് ഇതെത്തിയപ്പോൾ ആണ് നാം ഇതിനെക്കുറിച്ച് കൂടുതൽ മനസ്സിലാക്കിയത്. നിപ വൈറസ് പകർച്ചവ്യാധി മൃഗങ്ങളിൽ നിന്നും മനുഷ്യരിലേക്ക് വ്യാപിക്കാവുന്ന ഒരു ജന്തുജന്യ രോഗമാണ്. വവ്വാലുകളിൽ ഈ വൈറസ് സ്വാഭാവികമായി നിലനില്ക്കുന്നുണ്ട്. അവയിൽ രോഗം ഉണ്ടാക്കുന്നില്ല.

നിപ എന്തൊക്കെ പഠിപ്പിച്ചു

പലതരം പകർച്ച പനിയിലൂടെ കേരളം കടന്നുപോയിട്ടുണ്ടെങ്കിലും ഇവിടെ രോഗത്തെ നാം സമീപിക്കേണ്ടത് വ്യത്യസ്തമായ രീതിയിലാണ്. നിപ ഒരാളിൽനിന്നും മറ്റൊരാളിലേക്ക് അതിവേഗം പകരുന്നു. മരണനിരക്ക് വളരെ കൂടുതലാണ്. രോഗപരിചരണത്തിലേർപ്പെട്ടിരിക്കുന്ന ആരോഗ്യപ്രവർത്തകർക്കും പരിചരിക്കുന്നവർക്കും രോഗം വരാം. രോഗം സംശയിക്കുന്നവരെ ഒറ്റയ്ക്കുള്ള ഒരു മുറിയിലേക്ക് മാറ്റണം. മറ്റൊരാൾക്ക് പകരാനുള്ള സാദ്ധ്യത തടയണം. മാത്രമല്ല, പനിയുമായി എത്തുന്ന ആർക്കും ഈ രോഗം ഉണ്ടാകാം എന്നതിനാൽ അങ്ങനെയുള്ളവരെ അത്യാഹിത വിഭാഗത്തിലെ മറ്റൊരു ഭാഗത്തേക്ക് നേരിട്ടെത്തിക്കണം. അവർക്ക് മറ്റു രോഗങ്ങളുമായി വരുന്നവരുമായി ഒരു സമ്പർക്കവും പാടില്ല.

ഈ രോഗത്തിന് മരുന്നുകളോ വാക്സിനോ കണ്ടുപിടിക്കപ്പെട്ടിട്ടില്ല, ലക്ഷണങ്ങൾക്കനുസരിച്ചുള്ള ചികിത്സകൾ നല്കാം. എന്തെങ്കിലും

മരുന്ന് രോഗത്തിനായി നല്കണമെങ്കിൽ പരീക്ഷണാടിസ്ഥാനത്തിലോ സഹാനുഭാവപൂർവ്വം പരിഗണിച്ചുകൊണ്ടോ നൈതിക സമിതിയുടെയും രോഗിയുടെയോ ബന്ധുവിന്റെയോ സമ്മതപത്രത്തോടെയോ മാത്രമേ പരിഗണിക്കാൻ കഴിയുമായിരുന്നുള്ളു.

ആരോഗ്യ വകുപ്പിന്റെ ഉത്തരവാദിത്വങ്ങൾ വളരെ വലുതായിരുന്നു, രോഗം എങ്ങനെ എത്തി എന്നോ എത്ര പേരിൽ വ്യാപിച്ചെന്നോ അറിയില്ല. ജനങ്ങളെ ഈ കാര്യങ്ങൾ പറഞ്ഞു മനസ്സിലാക്കണം. ഭയാനകത അറിയണം. പക്ഷേ, സമചിത്തതയോടെ ഇടപെടണം. അതുകൊണ്ടു തന്നെ മറ്റു വിഭാഗങ്ങളുമായി ഒരുമിച്ച് പ്രവർത്തിക്കണം. വിവിധ വകുപ്പുദ്യോഗസ്ഥന്മാരുടെയും മറ്റു അധികാരികളുടെയും രാഷ്ട്രീയ നേതാക്കളുടെയും നേതൃത്വവും ജനങ്ങളുടെ പങ്കും ഇവിടെ വളരെ വലുതായിരുന്നു.

ഈ പ്രവർത്തനങ്ങളുടെ ഏകോപനത്തിൽ ഏതൊക്കെ വിഭാഗങ്ങൾ ഉൾപ്പെട്ടിട്ടുണ്ടെന്ന് നോക്കാം. റവന്യൂ വിഭാഗം, വനം വകുപ്പ്, മൃഗചികിത്സ സംരക്ഷണ വിഭാഗം, പൊലീസ് എന്നിങ്ങനെ ജില്ലാ തലത്തിൽ കളക്ടറുടെ നേതൃത്വത്തിൽ ആരോഗ്യവകുപ്പുമായി ചേർന്നുള്ള ഈ തരത്തിലൊരു പ്രവർത്തനം കേരളത്തിൽ ഒരു പുതിയ തുടക്കമായിരുന്നു.

ഈ ഘട്ടത്തിൽ നിപ ബാധിതരായ രോഗികൾ അതീവ ഗുരുതരാവസ്ഥയിൽ ആശുപത്രിയിൽ എത്തിത്തുടങ്ങിയിരുന്നു. ഗുരുതരമായ ശ്വാസകോശ രോഗം, തലച്ചോറിനെയോ ഹൃദയത്തെയോ ബാധിക്കുന്ന അവസ്ഥ എന്നിവയാണ് മരണകാരണം എന്നറിയാമായിരുന്നു. ഇവർക്ക് വെന്റിലേറ്റർ ഉൾപ്പെടെ സൗകര്യപ്പെടുത്തിയിട്ടുള്ള തീവ്ര പരിചരണ വിഭാഗം ഐസൊലേഷൻ വിഭാഗത്തിൽ ഒരുക്കുന്നത് സാഹസം തന്നെയായിരുന്നു. മെഡിക്കൽ കോളേജിൽ എങ്ങനെ ഈ ചികിത്സ ലഭ്യമാക്കാം, സ്വകാര്യ ആശുപത്രിയുമായി ഇടപെട്ടു എന്തെല്ലാമാണ് ചെയ്യേണ്ടത് എന്ന് ചർച്ച ചെയ്യുകയായിരുന്നു തുടക്കത്തിൽ തന്നെ നടന്ന ഒരു കാര്യം. ആ ഘട്ടത്തിൽ വെന്റിലേറ്റർ സൗകര്യം ഉറപ്പുവരുത്താനുള്ള ടീമിന്റെ ചുമതല എനിക്ക് നല്കിയിരുന്നു. മെഡിക്കൽ കോളേജും സ്വകാര്യ ആശുപത്രിയുമായുള്ള ഏകോപനവും പ്രവർത്തനവും ഒരു നല്ല അനുഭവമായിരുന്നു. തുടർന്ന് നിപ നിയന്ത്രണത്തിനുള്ള നോഡൽ ഓഫീസർ എന്ന നിലയിൽ പ്രവർത്തിക്കാൻ അവസരം ലഭിച്ചു.

ആ സമയത്തെ കോഴിക്കോട് മെഡിക്കൽ കോളേജ് ക്യാമ്പസിൽ അഞ്ചു ആശുപത്രികൾ ഉൾക്കൊള്ളുന്ന ഒരു ആശുപത്രി സമുച്ചയവും മെഡിക്കൽ കോളേജ് ആശുപത്രി, ഇൻസ്റ്റിറ്റ്യൂട്ട് ഓഫ് മെറ്റേർണൽ & ചൈൽഡ് ഹെൽത്ത്, ഇൻസ്റ്റിറ്റ്യൂട്ട് ഓഫ് ചെസ്റ്റ് ഡിസീസസ്, സൂപ്പർ സ്പെഷ്യാൽറ്റി ഹോസ്പിറ്റൽ, ഫിസിക്കൽ മെഡിസിൻ & റിഹാബ് & സ്പോർട്സ് മെഡിസിൻ എന്നിവ, മെഡിസിൻ, ഡെന്റൽ, നഴ്സിങ്, ഫാർമസി അടങ്ങുന്ന വിദ്യാഭ്യാസ സ്ഥാപനങ്ങളും ഉൾപ്പെടുന്നുണ്ടായിരുന്നു.

ആശുപത്രിയിൽ ആ സമയത്ത് ആകെ 3025 കിടക്കകൾ ആണുണ്ടായിരുന്നത് എങ്കിലും ഉൾക്കൊള്ളുന്ന രോഗികൾ ഇതിന്റെ വളരെയേറെ മടങ്ങ് ആയിരുന്നു. പ്രധാന അത്യാഹിത വിഭാഗത്തിൽ മാത്രം ഒരു ദിവസം 500–700 നിടയിൽ രോഗികൾ എത്തുന്നുണ്ടായിരുന്നു. പല തുടർ ചികിത്സകളും വൃക്ക മാറ്റിവെക്കൽ വരെയുള്ള ഓപ്പറേഷൻ തുടങ്ങിയവയും തുടർച്ചയായി നടക്കുന്നുണ്ടായിരുന്നു. ഈ ആശുപത്രി നിപ ചികിത്സയ്ക്ക് മാത്രമായി മാറ്റിവെച്ചാണ് പ്രവർത്തനം തുടങ്ങിയത്. അതുകൊണ്ടുള്ള പ്രശ്നങ്ങൾ വളരെ വലുതായിരുന്നു. അടിയന്തര പ്രശ്നം രോഗ നിർണ്ണയവും ചികിത്സയും തന്നെയായിരുന്നു.

രോഗം സംശയിക്കുന്നവരെ കണ്ടെത്തണം, മറ്റുള്ളവരുമായി സമ്പർക്കം ഇല്ലാതെ നേരിട്ട് ചികിത്സ കേന്ദ്രത്തിൽ എത്തിക്കണം. പനി അല്ലെങ്കിൽ രോഗ സമ്പർക്കം ഉള്ളവരിൽ എന്തെങ്കിലും രോഗലക്ഷണങ്ങളുള്ളവരെ അതിനായുള്ള പ്രത്യേക ട്രയാജിൽ എത്തിക്കണം. നിപ ആണെങ്കിൽ അവർക്കായുള്ള ഭാഗത്തേക്ക് പ്രവേശിപ്പിക്കണം. രോഗലക്ഷണം ഉള്ളവരെ തൊണ്ടയിലെ സ്രവം, രക്തം, മൂത്രം എന്നീ പരിശോധനകൾക്കു എടുത്ത ശേഷം രോഗ തീവ്രതയനുസരിച്ച് ചികിത്സ നല്കുന്നതായിരുന്നു രീതി. സന്ദർശകരെ തീർത്തും ഒഴിവാക്കിയായിരുന്നു ചികിത്സ നല്കിയത്.

ആരോഗ്യ മേഖലയിൽ ജോലി എടുത്തിരുന്ന ഒരു നഴ്സിനും ഒരു നഴ്സിങ് വിദ്യാർത്ഥിനിക്കും രോഗം വന്നത് ഒരു വലിയ തിരിച്ചടിയായിരുന്നു. നഴ്സ് രോഗത്തിന് കീഴടങ്ങിയെങ്കിലും വിദ്യാർത്ഥിനി പൊരുതി ജയിച്ചു. നിപയെ പോലുള്ള രോഗം ചികിത്സിക്കാൻ പ്രത്യേക പരിശീലനവും സംരക്ഷണ ഉപാധികളും ആരോഗ്യപ്രവർത്തകർക്കു കൂടിയേ തീരൂ. അതിനായി തുടരെത്തുടരെയുള്ള പരിശീലനങ്ങളായിരുന്നു ആശുപത്രിയിൽ നടന്നത്. രോഗപരിചരണത്തിൽ ഉൾപ്പെടുന്ന എല്ലാ ആരോഗ്യപ്രവർത്തകർക്കും പരിശീലനം നല്കി എന്നതിന് പുറമെ സെക്യൂരിറ്റി ജീവനക്കാർ, ലിഫ്റ്റ് ഓപ്പറേറ്റർ, ഓഫീസിൽ ജോലി ചെയ്യുന്നവർ, ആംബുലൻസ് ഡ്രൈവർമാർ എന്നിങ്ങനെ എല്ലാവരെയും പരിശീലിപ്പിച്ചു. മാത്രമല്ല, ഐസൊലേഷൻ ഭാഗത്തേക്ക് പ്രവേശിക്കുമ്പോഴും പുറത്തിറങ്ങുമ്പോഴും Donning ആൻഡ് Doffing ശരിയാണോ എന്ന് പരിശോധിച്ച് ഉറപ്പുവരുത്തുന്നുണ്ടായിരുന്നു. രോഗികളുടെ മറ്റു അനുബന്ധ പരിശോധനകൾ രോഗ വ്യാപന സാദ്ധ്യത കണക്കിലെടുത്തു മാത്രമേ ചെയ്യാൻ പറ്റുകയുള്ളൂ എന്നത് ഈ ചികിത്സയിലെ ഒരു വലിയ പ്രതിസന്ധി തന്നെയായിരുന്നു.

രോഗികളുടെയും ബന്ധുക്കളുടെയും പ്രശ്നങ്ങൾ

രോഗം മനുഷ്യരിൽനിന്നും മനുഷ്യരിലേക്ക് വ്യാപിക്കുന്നു. മരണനിരക്ക് വളരെ കൂടുന്നു. ഈ രണ്ടു കാര്യങ്ങൾ കൊണ്ടുതന്നെ ഈ രോഗം സമൂഹത്തിൽ ഉണ്ടാക്കിയ ഭീതി വളരെ വലുതായിരുന്നു, ഈ

ഭീതി കാരണം പറയാതെ തന്നെ ഒരു സാമൂഹികമായ അകല്ച്ചയും ഭയവും നാട്ടിൽ ഉണ്ടായിരുന്നു. നിപയ്ക്കു ശേഷവും ഒരു ഭീതിദമായ ഒറ്റപ്പെടുത്തൽ ചില പ്രദേശങ്ങളും ചില കുടുംബങ്ങളും അനുഭവിച്ചി രുന്നു. സർക്കാർ തലത്തിൽ അവർക്കുള്ള അവശ്യ വസ്തുക്കളും സഹായവും എത്തിക്കാൻ ശ്രമിച്ചത് ആശ്വാസമായി. ആശുപത്രിയിൽ പ്രവേശിപ്പിച്ചവർക്കു ബ്രഷ്, പേസ്റ്റ്, സോപ്പ്, തോർത്ത്, ഭക്ഷണം എല്ലാം കൊടുത്താൽ മാത്രമേ ലഭിക്കുമായിരുന്നുള്ളൂ.

ബന്ധുക്കളും സുഹൃത്തുക്കളുമായുള്ള സമ്പർക്കം ഒരു വലിയ പ്രശ്നമായിരുന്നു. മൊബൈൽ ഫോൺ മാത്രമായിരുന്നു സാദ്ധ്യത. ഗുരു തര അവസ്ഥയിലുള്ള രോഗികളെ കാണാൻ അവസരവും ഇല്ലായിരുന്നു. ഇതു രോഗികൾക്കും ബന്ധുക്കൾക്കും സുഹൃത്തുക്കൾക്കും വലിയ മനോവിഷമത്തിനു കാരണമായിരുന്നു. ആശുപത്രിയിൽ രോഗസാദ്ധ്യത സംശയിക്കുന്നവർക്കു പരിശോധനാ വിവരം അറിയും വരെയും കടുത്ത മാനസിക സംഘർഷം അനുഭവപ്പെട്ടിരുന്നു. ഈ കാരണങ്ങൾ ഒക്കെ കൊണ്ടുതന്നെ അടുത്തവരുടെ ഒറ്റപ്പെടുത്തലും ഒരുപാട് പേർ അനുഭ വിച്ചു എന്ന് പറഞ്ഞിരുന്നു.

നിപ മരണങ്ങൾ

നിപ മരണങ്ങൾ ഒരു പുതിയ വെല്ലുവിളി ആയിരുന്നു. ബന്ധുക്കൾ ക്ക് മരണസമയത്തു അടുത്ത് നില്ക്കാൻ പറ്റാത്തത് വലിയ വേദന ഉണ്ടാക്കി. രോഗ വ്യാപനം നടക്കാതിരിക്കാൻ മൃതദേഹം ശാസ്ത്രീയമായ രീതിയിൽ പൊതിയേണ്ടതും നിബന്ധനകൾക്ക് അനുസരിച്ച് സംരക്ഷണ വേഷം ധരിച്ചു 5 പേർ മാത്രം പങ്കെടുത്തു ചെയ്യേണ്ടതും ആക്കിയിരുന്നു. മൃതദേഹം ദഹിപ്പിക്കാനായിരുന്നു തീരുമാനിച്ചത്. ഇതു ശരിയായ രീതിയിൽ നടക്കുന്നു എന്നറിയാൻ കോർപ്പറേഷൻ മെഡിക്കൽ ഓഫീസർ നേതൃത്വം നല്കിയിരുന്നു. മത വിശ്വാസങ്ങൾ ആദരിച്ചുകൊണ്ട് ചിലരുടെ ബന്ധുക്കൾ സംസ്കാരം ആഗ്രഹിച്ചപ്പോൾ മത പണ്ഡിതന്മാരുമായി ജില്ലാ കളക്ടർ സംസാരിച്ചു. ആഴത്തിൽ കുഴിയെടുത്ത് സുരക്ഷാ ക്രമീ കരണങ്ങൾ പാലിച്ച് ചെയ്യാൻ അനുവദിച്ചു. ഓരോ മരണവും ഉറ്റവർക്കു തീരാവേദനയാണ് നല്കുക. സാധാരണ മരണശേഷം കുടുംബാംഗങ്ങൾ ഒരുമിച്ചുചേരലും ചടങ്ങുകളും ആണ് ഈ ദുഃഖത്തെ ലഘൂകരിക്കുക. നിപ കാലത്തെ മരണങ്ങളിൽ അതുണ്ടായില്ല. തീർച്ചയായും ആ കുടുംബങ്ങളെ ഈ സങ്കടം ഒരുപാട് നാൾ വേട്ടയാടിയിരിക്കും.

ഓരോ രോഗിയെ കണ്ടുപിടിക്കുമ്പോഴും അവരുമായി രോഗ സാദ്ധ്യത ഉള്ള രീതിയിൽ അതിനു മുൻപുള്ള 3 ആഴ്ച ഇടപഴകിയ വരുടെ സമ്പർക്ക പട്ടിക തയ്യാറാക്കുകയും അവരെ നിരീക്ഷണത്തിലാ ക്കുകയും ചെയ്യുന്ന ശ്രമകരമായ ജോലി ആരോഗ്യ വകുപ്പ് ചെയ്യുന്നുണ്ടാ യിരുന്നു. അവരുടെ രോഗലക്ഷണങ്ങൾ രാവിലെയും വൈകീട്ടും അന്വേഷിക്കുകയും രോഗം ഉണ്ടെങ്കിൽ പ്രത്യേക ആംബുലൻസ് വഴി

നിപ അത്യാഹിത വിഭാഗത്തിലേക്ക് നേരിട്ടെത്തിക്കുകയും ചെയ്തിരുന്നു. ആംബുലൻസ് ഡ്രൈവർമാർ വളരെ സ്തുത്യർഹമായ സേവനം ആയിരുന്നു നല്കിയിരുന്നത്.

മരണഭയം നിപ കാലത്തു കൂടുതൽ തന്നെയായിരുന്നു. ഇതു പൊതുജനത്തെയും പ്രത്യേകിച്ചും നിരീക്ഷണത്തിലുള്ളവരെയും കീഴ്പ്പെടുത്തിയിട്ടുണ്ടായിരുന്നു. അവർക്കായി കൗൺസിലിങ്ങിനുള്ള സൗകര്യം മാനസികാരോഗ്യ കേന്ദ്രം വഴി ഏർപ്പെടുത്തിയിരുന്നു. ഏതു സമയത്തും അവരുടെ നമ്പറിൽ ബന്ധപ്പെടാമായിരുന്നു. കൂടുതൽ ചികിത്സ വേണ്ടവർക്ക് അതും നല്കിയിരുന്നു. ആരോഗ്യപ്രവർത്തകരുടെ ശാരീരികവും മാനസികവും ആയ രോഗലക്ഷണങ്ങളും ശ്രദ്ധിച്ചു വില യിരുത്തുന്നുണ്ടായിരുന്നു. ആവശ്യമായ പിന്തുണയും ചികിത്സയും നൽ കിയിരുന്നു. പനിയുള്ളവരെ ആശുപത്രിയിൽ നിരീക്ഷണത്തിലാക്കി പരി ശോധനകൾ ചെയ്തിരുന്നു.

രോഗം ഗൗരവമായതിനാൽ ഇത് പ്രതിരോധിക്കാൻ കേരളത്തിനു പല തലങ്ങളിൽ നിന്നും പിന്തുണയും സഹായവും ലഭിച്ചിരുന്നു. NCDC National & Regional team, ICMR, Central Veterinary team, State Veterinary team എന്നിങ്ങനെ പലരും ഇതിൽ നമുക്ക് സഹായമായി എന്നതും ഓർത്തിരിക്കേണ്ടതാണ്.

ഗവേഷണവും പഠനങ്ങളും

മരണസംഖ്യ കൂടി വരുന്നു എന്നത് വലിയ ഒരു ആധിയായി മാറി യപ്പോൾ ചികിത്സയ്ക്കായി ലോകത്തെവിടെയെങ്കിലും എന്തെങ്കിലും മരു ന്നുകൾ ഉണ്ടോ എന്ന അന്വേഷണവും നടന്നു. അതിനെ തുടർന്നാണ് ആസ്ട്രേലിയയിൽ ഉള്ള ക്യൂൻസ്ലാൻഡിലുള്ള മോണോക്ലോനൽ ആന്റി ബോഡി ICMR വഴി കോഴിക്കോടിലെത്തുകയും ഇതിന്റെ ഉപയോ ഗത്തിനായി അനുകമ്പാടിസ്ഥാനത്തിലോ ക്ലിനിക്കൽ ഗവേഷണമായോ നടത്താൻ ഉള്ള സാദ്ധ്യതകൾ ആരായുകയും ചെയ്തത്. അതിനായി കേന്ദ്രത്തിലെയും അന്തർദ്ദേശീയ തലത്തിലെയും ഗവേഷകരുമായി സംവദിക്കുകയും അതിനായി മാർഗ്ഗരേഖയും ക്ലിനിക്കൽ ട്രയൽ നടത്താ നാവശ്യമായ മുന്നൊരുക്കങ്ങളും നടത്തി. നിപ കോഴിക്കോടിന് നല്കിയ പാഠങ്ങൾ കൂടുതൽ പേരിലെത്തിക്കാൻ ഗവേഷണ പ്രബന്ധങ്ങളും പ്രസിദ്ധീകരിച്ചു. പല മെഡിക്കൽ കോൺഫറൻസുകളിലും ഇവ അവ തരിപ്പിക്കുകയും ചെയ്തിട്ടുണ്ട്.

നിപ കോഴിക്കോടിന് ഒരുപാട് പാഠങ്ങൾ നല്കിയിട്ടുണ്ട്

- മനുഷ്യനും പ്രകൃതിയും തമ്മിലുള്ള ബന്ധം ഓർമ്മിപ്പിച്ചു. വൈറ സിന്റെ ഉറവിടം വവ്വാലിൽ കണ്ടെത്തിയപ്പോൾ ഏക ആരോഗ്യ സമീപനം (One Health Approach) ആവശ്യമായിരിക്കുന്നു എന്ന് പഠിപ്പിച്ചു.

- ഇനിയും അറിയാത്ത, മനുഷ്യനിൽനിന്നും മനുഷ്യനിലേക്ക് വ്യാപിക്കാവുന്ന രോഗങ്ങൾക്കായി നാം കരുതിയിരിക്കേണ്ടിയിരിക്കുന്നു.
- ഇതു പോലുള്ള രോഗങ്ങളിൽ ഒരുപാട് വകുപ്പുകളുടെയും വ്യക്തികളുടെയും ഒറ്റ മനസ്സോടെയുള്ള ഏകീകരിച്ച പ്രവർത്തനം കൂടിയേ തീരൂ.
- ഫീവർ ട്രയാജിങ് പനിയുള്ളവരെയും ഇതുപോലെയുള്ള രോഗങ്ങൾ സംശയിക്കുമ്പോൾ ആശുപത്രി പ്രവേശന ദ്വാരത്തിൽ ത്തന്നെ മനസ്സിലാക്കി പനി വിഭാഗത്തിലെത്തിക്കണം.
- രോഗം പകരാതിരിക്കാൻ പരിശീലനവും അതിനായുള്ള ആവശ്യമായ ആശുപത്രി സംവിധാനങ്ങളും ഒരുക്കണം.
- കോണ്ടാക്റ്റ് ട്രസിങ് എത്രത്തോളം പ്രധാനം ആണെന്നും ഒരു ഔട്ട്ബ്രേക് എങ്ങനെ നേരിടണം എന്നും പഠിപ്പിച്ചു.

  പുതിയ രോഗങ്ങൾക്ക് പലപ്പോഴും ചികിത്സ കണ്ടുപിടിച്ചിട്ടുണ്ടാകില്ല. പക്ഷേ, അനുബന്ധ ചികിത്സയും ശ്രദ്ധയും നമുക്ക് നല്കാൻ കഴിയും. നൂതന ചികിത്സയ്ക്കായി ശ്രമിക്കുകയും ആവശ്യമായ പഠനങ്ങൾക്കു നാം തയ്യാറാകുകയും വേണം.
- ഇത്തരുണത്തിൽ രോഗികളും ബന്ധുക്കളും ആരോഗ്യപ്രവർത്തകരും നാട്ടുകാരും കടുത്ത മാനസിക സമ്മർദ്ധത്തിൽക്കൂടി ആയിരിക്കും കടന്നുപോകുന്നത്. അതിനു ആവശ്യമായ പിന്തുണയും ആവശ്യമെങ്കിൽ ചികിത്സയും നല്കണം.
- ഇത്തരത്തിൽ ഉള്ള പുതിയ രോഗങ്ങൾ ലോകത്തിനു തന്നെ അറിവില്ലാത്തവയാണെന്നതിനാൽ അത് പഠിക്കേണ്ടതും അറിവ് പ്രസിദ്ധീകരിക്കേണ്ടതും നമ്മുടെ ഉത്തരവാദിത്വം ആണ്.
- മരണം എന്ന വേദന മനസ്സിലാക്കാനും സമൂഹത്തിനെ നമ്മോടൊപ്പം നിർത്തി കാര്യങ്ങൾ മനസ്സിലാക്കി ശാസ്ത്രീയമായ തീരുമാനങ്ങൾ നടപ്പിലാക്കണം.
- തെറ്റായ പ്രചാരണങ്ങൾ മനസ്സിലാക്കി ഉചിതമായ നടപടികൾ കൈക്കൊള്ളണം.
- സത്യസന്ധമായ വാർത്തകളും ആരോഗ്യ ബോധവല്ക്കരണ സന്ദേശങ്ങളും നല്കുന്നതിൽ ഊന്നൽ കൊടുക്കേണ്ടത് ഈ സന്ദർഭങ്ങളിൽ അത്യാവശ്യമാണ്.
- രോഗവിവരങ്ങൾ അറിയാൻ ജനങ്ങൾക്ക് താല്പര്യവും അവകാശവും ഉണ്ട്. അതോടൊപ്പം രോഗികൾക്ക് അവരുടെ സ്വകാര്യതയും വളരെ പ്രധാനമാണ്. ആരോഗ്യമന്ത്രിയും വിവിധ വകുപ്പുകളിലെ ഉന്നത ഉദ്യോഗസ്ഥരും കളക്ടറും, ദിവസവും നടത്തി വന്നിരുന്ന അവലോകന യോഗങ്ങൾ കൃത്യമായ ഗുണം ചെയ്തിട്ടുണ്ടായിരുന്നു.

- ആരോഗ്യമേഖലയിലെ രണ്ടുപേർക്ക് രോഗം സ്ഥിരീകരിച്ചെങ്കിലും രോഗം മനസ്സിലാക്കി പ്രതിരോധ പ്രവർത്തനങ്ങൾ തുടങ്ങിയതിനു ശേഷം ആരോഗ്യരംഗത്ത് പ്രവർത്തിച്ച ആർക്കും രോഗം വന്നില്ല എന്നത് നാം നടപ്പിലാക്കിയ രോഗ വ്യാപനത്തിനെതിരായ നടപടികളുടെ ഒരു വിലയിരുത്തൽ കൂടിയാണ്.

2019 മെയ് മാസം വീണ്ടും കേരളത്തിൽ കൊച്ചിയിൽ ഒരു നിപ ഔട്ട്ബ്രേക് സംശയിക്കുന്നു. കേരളത്തിലെ എല്ലാ ആരോഗ്യസംവിധാനങ്ങളും ഈ പോരാട്ടത്തിനായി തയ്യാറെടുക്കുന്നു. പാഠങ്ങൾ ഒന്നു കൂടി പുനരവലോകനം ചെയ്യുന്നു. ഒരു രോഗി മാത്രം ആണ് കൊച്ചിയിലുണ്ടായത്. എന്നിരുന്നാലും ഇത് ആരോഗ്യ വകുപ്പിനെ സംബന്ധിച്ച് ഒരു മോക്ക് ഡ്രിൽ തന്നെയായിരുന്നു.

കോവിഡ് 19

നിപയിൽനിന്നും കോവിഡിലേക്കു നമുക്ക് അധികം കാത്തിരിക്കേണ്ടി വന്നില്ല. 2020 ജനുവരിയിൽ കേരളത്തിൽ എത്തി. നിപയിൽ നിന്നും വ്യത്യാസങ്ങൾ ഉണ്ടെങ്കിലും കോവിഡ് 19 പരിചരണവും പ്രതിരോധവും ഏറക്കുറെ ഒരുപോലെ തന്നെയാണ് നടത്തേണ്ടത്. പ്രധാനമായി ശ്രദ്ധിക്കേണ്ട കാര്യങ്ങൾ താഴെപ്പറയുന്നു.

- കോവിഡ് രോഗം നിപയിൽ നിന്നും വ്യത്യസ്തമാണെങ്കിലും നിപയുമായുള്ള നമ്മുടെ അനുഭവം ഒരുപാട് ഗുണം ചെയ്തിട്ടുണ്ട്.
- കോവിഡ് രോഗം വിദേശത്തിൽനിന്നും അന്യസംസ്ഥാനങ്ങളിൽ നിന്നും വരുന്നവരിലൂടെയാണ് നമ്മുടെ നാട്ടിലെത്തുന്നത്. അതുകൊണ്ടു തന്നെ രോഗം ബാധിച്ചിരുന്നവർ എത്തുന്നതിൽ നമുക്ക് പൂർണ്ണമായ നിയന്ത്രണം ഇല്ല. നിപയുടെ ഉറവിടം ഇവിടെത്തന്നെ ആയതുകൊണ്ട് നിയന്ത്രണം നമ്മുടെ കൈയിൽ തന്നെയായിരുന്നു.
- രോഗ തീവ്രതയും മരണസാദ്ധ്യതയും നിപയെ അപേക്ഷിച്ച് തുലോം കുറവാണ്.
- കോവിഡിന്റെ രോഗവ്യാപനം വളരെ കൂടുതലാണ്.
- നിപയിൽനിന്നും വ്യത്യസ്തമായി രോഗ ലക്ഷണങ്ങളില്ലാത്തവരും രോഗവാഹകരായതുകൊണ്ടാണ് രോഗിയുമായി സമ്പർക്കം പുലർത്തിയ എല്ലാവരും ക്വാറന്റെയിൽ പോകേണ്ടി വരുന്നത്. കോവിഡ് പ്രതിരോധത്തിലെ ഒരു വലിയ പ്രശ്നമായി നിലനില്ക്കുന്നു.

രോഗത്തെ പ്രതിരോധിക്കുന്നതിലുള്ള നമ്മുടെ അറിവിന് നിപയിലെ നമ്മുടെ പ്രവർത്തനം ഒരുപാട് ഗുണം ചെയ്തിട്ടുണ്ട്. അതുപോലെ തന്നെ മാനസികമായും സാമൂഹികവുമായ പ്രശ്നങ്ങൾ നേരിടുന്നതിൽ ആ അറിവ് ഗുണം ചെയ്തിട്ടുണ്ട്.

ഇവിടെ ലോകം മുഴുവൻ കോവിഡിനെതിരെയുള്ള യുദ്ധത്തിലാണ്. തീർച്ചയായും നിപ കേരളത്തിൽ ഈ യുദ്ധത്തിന് പടയൊരുക്കം നടത്താൻ നമ്മളെ സഹായിച്ചിട്ടുണ്ട്. ഈ യുദ്ധത്തിന്റെ ആത്യന്തികമായ വിജയം മനുഷ്യനായിരുന്നുവോ അതോ വൈറസിനായിരുന്നോ എന്ന് കാലം നമുക്ക് പറഞ്ഞു തരും. വിജയിക്കണമെങ്കിൽ ഇന്നത്തെ അറിവുകൾ വെച്ച് നാം ഒറ്റക്കെട്ടായി യുദ്ധം വെട്ടേണ്ടിയിരിക്കുന്നു.

ഡോ. ചാന്ദ്നി ആർ, *പ്രൊഫസർ ഓഫ് മെഡിസിൻ, എമർജൻസി മെഡിസിൻ വിഭാഗം മേധാവി, ഗവൺമെന്റ് മെഡിക്കൽ കോളേജ് കോഴിക്കോട്. മൊബൈൽ: 9447202748*
ഇ മെയിൽ: chandnisajeevan@gmail. com

കോവിഡ് കാലത്തെ ജീവിതം

ഡോ. അനീഷ് റ്റി എസ്

കോവിഡ് ഒരു രോഗം എന്നതിനേക്കാൾ ഒരു കാലം എന്ന നിലയിൽ ആയിരിക്കും ഭാവിയിൽ അറിയപ്പെടുക. ഇന്നത്തെ അനുഭവങ്ങൾ പതിയെ പതിയെ ഓർമ്മകളായും ചരിത്രശേഷിപ്പുകളായും പിന്നീട് മുത്തശ്ശിക്കഥകളായും പരിണമിക്കും. ഭയന്ന് വിറച്ച് വീട്ടിലിരുന്ന ഒരു കാലം എന്നതിനേക്കാൾ പോരാടി വിജയം വരിച്ച കഥകളാക്കി ഇതിനെ മാറ്റുന്നതിനുള്ള ബാദ്ധ്യത നമുക്കുണ്ട്. വീട്ടിലിരിക്കുന്നതിന്റെ പ്രാധാന്യം കുറച്ചുകണ്ടുകൊണ്ടല്ല ഇത് പറയുന്നത്. ചിലപ്പോഴൊക്കെ പിന്മാറുന്നതും ഒരു യുദ്ധതന്ത്രമാണല്ലോ. ഏതൊരു ചെറുത്തുനില്പിലും ഏറ്റവും പ്രാധാന്യം ശത്രുവിനെ മനസ്സിലാക്കുക എന്നതിനാണ്. സാർസ് കൊറോണ വൈറസ് 2 എന്ന വൈറസിന്റെ, കോവിഡ് 19 എന്ന രോഗത്തിന്റെ പ്രത്യേകതകൾ മനസ്സിലാക്കുകയും അതിനെ അതിജീവനത്തിന്റെ മാർഗ്ഗങ്ങളുമായി കൂട്ടിയിണക്കുകയും ചെയ്യേണ്ടതുണ്ട്.

ഒരു രോഗം സമൂഹത്തിൽ എത്ര ശതമാനം ആളുകളെ ബാധിക്കുന്നു എന്നതിനെയാണ് നാം ആ രോഗത്തിന്റെ അറ്റാക്ക് റേറ്റ് എന്ന് പറയുന്നത്. ഉദാഹരണത്തിന് 2006–2007 കാലഘട്ടത്തിൽ കേരളത്തിൽ ഉണ്ടായിരുന്നവരിൽ മൂന്നിൽ ഒരാൾക്കെങ്കിലും ലക്ഷണങ്ങൾ പ്രകടമാവുന്ന തരത്തിൽ ചിക്കുൻഗുനിയ ബാധിച്ചു. അതായത് ചിക്കുൻഗുനിയയുടെ അറ്റാക്ക് റേറ്റ് ഏതാണ്ട് 33 % ആയിരുന്നു. സത്യത്തിൽ ഇതിനേക്കാൾ കൂടുതലാണ് സംസ്ഥാനത്ത് രക്താദിസമ്മർദ്ദത്തിന്റെ അറ്റാക്ക് റേറ്റ്. ആശുപത്രിവാസങ്ങളും മരണങ്ങളും എടുത്താൽ പോലും ചിക്കുൻഗുനിയയേക്കാൾ കൂടുതൽ ആണ് രക്താദിസമ്മർദ്ദത്തിന്റെ നിരക്കുകൾ. പക്ഷേ, ചിക്കുൻഗുനിയ നമ്മുടെ ആരോഗ്യവ്യവസ്ഥിതിയെ പിടിച്ചുലച്ചതുപോലെ രക്താതിസമ്മർദ്ദം ചെയ്യുന്നില്ല. അതുപോലെ

ലോകമെമ്പാടും ഒന്നരക്കോടി ആളുകളിൽ കൂടുതൽ ഹൃദയാഘാതം മൂലം പ്രതിവർഷം മരണമടയുന്നു. ലോകത്ത് കഴിഞ്ഞ പത്തുവർഷങ്ങളിൽ ഹൃദ്രോഗം ഉണ്ടാക്കിയിട്ടുള്ള മരണങ്ങളുടെയത്ര മരണങ്ങൾ ഉണ്ടാക്കാൻ ഒരു പകർച്ചവ്യാധിക്കും, അഞ്ചുകോടിയിലധികം മരണങ്ങളുണ്ടാക്കിയ സ്പാനിഷ് ഫ്ളൂവിനുപോലും കഴിഞ്ഞിട്ടില്ല. എന്നിട്ടും ഹൃദ്രോഗം നമ്മുടെ പൊതുജീവിതം സ്തംഭിപ്പിക്കുന്നില്ല. ഈ രോഗം നമുക്കിടയിലുണ്ട് എന്നറിഞ്ഞിട്ടും, നമുക്കെല്ലാം ഇത് പിടിപെടാം എന്നറിഞ്ഞിട്ടും, നാം കരുതലുകൾ എടുക്കുന്നുണ്ടെങ്കിലും ഒരു പരിധിയിലധികം അതിനെ ഭയപ്പെടുന്നില്ല. അതേസമയം പകർച്ചവ്യാധികളെ നാം ഭയപ്പെടുന്നു. ഇതിന്റെ പ്രധാനകാരണം പകർച്ചവ്യാധികളുടെ വേഗതയും അത് മറ്റൊരാളിൽ നിന്നും നമുക്ക് ലഭിക്കാം എന്ന വസ്തുതയുമാണ്. പകർച്ചവ്യാധികളുടെ പശ്ചാത്തലത്തിൽ നാം മറ്റൊരു മനുഷ്യനെ നമ്മെ രോഗിയാക്കാൻ കഴിയുന്ന ഒരു ശത്രുവായി കാണുന്നു. ദിവസങ്ങൾക്കും ആഴ്ചകൾക്കുമുള്ളിൽ അത് ആയിരങ്ങളെയും ലക്ഷങ്ങളെയും ബാധിക്കാം. അതിനെ നേരിടാനുള്ള സംവിധാനം നമുക്ക് ഉണ്ടാകണം എന്നില്ല. നമ്മുടെ ആശുപത്രി ബെഡ്ഡുകളും ICU സൗകര്യങ്ങളും നിറഞ്ഞുകവിയാം. ആയിരങ്ങൾക്ക് ചികിത്സ നിഷേധിക്കപ്പെട്ടേക്കാം. പക്ഷേ, എല്ലാം കഴിയുമ്പോൾ അതുണ്ടാക്കിയ ആശുപത്രിവാസങ്ങളും മരണങ്ങളും നാം തുടർച്ചയായി കൈകാര്യം ചെയ്യുന്ന പല രോഗങ്ങളെക്കാളും കുറവായിരിക്കാം എന്നതാണ് വസ്തുത. നമ്മുടെ വീട്ടിൽ പത്ത് അതിഥികൾ പത്തുദിവസങ്ങളിലായി വന്നാൽ സൗകര്യങ്ങൾ ക്രമീകരിക്കാൻ നമുക്ക് കഴിഞ്ഞേക്കും; എന്നാൽ അഞ്ചുപേർ ഒരുമിച്ചു വന്നാൽ ബുദ്ധിമുട്ടും. കോവിഡ് മഹാമാരിയുടെ കാര്യമാണ് പറഞ്ഞു വരുന്നത്. ഇത് ഒരു വലിയഭീഷണിയാണ് എന്നതിന് സംശയമില്ല. പക്ഷേ, ഇനിയും മാസങ്ങൾ ഇത് നമ്മോടൊപ്പം കാണും എന്നതിനാൽ നാം അതിനോട് പൊരുത്തപ്പെട്ട് ജീവിതം സാദ്ധ്യമാക്കേണ്ടിയിരിക്കുന്നു. അതേസമയം തന്നെ അത് വളരെ വേഗത്തിൽ കടന്നുവന്ന് നമ്മുടെ ജീവിതത്തിന്റെ താളം തെറ്റിക്കാനും പാടില്ല.

ആളുകൾ പരസ്പരം ഇടപെടുന്നതിലൂടെയാണ് പകർച്ചവ്യധികൾ വ്യാപിക്കുന്നത്. പരസ്പരമുള്ള ഇടപെടൽ കുറച്ചുകൊണ്ട് രോഗവ്യാപന സാദ്ധ്യത കുറയ്ക്കുകയാണ് ലോക്ക്ഡൗൺ എന്ന സങ്കേതത്തിലൂടെ നടപ്പിലാക്കുന്നത്. കോവിഡ് പോലെ സമ്പർക്കത്തിലൂടെ പടർന്നുപിടിക്കുന്ന രോഗങ്ങളെ താൽക്കാലികമായി തടഞ്ഞുനിർത്താൻ ലോക്ക്ഡൗൺ പോലെ ഫലപ്രദമായ മറ്റൊരു സങ്കേതമില്ല. എന്നാൽ പരസ്പരമുള്ള ഇടപെടലുകളിലൂടെത്തന്നെയാണ് ആളുകൾ ഭക്ഷണത്തിനുള്ള വഴി കണ്ടെത്തുന്നതും വ്യാപാരവ്യവസായങ്ങൾ നടക്കുന്നതും രാജ്യം സാമ്പത്തിക പുരോഗതി കൈവരിക്കുന്നതും. അതുകൊണ്ടു തന്നെ നമ്മൾ ഒരു മദ്ധ്യമാർഗ്ഗം കണ്ടെത്തേണ്ടതുണ്ട്. യാത്രയിൽ അപകടം സംഭവിക്കാൻ സാദ്ധ്യതയുണ്ട് എന്ന് കാണുമ്പോൾ വാഹനം

നിർത്തിയിടുക എന്ന മാർഗ്ഗമാണ് ലോക്ക്ഡൗൺ. കാര്യങ്ങൾ പഠിക്കാനും ആലോചിക്കാനുമുള്ള സമയമായി ലോക്ക്ഡൗൺ കാലത്തെ വിനിയോഗിക്കാം. പെട്ടെന്നുണ്ടാകാൻ സാദ്ധ്യതയുള്ള ഭീമമായ ഒരു അപകടം അതുകൊണ്ട് നീങ്ങിപ്പോയി എന്നും വരാം. എന്നാൽ നിങ്ങൾ യാത്ര തുടരുകതന്നെ വേണം. ചില പ്രശ്നങ്ങൾ കുറച്ചുസമയം നിർത്തിയിടുന്നതുകൊണ്ടുമാത്രം മാറി എന്നിരിക്കും. ചിലത് നിർത്തിയിടപ്പെട്ട സമയംകൊണ്ട് പൂർണ്ണമായും റിപ്പയർ ചെയ്തു മാറ്റും. എന്നാൽ ചിലപ്പോഴൊക്കെ ലഭ്യമായ സമയത്തിനുള്ളിൽ ലഭ്യമായ മാർഗ്ഗങ്ങൾ ഉപയോഗിച്ച് വാഹനം കഴിയുന്നത്ര നന്നാക്കി യാത്ര തുടരേണ്ടിവരും. അങ്ങനെയൊരു അവസ്ഥയിലേക്കാണ് കോവിഡ് 19 നമ്മെ കൊണ്ടെത്തിക്കുന്നത്. ഈ രോഗത്തിനെതിരെയുള്ള ഫലപ്രാപ്തിയുള്ള വാക്സിൻ പൊതുജനങ്ങൾക്ക് വ്യാപകമായി ഉപയോഗിക്കാൻ കഴിയുന്ന തരത്തിൽ ലഭ്യമാകാൻ ഇനിയും മാസങ്ങൾ എടുത്തേക്കാം. പഠനങ്ങളിൽ പലതും ശുഭാപ്തിവിശ്വാസം പകരുന്നതാണെങ്കിലും വാക്സിൻ ലഭ്യമാകാൻ നാം വിചാരിക്കുന്നതിലും കൂടുതൽ സമയം എടുത്തു എന്നും വരാം. കോവിഡ് രോഗത്തിന്റെ സ്വഭാവം അനുസരിച്ചു രോഗം സമൂഹത്തിൽ ഒട്ടും തന്നെ പടർന്നു പിടിക്കാതെ മാസങ്ങളോളം തടഞ്ഞുനിർത്തുവാൻ ഒരുപക്ഷേ, കഴിഞ്ഞേക്കില്ല. അല്ലെങ്കിൽ പൂർണ്ണമായ അടച്ചിടൽ ദീർഘനാൾ തുടരണം. അത് സാമ്പത്തിക മുരടിപ്പ്, ദാരിദ്ര്യം, വൻതോതിലുള്ള കോവിഡ് ഇതര മരണങ്ങൾ തുടങ്ങി ഒട്ടേറെ വിപത്തുകളിലേക്ക് നയിക്കും. ഒരുപക്ഷേ, കോവിഡ് കാരണമുണ്ടാകുന്ന മരണങ്ങളേക്കാളും ദുരിതങ്ങളേക്കാളും വലിയ വിപത്തുകൾ ഇതു വരുത്തിവെച്ചേക്കാം. ശിശുമരണനിരക്ക് പോലുള്ള പ്രശ്നങ്ങൾ വർദ്ധിക്കാനും സാദ്ധ്യതയുണ്ടെന്നാണ് പഠനങ്ങൾ സൂചിപ്പിക്കുന്നത്. ഇതിന്റെ പശ്ചാത്തലത്തിൽ, ഒരു വ്യക്തി എന്ന നിലയിലും സമൂഹം എന്ന നിലയിലും എങ്ങനെ പെരുമാറണമെന്ന കാര്യത്തിൽ കൃത്യമായ ധാരണയുണ്ടാക്കി അതനുസരിച്ച് ജീവിക്കുകയാണ് അഭികാമ്യം.

സാമൂഹ്യജീവിതവും സാമ്പത്തികജീവിതവും സാദ്ധ്യമാകുന്നവിധത്തിൽ തൊഴിലിടങ്ങൾ തുറന്നുകൊടുക്കുമ്പോൾ, സാമൂഹിക ജീവിതം സാദ്ധ്യമാക്കുമ്പോൾ രോഗപ്രതിരോധശക്തി കൂടുതലുണ്ടാകാൻ സാദ്ധ്യതയുള്ള, ദീർഘസ്ഥായി രോഗങ്ങളില്ലാത്ത ചെറുപ്പക്കാരെ ഒരു കവചമായി ഉപയോഗിക്കാൻ നമുക്ക് കഴിയണം. ഇത് അവരെ അപകടപ്പെടുത്താനല്ല, മറിച്ചു അപകടസാദ്ധ്യതയുള്ളവരെ സംരക്ഷിച്ചുപിടിക്കാനാണ്. കോവിഡ് 19 രോഗത്തിന്റെ ഒരു പ്രത്യേകത അത് നമ്മുടെ നാട്ടിൽ കണ്ടുവരുന്ന ഏതാണ്ട് എല്ലാ പകർച്ചവ്യാധികളേക്കാളും പ്രായാധിക്യമുള്ളവരെയും രോഗികളെയും തെരഞ്ഞുപിടിച്ച് ആക്രമിക്കുന്നു എന്നതാണ്. രോഗലക്ഷണങ്ങൾ പ്രകടമാകാനും, തീവ്രമാകാനും, മരണങ്ങളുണ്ടാവാനുമുള്ള സാദ്ധ്യത ഇവർക്ക് മറ്റുള്ളവരേക്കാൾ വളരെ കൂടുതലാണ്. ലോക്ക്ഡൗൺ സമയത്ത് സമൂഹത്തിൽ ഇറങ്ങിപ്രവർത്തിച്ച

ഉദ്യോഗസ്ഥരൊഴികെയുള്ള ഒട്ടുമിക്കവരും ചെറുപ്പക്കാരായ വോളണ്ടിയർമാർ ആയിരുന്നു എന്നത് രോഗതീവ്രത കുറയ്ക്കുന്നതിന് നമ്മെ സഹായിച്ചു എന്നതിന് തർക്കമില്ല. ഇത്തരത്തിൽ മേലിലും സമൂഹത്തെ ചിട്ടപ്പെടുത്തേണ്ടതുണ്ട്. കേരളം പോലെ ജനപങ്കാളിത്തത്തിലൂന്നിയുള്ള ആരോഗ്യരക്ഷാസംവിധാനങ്ങൾ നിലനില്ക്കുന്ന ഇടങ്ങളിൽ മാത്രമേ ഇത് സാദ്ധ്യമാവുകയുള്ളു. സാധാരണക്കാർ സഞ്ചാരത്തിന് ഉപയോഗിക്കുന്ന പൊതുഗതാഗത മാർഗ്ഗങ്ങൾ പുനരാരംഭിച്ചാൽ മാത്രമേ ആളുകൾക്ക് പണിയെടുത്ത് ജീവിക്കാൻ കഴിയുകയുള്ളു. എന്നാൽ പൊതുഗതാഗത മാർഗ്ഗങ്ങൾ രോഗം പടരുന്ന ഇടങ്ങളായി മാറുന്നത് ഒഴിവാകുകയും വേണം. വാഹനങ്ങൾക്കുള്ളിൽ ശാരീരിക അകലം പാലിക്കുകയും, എല്ലാവരും മാസ്കുകൾ ഉപയോഗിക്കുകയും വേണം.

അതേസമയം തന്നെ രോഗസാദ്ധ്യത കൂടുതലുള്ള പ്രവാസികൾ പ്രത്യേകമായി ഒരുക്കിയ മുറികളിലും അവരുടെ കുടുംബാംഗങ്ങൾ പരമാവധി സമൂഹത്തിൽ ഇടപെടാതെയും സർക്കാർ നിർദ്ദേശിക്കുന്ന സമയം വരെ കഴിയണം. പ്രവാസികളിൽനിന്നും തദ്ദേശീയരിലേക്കു രോഗം പകരുന്നില്ല എന്ന് ഉറപ്പുവരുത്തേണ്ട ബാദ്ധ്യത അധികാരികൾക്കെന്നപോലെ പൊതുജനങ്ങൾക്കുമുണ്ട്. കേരളത്തിന്റെ കോവിഡ് നിരീക്ഷണ സംവിധാനത്തിൽ പൊലീസുകാരെന്നപോലെ അയൽക്കാരും കണ്ണികളാണ്. മറ്റൊരാളോട് പൊതുസ്ഥലത്ത് മാസ്ക് വയ്ക്കാനും ശാരീരിക അകലം പാലിക്കാനും ആവശ്യപ്പെടാൻ ജില്ലാ കളക്ടർക്കെന്നപോലെ സാധാരണ പൗരനും അവകാശമുണ്ട്. ആദ്യഘട്ടത്തിൽ വന്ന പ്രവാസികളിൽ ചെറിയൊരു വിഭാഗത്തിന് മാത്രമേ രോഗബാധയുണ്ടാകാനുള്ള സാദ്ധ്യത ഉണ്ടായിരുന്നുള്ളൂ. എന്നാൽ, ഇപ്പോൾ ലോകത്തെ മിക്കരാജ്യങ്ങളിലും വ്യാപകമായി രോഗവ്യാപനം സംഭവിച്ചു കഴിഞ്ഞിട്ടുണ്ട്. രാജ്യത്ത് ഇതരസംസ്ഥാനങ്ങളിലും വ്യാപകമായ രോഗബാധയുണ്ട്. അതിനാൽ ഈ ഘട്ടത്തിൽ രാജ്യത്തിനകത്തുനിന്നും പുറത്തുനിന്നും വരുന്ന പ്രവാസികളിൽ ആദ്യഘട്ടത്തെക്കാൾ രോഗബാധയുണ്ട്. ആദ്യഘട്ടം വന്ന പ്രവാസികളേക്കാൾ കൂടുതൽ എണ്ണം പ്രവാസികൾ രണ്ടാം ഘട്ടത്തിൽ കേരളത്തിലേക്ക് വരുന്നുമുണ്ട്.

അതുപോലെ തന്നെ രോഗം ബാധിച്ചാൽ കൂടുതൽ അപകടസാദ്ധ്യതയുള്ള രോഗികളും പ്രായാധിക്യമുള്ളവരും വീടുകൾക്കുള്ളിൽത്തന്നെ കഴിയേണ്ടതാണ്. രോഗപ്രതിരോധശക്തി കൂടുതലുണ്ടാകാൻ സാദ്ധ്യതയുള്ളവരാണ് സമൂഹത്തിൽ ഇടപഴകുന്നതെങ്കിൽപ്പോലും അവരിൽ കുറച്ചുപേർക്ക് തീവ്രമായ രോഗബാധയും അപകടങ്ങളും ഉണ്ടാകാം എന്നതും നാം മുൻകൂട്ടി കാണുകയും അവർക്കുള്ള ചികിത്സാസൗകര്യങ്ങൾ ഒരുക്കുകയും വേണം. ഇത്തരത്തിലുള്ള രോഗബാധകളെ, സാദ്ധ്യതകൾ കഴിയുന്നതും ഒഴിവാക്കികൊണ്ടുതന്നെ നാം സ്വീകരിച്ചേ മതിയാവൂ. പതിയെ പതിയെ കൂടുതൽ ആളുകൾ രോഗത്തിന് പിടികൊടുക്കുന്നതു സമൂഹത്തിൽ ഒരു സഞ്ചിത രോഗപ്രതിരോധശക്തി (ഹെർഡ്

ഇമ്യൂണിറ്റി) രൂപപ്പെടുന്നതിന് സഹായിക്കുകയും ചെയ്യും.

എന്താണ് ഹെർഡ് ഇമ്യൂണിറ്റി?

വൈറൽ പകർച്ചവ്യാധികളുടെ കാര്യത്തിൽ ഒരു തവണ രോഗം വന്നു മാറിയവരിലും കുത്തിവയ്പ്പ് എടുത്തവരിലും പിന്നീട് രോഗം വരാൻ സാദ്ധ്യത കുറവാണ് എന്ന് നമുക്കറിയാം. ഇത്തരത്തിൽ പ്രതിരോധ ശക്തിയുള്ളവർ ഒരു സമൂഹത്തിൽ ഇട കലർന്നിരിക്കുന്നതിനാൽ സമൂഹത്തിനു മുഴുവനായി ഒരു പ്രതിരോധ ശക്തി കൈവരുന്നു. ഇതു വരെ രോഗഗ്രസ്തരല്ലാത്തവർ കൂടി ഇതു മൂലം സംരക്ഷിതരാവുന്നു എന്ന് സാരം. ഇതാണ് ഹെർഡ് ഇമ്യൂണിറ്റി.

സാധാരണ നിലയിൽ ഒരാൾക്ക് രോഗം വന്നാൽ, അയാൾക്ക് ശരാശരി എത്ര പേർക്ക് രോഗം നല്കാൻ കഴിയും എന്നത് ഓരോ രോഗത്തിനും ഓരോ അളവിൽ ആയിരിക്കും. ഇതിനെ രോഗത്തിന്റെ Ro എന്നാണ് പറയുക. ഇതിനെ അടിസ്ഥാനപ്പെടുത്തി, ഇത്ര ശതമാനം ആളുകൾ രോഗപ്രതിരോധശക്തി ഉള്ളവരാണെങ്കിൽ രോഗം പിന്നീട് പടർന്നു പിടിക്കില്ല എന്ന് കണക്കാക്കിയാണ് രോഗ സംക്രമണ ശേഷി കുറയ്ക്കുന്നതിനാവശ്യമായ ഹെർഡ് ഇമ്യൂണിറ്റി നിർണ്ണയിക്കുക. കോവിഡ്19 ന്റെ രോഗപ്രസരണശേഷിപ്രകാരം ഒരാളിൽ നിന്ന് ശരാശരി രണ്ടോ മൂന്നോ പേർക്കാണ് രോഗം പകരുക. അതായത്, 50–65% ആളുകളെ ഗ്രസിച്ചു കഴിഞ്ഞാൽ രോഗ പ്രസരണത്തിന്റെ വേഗത സ്വയം കുറയാനാണ് സാദ്ധ്യത. സ്വതവേ രോഗപ്രതിരോധശേഷി ഉണ്ടാകാൻ സാദ്ധ്യതയുള്ള ആളുകൾ (ഉദാഹരണത്തിന് യുവാക്കൾ) സാമൂഹ്യ സാമ്പത്തിക ജീവിതത്തിൽ കാര്യമായി ഇടപെടുകയും അതിലൂടെ കുറച്ചൊക്കെ രോഗത്തിന് പിടികൊടുക്കുകയും ചെയ്യുന്നത് പതിയെ പതിയെ രോഗബാധയുടെ നിരക്ക് കുറയ്ക്കുകയും സമൂഹത്തിലെ പകുതി മുതൽ മൂന്നിൽ രണ്ടാളുകൾക്ക് രോഗബാധയേല്ക്കുന്ന ഘട്ടത്തിൽ രോഗവ്യാപനത്തിന്റെ വേഗത നിലയ്ക്കുകയും ചെയ്യും. പക്ഷേ, ശ്രദ്ധിച്ചില്ലെങ്കിൽ ഇത്തരത്തിൽ രോഗത്തിന് പിടികൊടുക്കുമ്പോൾ രോഗബാധയുണ്ടാകുന്ന ആളുകളുടെ എണ്ണം, മരണം എന്നിവ സമൂഹത്തിന് താങ്ങാൻ കഴിയുന്നതിനേക്കാൾ കൂടുതലായേക്കാമെന്നതാണ് ഇതിന്റെ ദോഷവശം. എന്നാൽ കൂടുതൽ അപകടകരമായിട്ടുള്ള അവസ്ഥയിലെത്താൻ സാദ്ധ്യതയുള്ള ആളുകളെ, പ്രത്യേകിച്ച് പ്രായാധിക്യമുള്ളവർ, മറ്റ് രോഗങ്ങളുള്ളവർ എന്നിവർക്ക് പ്രത്യേക ശ്രദ്ധ നല്കണം. ഈ വിഭാഗക്കാർക്ക് പെട്ടെന്ന് രോഗബാധയുണ്ടാകാത്ത സ്ഥിതിയിലുള്ള നിയന്ത്രണങ്ങൾ ആസൂത്രണം ചെയ്യുകയുമാവാം. സാമൂഹികജീവിതം അനുവദിക്കുമ്പോൾത്തന്നെ രോഗബാധ കാരണം അപകടം സംഭവിക്കാൻ സാദ്ധ്യതയുള്ളവരെ അതിൽനിന്നും പൊതിഞ്ഞു സൂക്ഷിക്കുന്നതിനെ റിവേഴ്സ് ക്വാറന്റൈൻ അല്ലെങ്കിൽ റിവേഴ്സ് ഐസൊലേഷൻ എന്നുപറയുന്നു.

യൂറോപ്യൻ രാജ്യങ്ങളുമായി താരതമ്യം ചെയ്യുമ്പോൾ ഇന്ത്യയിൽ പ്രായാധിക്യമുള്ളവരുടെ എണ്ണം കുറവാണ്. ഇറ്റലിയിൽ ജനസംഖ്യയുടെ 30 ശതമാനത്തിൽ കൂടുതൽ 60 വയസ്സിനുമുകളിലുള്ളവരാണെങ്കിൽ ഇന്ത്യയിൽ അത് 10 ശതമാനത്തോളം മാത്രമേ വരൂ. കേരളത്തിലിത് 15 ശതമാനത്തോളം വരാം. അതുകൊണ്ടുതന്നെ അപകടഭീഷണിയുള്ളവരുടെ എണ്ണം നമ്മുടെ നാട്ടിൽ യൂറോപ്പിൽ ഉള്ളതുമായി തട്ടിച്ചുനോക്കുമ്പോൾ കുറയാൻ സാദ്ധ്യതയുണ്ട്. എന്നാൽ മറ്റൊരു കാര്യം, നമ്മുടെ നാട്ടിൽ ജീവിതശൈലിരോഗങ്ങൾ, പാലിയേറ്റീവ് കെയറിൽ കഴിയുന്നവർ എന്നിവർ ഒട്ടേറെയുണ്ട് എന്നതാണ്. ഇത്തരക്കാർക്ക് അപകടം വരാനുള്ള സാദ്ധ്യത കൂടുതലാണ്. അതുകൊണ്ട് ഇത്തരത്തിൽ അപകട സാദ്ധ്യത അധികമുള്ളവരെ സംരക്ഷിക്കുക. അതേസമയം, മറ്റാളുകൾ രോഗം പിടിപെടാൻ സാദ്ധ്യതയുള്ള മേഖലകളിലേക്ക് കുറച്ചൊക്കെ ഇറങ്ങി പ്രവർത്തിക്കുക. അതിൽ കുറച്ചുപേർക്ക് രോഗബാധയേൽക്കുന്നതുമൂലമുണ്ടാകുന്ന ഹെർഡ് ഇമ്യൂണിറ്റി പിന്നീട് ആളുകൾക്ക് രോഗം വരുന്നത് തടയുന്നതിന് ആളുകളെ തയ്യാറാക്കും. ഇവിടെ, പ്രത്യേകം ശ്രദ്ധിക്കേണ്ട കാര്യം, ധാരാളം രോഗികളുണ്ടാകുകയും നമ്മുടെ ആശുപത്രിക്കിടക്കകളും ഐ സി യു മുതലായ സംവിധാനങ്ങൾക്കും അതിനെ താങ്ങാൻ കഴിയാതെ വരികയും ചെയ്യുന്ന സ്ഥിതി നാം മുന്നിൽ കാണണമെന്നതാണ്. കൃത്യമായ ആസൂത്രണത്തിലൂടെ വേണം ഇത് നടപ്പിലാക്കാൻ.

റിവേഴ്സ് ക്വാറന്റൈനിൽ ഉള്ളവരിലേക്ക് (60 വയസ്സിനുമുകളിലുള്ളവർ/ദീർഘകാല രോഗങ്ങളുള്ളവർ) കോവിഡ് രോഗം എത്താതിരിക്കാൻ കുടുംബാംഗങ്ങൾ പ്രത്യേകം ശ്രദ്ധിക്കണം. നേരിട്ടുള്ള ഇടപെടലുകൾ കഴിയുന്നത്ര കുറയ്ക്കുകയും പരസ്പരം ഇടപെടുന്ന സമയത്ത് ഇരുകൂട്ടരും മാസ്ക് നിർബ്ബന്ധമായും ധരിച്ചിരിക്കുകയും വേണം. ബന്ധുക്കളില്ലാത്തവർക്ക് ഭക്ഷണവും സേവനങ്ങളും നല്കുമ്പോൾ സേവനദാതാക്കൾ വഴിയായി രോഗം പകരുന്നില്ല എന്ന് ഉറപ്പാക്കുകയും വേണം. കൈകൾ സോപ്പും വെള്ളവും ഉപയോഗിച്ച് വൃത്തിയാക്കുക, കൈകളിൽ ചുമയ്ക്കുകയും തുമ്മുകയും ചെയ്യാതിരിക്കുക, മാസ്കുകൾ ഉപയോഗിക്കുക, ശാരീരിക അകലം പാലിക്കുക തുടങ്ങിയ ശീലങ്ങൾ എല്ലാവരും കുറച്ചുകാലത്തേക്കു പിന്തുടരേണ്ടതാണ്. മറ്റു വായുജന്യ പകർച്ചവ്യാധികളിൽനിന്നും ഭാവിയിൽ ഉണ്ടാകാനിടയുള്ള മഹാമാരികളിൽനിന്നും ഈ ശീലങ്ങൾ നമ്മെ കുറച്ചൊക്കെ സംരക്ഷിക്കും. കോവിഡിന്റെ പശ്ചാത്തലത്തിൽ മാസ്കുകളുടെ ഉപയോഗം എടുത്ത് പറയേണ്ടതാണ്. പൊതുഇടങ്ങളിൽ തുടർന്നും മാസ്കുകൾ ഉപയോഗിക്കുകയും ശാരീരിക അകലം പാലിക്കുകയും വേണം. അടഞ്ഞസ്ഥലങ്ങൾ രോഗവ്യാപനസാദ്ധ്യത കൂട്ടുന്നുവെന്നതുകൊണ്ടുതന്നെ ശാരീരിക അകലം പാലിക്കാൻ കഴിയാത്തതും അടഞ്ഞതുമായ പൊതു ഇടങ്ങൾ (തീയറ്ററുകൾ, അടച്ചിട്ടതോ ധാരാളം ആളുകൾ കൂടുന്നതോ

ആയ ആരാധനാലയങ്ങൾ, ചടങ്ങുകൾ, സമ്മേളനങ്ങൾ, AC മാളുകൾ, AC ബാറുകൾ, ശീതീകരിച്ച പൊതുഗതാഗത മാർഗ്ഗങ്ങൾ തുടങ്ങിയവ) ഒട്ടൊരു ദീർഘമായ കാലയളവിലേക്ക് ഉപയോഗിക്കാതിരിക്കുന്നതാണ് നന്ന്.

മറ്റ് രാജ്യങ്ങളിൽനിന്നും സംസ്ഥാനങ്ങളിൽനിന്നും കൂടുതൽ ആളുകൾ എത്തിച്ചേരുന്നതോടെ സംസ്ഥാനത്ത് രോഗവ്യാപന സാദ്ധ്യത വർദ്ധിക്കാനിടയുണ്ട്. അതിനുള്ള മുന്നൊരുക്കങ്ങളാണ് നാം ഇപ്പോൾ ചെയ്തു കൊണ്ടിരിക്കുന്നത്. ഇതിനാവശ്യമായ പദ്ധതികൾ തദ്ദേശീയമായി രൂപപ്പെടുത്തി നടപ്പിലാക്കാൻ കഴിയും എന്നതാണ് കേരളത്തിന്റെ പ്രധാന കൈമുതൽ. നമ്മുടെ തദ്ദേശസ്വയംഭരണ സംവിധാനത്തിലെ വളണ്ടിയർമാർ, ആശാ വർക്കർമാർ, അംഗനവാടി ജീവനക്കാർ, പഞ്ചായത്ത് മെമ്പർമാർ, വാർഡ് കൗൺസിലർമാർ എന്നിങ്ങനെ എല്ലാവരുടെയും സേവനം ഇവിടെ ഉപയോഗപ്പെടുത്താം. ശാസ്ത്രീയമായ മാർഗ്ഗങ്ങളിലൂടെ രോഗത്തിന്റെ വ്യാപനം കൃത്യമായി മനസ്സിലാക്കുകയും പൂർണ്ണമായ സാമൂഹിക ജീവിതത്തിനും വ്യാപകമായ അടച്ചിടലിനുമിടയിലുള്ള ഒരു പന്ഥാവ് കണ്ടെത്തുകയുമാണ് കരണീയം.

ഡോ. അനീഷ് റ്റി എസ് *അസോസിയേറ്റ് പ്രൊഫസർ, കമ്യൂണിറ്റി മെഡിസിൻ വിഭാഗം മെഡിക്കൽ കോളേജ്, തിരുവനന്തപുരം. അഡ്മിനിസ്ട്രേറ്റീവ് മെഡിക്കൽ ഓഫീസർ, മെഡിക്കൽ ഹെൽത്ത് യൂണിറ്റ്, പാങ്ങപ്പാറ. മൊബൈൽ: 9946039211 ഇ-മെയിൽ: dotcrinets@gmail. com.*

കോവിഡ് കാലത്തെ സാന്ത്വന പരിചരണം

ഡോ. സുരേഷ് കുമാർ

കേരളത്തിലെ സാന്ത്വനപരിചരണ സംവിധാനം മറ്റു പ്രദേശങ്ങളിൽനിന്നും വ്യത്യസ്തമാണ്. സർക്കാരിന്റെ പാലിയേറ്റീവ് പരിചരണ നയത്തിന്റെ ചട്ടക്കൂടിൽ നിന്നുകൊണ്ട് തദ്ദേശ സ്വയംഭരണ സ്ഥാപനങ്ങളുടെ പ്രവർത്തനങ്ങളുടെ ഭാഗമായും സർക്കാരേതര സംഘടനകളുടെയും രാഷ്ട്രീയപാർട്ടികളുടെയും ഭാഗമായും പ്രവർത്തിക്കുന്നു. 1600 ലധികമുള്ള പാലിയേറ്റീവ് പരിചരണ സംഘങ്ങൾ കേരളത്തിൽ പരിചരണം ആവശ്യമുള്ള രോഗികളുടെ 75 ശതമാനത്തിനെങ്കിലും സേവനം ലഭ്യമാക്കുന്നുണ്ട്. ഡോക്ടർമാരുടെ മേൽനോട്ടത്തിൽ, പരിശീലനം ലഭിച്ച കമ്യൂണിറ്റി നഴ്സുമാർ സന്നദ്ധസേവകരുടെ സഹായത്തോടെ രോഗികളുടെ വീടുകളിൽ ചെന്ന് പരിചരണം നല്കുന്ന ഹോംകെയർ സംവിധാനമാണ് ഇതിൽ പ്രധാനം. പരിചരണം ലഭിക്കുന്ന രോഗികളിൽ ക്യാൻസർ, പക്ഷാഘാതം, വാർദ്ധക്യ സഹജമായ അസുഖങ്ങൾ, നട്ടെല്ലിന് ക്ഷതം തുടങ്ങി വിവിധ രോഗങ്ങൾകൊണ്ട് കിടപ്പിലായവർ എന്നിവരുണ്ട്. രോഗികളിൽ 70 ശതമാനത്തിലധികം പേർ 65 വയസ്സിന് മുകളിൽ പ്രായമുള്ളവരാണ്. സന്നദ്ധ പ്രവർത്തകരിൽ ഭൂരിഭാഗവും യുവജനങ്ങളാണ്. എന്നിരുന്നാലും റിട്ടയർ ചെയ്ത ഒട്ടനവധി ആളുകളും ഈ വളണ്ടിയർമാരുടെ കൂട്ടത്തിലുണ്ട്.

കോവിഡ് രോഗം:

ഒരു പ്രദേശത്ത് പടർന്നു പിടിക്കുന്ന കോവിഡ് പോലെയുള്ള ഒരു പകർച്ചവ്യാധി ജനകീയമായ ഒരു പാലിയേറ്റീവ് പരിചരണ സംവിധാനത്തിൽ ഉണ്ടാക്കുന്ന വെല്ലുവിളികൾ കുറെയേറെയാണ്. ഉദാഹരണമായി, രോഗസംക്രമണം തടയാനുള്ള ശാരീരിക അകലം പാലിക്കുന്നത്

അടക്കമുള്ള പൊതുജനാരോഗ്യ നടപടികൾ രോഗികളുടെ വീടുകളിൽ ചെന്ന് പരിചരണം നല്കുന്നവർക്ക് ധാരാളം പരിമിതികൾ ഉണ്ടാക്കും.

സാന്ത്വനപരിചരണം ആവശ്യമുള്ള രോഗികളിൽ ഭൂരിഭാഗവും അവരുടെ ശാരീരികാവസ്ഥയും പ്രായവും കാരണം കൂടുതൽ അപകട സാദ്ധ്യതയുള്ള (vulnerable) ആളുകളുടെ കൂട്ടത്തിൽപ്പെടും. പ്രായത്തിന്റെ പരിഗണന വെച്ച് നോക്കുകയാണെങ്കിൽ കേരളത്തിലെ പാലിയേറ്റീവ് പരിചരണരംഗത്തുള്ള സന്നദ്ധസേവകരുടെ ഒരു വിഭാഗവും ഇപ്പറഞ്ഞ അപകട സാദ്ധ്യതയുള്ളവരാണ്. പരിചരണ പ്രവർത്തനങ്ങൾക്കിടയിൽ ഈ ആളുകൾക്ക് കോവിഡ് രോഗബാധ ഉണ്ടാവാതെ നോക്കുക എന്നത് പരമപ്രധാനമാണ്. അതേസമയം തന്നെ ആരോഗ്യ രംഗത്ത് ഇടപെട്ട് പരിചയവും ആത്മവിശ്വാസവും ഉള്ള ജനകീയ കൂട്ടായ്മകൾ എന്ന നിലയ്ക്ക് കോവിഡ് പോലെയുള്ള സാമൂഹ്യ പ്രതിസന്ധിയിൽ പാലിയേറ്റീവ് പരിചരണ സംഘങ്ങൾക്ക് പല മേഖലകളിലും ഫലപ്രദമായി ഇടപെടാൻ പറ്റും.

കോവിഡ് രോഗം മരണകാരണമാവുന്നത് വളരെ ചെറിയ ഒരു ശതമാനം രോഗികളിൽ ആണ്. എന്നാൽ പോലും രോഗം ബാധിക്കുന്നവരുടെ എണ്ണം അധികമാവുമ്പോൾ മരണപ്പെടുന്നവരുടെ എണ്ണവും കൂടുതലാവും. ജീവിതാന്ത്യത്തിൽ എത്തിയവർക്ക് അന്തസ്സായ ജീവിതവും സമാധാനപൂർണ്ണമായ മരണവും ഉറപ്പുവരുത്താൻ പരിശ്രമിക്കുന്ന ഒരു വൈദ്യശാസ്ത്രശാഖ എന്ന നിലയിൽ കോവിഡ് ബാധിച്ച് മരണത്തോടടുക്കുന്ന രോഗികളുടെ കാര്യത്തിലും പാലിയേറ്റീവ് പരിചരണ സംവിധാനത്തിന് കുറെ ഉത്തരവാദിത്വങ്ങളുണ്ട്.

കേരളത്തിലെ പാലിയേറ്റീവ് പരിചരണ കൂട്ടായ്മകൾ കോവിഡ് കാലഘട്ടത്തിലെ പ്രതിസന്ധികളോട് എങ്ങനെ പ്രതികരിക്കുന്നു എന്ന് പരിശോധിക്കാനാണ് ഇവിടെ ശ്രമിക്കുന്നത്.

കേരളത്തിലെ കോവിഡ് പ്രതിസന്ധികളോടുള്ള പാലിയേറ്റീവ് പരിചരണ സംവിധാനത്തിന്റെ പ്രതികരണം:

അപ്രതീക്ഷിതമായി മുന്നിൽ വന്നുപെട്ട ഒരു വലിയ വിപത്തിനോട് കേരളത്തിലെ പാലിയേറ്റീവ് പരിചരണ സംവിധാനം സാമാന്യം ഭേദപ്പെട്ട നിലയിൽ തന്നെയാണ് പ്രതികരിച്ചത്. ഈ പ്രതികരണത്തെ പ്രാഥമികമായി രണ്ടായി തിരിക്കാം.

ഒന്ന്, രോഗവ്യാപനം തടയാനുള്ള കേരള സർക്കാരിന്റെയും ഇവിടെയുള്ള തദ്ദേശസ്വയം ഭരണസ്ഥാപനങ്ങളുടെയും പ്രവർത്തനങ്ങളിൽ പിന്തുണയും പങ്കാളിത്തവും.

രണ്ട്, സാന്ത്വന പരിചരണം ആവശ്യമുള്ള രോഗികൾക്ക് ലോക്ക്ഡൗൺ അടക്കമുള്ള രോഗപ്രതിരോധ പ്രവർത്തനങ്ങളുടെ പരിധിക്കുള്ളിൽ നിന്നുകൊണ്ട് തുടർന്നും പരിചരണം ലഭ്യമാക്കാനുള്ള നട

പടികൾ.

കോവിഡ് പ്രതിരോധ പ്രവർത്തനങ്ങളിൽ കേരളത്തിലെ പാലിയേറ്റീവ് പരിചരണ പ്രവർത്തകർക്ക് വഹിക്കാവുന്ന പങ്കിനെപ്പറ്റി ബഹുമാനപ്പെട്ട മുഖ്യമന്ത്രി കൂടിയാലോചനകളിലും പത്രസമ്മേളനങ്ങളിലും പലകുറി സൂചിപ്പിക്കുകയുണ്ടായി. കേരളത്തിലെ സാന്ത്വന പരിചരണ രംഗത്തുള്ള സന്നദ്ധ പ്രവർത്തകരിൽ വലിയൊരു പങ്ക്, സ്വന്തം പ്രദേശത്തെ സാമൂഹ്യ, ആരോഗ്യ പ്രശ്നങ്ങളിൽ നേരത്തെ തന്നെ ഇടപെട്ടുകൊണ്ടിരുന്ന വ്യക്തികളാണ്. അതുകൊണ്ടുതന്നെ, തദ്ദേശസ്വയംഭരണ സ്ഥാപനങ്ങളും ആരോഗ്യപ്രവർത്തകരും മുൻകൈയെടുത്തു താഴെത്തട്ടിൽ നടത്തുന്ന ബോധവല്ക്കരണ പ്രവർത്തനങ്ങളിലും രോഗസാദ്ധ്യതയുള്ളവരെ കണ്ടെത്തി ക്വാറന്റൈൻ ചെയ്യുന്ന പ്രവർത്തിയിലും പാലിയേറ്റീവ് പരിചരണ രംഗത്ത്, പ്രത്യേകിച്ച്, തദ്ദേശസ്വയംഭരണ സ്ഥാപനങ്ങളുമായി ബന്ധപ്പെട്ടുള്ള പാലിയേറ്റീവ് കെയർ സംവിധാനങ്ങളിലുള്ള സന്നദ്ധപ്രവർത്തകർ, ഫലപ്രദമായ പങ്കാളിത്തം വഹിക്കുന്നുണ്ട്. ശ്രദ്ധ പ്രധാനമായും കോവിഡ് പ്രതിരോധ പ്രവർത്തനങ്ങളിലേക്ക് മാറ്റേണ്ടി വന്നത് കാരണം പല പ്രദേശങ്ങളിലും പാലിയേറ്റീവ് പരിചരണ സംവിധാനങ്ങൾക്ക് നേരത്തെ ചെയ്തുകൊണ്ടിരുന്ന സാന്ത്വന പരിചരണ പ്രവർത്തനങ്ങളിൽ ഒരളവോളം വിട്ടുവീഴ്ച ചെയ്യേണ്ടതായും വന്നിട്ടുണ്ട്.

തദ്ദേശസ്വയംഭരണ സംവിധാനങ്ങളിലെ സാന്ത്വന പരിചരണ സംഘാംഗങ്ങളെപ്പോലെ തന്നെ കേരളത്തിൽ സാന്ത്വന പരിചരണ രംഗത്ത് സർക്കാരേതര സംഘടനകളുമായി ബന്ധപ്പെട്ടു പ്രവർത്തിക്കുന്ന കൂട്ടായ്മകളും രോഗ പ്രതിരോധ പ്രവർത്തനങ്ങളിൽ സജീവമായി പങ്കെടുക്കുന്നുണ്ട്. ലോക്ക്ഡൗൺ സമയത്ത് ഭക്ഷണം ലഭിക്കാത്തവർക്ക് വേണ്ടി നിലവിൽ വന്ന സാമൂഹ്യ അടുക്കളകളിലും മറ്റു പ്രാദേശികമായ ഭക്ഷണ വിതരണ സംവിധാനങ്ങളിലും പാലിയേറ്റീവ് കൂട്ടായ്മകളിൽ നിന്നുള്ള സന്നദ്ധപ്രവർത്തകരുടെ പങ്കാളിത്തം ശ്രദ്ധേയമായിരുന്നു. ഇന്നത്തെ പ്രതിസന്ധിയിൽ ദുരിതമനുഭവിക്കുന്നവർക്ക് വേണ്ടിയുള്ള പൊതുസമൂഹത്തിന്റെ മറ്റു ഇടപെടലുകളിലും ഈ സഹകരണം ദൃശ്യമാണ്. ഉദാഹരണമായി, ലോക്ക്ഡൗൺ സമയത്ത് വിദേശരാജ്യങ്ങളിൽ കുടുങ്ങിപ്പോയ പ്രവാസി മലയാളികളുടെ പ്രശ്നങ്ങളിൽ ഇടപെടാൻ കോഴിക്കോട് ഇൻസ്റ്റിറ്റ്യൂട്ട് ഓഫ് പാലിയേറ്റീവ് മെഡിസിൻ കേന്ദ്രമാക്കി 'നന്മ' എന്ന സാമൂഹ്യ കൂട്ടായ്മ സ്ഥാപിച്ച ഹെൽപ്പ്ഡെസ്ക് ആ കാലയളവിൽ പതിനായിരത്തിലധികം സഹായ അഭ്യർത്ഥനകൾ സ്വീകരിക്കുകയും അവയിൽ 80 ശതമാനത്തിലധികം എണ്ണത്തിൽ വിവിധ സാമൂഹ്യ സംഘടനകളുടെയും സർക്കാർ സംവിധാനങ്ങളുടെയും സഹായത്തോടെ പ്രശ്നപരിഹാരം സാദ്ധ്യമാക്കുകയും ചെയ്തു. കഷ്ടപ്പെടുന്നവരെ സഹായിക്കുക എന്നത് സാമൂഹിക ഉത്തരവാദിത്വമാണെന്ന വിശ്വാസത്തിന്റെ അടിസ്ഥാനത്തിലാണ് കേരളത്തിലെ

ജനകീയ പങ്കാളിത്തത്തോടെയുള്ള സാന്ത്വന പരിചരണ സംവിധാനങ്ങൾ വികസിച്ചു വരുന്നത് എന്നും മാറാരോഗികളോടുള്ള കരുണാർദ്രമായ സമീപനം എന്നതിനപ്പുറത്ത് ഈ കൂട്ടായ്മകൾക്ക് വിശാലമായ സാമൂഹികമായ കാഴ്ചപ്പാടുകൾ ഉണ്ട് എന്നും പ്രകടമായ കാലഘട്ടം കൂടിയാണ് കടന്നുപോകുന്നത്.

കിടപ്പിലായവരുടെയും മാറാ രോഗികളുടെയും വൃദ്ധജനങ്ങളുടെയും പരിചരണത്തിൽ കോവിഡ് രോഗകാലം ഉയർത്തുന്ന നേരത്തേ സൂചിപ്പിച്ച വെല്ലുവിളികൾ അതിജീവിച്ച് പരിചരണം ഉറപ്പാക്കാൻ സാമൂഹ്യാധിഷ്ഠിത പാലിയേറ്റീവ് പരിചരണ സംവിധാനങ്ങൾ ശ്രമിച്ചു കൊണ്ടിരിക്കുകയാണ്. സാന്ത്വന പരിചരണ രംഗത്തുള്ള വിവിധ ജില്ലകളിലെ കൂട്ടായ്മകൾ മാർച്ച് ആദ്യവാരം തന്നെ, മാറിയ പരിസ്ഥിതിയിൽ സാന്ത്വന പരിചരണം എങ്ങനെ ഉറപ്പാക്കാം എന്നതിനെപ്പറ്റി ഒരു മാർഗ്ഗനിർദ്ദേശരേഖ തയ്യാറാക്കുകയുണ്ടായി. സാമൂഹികമായ അകലവും വ്യക്തിശുചിത്വവും പരമാവധി പാലിച്ചുകൊണ്ട് സാന്ത്വന പരിചരണം എങ്ങനെ മുന്നോട്ട് കൊണ്ടുപോകാം എന്ന് ഈ മാർഗ്ഗരേഖ വ്യക്തമാക്കുന്നുണ്ട്.

രോഗിയെ സന്ദർശിക്കുന്ന ഹോം കെയർ ടീമിൽ അത്യാവശ്യമുള്ള അംഗങ്ങൾ മാത്രം പങ്കെടുക്കുക, 65 വയസ്സിൽ കൂടുതൽ പ്രായമുള്ളവരോ മറ്റ് രീതിയിൽ അപകടസാദ്ധ്യതയുള്ളവരോ ആയ ടീം അംഗങ്ങൾ രോഗികളെ സന്ദർശിക്കുന്നതിൽനിന്നും വിട്ടുനില്ക്കുക, ഫോൺ വഴി പരിഹരിക്കാവുന്ന പ്രശ്നങ്ങൾ രോഗിയെ നേരിട്ട് സന്ദർശിക്കാതെ തന്നെ പരിഹരിക്കാൻ ശ്രമിക്കുക, ഗൃഹസന്ദർശനം ഒഴിച്ചുകൂടാനാവാത്ത അവസരങ്ങളിൽ മാസ്ക്, സാനിറ്റേഷൻ, സ്വയരക്ഷയ്ക്കുള്ള ക്രമീകരണങ്ങൾ എന്നിവ ഉറപ്പുവരുത്തുക തുടങ്ങിയ നിർദ്ദേശങ്ങൾ ഇതിൽപ്പെടുന്നു. പാലിയേറ്റീവ് പരിചരണത്തിലുള്ള രോഗികൾ ഉള്ള വീടുകളിൽ കോവിഡ് രോഗസാദ്ധ്യതയുള്ളവരുടെ ഗൃഹാധിഷ്ഠിത ക്വാറന്റൈൻ പാടില്ല എന്ന് സർക്കാർ ഉത്തരവ് നിലവിലുണ്ട്. എങ്കിലും ഗൃഹ സന്ദർശനത്തിന് മുമ്പ് രോഗിയുടെ കുടുംബാംഗങ്ങളുമായും അതാത് പ്രദേശത്തെ പ്രാഥമിക ആരോഗ്യകേന്ദ്രത്തിൽ ഉള്ള ആരോഗ്യ പ്രവർത്തകരുമായും ബന്ധപ്പെട്ടു കൂടുതൽ എന്തെങ്കിലും മുൻകരുതലുകൾ ആവശ്യമുള്ള പരിതസ്ഥിതി ആണോ എന്ന് ഉറപ്പുവരുത്തണമെന്നും മാർഗ്ഗരേഖ ഉപദേശിക്കുന്നുണ്ട്. സാന്ത്വന പരിചരണത്തിന് വേണ്ടി ഗൃഹ സന്ദർശനം നടത്തുന്ന അവസരങ്ങൾ രോഗികളെയും കുടുംബാംഗങ്ങളെയും കോവിഡ് പ്രതിരോധത്തെപ്പറ്റി ബോധവല്ക്കരണം നടത്താൻ കൂടി ഉപയോഗിക്കണമെന്ന് കൂട്ടായ തീരുമാനവും ഉണ്ട്.

കോവിഡ് കാലത്ത് പാലിയേറ്റീവ് പരിചരണ പ്രവർത്തനങ്ങളിൽ ശ്രദ്ധിക്കേണ്ട കാര്യങ്ങളെപ്പറ്റി ആരോഗ്യ പ്രവർത്തകർക്ക് വേണ്ടി കേരളത്തിലെ പല പാലിയേറ്റീവ് കെയർ സംവിധാനങ്ങളും ഓൺലൈൻ ക്ലാസുകളും പരിശീലന പരിപാടികളും നടപ്പിലാക്കുന്നുണ്ട്. ഇതുമായി

ബന്ധപ്പെട്ട് എറണാകുളം കേന്ദ്രമാക്കി പ്രവർത്തിക്കുന്ന ഒരു സംഘം പാലിയേറ്റീവ് ഡോക്ടർമാർ പുറത്തിറക്കിയ *പാലിയേറ്റീവ് പരിചരണ മാനുവൽ* ഇന്റർനെറ്റിൽ ലഭ്യമാണ്. രാജ്യത്തിന് പുറത്ത് ബംഗ്ലാദേശിൽ ഉള്ള പാലിയേറ്റീവ് പരിചരണ സംവിധാനവും കേരളത്തിൽ നിന്നുള്ള ഈ മാർഗ്ഗരേഖയും പരിചരണമാനുവലും ഉപയോഗിച്ചു തുടങ്ങിയിട്ടുണ്ട്.

ദീർഘകാല വെല്ലുവിളികൾ

ഈ രോഗകാലം പെട്ടെന്ന് അവസാനിക്കാൻ പോകുന്നില്ല എന്നതുകൊണ്ടുതന്നെ കോവിഡ് കേരളത്തിലെ പാലിയേറ്റീവ് പരിചരണ രംഗത്ത് ഉയർത്തുന്ന ദീർഘകാല വെല്ലുവിളികൾ ഏറെയാണ്.

പാലിയേറ്റീവ് പരിചരണത്തിൽ ഉള്ള രോഗികൾ ഏതാണ്ട് എല്ലാവരും സംരക്ഷണ സമ്പർക്കവിലക്ക് (Reverse Quarantine) പരിധിയിൽ വരുന്നവരാണ്. ശാരീരികമായ അകലം പാലിച്ചുകൊണ്ട് ഇവരുടെ പരിചരണം, പ്രത്യേകിച്ച്, വൈകാരികവും മാനസികവുമായ പിന്തുണ നല്കുക, മുറിവുകൾ വച്ചു കെട്ടുക, കത്തീറ്റർ മാറ്റുക തുടങ്ങിയ ഇടപെടലുകൾ ദുഷ്കരമാണ്. ഈ മേഖലയിൽ ക്രിയാത്മ കമായ പുതിയ രീതികൾ വികസിച്ചു വരേണ്ടതുണ്ട്.

65 വയസ്സിൽ കൂടുതൽ പ്രായമുള്ളവരും ജീവിതശൈലി രോഗങ്ങൾ ഉള്ളവരും സംരക്ഷണ സമ്പർക്കവിലക്ക് കാരണം പൊതുരംഗങ്ങളിൽ നിന്ന് മാറി നില്ക്കേണ്ട അവസ്ഥ നിലവിലുണ്ട്. ഈ സ്ഥിതി ദീർഘകാലം തുടരേണ്ടി വന്നാൽ അത് ഈ ആളുകളിൽ ഒറ്റപ്പെടലും ഏകാന്തതയും അടക്കം സാമൂഹികവും മാനസികവുമായ ധാരാളം പ്രശ്നങ്ങൾക്ക് കാരണമാവാൻ ഇടയുണ്ട്. പാലിയേറ്റീവ് പരിചരണ രംഗത്തുള്ള സന്നദ്ധപ്രവർത്തകരിൽ കുറെയേറെ പേരെ കൂടി ബാധിക്കുന്ന ഒരു പ്രശ്നമാണ് ഇത്.

കോവിഡ് രോഗബാധിതരിൽ രോഗം കാരണം മരണപ്പെടുന്നവരുടെ ശതമാനം വളരെ ചെറുതാണെങ്കിൽക്കൂടി നേരത്തെ സൂചിപ്പിച്ചതു പോലെ, രോഗബാധ വിപുലമാവുകയാണെങ്കിൽ മരണസംഖ്യ വർദ്ധിക്കാൻ സാദ്ധ്യതയുണ്ട്. മരണാസന്നരായ രോഗികളിൽ നല്ലൊരു ശതമാനത്തിന് പാലിയേറ്റീവ് പരിചരണം അത്യാവശ്യമാണ്. രോഗികളുടെ എണ്ണം ക്രമാതീതമായി വർദ്ധിക്കുകയാണെങ്കിൽ ഈ ഉത്തരവാദിത്വം കേരളത്തിൽ ഇന്ന് നിലവിലുള്ള സംവിധാനങ്ങൾക്ക് ഏറ്റെടുക്കാവുന്നതിലും അധികമാവും. അത്തരമൊരു പരിതഃസ്ഥിതി മുമ്പിൽ കണ്ടുകൊണ്ട് പാലിയേറ്റീവ് പരിചരണ രംഗത്തുള്ള പരിശീലന സംവിധാനങ്ങൾ കൂടുതൽ ശക്തമാക്കേണ്ടതുണ്ട്.

കേരളത്തിലെ വിപുലമായ സാന്ത്വന പരിചരണ സംവിധാനം നിലനില്ക്കുന്നത് പ്രധാനമായും തദ്ദേശസ്വയംഭരണ സ്ഥാപനങ്ങളു ടെയും പൊതുസമൂഹത്തിന്റെയും സാമ്പത്തിക പിന്തുണ കൊണ്ടാണ്.

കോവിഡ് കാരണം ഉണ്ടായ സാമ്പത്തിക മാന്ദ്യം മറ്റു രംഗങ്ങളിൽ എന്നത് പോലെ ഈ പ്രവർത്തനങ്ങളുടെയും സാമ്പത്തിക സുരക്ഷിതത്വത്തെ ഇതിനകം തന്നെ ബാധിച്ചു തുടങ്ങിയിട്ടുണ്ട്. ഈ സ്ഥിതി തുടർന്നാൽ അത് പല സാന്ത്വനപരിചരണ കൂട്ടായ്മകളുടെയും നിലനില്പിനെ തന്നെ ബാധിക്കാൻ സാദ്ധ്യതയുണ്ട്.

ഡോ. സുരേഷ് കുമാർ,
ഇൻസ്റ്റിറ്റ്യൂട്ട് ഓഫ് പാലിയേറ്റിവ് മെഡിസിൻ, കോഴിക്കോട്
മൊബൈൽ: 9349113532
ഇ മെയിൽ: drsuresh.kumar@gmail.com.

കോവിഡ് ആന്റിബോഡി ടെസ്റ്റ് എന്ത്, എങ്ങനെ, ആർക്കെല്ലാം?

ഡോ. കെ പി അരവിന്ദൻ

കോവിഡ് 19 രോഗ നിർണ്ണയത്തിന് ഉപയോഗിക്കുന്ന ലബോറട്ടറി ടെസ്റ്റുകളെ രണ്ടായി തരംതിരിക്കാം.

1. വൈറസ് സാന്നിദ്ധ്യം നേരിട്ട് കണ്ടെത്തുന്ന ടെസ്റ്റുകൾ. രോഗനിർണ്ണയത്തിന് ഏറ്റവും വ്യാപകമായി ഉപയോഗിക്കുന്ന ആർ ടി പി സി ആർ (RT-PCR - Reverse Transcription Polymerase Chain Reaction) ടെസ്റ്റും വൈറസിന്റെ ആർ എൻ എ (RNA) ക്രമം കണ്ടെത്തുന്ന സീക്വൻസിങ്ങും

2. വൈറസിനെതിരെ ശരീരം ഉല്പാദിപ്പിക്കുന്ന പ്രതിവസ്തുക്കൾ (ആന്റിബോഡികൾ) കണ്ടെത്തുന്ന ടെസ്റ്റുകൾ.

എന്താണ് ആന്റിബോഡി ടെസ്റ്റുകൾ?

രോഗാണുക്കൾ ശരീരത്തിനുള്ളിൽ കയറിയാൽ അതിനെതിരെയുള്ള പ്രതിരോധം തീർക്കുന്നതിന്റെ ഭാഗമായി ശരീരത്തിലെ പ്രതിരോധ കോശങ്ങൾ നിർമ്മിക്കുന്നവയാണ് ആന്റിബോഡികൾ. ഐ ജി എം (IgM) എന്ന വിഭാഗത്തിൽ പെട്ട ആന്റിബോഡികളാണ് ആദ്യം ഉല്പാദനം തുടങ്ങുക. രോഗാണു പ്രവേശിച്ച് ഏതാണ്ട് ഒരാഴ്ച്ച കഴിയുമ്പോഴേക്ക് ഇതിന്റെ ഉല്പാദനം തുടങ്ങുകയും രണ്ടാഴ്ചയാവുമ്പോഴേക്ക് രക്തത്തിൽ അതിന്റെ അളവ് പരമാവധി ആവുകയും ചെയ്യും. പിന്നെ ക്രമേണ അത് കുറയുകയും രോഗശമനത്തോടൊപ്പം ഏതാനും ആഴ്ചകൾക്കുള്ളിൽ രക്തത്തിൽ അതിന്റെ സാന്നിദ്ധ്യം ഇല്ലാതാവുകയും ചെയ്യും. ഐ ജി ജി (IgG) വിഭാഗത്തിൽപ്പെട്ട ആന്റിബോഡികൾ ഏതാണ്ട് രണ്ടാഴ്ചയാവുമ്പോഴേക്ക് ഉല്പാദനം തുടങ്ങും. ഇതിന്റെ സാന്നിദ്ധ്യം രോഗശമനത്തിന് ശേഷവും ഏറെക്കാലം നിലനില്ക്കും.

പൊതുവിൽ പറഞ്ഞാൽ ഐജിഎം ആന്റിബോഡി രോഗാവസ്ഥയുടേയും ഐ ജി ജി ആന്റിബോഡി മുൻപ് രോഗം വന്നതിന്റെയും സൂചകമാണ്. (ചിത്രം കാണുക).

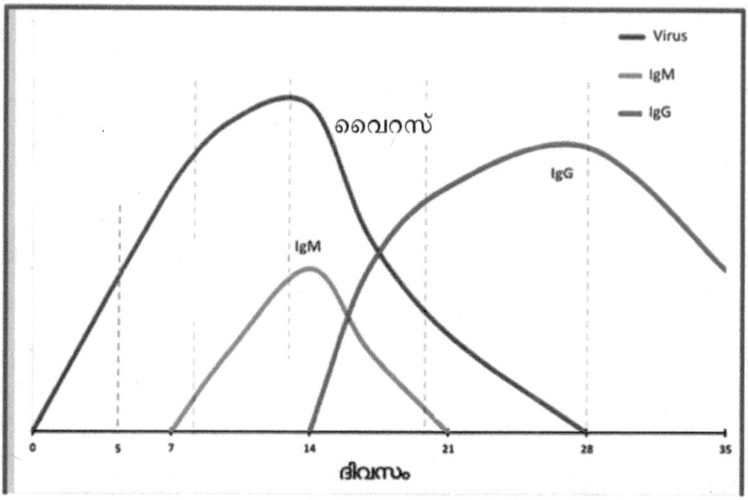

ആന്റിബോഡി നിർണ്ണയ ടെസ്റ്റുകളിൽ ഏറ്റവും അംഗീകൃതമായിട്ടുള്ളത് എലൈസ (ELISA -Enzyme Linked Immunosorbent Assay) ടെസ്റ്റുകളാണ്. ഇവയേക്കാൾ വേഗത്തിലും സാങ്കേതിക വൈദഗ്ദ്ധ്യം ഇല്ലാത്തവർക്കുപോലും കൈകാര്യം ചെയ്യാവുന്നതുമായ ടെസ്റ്റുകളാണ് ആന്റിബോഡി ടെസ്റ്റുകൾ. സ്വാഭാവികമായും ഇവയ്ക്ക് ഈ ഗുണങ്ങളോടൊപ്പം പരിമിതികളും ഉണ്ട്.

ഈ ടെസ്റ്റുകൾ ചെയ്യുന്നതെങ്ങനെ?

എലൈസ ടെസ്റ്റുകൾ പലവിധത്തിൽ ചെയ്യാം. വൈറസ് പ്രോട്ടിനുകളെ അനേകം കുഴികളിലുള്ള പ്ളേറ്റുകളിൽ പറ്റിപ്പിടിപ്പിച്ച് രക്തത്തിൽ വൈറസിനെതിരെയുള്ള ആന്റിബോഡികൾ ഉണ്ടെങ്കിൽ അവ ഈ പ്രോട്ടിനുകളുമായി കൂടിച്ചേരുന്നത് കണ്ടെത്തുകയാണ് സാധാരണ രീതി. പ്രോട്ടിനുകളോടൊപ്പം ഘടിപ്പിച്ച എൻസൈമുകൾ വഴി ഉണ്ടാകുന്ന നിറമാറ്റത്തിന്റെ തോത് കൃത്യമായി അളക്കുക വഴി ആന്റിബോഡിയുടെ അളവ് കണ്ടെത്താനാവുമെന്നതാണ് എലൈസ ടെസ്റ്റിന്റെ ഒരു ശക്തി.

വൈറസിന്റെ ഘടകങ്ങളായ ചില പ്രോട്ടീനുകളെ ഒരു കാർഡിനു മുകളിൽ വരകളായി പറ്റിപ്പിടിപ്പിക്കുകയും രക്തത്തിൽ ആന്റിബോഡികൾ

ഉണ്ടോ എന്ന് ഇതുപയോഗിച്ച് കണ്ടെത്തുകയുമാണ് ആന്റിബോഡി ടെസ്റ്റുകളുടെ രീതി. ഐ ജി ജിയോ ഐ ജി എം ഓ രക്തത്തിൽ ഉണ്ടെങ്കിൽ അവ കാർഡിലെ പ്രോട്ടീനുകളിൽ പറ്റിപ്പിടിക്കുകയും അവിടെ നിറവ്യത്യാസം ഉണ്ടാവുകയും ചെയ്യും. ഐ ജി ജിയുടെയും ഐ ജി എം ന്റെയും സ്ഥാനത്ത് ഓരോ നിറമുള്ള വരകൾ തെളിഞ്ഞു കാണുന്നതിന്റെ അർത്ഥം രോഗിക്ക് കോവിഡ് 19 ബാധ ഉണ്ടെന്നാണ്. മുൻപ് രോഗം ബാധിച്ച് മാറിയവരാണെങ്കിൽ ഐ ജി ജിയുടെ ഒരു വര മാത്രമേ കാണുകയുള്ളൂ.

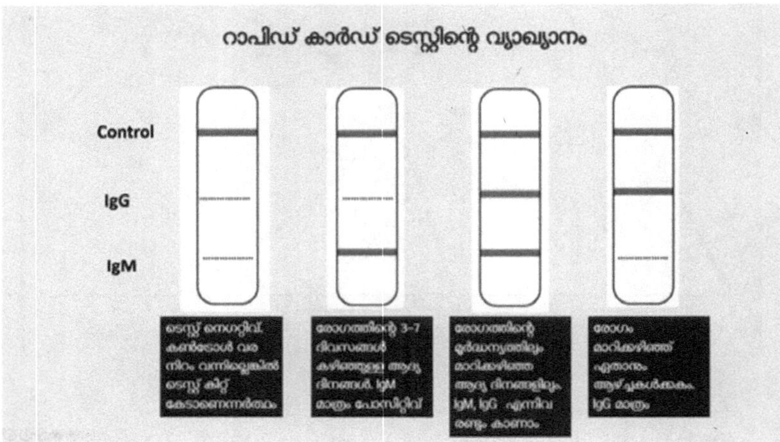

ആന്റിബോഡി ടെസ്റ്റുകളുടെ ഗുണദോഷങ്ങൾ

ആന്റിബോഡി ടെസ്റ്റുകളുടെ പ്രധാന ഗുണം അതു ചെയ്യാൻ രക്തം മാത്രം മതി എന്നതാണ്. പി സി ആർ ടെസ്റ്റിനുള്ളതുപോലെ, എടുക്കാൻ പ്രയാസമുള്ള രോഗിയുടെ സ്രവങ്ങൾ വേണ്ട. അതു കാരണം തന്നെ എടുക്കുന്ന ആൾ വ്യക്തിപ്രതിരോധ സംവിധാനങ്ങൾ ധരിക്കേണ്ടതുമില്ല. ആന്റിബോഡി ടെസ്റ്റ് ആണെങ്കിൽ ഞരമ്പിൽ നിന്നുള്ള രക്തംപോലും വേണ്ട; വിരലിൽ കുത്തി എടുക്കുന്ന ഏതാനും തുള്ളി രക്തം മാത്രം മതി.

എലിസ ആന്റിബോഡി ടെസ്റ്റ് ചെയ്യാൻ അതി സങ്കീർണ്ണതകൾ ഇല്ലാത്ത സാധാരണ ലബോറട്ടറി മതി; പി സി ആർ ടെസ്റ്റിനെന്ന പോലെ പ്രത്യേക സൗകര്യങ്ങളോ പ്രത്യേക വൈദഗ്ദ്ധ്യം ഉള്ള ടെക്നീഷ്യന്മാരോ ആവശ്യമില്ല. ആന്റിബോഡി ടെസ്റ്റിനാണെങ്കിൽ ലബോറട്ടറി പോലും വേണ്ട. രോഗിയുടെ അടുത്ത് ചെന്ന് സാധാരണ ആരോഗ്യപ്രവർത്തകർക്കു പോലും അതു ചെയ്യാം. ഫലമറിയാനാണെങ്കിൽ ഏതാനും മിനിറ്റ് മാത്രം മതി. റാപ്പിഡ് ടെസ്റ്റ് എന്ന് ആന്റിബോഡി ടെസ്റ്റിനെ വിളിക്കാറുണ്ട്. അങ്ങനെ വിളിക്കാനുള്ള കാരണവും അതുതന്നെ. Rapid

അല്ലെങ്കിൽ വേഗത എന്നാൽ ശരീരത്തിൽ പ്രവേശിച്ച് എത്രയും വേഗത്തിൽ അണുവിനെ കണ്ടെത്താനാവും എന്ന അർത്ഥത്തിൽ അല്ല എന്നുള്ളത് പ്രത്യേകം ശ്രദ്ധിക്കേണ്ടതാണ്.

ആന്റിബോഡി ടെസ്റ്റുകളുടെ പ്രധാന പരിമിതി അവ രോഗത്തിന്റെ നിർണ്ണായകമായ ആദ്യഘട്ടത്തിൽ ഉപയോഗപ്രദമല്ല എന്നതാണ്. ഒരാളിൽ നിന്ന് മറ്റൊരാളിലേക്ക് രോഗം പകരുക രോഗലക്ഷണങ്ങൾ തുടങ്ങുന്നതിനു തൊട്ടു മുൻപുള്ള 24-48 മണിക്കൂറിലോ ലക്ഷണങ്ങൾ തുടങ്ങിക്കഴിഞ്ഞ് ഏതാണ്ട് ഒരാഴ്ചക്കാലത്തോ ആണ്. ഈ സമയത്ത് ശരീരത്തിൽ ആന്റിബോഡികൾ ഉണ്ടായിട്ടുണ്ടാവില്ല. ഇതു കൊണ്ടു തന്നെ രോഗനിർണ്ണയം നടത്താൻ ഈ ടെസ്റ്റുകൾ തനിച്ച് ചെയ്യുന്നത് ഉപയോഗശൂന്യമാണ്. രോഗം തുടങ്ങി പത്തു ദിവസമെങ്കിലും കഴിഞ്ഞ് പി സി ആർ ടെസ്റ്റ് നെഗറ്റീവ് ആയ, എന്നാൽ രോഗം ഉണ്ടെന്ന് ശക്തമായ സംശയം ഉള്ള കേസുകളിൽ ആന്റിബോഡി ടെസ്റ്റുകൾ രോഗനിർണ്ണയത്തിന് സഹായിച്ചേക്കാം.

ഐ ജി ജി ആന്റിബോഡികൾ മാത്രമാണ് രക്തത്തിൽ ഉള്ളതെങ്കിൽ രോഗം വന്ന് പോയെന്നും രോഗപ്രതിരോധശേഷി നേടിയെന്നുമാണ് അർത്ഥം. രോഗം വരാനോ പകർത്താനോ സാദ്ധ്യതയില്ലാത്തയാൾ എന്ന ഇമ്യൂണിറ്റി സർട്ടിഫിക്കറ്റ് (Immuntiy Certificate) ഇത്തരക്കാർക്ക് നല്കാവുന്നതാണ്.

ഐ ജി ജി ആന്റിബോഡികൾ ടെസ്റ്റു ചെയ്യുന്നതിന്റെ ഏറ്റവും വലിയ ആവശ്യകത സമൂഹത്തിൽ എത്ര മാത്രം രോഗവ്യാപനം നടന്നിട്ടുണ്ട് എന്നറിയാനാണ്. സമൂഹത്തിൽ നിന്ന് ആകസ്മിതാക്രമപ്രകാരം (Random) തെരഞ്ഞെടുക്കുന്ന കുറേയേറെ പേരിൽ ടെസ്റ്റ് ചെയ്ത് എത്ര പേരിൽ ഐ ജി ജി ആന്റിബോഡി ഉണ്ടെന്നറിഞ്ഞാൽ ആകെയുള്ള രോഗവ്യാപനത്തിന്റെ തോത് തിട്ടപ്പെടുത്താനാവും. സീറോ പ്രിവലൻസ് (Sero prevalence) എന്നാണിതിനെ വിളിക്കുക. സീറോ പ്രിവലൻസ് കൂടുതലുള്ള സ്ഥലങ്ങളിൽ പ്രത്യേക നിരീക്ഷണ സംവിധാനങ്ങൾ ഏർപ്പെടുത്താനും ഇതു വഴി കഴിയും. കൂടുതൽ കൃത്യതയുള്ള എലൈസ് ടെസ്റ്റുകളായിരിക്കും ഇതിന് അനുയോജ്യം.

ടെസ്റ്റ് ചെയ്യേണ്ടത് ആരിലെല്ലാം?

ഈ ടെസ്റ്റുകൾ ആരിൽ ചെയ്യുന്നു എന്നത് അതീവ പ്രാധാന്യമുള്ളതാണ്. ഇതിന്റെ പരിമിതികളെപ്പറ്റി ബോദ്ധ്യമുള്ളവർ ആവശ്യപ്പെടുന്നതിനനുസരിച്ചേ ടെസ്റ്റ് ചെയ്യാവൂ എന്നുറപ്പുവരുത്തണം. അതീവ ഭീതി ഉള്ളവർ പലരും സ്വയം തീരുമാനിച്ച് ടെസ്റ്റ് ചെയ്യാൻ മുതിർന്നാൽ ടെസ്റ്റ് കിറ്റുകൾ വേഗം തീരും. എന്നു മാത്രമല്ല, വിഭവങ്ങളുടെ ദുർവ്യയവും തെറ്റായ കണക്കുകൾ കിട്ടാനുള്ള കാരണവുമാകും അത്.

താഴെപ്പറയുന്ന ഉപയോഗങ്ങളാണ് ആന്റിബോഡി ടെസ്റ്റുകൾക്കുള്ളത്.

1. സീറോ പ്രിവലൻസ് പഠനങ്ങൾ (ഐ ജി ജി ആന്റിബോഡി)
2. രോഗം മാറിയെന്നതിനുള്ള ഇമ്യൂണിറ്റി സർട്ടിഫിക്കറ്റുകൾ നല്കാൻ (ഐ ജി ജി ആന്റിബോഡി)
3. രോഗം ഉണ്ടെന്ന് ശക്തമായി സംശയിക്കുന്ന എന്നാൽ പി സി ആർ ടെസ്റ്റ് നെഗറ്റീവ് ആയവരിൽ ഒരു രോഗനിർണ്ണയ ഉപാധിയായി (ഐ ജി എം ആന്റിബോഡി)
4. കൂടുതൽ കേസ് റിപ്പോർട്ട് ചെയ്യപ്പെട്ട ഒരു പ്രദേശത്ത് വ്യാപകമായി രോഗമുള്ളവരെ കണ്ടെത്താൻ (ഐ ജി ജി, ഐ ജി എം ആന്റിബോഡികൾ)

ടെസ്റ്റ് ചെയ്യുന്ന സ്ഥാപനങ്ങൾ

ടെസ്റ്റുകൾ സർക്കാർ/സ്വകാര്യ മേഖലകളിൽ ചെയ്യാവുന്നതാണ്. നിബന്ധനകൾ ഇവയാണ്. കോവിഡ് 19 ടെസ്റ്റുകൾക്ക് ഇന്ത്യൻ കൗൺസിൽ ഓഫ് മെഡിക്കൽ റിസർച്ച് (ICMR) അംഗീകരിച്ചവയായിരിക്കണം ലബോറട്ടറികൾ. എൻ എ ബി എൽ (National Accreditation Board for Testing and Calibration Laboratories: NABL) അക്രഡിറ്റേഷൻ ഉള്ള ലാബ് ആയിരിക്കണം എന്നും ഈ ടെസ്റ്റുകൾ ചെയ്യാനായി അതിനുവേണ്ടി രൂപീകരിച്ച് പോർട്ടലിൽ റജിസ്റ്റർ ചെയ്തിരിക്കണം എന്നും നിബന്ധനയുണ്ട്.

കെ പി അരവിന്ദൻ: *മെഡിക്കൽ കോളേജ് പത്തോളജി മുൻ പ്രൊഫസർ, കോവിഡ് വിദഗ്ദ്ധസമിതി അംഗം*
മൊബൈൽ: 8547056580
ഇ മെയിൽ: kparavindan@gmail. com

ഓപ്പൺ സോഴ്സ് കോവിഡ് പ്രസ്ഥാനം: കോവിഡ് നിയന്ത്രണത്തിന് മുതലാളിത്തേതര ബദൽ

ഡോ. ബി ഇക്ബാൽ

മുഖ്യമന്ത്രി കഴിഞ്ഞൊരു ദിവസം നടത്തിയ പത്രസമ്മേളനത്തിൽ ആഗോള രാഷ്ട്രീയ മാനങ്ങളുള്ള ഒരു സുപ്രധാന പ്രഖ്യാപനം നടത്തുകയുണ്ടായി. മുഖ്യമന്ത്രി പറഞ്ഞു 'കോവിഡ് രോഗവുമായി ബന്ധപ്പെട്ട വാക്സിൻ, മരുന്നുകൾ, ഉപകരണങ്ങൾ എന്നിവ വികസിപ്പിച്ചെടുക്കാൻ കുത്തക കമ്പനികൾ ശ്രമിച്ചുവരികയാണ്. ഇങ്ങനെ വികസിപ്പിച്ചെടുക്കുന്ന ഉല്പന്നങ്ങൾ പേറ്റന്റ് ചെയ്ത് സാധാരണക്കാർക്ക് താങ്ങാനാവാത്ത വൻ വിലയ്ക്കായിരിക്കും മാർക്കറ്റ് ചെയ്യുക. ഇതിനു ബദലായി പരസ്പര സഹകരണത്തിന്റെയും പങ്കിടീലിന്റെയും അടിസ്ഥാനത്തിൽ ഓപ്പൺ സോഴ്സ് കോവിഡ് പ്രസ്ഥാനം ശക്തിപ്പെട്ടുവരുന്നുണ്ട്. ഈ പ്രസ്ഥാനത്തോട് കേരളം ഐക്യദാർഢ്യം പ്രഖ്യാപിക്കുന്നു. 'കോവിഡിനെ നിയന്ത്രിക്കുന്നതിൽ വിസ്മയകരമായ വിജയം കൈവരിച്ചതിനാൽ ലോകശ്രദ്ധ ആകർഷിച്ച് വരികയാണ് കേരളം. അതോടൊപ്പം കോവിഡിനെതിരെയുള്ള അതിജീവനത്തിനായി മുതലാളിത്തേതര ബദലുകൾ ആവിഷ്കരിക്കാൻ ശ്രമിക്കുന്ന ആഗോള പുരോഗമന പ്രസ്ഥാനങ്ങൾക്ക് ശക്തിപകരുന്ന മുഖ്യമന്ത്രിയുടെ പ്രഖ്യാപനം സാർവ്വദേശീയ ശ്രദ്ധയാകർഷിച്ച് കഴിഞ്ഞിരിക്കയാണ്.

പേറ്റന്റ് വ്യവസ്ഥ

ഔഷധ ഗവേഷണമേഖലയിൽ ബഹുരാഷ്ട്ര മരുന്നു കമ്പനികളാണ് മേധാവിത്വം വഹിക്കുന്നത്. ഇവർ വികസിപ്പിച്ചെടുക്കുന്ന മരുന്നുകളും വാക്സിനുകളും മറ്റും പേറ്റന്റ് വ്യവസ്ഥയ്ക്ക് വിധേയമായിരിക്കും പേറ്റന്റ് കാലാവധിയായ 20 വർഷക്കാലത്തേക്ക് ഉല്പന്നങ്ങളുടെ വിപണനാധികാരം കുത്തകകമ്പനികൾക്കായിരിക്കും. മരുന്നുകൾക്ക് തന്നിഷ്ട

പ്രകാരം വില നിശ്ചയിക്കാനും ഇഷ്ടമുള്ള രാജ്യങ്ങളിൽ മാർക്കറ്റ് ചെയ്യാനും കമ്പനികൾക്കവകാശം ലഭിക്കും. ഇന്ത്യയിൽ നിലവിലുണ്ടായിരുന്ന പേറ്റന്റ് നിയമപ്രകാരം മറ്റൊരു ഉല്പാദന രീതിയിലൂടെ പേറ്റന്റ് മരുന്നുകൾക്ക് പകരമായി കുറഞ്ഞ വിലയ്ക്കുള്ള ജനറിക്ക് മരുന്നുകൾ നിർമ്മിക്കാൻ നമുക്ക് കഴിയുമായിരുന്നു. എന്നാൽ 2005 ൽ പേറ്റന്റ് നിയമം ട്രിപ്സ് വ്യവസ്ഥയനുസരിച്ച് മാറ്റിയതോടെ ഉല്പന്ന പേറ്റന്റ് വ്യവസ്ഥ നിലവിൽ വന്നു. ഇതോടെ കുറഞ്ഞവിലയ്ക്കുള്ള ജനറിക്ക് മരുന്നുകൾ ഉല്പാദിപ്പിക്കാനുള്ള അവകാശം ഇല്ലാതായി. അതോടെ ലോകമെമ്പാടും ഔഷധവില കുതിച്ചുയർന്ന് വരികയാണ്.

മരുന്നുകൾ മാത്രമല്ല മെഡിക്കൽ ഉപകരണങ്ങളും ജൈവസാങ്കേതിക വിദ്യയുമെല്ലാം പേറ്റന്റ് ചെയ്യപ്പെടുന്നതുമൂലം ഇവയുടെ പ്രയോജനം പ്രത്യേകിച്ച് വികസ്വരരാജ്യങ്ങളിലെ സാധാരണക്കാർക്ക് ലഭ്യമല്ലാതാവുന്നു. കോവിഡ് രോഗനിർണ്ണയത്തിനും മറ്റ് നിരവധി ഗവേഷണങ്ങൾക്കും പ്രയോജനപ്പെടുത്തുന്ന പി സി ആർ സാങ്കേതിക വിദ്യ അമേരിക്കൻ ശാസ്ത്രജ്ഞൻ നോബൽ സമ്മാന ജേതാവ് കാരി മുള്ളീസും സഹപ്രവർത്തകരും ചേർന്നാണ് വികസിപ്പിച്ചെടുത്തതെങ്കിലും ഗവേഷണത്തിന് സാമ്പത്തിക സഹായം ചെയ്തതിന്റെ പേരിൽ സീറ്റസ് കോർപ്പറേഷൻ എന്ന ബഹുരാഷ്ട്ര കമ്പനിയാണ് അതിന്റെ പേറ്റന്റ് എടുത്തത്. ഇപ്പോൾ പേറ്റന്റ് കാലാവധി കഴിഞ്ഞത് കൊണ്ട് മാത്രമാണ് മറ്റ് നിരവധി കമ്പനികൾക്ക് പി സി ആർ ഉപകരണം നിർമ്മിക്കാൻ കഴിയുന്നതും കുറഞ്ഞ വിലയ്ക്ക് മാർക്കറ്റ് ചെയ്യാൻ കഴിയുന്നതും. രോഗാണുക്കളുടെ ജനിതക ഘടന കണ്ടെത്തി പല കമ്പനികളും പേറ്റന്റ് ചെയ്യുന്നുണ്ട്. രോഗാണുക്കൾക്കെതിരെ ആന്റിബയോട്ടിക്ക് കണ്ടെത്താൻ ജനിതക ഘടനയെ സംബന്ധിച്ച വിവരങ്ങൾ ആവശ്യമാണ്. വൻ തുക റോയൽറ്റിയായി നല്കിയാൽ മാത്രമേ പേറ്റന്റെടുത്ത കമ്പനികൾ ജനിതക ഘടനാ വിവരങ്ങൾ നല്കുകയുള്ളു. ഇതിന്റെ ഫലമായി ആന്റിബയോട്ടിക്കുകളുടെ വില വർദ്ധിക്കുന്നു.

ആരോഗ്യ ഉല്പന്നങ്ങളുടെ വില വർദ്ധിക്കുന്നത് മാത്രമല്ല പേറ്റന്റ് വ്യവസ്ഥ സൃഷ്ടിക്കുന്ന പ്രതിസന്ധി. വികസ്വരരാജ്യങ്ങളിലെയും വികസിത രാജ്യങ്ങളിലെ സാമൂഹ്യ സാമ്പത്തിക പിന്നാക്കാവസ്ഥയിലുള്ളവരെയും ബാധിക്കുന്ന രോഗങ്ങൾ കണ്ടെത്തുന്നതിനും ചികിത്സിക്കുന്നതിനും ആവശ്യമായ മരുന്നുകളും സാങ്കേതിക വിദ്യകളും ഗവേഷണം ചെയ്തു കണ്ടെത്താനുള്ള ഫണ്ട് ലഭ്യമാക്കാനും ബഹുരാഷ്ട്ര കുത്തകൾ തയ്യാറല്ല. ഇങ്ങനെ നിരവധി രോഗങ്ങൾ അവഗണിക്കപ്പെട്ട് വരികയാണ്. പേറ്റന്റുകളും തുടർന്നുണ്ടാവുന്ന കുത്തകവല്ക്കരണവും ആരോഗ്യ മേഖലയിൽ ഇങ്ങനെ വലിയ പ്രതിസന്ധി സൃഷ്ടിച്ചുവരികയാണ്.

സ്വതന്ത്ര സോഫ്റ്റ് വെയർ തത്വശാസ്ത്രം

ഈ സാഹചര്യത്തിലാണ് സ്വതന്ത്ര സോഫ്റ്റ് വെയർ തത്വശാസ്ത്രത്തിൽ നിന്നും പ്രചോദനം ഉൾക്കൊണ്ടുകൊണ്ട് ആരോഗ്യ

ഗവേഷണ മേഖലയിൽ പുതിയ ജനകീയ ഗവേഷണ സംരംഭങ്ങൾ ആരംഭിച്ചിട്ടുള്ളത്. സ്വകാര്യ പകർപ്പവകാശ നിയമത്തിനു പകരമായി ജനറൽ പബ്ലിക് ലൈസൻസ് (General Public License) എന്ന പേരിൽ മസാച്ചുസെറ്റ് ഇൻസ്റ്റിറ്റ്യൂട്ടിലെ കമ്പ്യൂട്ടർ വിദഗ്ദ്ധനായിരുന്ന റിച്ചാർഡ് മാത്യു സ്റ്റോൾമാനാണ് പുതിയ ജനകീയ പകർപ്പവകാശനിയമം കരുപ്പിടിപ്പിച്ചത്.

സ്വകാര്യ സോഫ്റ്റ് വെയറുകൾ മറ്റുള്ളവരുമായി പങ്കിടാൻ ഉപഭോക്താവിന് അവകാശമില്ല. സോഫ്റ്റ് വെയറിന്റെ നിർമ്മാണ രേഖ (Source Code) നല്കാത്തതുമൂലം സോഫ്റ്റ് വെയറിൽ മാറ്റം വരുത്താനും കഴിയില്ല. എന്നാൽ ജനറൽ പബ്ലിക് ലൈസൻസ് അംഗീകരിക്കുന്ന സോഫ്റ്റ് വെയറുകളുടെ നിർമ്മാണരേഖ ഉപഭോക്താവിന് ലഭ്യമാക്കുന്നുവെന്ന് മാത്രമല്ല സോഫ്റ്റ് വെയർ പകർത്താനും മറ്റുള്ളവരുമായി പങ്കുവയ്ക്കാനും അവകാശം ലഭിക്കയും ചെയ്യുന്നു. സ്വാതന്ത്ര്യം, സഹകരണം, പങ്കീടിൽ (Freedom, Cooperation and Sharing) എന്നീ അടിസ്ഥാന പ്രമാണങ്ങളാണ് സ്വതന്ത്ര സോഫ്റ്റ് വെയർ തത്ത്വശാസ്ത്രം മുന്നോട്ടുവയ്ക്കുന്നത്.

സ്വതന്ത്ര സോഫ്റ്റ് വെയർ തത്ത്വശാസ്ത്രത്തിന്റെ അടിസ്ഥാനത്തിൽ സ്റ്റാൻഫോർഡ് സർവ്വകലാശാലയിൽ നിയമവകുപ്പ് മേധാവി ലോറൻസ് ലെസ്സിഗ് ക്രിയേറ്റീവ് കോമൺസ് എന്ന പേരിൽ പുതിയ പകർപ്പവകാശ നിയമങ്ങൾ ആവിഷ്കരിച്ചു. സർഗ്ഗാത്മക കൃതികളും ശാസ്ത്ര വിവരങ്ങളും സൃഷ്ടാവിന്റെ പങ്ക് അംഗീകരിച്ചുകൊണ്ടും സൃഷ്ടാവാരാണെന്ന് വെളിപ്പെടുത്തിക്കൊണ്ടും (Attribution) താല്പര്യമുള്ള ആർക്കും ലാഭേച്ഛകൂടാതെ പ്രചരിപ്പിക്കാൻ അവസരം നല്കുക എന്നതാണ് ക്രിയേറ്റീവ് കോമൺസ് പകർപ്പവകാശ നിയമങ്ങളിലൂടെ പ്രധാനമായും ലക്ഷ്യമിടുന്നത്. ജനറൽ പബ്ലിക്ക് ലൈസൻസ്, ക്രിയേറ്റീവ് കോമൺസ് എന്നീ തത്ത്വങ്ങൾ പിന്തുടരുന്ന സോഫ്റ്റ് വെയറുകളെ ഓപ്പൺ സോഴ്സ് സോഫ്റ്റ് വെയറുകൾ (Open Source Software) എന്നും വിളിക്കാറുണ്ട്.

ഓപ്പൺ സോഴ്സ് ഡ്രഗ് ഡിസ്കവറി

ഔഷധ ഗവേഷണത്തിൽ പകർപ്പുപേക്ഷ, ക്രിയേറ്റീവ് കോമൺസ് സമീപനങ്ങൾ പിന്തുടർന്നു കൊണ്ടുള്ള ഓപ്പൺ സോഴ്സ് ഡ്രഗ് ഡിസ്കവറി (Open Source Drug Discovery: ഒ എസ് ഡി ഡി) സംരംഭങ്ങൾ പലരാജ്യങ്ങളും ആരംഭിച്ചുകഴിഞ്ഞിട്ടുണ്ട്. ഔഷധഗവേഷണത്തിൽ താല്പര്യമുള്ള ആർക്കും സംഭാവന ചെയ്യാൻ കഴിയുന്ന രീതിയിൽ സഹകരണത്തിന്റെയും സാമൂഹ്യ പങ്കാളിത്തത്തിന്റെയും അടിസ്ഥാനത്തിലും സുതാര്യവുമായാണ് ഒ എസ് ഡി ഡി പ്രവർത്തിക്കുന്നത്. വൻകിട മരുന്നുകമ്പനികൾക്ക് താല്പര്യമില്ലാത്ത അവഗണിക്കപ്പെട്ടുവരുന്ന രോഗങ്ങൾക്കുള്ള മരുന്നുകൾ കണ്ടെത്തുന്നതിനുവേണ്ടി

യിട്ടാണ് ഒ എസ് ഡി ഡിയിലൂടെ ഗവേഷണങ്ങൾ നടന്നുവരുന്നത്. സ്വകാര്യ മരുന്നു കമ്പനികൾ അടഞ്ഞ ഗവേഷണമാണ് (Closed Research) നടത്തുന്നതെങ്കിൽ ഒ എസ് ഡി ഡിയിലൂടെ തുറന്നതും സുതാര്യമായ ഗവേഷണമാണ് (Open Research) വിഭാവനം ചെയ്തിട്ടുള്ളത്.

കൗൺസിൽ ഓഫ് സയന്റിഫിക് ആന്റ് ഇൻഡസ്ട്രിയൽ റിസർച്ചിന്റെ (Council of Scientific and Industrial Research: സി എസ് ഐ ആർ) കീഴിൽ ഇന്ത്യയിലും ഒ എസ് ഡി ഡി പദ്ധതിക്ക് തുടക്കംകുറിച്ചിട്ടുണ്ട്. ക്ഷയരോഗത്തിനുള്ള ഫലപ്രദമായ പുതിയ മരുന്ന് കണ്ടെത്തുന്നതിനുവേണ്ടിയിട്ടുള്ള സംരംഭമാണ് ആദ്യത്തെ പദ്ധതിയായി സി എസ് ഐ ആർ ഏറ്റെടുത്തിട്ടുള്ളത്. ക്ഷയരോഗം മിക്ക വികസ്വരരാജ്യങ്ങളിലും മുഖ്യ ആരോഗ്യപ്രശ്നങ്ങളിലൊന്നായി ഇപ്പോഴും തുടരുകയാണ്. എന്നാൽ 1980 ന് ശേഷം ക്ഷയരോഗത്തിനായി പുതിയ മരുന്നുകളൊന്നും കണ്ടുപിടിച്ചിട്ടില്ല. മാത്രമല്ല നിലവിൽ ഉപയോഗിക്കുന്ന മരുന്നുകളോട് ക്ഷയരോഗാണുക്കൾ പ്രതിരോധശേഷി (Multi Drug Resistant Tuberculosis) വളർത്തിയെടുത്തു കഴിഞ്ഞതോടെ ഫലപ്രദമായ മരുന്നുകളുടെ അഭാവത്താൽ ക്ഷയരോഗ ചികിത്സ വലിയ പ്രതിസന്ധിയെ നേരിടുകയാണ്. എയ്ഡ്സ് രോഗത്തിന്റെ വരവോടെ അമേരിക്കയടക്കം വികസിത രാജ്യങ്ങളിൽപ്പോലും ക്ഷയരോഗം വീണ്ടും പ്രത്യക്ഷപ്പെട്ടു തുടങ്ങിയിട്ടുണ്ട്. എയ്ഡ്സ് രോഗത്തെത്തുടർന്നുണ്ടാകുന്ന ക്ഷയരോഗം ഇപ്പോൾ ലഭ്യമായ മരുന്നുകളോട് തീരെ പ്രതികരിക്കാറുമില്ല.

ഇന്ത്യയിലാവട്ടെ രണ്ടുമിനിറ്റിൽ ഒരാൾ വീതം ക്ഷയരോഗംമൂലം മരണമടയുന്നുണ്ട്. (വർഷം തോറും 2,60,000 പേർ). അതേയവസരത്തിൽ വൻകിട കമ്പനികൾക്കൊന്നും ക്ഷയരോഗത്തിനെതിരെ പുതിയ മരുന്നു ഗവേഷണം ചെയ്തെടുക്കുന്നതിൽ താല്പര്യവുമില്ല. ഈ സാഹചര്യത്തിലാണ് സാമൂഹ്യ സഹകരണ സംരംഭമായ ഒ എസ് ഡി ഡി പദ്ധതിയിലൂടെ ക്ഷയരോഗത്തിനുള്ള മരുന്ന് വികസിപ്പിച്ചെടുക്കുന്നതിനായി സി എസ് ഐ ആർ ശ്രമം ആരംഭിച്ചിട്ടുള്ളത്. ഇതിനകം 4500 ഓളം ശാസ്ത്രജ്ഞരും സാങ്കേതിക വിദഗ്ദ്ധരും ഈ പദ്ധതിയുമായി സഹകരിച്ച് പ്രവർത്തിച്ചുവരുന്നുണ്ട്. സി എസ് ഐ ആർ ആരംഭിച്ചിട്ടുള്ള ഒ എസ് ഡി ഡി സംരംഭത്തിൽ പങ്കെടുത്ത് സംഭാവന നല്കുന്ന എല്ലാ വ്യക്തികൾക്കും സ്ഥാപനങ്ങൾക്കും സാമ്പത്തികവും അല്ലാതെയുമുള്ള അംഗീകാരം സി എസ് ഐ ആർ നല്കുന്നതാണ്. കേന്ദ്രസർക്കാർ ഒ എസ് ഡി ഡി പദ്ധതിക്ക് 185 കോടി രൂപ ധനസഹായം നല്കാമെന്ന് വാഗ്ദാനം ചെയ്തിട്ടുണ്ട്. ഇതിനകം 60 കോടി രൂപ നല്കിക്കഴിഞ്ഞിട്ടുമുണ്ട്.

ഗവേഷണത്തിന്റെ ആദ്യഘട്ടം പൂർത്തിയായി അടിസ്ഥാന രാസവസ്തു കണ്ടെത്തിക്കഴിഞ്ഞാൽ ഉചിതമായ പ്രതിഫലം നല്കി മറ്റു സ്ഥാപനങ്ങളുമായി ചേർന്ന് സി എസ് ഐ ആർ മനുഷ്യപരീക്ഷണം

നടത്തുന്നതിനുള്ള സംയുക്ത സംരംഭങ്ങൾ ആരംഭിക്കും. ഔഷധം തയ്യാറായി കഴിഞ്ഞാൽ പേറ്റന്റെടുക്കുന്നത് സി എസ് ഐ ആർ ആയിരിക്കും. വില കുറഞ്ഞ ജനറിക്ക് മരുന്നുകൾ ഉല്പാദിപ്പിക്കാൻ തയ്യാറുള്ള ഒന്നിലധികം കമ്പനികൾക്ക് സി എസ് ഐ ആർ ഔഷധ ഉല്പാദനത്തിനുള്ള ലൈസൻസു നല്കുന്നതാണ്. ഒറ്റകമ്പനിക്ക് മാത്രമായി ലൈസൻസ് പരിമിതപ്പെടുത്തുന്നതല്ല ഏതെങ്കിലും ഒരു കമ്പനി മാത്രമായി മാർക്കറ്റ് പിടിച്ചടക്കുന്നതിനെ ഇതിലൂടെ തടയാനും കഴിയും. വിജ്ഞാന ഉല്പാദനത്തിനായുള്ള കൂട്ടായ ശ്രമങ്ങളും പേറ്റന്റും സമന്വയിപ്പിച്ചുകൊണ്ട് ഔഷധ ലഭ്യത വരുമാന വ്യത്യാസമില്ലാതെ എല്ലാവർക്കും ഉറപ്പുവരുത്തുന്നതിനുള്ള ജനകീയ മാതൃകയായി ഒ എസ് ഡി ഡി മാറിയിരിക്കുകയാണ്.

കെം ഇൻഫർമാറ്റിക്സും ഇൻസിലിക്കോ പരീക്ഷണങ്ങളും

ഒ എസ് ഡി ഡി വഴി സാമൂഹ്യ സഹകരണത്തോടെ അടിസ്ഥാന ഔഷധ തന്മാത്രകൾ കണ്ടുപിടിക്കാൻ കഴിയുമെങ്കിലും മൃഗങ്ങളിലും മനുഷ്യരിലുമുള്ള ഔഷധപരീക്ഷണം പഴയരീതിയിൽ തന്നെ ഏതെങ്കിലും സ്ഥാപനങ്ങളുടെ നേതൃത്വത്തിൽ നടത്തേണ്ടിവരും. ഈ പരിമിതി ഡിജിറ്റൽ സാങ്കേതിക വിദ്യയുടെ സഹായത്തോടെ പരിഹരിക്കുന്നതിനുള്ള ശ്രമങ്ങളും ആരംഭിച്ചുകഴിഞ്ഞിട്ടുണ്ട്. ഒ എസ് ഡി ഡി പദ്ധതിയുടെ സഹായത്തോടെ ആരംഭിച്ചിട്ടുള്ള കെം ഇൻഫർമാറ്റിക്സ് (Cheminformatics) എന്ന സംരംഭത്തിലൂടെ രാസതന്മാത്രകളുടെ ജൈവസ്വഭാവങ്ങൾ മനസ്സിലാക്കാൻ കഴിയും. ഇതുപയോഗിച്ച് കമ്പ്യൂട്ടർ സിമുലേഷൻ വഴി ഇൻ സിലിക്കോ (Insilico) രീതിയിലൂടെ ഔഷധങ്ങളുടെ ഫലസിദ്ധിയും പാർശ്വഫലങ്ങളും നിർണ്ണയിക്കാനും കഴിയും. മനുഷ്യശരീരത്തിൽ പ്രയോഗിക്കാതെ തന്നെ മരുന്നുകൾ വികസിപ്പിച്ചെടുക്കാൻ ഇതുവഴി കഴിയുമെന്നാണ് പ്രതീക്ഷിക്കുന്നത്. 250 ഓളം ശാസ്ത്രജ്ഞരും ശാസ്ത്ര വിദ്യാർത്ഥി കളും ഈ സംരംഭവുമായി സഹകരിച്ച് പ്രവർത്തിച്ചുവരുന്നു.

ജനകീയ ഔഷധഗവേഷണത്തിന് കേരളത്തിന്റെ സംഭാവനകൾ

സി എസ് ഐ ആറിന്റെ ഒ എസ് ഡി ഡി പരിപാടിയുടെ പ്രൊജക്റ്റ് ഡയറക്ടർ മലയാളിയായ ശ്രീ. സക്കീർ തോമസാണെന്നതിലും മുഖ്യ ഗവേഷകടീമിൽ കോഴിക്കോട് മെഡിക്കൽ കോളേജ് വിദ്യാർത്ഥിയാ യിരുന്ന ഡോ. വിനോദ് സ്കറിയാ സജീവ അംഗമാണെന്നതിലും നമുക്കഭിമാനിക്കാം. കോഴിക്കോട്ടെ മലബാർ ക്രിസ്ത്യൻ കോളേജിലെ അദ്ധ്യാപകരും വിദ്യാർത്ഥികളും ഒ എസ് ഡി ഡി ഗവേഷണ പരിപാടിയിൽ സഹകരിച്ചു പ്രവർത്തിക്കുന്നുണ്ട്. ദരിദ്രരായ ക്ഷയരോഗി കൾക്ക് പ്രതീക്ഷയ്ക്ക് വകനല്കുന്ന മഹത്തായ ഈ സംരംഭത്തെ

പ്രകീർത്തിച്ച് ഒരു ഗാനശില്പത്തിനും അവർ രൂപംനല്കിയിട്ടുണ്ട്. കേരള സർവ്വകലാശാലയുടെ കീഴിലുള്ള ബയോഇൻഫർമാറ്റിക്സ് സെന്ററും കൊച്ചി ശാസ്ത്ര സാങ്കേതിക സർവ്വകലാശാലയിലെ കെമിസ്ട്രി ഡിപ്പാർട്ടുമെന്റും മഹാത്മാഗാന്ധി സർവ്വകലാശാലയിലെ ഇൻസ്റ്റിറ്റ്യൂട്ട് ഫോർ ഇന്റൻസീവ് റിസർച്ച് ഇൻ ബേസിക് സയൻസും (Institute for Intensive Research in Basic Sciences: IIRBS: ഐ ഐ ആർ ബി എസ്), കേരളസർവ്വകലാശാലയിലെ കെമിക്കൽ ടീച്ചേഴ്സ് അക്കാദമിയും ഒ എസ് ഡി ഡി പദ്ധതിയിൽ ഭാഗഭാക്കുകളായി സംഭാവനകൾ നല്കിവരുന്നു. ഐ ഐ ആർ ബി എസ് ആണ് ഒ എസ് ഡി ഡിക്കുവേണ്ടി ഔഷധനിർമ്മിതിക്കാവശ്യമായ ഒരു രാസതന്മാത്ര ആദ്യമായി കണ്ടെത്തിയത്. കേരളസർവ്വകലാശാലയുടെ കീഴിലുള്ള കോളേജുകളിലെ ഗവേഷകവിദ്യാർത്ഥികൾ തിരുവനന്തപുരത്തുള്ള സി എസ് ഐ ആർ നാഷണൽ ഇൻസ്റ്റിറ്റ്യൂട്ട് ഓഫ് ഇന്റർഡിസിപ്ലിനറി സയൻസസിലെ (National Institute of Interdisciplinary Sciences: പഴയ Regional Research Laboratory) പരിശീലനത്തെ തുടർന്ന് ഏതാനും ഔഷധതന്മാത്രകൾ വികസിപ്പിച്ചെടുത്തിട്ടുണ്ട്.

നിർഭാഗ്യവശാൽ മികച്ച നിലയിൽ മുന്നോട്ട് പൊയ്ക്കൊണ്ടിരുന്ന ഒ എസ് ഡി ഡിക്കുള്ള ഫണ്ട് മോദി സർക്കാർ പ്രത്യേകിച്ച് കാരണമൊന്നും കാട്ടാതെ പിൻവലിച്ചതുമൂലം പദ്ധതി നിലച്ച മട്ടാണ്.

ജനകീയ ഗവേഷണ സംരംഭങ്ങളിലേക്ക്

മറ്റ് നിരവധി രാജ്യങ്ങളിലും ഒ എസ് ഡി ഡി മാതൃകയിലുള്ള ഔഷധഗവേഷണ സംരംഭങ്ങൾ ആരംഭിച്ച് കഴിഞ്ഞിട്ടുണ്ട്. ജൈവ രാസ ഔഷധ ഗവേഷണങ്ങൾക്കാവശ്യമായ വിവരങ്ങൾ വെബ് അധിഷ്ഠിതമായി പൊതുഗവേഷണസ്ഥാപനങ്ങൾക്കും ലഭ്യമാക്കുന്നതിന് കാലിഫോർണിയയിൽ കൊളാബറേറ്റീവ് ഡ്രഗ് ഡിസ്കവറി (Collaborative Drug Discovery) എന്നൊരു പദ്ധതി ആരംഭിച്ചിട്ടുണ്ട്. ആസ്ത്രേലിയയിലെ സന്നദ്ധ സംഘടനയായ കാംബിയ (Cambia) ബൗദ്ധിക സ്വത്തവകാശനിയമങ്ങളുമായി ബന്ധപ്പെട്ട വിവരങ്ങൾ ഗവേഷണത്തിൽ താല്പര്യമുള്ള ഗവേഷകർക്കും സ്ഥാപനങ്ങൾക്കും ലഭ്യമാക്കുന്നതിനായി പേറ്റന്റ് ലെൻസ് ഇനിഷേറ്റീവ് ഫോർ ഓപ്പൺ ഇന്നൊവേഷൻ (Patent Lens Initiative For Open Innovation) എന്ന പ്രൊജക്ടിന് തുടക്കം കുറിച്ചിട്ടുണ്ട്. ഉഷ്ണമേഖല രാജ്യങ്ങളിൽ കാണപ്പെടുന്ന രോഗങ്ങൾക്കാവശ്യമായ ഔഷധങ്ങൾ വികസിപ്പിച്ചെടുക്കുന്നതിനുള്ള അടിസ്ഥാന ജനിതക വിവരങ്ങളുടെ ശേഖരണത്തിനായി ലോകാരോഗ്യസംഘടനയും യൂണിസെഫും സംയുക്തമായി ആരംഭിച്ചിട്ടുള്ള പ്രോജക്ടാണ് ടി ഡി ആർ ടാർജെറ്റ് (TDR Targets). ആഫ്രിക്കൻ രാജ്യങ്ങളിൽ കണ്ടുവരുന്ന ചാഗാസ് രോഗത്തിനുള്ള ഔഷധം കണ്ടെത്തുന്നതിന്

സഹായകരങ്ങളായ ജനിതകഘടകങ്ങൾ (Drug Targets) ഈ പ്രോജക്റ്റിന്റെ ഭാഗമായി നിർണ്ണയിച്ചു കഴിഞ്ഞിട്ടുണ്ട്. ബ്രിട്ടനിലെ ഓക്സ്ഫോർഡ്, കാനഡയിലെ ടൊറാന്റോ, സ്വിറ്റ്സർലണ്ടിലെ കരോലിൻസ്കാ തുടങ്ങിയ സർവ്വകലാശാലകൾ സംയുക്തമായി ആരംഭിച്ചിട്ടുള്ള സ്ട്രക്ചറൽ ജീനോമിക്സ് കൺസോർഷ്യം (Structural Genomics Consortium) ജൈവൗഷധ പ്രാധാന്യമുള്ള മാംസ്യതന്മാത്രകളുടെ ത്രിമാന ഘടന വിശകലനം ചെയ്ത് പൊതു വെബ്സൈറ്റിലൂടെ നല്കുന്നതിനുള്ള പ്രോജക്ടാണ്.

ഓപ്പൺ സോഴ്സ് കോവിഡ് പ്രസ്ഥാനം

കോവിഡിന്റെ വ്യാപനത്തോടെ ഓപ്പൺ സോഴ്സ് തത്ത്വശാസ്ത്രത്തിന്റെ അടിസ്ഥാനത്തിലുള്ള ആശയങ്ങളും പദ്ധതികളും ശക്തിപ്രാപിച്ച് വരികയാണ്. മലയാളി ശാസ്ത്രജ്ഞന്മാരടക്കം പ്രവർത്തിക്കുന്ന ഓപ്പൺ സോഴ്സ് ഫാർമാ ഫൗണ്ടേഷൻ (Open Source Pharma Foundation) ഇതിന് നേതൃത്വം നല്കുന്നുണ്ട്. കമ്പോളാടിസ്ഥാനത്തിലുള്ള സ്ഥിരം വിപണി മാതൃകയിൽ കോവിഡ് നിയന്ത്രണത്തിനാവശ്യമായ ആരോഗ്യ ഉല്പന്നങ്ങൾ കാലതാമസം കൂടാതെയും ആവർത്തനം ഒഴിവാക്കിയും വികസിപ്പിച്ചെടുക്കാൻ കഴിയില്ലെന്ന് ഫൗണ്ടേഷൻ ചൂണ്ടിക്കാട്ടുന്നു. സുതാര്യമായ തുറന്ന ശാസ്ത്രത്തിനും വിവരങ്ങൾക്കും, സഹകരണത്തിനും വേണ്ടിയാണ് ഓപ്പൺ സോഴ്സ് പ്രസ്ഥാനങ്ങൾ നിലകൊള്ളുന്നത്. സഹകരണാടിസ്ഥാനത്തിൽ നടത്തുന്ന ഗവേഷണങ്ങളുടെ ചെലവ് കുറവായിരിക്കും, അവഗണിക്കപ്പെടുന്ന രോഗാവസ്ഥകൾ പരിഗണിച്ച് മുൻഗണന നിശ്ചയിക്കാനും കഴിയും. കമ്പോള താല്പര്യങ്ങളുടെ സ്ഥാനത്ത് ലോകജനതയുടെ ആരോഗ്യ സംരക്ഷണം മാത്രമാണ് ഓപ്പൺ സോഴ്സ് പ്രസ്ഥാനങ്ങളെ നയിക്കുന്നത്. ലോകാരോഗ്യ സംഘടന തുടങ്ങിയ അന്താരാഷ്ട്രാ ഏജൻസികളുടെയും സർവ്വകലാശാലകളുടെയും സഹായത്തോടെയും ക്രൗഡ് ഫണ്ടിങ്ങിലൂടെയും ഉദാരമതികളുടെ സംഭാവനകളിലൂടെയുമാണ് ഓപ്പൺ സോഴ്സ് ഗവേഷണങ്ങൾക്കുള്ള സാമ്പത്തികം കണ്ടെത്തുന്നത്.

കോവിഡ് നിയന്ത്രണത്തിനായി ടെസ്റ്റിങ്, നിരീക്ഷണം, ഔഷധ ഗവേഷണം എന്നീ മേഖലകളിലാണ് ഓപ്പൺ സോഴ്സ് കോവിഡ് പ്രസ്ഥാനങ്ങൾ ശ്രദ്ധ കേന്ദ്രീകരിച്ചിട്ടുള്ളത്. രോഗനിർണ്ണയത്തിനായുള്ള ചെലവ് കുറഞ്ഞതും സാങ്കേതിക മികവുള്ളവയുമായ ടെസ്റ്റിങ് രീതികൾ ആവിഷ്കരിക്കാനുള്ള പദ്ധതികൾ വിവിധ രാജ്യങ്ങളിലെ ഓപ്പൺ സോഴ്സ് കോവിഡ് സമൂഹം ആരംഭിച്ചിട്ടുണ്ട്. അമേരിക്കയിൽ സ്റ്റാൻഫോർഡ് സർവ്വകലാശാലയിലെ ഹെൽത്ത് കെയർ ക്ലിനിക്കൽ വൈറോളജി ലാബറട്ടറി പി സി ആർ ടെസ്റ്റിനാവശ്യമായ പ്രോബുകളും പ്രൈമറുകളും ഓപ്പൺ സോഴ്സ് മാനദണ്ഡങ്ങൾ പാലിച്ച് വികസിപ്പിച്ചെ

ടുത്തിട്ടുണ്ട്. പി സി ആർ ടെസ്റ്റ് കിറ്റുകൾക്ക് ലോകവ്യാപകമായി അനുഭവപ്പെടുന്ന ദൗർലഭ്യം സ്റ്റാൻഫോർഡ് കിറ്റുകൾ ലഭ്യമാക്കുന്ന തോടെ പരിഹരിക്കപ്പെടുമെന്നാണ് കരുതുന്നത്.

സ്വകാര്യത നഷ്ടപ്പെടാതെ കോവിഡ് രോഗികളുമായി സമ്പർക്കത്തി ലേർപ്പെട്ടവരെ മൊബൈൽ ഫോൺ വഴി നിരീക്ഷിക്കുന്നതിനുള്ള സോഫ്റ്റ് വെയറുകൾ കണ്ടെത്തുന്നതിനുള്ള ശ്രമങ്ങൾ പല രാജ്യങ്ങളി ലായി ഓപ്പൺ സോഴ്സ് പ്രവർത്തകർ നടത്തിവരുന്നു. യൂറോപ്യൻ വാക്സിൻ ഇനിഷ്യേറ്റീവ്, ഇന്ത്യൻ ഇൻസ്റ്റിറ്റ്യൂട്ട് ഓഫ് ടെക്ക്നോളജി ഡൽഹി എന്നിവരുടെ സഹകരണത്തോടെ ഓപ്പൺ സോഴ്സ് ഫാർമാ ഫൗണ്ടേഷൻ കോവിഡ് വാക്സിൻ കണ്ടെത്താനുള്ള ഗവേഷണം ആരംഭിച്ചിട്ടുണ്ട്. മറ്റ് രോഗങ്ങൾക്കുപയോഗിച്ചു വരുന്ന ആന്റി വൈറൽ മരുന്നുകളിൽ ഏതൊക്കെ കോവിഡ് ചികിത്സയ്ക്ക് പ്രയോജനപ്പെ ടുത്താം എന്ന് നിശ്ചയിക്കുന്നതിനുള്ള ഔഷധപരീക്ഷണങ്ങളും കൃത്രിമ ബുദ്ധിയുടെ സഹായത്തോടെ കോവിഡ് ചികിത്സക്ക് പ്രയോജനപ്പെ ടുത്താവുന്ന ആയുർവേദ ഔഷധങ്ങൾ കണ്ടെത്താനുള്ള ശ്രമങ്ങളും ഫൗണ്ടേഷൻ നടത്തിവരുന്നു. വൻ തോതിലുള്ള മാസ്ക് ഉല്പാദനം, കോവിഡുമായി ബന്ധപ്പെട്ട വിവരങ്ങളുടെ വിശകലനം, ആരോഗ്യ വിദ്യാഭ്യാസം, എന്നീ മേഖലകളിലും ഓപ്പൺ സോഴ്സ് കോവിഡ് പ്രസ്ഥാനങ്ങൾ പ്രവർത്തിച്ച് വരുന്നുണ്ട്.

ഓപ്പൺ സോഴ്സ് ഹാർഡ് വെയർ

കോവിഡ് നിയന്ത്രണവുമായി ബന്ധപ്പെട്ട ഉല്പന്നങ്ങൾ രൂപ കല്പന ചെയ്യാൻ ഓപ്പൺ സോഴ്സ് ഹാർഡ് വെയർ രംഗത്ത് വിജയ കരമായി പ്രവർത്തിച്ച് വരുന്ന റെപ്പ് റാപ് പ്രോജക്റ്റ്, ഓപ്പൻ സോഴ്സ് ഇക്കോളജി, ഓപ്പൺ സോഴ്സ് ബീഹീവ് (RepRap Project, Open Source Ecology, Open Source Beehives) എന്നീ സംരംഭങ്ങൾ ശ്രമിച്ചു വരികയാണ്, ലാബറട്ടറി ഓട്ടോമേഷൻ മേഖലയിൽ വികസിപ്പിച്ചെടുത്ത ഓപ്പൺ ട്രോൺസ് (Open Trons) എന്ന സാങ്കേതിക വിദ്യ കോവിഡ് ടെസ്റ്റിങ്ങിന്റെ വേഗത വളരെയേറെ വർദ്ധിപ്പിക്കാൻ സഹായിക്കും. ഇത് പ്രയോഗിച്ചാൽ ഒരു ദിവസം ഒരു മെഷീനിൽ 2400 ടെസ്റ്റുകൾ വരെ നടത്താൻ സാധിക്കും. പ്രതലങ്ങളിൽ നിന്നും സ്വാബ് ശേഖരിച്ച് കൊറോണയുടെ സാന്നിദ്ധ്യം അതിവേഗം കണ്ടു പിടിക്കാനുള്ള ചായ് ഓപ്പൺ ക്യൂ പി സി ആർ (Chai Open qPCR) ആണ് മറ്റൊരു സാങ്കേതിക വിദ്യ. ചെലവു കുറഞ്ഞ ഓപ്പൺ പി സി ആർ ടെസ്റ്റ് കിറ്റ്, ടെസ്റ്റ് ട്യൂബുകളിലെ ഊഷ്മാവ് നിയന്ത്രിച്ച് ലാബിന് പുറത്ത് ഫീൽഡിൽ വച്ച് തന്നെ പി സി ആർ ടെസ്റ്റ് നടത്താൻ സഹായിക്കുന്ന പോക്കറ്റ് പി സി ആർ, വിലകുറഞ്ഞ വെന്റിലേറ്ററുകളായ ഓപ്പൺ ലംഗ് ലോ റിസോഴ്സ് വെന്റിലേറ്റർ, പാൻഡമിക്ക് വെന്റിലേറ്റർ, 3 ഡി പ്രിന്റിങ്ങിലൂടെ

നിർമ്മിക്കാവുന്ന കൈ ഉപയോഗിക്കാതെ വാതിലുകൾ തുറക്കാവുന്ന ഉപകരണം എന്നിങ്ങനെ ഒട്ടനവധി ഓപ്പൺ സോഴ്സ് ഹാർഡ് വെയറുകൾ ഇതിനകം വികസിപ്പെടുത്ത് കഴിഞ്ഞിട്ടുണ്ട്.

ഓപ്പൺ കോവിഡ് കൂട്ടായ്മ

സാർവ്വദേശീയ രംഗത്ത് പ്രവർത്തിക്കുന്ന നിയമജ്ഞരും ഗവേഷകരും ചേർന്ന് രൂപീകരിച്ചിട്ടുള്ള ഓപ്പൺ കോവിഡ് കൂട്ടായ്മ (Open Source Coalition) നിരവധി ശ്രദ്ധേയങ്ങളായ സംരംഭങ്ങൾ ആരംഭിച്ചിട്ടുണ്ട്. ഓപ്പൺ കോവിഡ് കൂട്ടായ്മ പേറ്റന്റ് പൂൾ (Patent Pool) എന്നൊരാശയം മുന്നോട്ട് വച്ചിട്ടുണ്ട് ആരോഗ്യ ഉല്പന്നങ്ങളുടെ പേറ്റന്റുകൾ ഏതൊക്കെയെന്ന് പ്രസിദ്ധീകരിക്കയും ഇവ പരിശോധിച്ച് ഉല്പാദനത്തിന് താല്പര്യമുള്ളവർക്ക് ഇവ ഉല്പാദിപ്പിക്കാനുള്ള ലൈസൻസ് നല്കുകയും ചെയ്യുന്നതാണ് പേറ്റന്റ് പൂൾ എന്നതുകൊണ്ട് ഉദ്ദേശിക്കുന്നത്. എന്നാൽ പേറ്റന്റെടുത്ത കമ്പനിക്ക് റോയൽറ്റി നല്കേണ്ടി വരും എന്ന പരിമിതി ഇതിനുണ്ട്. എങ്കിലും ഒറ്റകമ്പനി മാത്രം ഉല്പാദനം നടത്തുന്ന കുത്തക വിപണന രീതി അവസാനിപ്പിക്കാനും ഉല്പന്നങ്ങളുടെ വില ഒരു പരിധി വരെ കുറയ്ക്കാനും പേറ്റന്റ് പൂൾ രീതി സഹായിക്കും. ഓപ്പൺ കോവിഡ് പ്ലഡ്ജ് (Open Covid Pledge: ഓപ്പൺ കോവിഡ് പ്രതിജ്ഞ) എന്നതാണ് ഓപ്പൺ കോവിഡ് കൂട്ടായ്മയുടെ മറ്റൊരു സംരംഭം. ഇന്റൽ, മൈക്രോസോഫ്റ്റ്, ഹൂലറ്റ് പാക്കാർഡ്, ഫേസ് ബുക്ക്, ആമസോൺ, ഫേസ്ബുക്ക്, യൂബർ തുടങ്ങിയ കമ്പനികൾ തങ്ങളുടെ പേറ്റന്റ് അവകാശം കോവിഡ് നിയന്ത്രണത്തിനായി വിട്ട് നല്കാമെന്ന പ്രതിജ്ഞയിൽ പങ്കാളികളായിട്ടുണ്ട്.

ഓപ്പൺ സോഴ്സ് കോവിഡ് പ്രസ്ഥാനം നിരവധി രാജ്യങ്ങളിൽ വ്യത്യസ്ത കൂട്ടായ്മകളിലൂടെ മുതലാളിത്ത കുത്തകവല്ക്കരണത്തിനെതിരെ പരസ്പര സഹകരണത്തിന്റെയും പങ്കിടീലിന്റെയും അടിസ്ഥാനത്തിൽ കോവിഡ് നിയന്ത്രണം എന്ന സന്ദേശം ശക്തമായി പ്രചരിപ്പിക്കുകയും നിയന്ത്രണത്തിനാവശ്യമായ നിരവധി ആരോഗ്യ ഉല്പന്നങ്ങൾ ഗവേഷണം ചെയ്ത് കണ്ടെത്തുന്നതിനുള്ള സംരംഭങ്ങൾക്ക് നേതൃത്വം നല്കിയും വരുന്നു.

കോവിഡിൽനിന്നും ഏകാരോഗ്യത്തിലേക്ക്

ഡോ. ബി ഇക്ബാൽ

കൊറോണ വൈറസുമായുള്ള പോരാട്ടത്തിൽ, മനുഷ്യരാശിക്കു തന്നെയായിരിക്കും അന്തിമവിജയം എന്ന് യുക്തിബോധമുള്ള ഏതു മനുഷ്യനും ഉറപ്പിക്കാം, കാരണം; മുമ്പും ഇത്തരം പ്രതിസന്ധികളിൽ ആധുനിക ശാസ്ത്രവും മനുഷ്യനും തന്നെയാണ് ജയിച്ചിട്ടുള്ളത്. അതേസമയം, ഈ വൈറസ് ശാസ്ത്രത്തിന് തീർച്ചയായും പുതിയ വെല്ലുവിളികളും ഉയർത്തുന്നുണ്ട്. ഇതുവരെയുള്ള മരണനിരക്കും വിവിധ രാജ്യങ്ങളിലെ വ്യാപനവും വച്ച് ഈ രോഗം ഉയർത്തുന്ന പുതിയ വെല്ലുവിളികൾ എന്തൊക്കെയാണ്?

ഡോ. ബി ഇക്ബാൽ: ഒരു രാജ്യത്ത് തുടങ്ങി പല രാജ്യങ്ങളിലേക്ക് പടരുന്ന കോവിഡ്, 'പാൻഡമിക്' (മഹാമാരി) എന്ന നിലയ്ക്ക് പ്രതിസന്ധി സൃഷ്ടിക്കുന്നുണ്ട്. ഏതാനും രാജ്യങ്ങൾ മാത്രമായി പകർച്ചവ്യാധി പ്രത്യക്ഷപ്പെടുമ്പോൾ എപ്പിഡെമിക് എന്നും ഒരു രാജ്യത്തോ പ്രദേശത്തോ മാത്രമായി പരിമിതപ്പെട്ട് കാണുമ്പോൾ എൻഡെമിക് എന്നും പറയുന്നു. ഇത്തരം മൂന്നു തരത്തിലുള്ള പകർച്ചവ്യാധി രോഗ വ്യാപനങ്ങൾക്കും ലോകരാജ്യങ്ങൾ സാക്ഷ്യം വഹിക്കുന്നുണ്ട്.

മഹാമാരി എന്നത് ലോകത്തെ സംബന്ധിച്ച് പുതിയ കാര്യമല്ല. ഇതിനു മുമ്പുണ്ടായ ചില മഹാമാരികളുമായി താരതമ്യപ്പെടുത്തിയാൽ, ഇതുവരെയുള്ള കണക്കനുസരിച്ച് കോവിഡ് അത്ര വലുതാണ് എന്നുപറയാൻ കഴിയില്ല. ഉദാഹരണത്തിന്, 21-ാം നൂറ്റാണ്ടിലെ ഏറ്റവും പ്രധാന രോഗങ്ങളിലൊന്നായ എച്ച് വൺ എൻ വൺ 2009 ൽ പൊട്ടിപ്പുറപ്പെട്ടശേഷം രണ്ടുലക്ഷം പേരാണ് മരിച്ചത്. എൺപതുകളിൽ തുടങ്ങിയ എച്ച് ഐ വി/എയ്ഡ്സ് 3.20 കോടി മനുഷ്യരെയാണ് തുടച്ചുനീക്കിയത്. മറ്റൊന്ന്, 1918 ൽ പൊട്ടിപ്പുറപ്പെട്ട സ്പാനിഷ് ഫ്ളു

ബാധിച്ച് അഞ്ചു കോടി ജനങ്ങളാണ് മരിച്ചത്, അന്നത്തെ ജനസംഖ്യയുടെ നാലിലൊന്നിനെയും (50 കോടി) ഈ രോഗം ബാധിച്ചു. ഈ കണക്കുകൾ വച്ചുകൊണ്ട്, കോവിഡ് താരതമ്യേന വലിയ ഒരു രോഗമല്ല എന്ന് പറയാം. ഇപ്പോഴത്തെ കണക്കുകൾ വച്ച് പറയുകയാണ്.

പിന്നെ എന്തുകൊണ്ടാണ്, നാം ഈ രോഗത്തെക്കുറിച്ച് ഇത്ര ഉൽക്കണ്ഠപ്പെടുന്നത്?

അതിന് കാരണമുണ്ട്. ലോകരാജ്യങ്ങളിൽ കാണപ്പെടുന്ന ഇത്തരം മഹാമാരികൾ ഇന്ത്യയെയോ പ്രത്യേകിച്ച് കേരളത്തെയോ ഇത്രത്തോളം ബാധിച്ചിട്ടില്ല. വസൂരി, കോളറ തുടങ്ങിയ രോഗങ്ങൾ ഉണ്ടായിട്ടുള്ളത് മറക്കുന്നില്ല. പകർച്ചവ്യാധികളെക്കുറിച്ച് മുമ്പ് അധികം വിവരം ലഭ്യമായിരുന്നില്ല. ഇന്ത്യയെയും കേരളത്തെയും ബാധിക്കുമ്പോൾ മാത്രമാണ് നമുക്ക് അവയുടെ ഗൗരവം ബോദ്ധ്യപ്പെട്ടിരുന്നത്. ദൃശ്യമാധ്യമങ്ങളും ഇന്റർനെറ്റും വ്യാപകമായതോടെയാണ് ഇക്കാര്യങ്ങൾ ലോകമെങ്ങും ചർച്ചയാകുന്നത്. എച്ച് വൺ എൻ വൺ പോലുള്ള രോഗങ്ങൾ ഇന്ത്യയിലും കേരളത്തിലും മറ്റ് രാജ്യങ്ങളെ പോലെ വ്യപിച്ചിട്ടുണ്ട്. എന്നാൽ, ഇന്ത്യയിലും കേരളത്തിലും ലോകരാജ്യങ്ങളിലും ഒരേപോലെ വ്യാപകമായി ഒരേസമയം ഒരേരോഗം വരിക എന്നത് ആദ്യ അനുഭവമാണ്. മറ്റൊന്ന്, ലോകത്ത് എന്തു നടന്നാലും തൽസമയം ഇപ്പോൾ നമ്മൾ അറിയുന്നു. ഇത്, രോഗത്തെക്കുറിച്ച് അമിതഭയം സൃഷ്ടിച്ചിട്ടുണ്ട്. അതുകൊണ്ട്, കോവിഡ് വലിയ പ്രശ്നമല്ലെന്നല്ല അർത്ഥം. കാരണം, രോഗം മദ്ധ്യഘട്ടത്തിലാണ്, ഇതേക്കുറിച്ച് ഇപ്പോൾ തീർത്തുപറയാൻ കഴിയാത്ത സാഹചര്യമാണ്. അതേസമയം, വസൂരി, പ്ലേഗ് തുടങ്ങിയ രോഗങ്ങളുമായി താരതമ്യം ചെയ്താൽ കോവിഡിലെ മരണനിരക്ക് കുറവാണ്. ജൂൺ ആറുവരെയുള്ള മരണനിരക്ക് 5. 8 ശതമാനം മാത്രമാണ്, ഇന്ത്യയിൽ ഇതിലും കുറവാണ്, ഏതാണ്ട് മൂന്ന് ശതമാനത്തിൽ താഴെ മാത്രം.

വൈറസ് രോഗമെന്ന നിലയ്ക്കുള്ള പ്രതിസന്ധി കോവിഡ് ഉയർത്തുന്നുണ്ടോ?

എന്റെ വൈദ്യ കാലത്ത് ബാക്ടീരിയോളജി എന്നൊരു വിഷയമാണ് പഠിപ്പിച്ചിരുന്നത്. പ്രധാനമായും ബാക്ടീരിയ, ഫംഗസ്, പാർസൈറ്റുകൾ തുടങ്ങിയവയെ സംബന്ധിച്ചാണ് പഠിപ്പിച്ചിരുന്നത്. പിന്നീട് വൈറസുകളെപ്പറ്റി കൂടുതൽ മനസ്സിലായപ്പോൾ അതും കൂടി ചേർത്ത് വിഷയം മൈക്രോബയോളജിയായി മാറി.

വൈറസുകളാൽ ചുറ്റപ്പെട്ട മനുഷ്യരാശി എന്നൊരു ആശയം പലരും മുന്നോട്ട് വയ്ക്കുന്നുണ്ട് നമുക്കുചുറ്റും വൈറസുകളാണ് മനുഷ്യർ പ്രപഞ്ചത്തിൽ ഒറ്റപ്പെട്ട് അപകടത്തിൽ എന്ന മട്ടിൽ. ഒരു കാര്യം

ഓർക്കേണ്ടത്, നാം ലബോറട്ടറികളിൽ അടച്ചുവെച്ച നിരവധി വൈറസുകളുണ്ട്. വസൂരിയുടെ വൈറസ് ഇപ്പോൾ റഷ്യയിലും (Russian State Center for Research on Virology and Biotechnology), അമേരിക്കയിലുമുള്ള (Centers for Disease Control and Prevention in Atlanta) എന്നീ ലബോറട്ടറികളിൽ മാത്രമേയുള്ളൂ. അതുപോലെ, പോളിയോ ഏതാണ്ട് പൂർണ്ണമായും നിർമ്മാർജ്ജനം ചെയ്യപ്പെട്ടിട്ടുണ്ട്.

ഒരു കാര്യം മനസ്സിലാക്കണം. മുമ്പ്, വൈറസ് രോഗങ്ങൾക്ക് മരുന്നുണ്ടായിരുന്നില്ല. ആന്റിബയോട്ടിക് ബാക്ടീരിയയ്ക്കെതിരായാണ് പ്രയോഗിക്കുന്നത്. ഇന്ന് വൈറസുകൾക്ക് എതിരായ മരുന്നുകൾ (ആന്റി വൈറലുകൾ) ധാരാളമുണ്ട്. എയ്ഡ്സ് തന്നെ നല്ല ഉദാഹരണമാണ്. എയ്ഡ്സിന് മരുന്നില്ല ചികിത്സയില്ല ('നോ ഡ്രഗ്, നോ ട്രീറ്റ്മെന്റ്') എന്നാണ് അന്ന് മെഡിക്കൽ കോളേജുകളിൽ പോലും പറഞ്ഞിരുന്നത്. ഇന്ന് ഒരു ഡസനിലേറെ മരുന്നുകൾ എയ്ഡ്സ് രോഗം ചികിത്സിക്കാൻ ലഭ്യമാണ്. അതിനേക്കാൾ പ്രധാനം വാക്സിനുകളാണ്. വസൂരിക്കെതിരെ എഡ്വാർഡ് ജന്നർ 1796 ൽ വാക്സിൻ കണ്ടുപിടിച്ചു, ഇന്ന് ഡിഫ്ത്തീരിയ, വില്ലൻചുമ, ടെറ്റനസ് അടക്കം നിരവധി രോഗങ്ങൾക്കെതിരെ വാക്സിനുണ്ട്. വൈറസുമൂലം ഉണ്ടാവുന്ന ചില തരം ക്യാൻസറുകളും (കരൾ, ഗർഭപാത്രം: സെർവിക്സ്) വാസ്കിൻ ഉപയോഗിച്ച് തടയാനാവും.

ഞാൻ 1971 ൽ തിരുവനന്തപുരം മെഡിക്കൽകോളജിൽ പീഡിയാട്രിക്സിൽ ഹൗസ് സർജൻസി ചെയ്യുന്ന കാലത്ത്, ഒരു രാത്രി മാത്രം 14 പേരാണ് ഡിഫ്തീരിയ വന്ന് മരിച്ചത്. എന്നാൽ ഇന്ന് വ്യാജപ്രചാരണത്തിന്റെ ഭാഗമായി വാക്സിൻ എടുക്കാതിരിക്കുന്ന ഒന്നോ രണ്ടോ പേർ മാത്രമേ ഡിഫ്തീരിയ ബാധിച്ച് മരിക്കുന്നുള്ളൂ. മാത്രമല്ല, അന്ന് തിരുവനന്തപുരം മെഡിക്കൽകോളജിൽ ഇത്തരം രോഗങ്ങൾക്ക് ചികിത്സിക്കാൻ പകർച്ചവ്യാധി വാർഡുകൾ (Infectious Diseases Isolation Ward) സജ്ജമാക്കിയിരുന്നു. പിന്നീട്, പകർച്ചവ്യാധികളുള്ള രോഗികൾ കുറഞ്ഞതിനെത്തുടർന്ന് ഈ വാർഡുകൾ ഒഴിപ്പിച്ചാണ് ഹൗസ് സർജൻസിനു താമസിക്കാൻ ഇടമൊരുക്കിയത്. വൈറസ് പരത്തുന്ന ഒട്ടനവധി മഹാമാരികളെ നിയന്ത്രിക്കുകയും തടയുകയും ചികിത്സിച്ച് ഭേദപ്പെടുത്തുകയും ചെയ്ത ചരിത്രം കൂടി ശാസ്ത്രത്തിനുണ്ട്.

കൊറോണ വൈറസിനുമുമ്പും ശേഷവും എന്ന മട്ടിൽ വിഭജിക്കപ്പെടുന്ന അത്ര ആഘാതം മനുഷ്യരാശിക്കുമേൽ ഈ രോഗം ഉണ്ടാക്കാനിടയില്ല എന്നാണോ അർത്ഥമാക്കുന്നത്?

മലയാളിയെയും ഇന്ത്യക്കാരെയും സംബന്ധിച്ച് കൊറോണയ്ക്കു മുമ്പും ശേഷവും എന്ന വിഭജനം ഉണ്ടാകും. ലോകത്തെ സംബന്ധിച്ച് ഉണ്ടാകണമെന്നില്ല. കാരണം, മലയാളിയെ സംബന്ധിച്ച്, നമ്മുടെ സഹജ

മായ, നൈസർഗ്ഗികമായ ചില പ്രവണതകളെ മാറ്റിനിർത്തേണ്ടിവന്ന ഘട്ടമാണിത്. നമ്മൾ സംഘം ചേരുന്ന സമൂഹമാണ്, അയിത്തം ഇല്ലാതാക്കിയ സമൂഹമാണ്. എന്നാൽ, ഇപ്പോൾ നമ്മൾ ശാരീരിക അകലം പാലിക്കുമ്പോൾ അതിനെ ഒരർത്ഥത്തിൽ അയിത്തമെന്ന രീതിയിൽ വ്യാഖ്യാനിക്കാം. മുമ്പ് ചിലരെ മാത്രമാണ് അയിത്തത്തിന്റെ പേരിൽ മാറ്റിനിർത്തിയിരുന്നത്, ഇപ്പോൾ എല്ലാവരും മാറ്റിനിർത്തപ്പെടുന്നു. മറ്റൊന്ന്, മുതിർന്നവരും ചെറുപ്പക്കാരും ഇടകലർന്ന് ജീവിക്കുന്ന സമൂഹമാണ് നമ്മുടേത്. മുതിർന്നവരുടെ ആനന്ദം എന്നുപറയുന്നതുതന്നെ മക്കളോടും കൊച്ചുമക്കളോടുമൊപ്പം ജീവിക്കുക എന്നതാണ്. മാതാപിതാക്കൾ മക്കളിൽനിന്നും കൊച്ചുമക്കളിൽ നിന്നും അകന്ന് നില്ക്കേണ്ടിവരുന്നു. മലയാളിയുടെ ഇത്തരം സവിശേഷതകൾ വെച്ചുനോക്കുമ്പോൾ കൊറോണയ്ക്കുമുമ്പും ശേഷവും എന്ന വിഭജനം ഉണ്ടാകാനിടയുണ്ട്. എന്നാൽ, ഇതിന് ചില ഗുണങ്ങളുമുണ്ട്. ഒന്ന്, വായന കൂടുന്നു. കൂടുതലായി ശാസ്ത്ര വിഷയങ്ങൾ ചർച്ച ചെയ്യപ്പെടുന്നു. മനസ്സിലാക്കുന്നു. പകർച്ചവ്യാധികൾ ലോകത്തിലെ മറ്റ് ജനങ്ങളെ എങ്ങനെ ബാധിക്കുന്നു എന്ന ആലോചനകളിലേക്ക് നാം എത്തുന്നു.

പ്ലേഗ്, കുഷ്ഠം, വസൂരി തുടങ്ങിയ പകർച്ചവ്യാധികളെ നേരിട്ടതിലൂടെ ആർജ്ജിച്ച അനുഭവജ്ഞാനം ശാസ്ത്രത്തിനും സമൂഹത്തിനുമുണ്ടല്ലോ. കൊറോണയെ നേരിടാൻ ഇതിനെ ഏതുവിധത്തിൽ പ്രയോജനപ്പെടുത്താൻ കഴിയും?

ഇത്തരത്തിൽ ഒരു രോഗം വന്നാലുടൻ അത് ഏത് വൈറസാണ് ഉണ്ടാക്കുന്നതെന്ന് തിരിച്ചറിയാൻ കഴിയണം. എച്ച് ഐ വി വന്നപ്പോൾ അത് വൈറസ് മൂലമാണെന്നുതന്നെ അറിഞ്ഞിരുന്നില്ല. ശരീരത്തിന്റെ രോഗപ്രതിരോധശേഷി ഇല്ലാതാക്കുന്ന ഒരു രോഗം എന്നുമാത്രമാണ് മനസ്സിലായത്. തുടക്കത്തിൽ സ്വവർഗ്ഗ രതിക്കാരിൽ കണ്ടതുകൊണ്ട് ഇതിനെ 'ഗേ പ്ലേഗ്' എന്നുപോലും വിളിച്ചിരുന്നു. പിന്നീടാണ്, ഈ രോഗത്തിനുപുറകിൽ ഒരു വൈറസാണ് എന്ന് അറിയുന്നത്. എന്നാൽ, ഇപ്പോൾ നാം കോവിഡിന് ഏഴാമത്തെ കൊറോണ വൈറസ് ആണ് എന്ന് കൃത്യമായി തിരിച്ചറിഞ്ഞിരിക്കുന്നു. ആ വൈറസിനെ കണ്ടെത്തി അതിന്റെ ജനിതകഘടന ഏതാനും ദിവസങ്ങൾക്കകം തന്നെ നിർദ്ധാരണം (Genetic Sequencing) ചെയ്ത് SARS-CoV-2 എന്ന് പേരിട്ടു. ഹ്യൂമൻ ജീനോം പ്രോജക്റ്റിന്റെ ഭാഗമായിട്ടാണ് മനുഷ്യരുടേതിനോടൊപ്പം മറ്റ് ജീവികളുടെയും ജനിതക ഘടന നിർദ്ധാരണം ചെയ്ത് തുടങ്ങിയത്.

മറ്റൊരു വെല്ലുവിളി വൈറസുകൾക്ക് സംഭവിക്കുന്ന ജനിതകമാറ്റമാണ് (Mutations). ഒരു വൈറസിന് വാക്സിൻ കണ്ടെത്തിയെന്നിരിക്കട്ടെ. എന്നാൽ, ഇതേ വൈറസ് ജനിതക മാറ്റത്തിനുശേഷം

രോഗമുണ്ടാക്കിയ മറ്റൊരു സമൂഹത്തിൽ ഈ വാക്സിൻ പ്രയോജനപ്പെടണമെന്നില്ല. ഇപ്പോൾ വൈറസുകൾക്ക് സംഭവിക്കുന്ന വിവിധങ്ങളായ ജനിതക മാറ്റങ്ങൾ പഠിച്ച് ഇതെല്ലാം ചേർത്ത് ഒരു പൊതു വിജ്ഞാനകേന്ദ്രത്തിൽ, ജീൻബാങ്കിൽ നിക്ഷേപിക്കുന്നു. ഇതുപയോഗിച്ചാണ് വാക്സിൻ ഉണ്ടാക്കുന്നത്. ഫ്ളൂ വാക്സിൻ എടുക്കുക. ഓരോ വർഷവും വരുന്ന വ്യതിയാനങ്ങൾ പരിശോധിച്ചശേഷം, നവംബറിലും ഏപ്രിലിലുമാണ് പുതിയ വാക്സിൻ പുറത്തിറക്കുന്നത്. കൊറോണയ്ക്കെതിരെ ഇപ്പോൾ ലഭ്യമായ മറ്റ് രോഗങ്ങൾക്കുപയോഗിക്കുന്ന ആന്റി വൈറൽ മരുന്നുകളും പ്രയോഗിച്ച് നോക്കുന്നുണ്ട്. അത് പരീക്ഷണ ഘട്ടത്തിലാണ്.

പണ്ട് രോഗാണുവിനെക്കുറിച്ച്, അത് എങ്ങനെ വ്യാപിക്കുന്നു എന്നതിനെക്കുറിച്ചൊക്കെ കാര്യമായ അറിവുണ്ടായിരുന്നില്ല. ഇന്ന് രോഗവ്യാപനശാസ്ത്രം (Epidemiology) ഏറെ വികസിച്ചിട്ടുണ്ട്. അതുകൊണ്ടാണ് സ്രവം വഴിയും പ്രതലങ്ങൾ വഴിയുമൊക്കെ വൈറസ് എങ്ങനെ പടരുന്നു എന്ന് മനസ്സിലാക്കി കൊറോണയുടെ വ്യാപനരീതി തിരിച്ചറിഞ്ഞ് ശരീര അകലം പാലിച്ചും കൈകൾ കഴുകിയും മാസ്ക് ധരിച്ചും കരുതലെടുക്കാൻ കഴിയുന്നത്. അതുപോലെ, കോവിഡ് പ്രധാനമായും ശ്വാസകോശങ്ങളെ ബാധിച്ച് മൂർച്ചാവസ്ഥയിലെത്തുമ്പോഴാണ് (Acute Respiratory Distress Syndrome) അപകടാവസ്ഥയെ പ്രാപിക്കുന്നതെന്ന് മനസ്സിലാക്കാൻ കഴിഞ്ഞതുകൊണ്ടാണ്, ഇത്തരം ഘട്ടങ്ങളിലെ ചികിത്സയ്ക്കാവശ്യമുള്ളത്ര വെന്റിലേറ്ററുകളും അനുബന്ധ സംവിധാനങ്ങളും ഒരുക്കാൻ കഴിയുന്നത്. അതുകൊണ്ട്, ഇന്ന് ഇത്തരമൊരു രോഗത്തെ വേഗത്തിൽ തന്നെ തടയാനും ഭേദപ്പെടുത്താനും കഴിയുന്നത്.

കൊറോണ വൈറസിന്റെ ചൈനയിൽനിന്നുള്ള വ്യാപനവഴി റൂട്ട്മാപ്പ് എന്നുപറയാം. പരിശോധിച്ചാൽ, അത് തീർത്തും ജൈവശാസ്ത്രപരം മാത്രമാണോ, അതോ ഭൂമിശാസ്ത്രപരമായ കാരണങ്ങൾ വൈറസിന്റെ വ്യാപനത്തെ നിർണ്ണയിക്കുന്നുണ്ടോ?

അന്താരാഷ്ട്ര യാത്രയും മറ്റും വർദ്ധിച്ച് വരുന്ന സാഹചര്യത്തിൽ ഒരാൾ വഴി മാത്രം ഇത്തരം രോഗങ്ങൾ പല ഭൂഖണ്ഡങ്ങളിൽ തന്നെ എത്തിയെന്ന് വരാം. ഹോങ്കോംഗിൽ നടന്ന ഒരു അന്താരാഷ്ട്ര സമ്മേളനത്തിൽ പങ്കെടുത്ത ഒരു ചൈനീസ് ശാസ്ത്രജ്ഞൻ വഴിയാണ്, 5 രാജ്യങ്ങളിലേക്ക് സാർസ് പടർന്നത്. ആ സമ്മേളത്തിൽ നിരവധി രാജ്യങ്ങളിൽനിന്നുള്ള പ്രതിനിധികൾ പങ്കെടുത്തിരുന്നു. കേരളം തന്നെയെടുക്കാം. മറ്റു സംസ്ഥാനങ്ങളിലേക്കും അവിടെനിന്നു ഇവിടേക്കും ആളുകൾ വരുന്നു. ലോകരാജ്യങ്ങളിലേക്ക് നാം സഞ്ചരിക്കുന്നു. ഇതെല്ലാം രോഗവ്യാപനം അതിവേഗമാക്കുന്ന ഘടകങ്ങളാണ്. മുമ്പ് സാവധാനത്തിലായിരുന്നു വ്യാപനമെങ്കിൽ ഇന്ന് രോഗവ്യാപനം

അതിവേഗത്തിലാക്കുന്ന ഘടകങ്ങൾ ഇതെല്ലാമാണ്. കേരളത്തിൽ മറ്റ് രാജ്യങ്ങളിൽനിന്നും സംസ്ഥാനങ്ങളിൽനിന്നും വന്നവരാണല്ലോ രോഗം പരത്തിയത്. അതുപോലെ രോഗം ബാധിച്ചയാൾ എത്രപേരിലേക്ക് രോഗം പരത്താൻ സാദ്ധ്യതയുണ്ടെന്നതും പ്രധാനമാണ് R naught (R0) (രോഗവ്യാപനസാദ്ധ്യത) എന്നാണിതിനെ പറയുക. കൊറോണ കൂടുതലാളുകളിലേക്ക് പകരുന്ന രോഗമാണ് R0 ഒരാളിൽ നിന്നും മൂന്നോ നാലോ പേരിലേക്ക് പകരാൻ സാദ്ധ്യതയുണ്ട്. ഭൂമിശാസ്ത്രപരവും രോഗ്യവ്യാപനപരവുമായ പല ഘടകങ്ങളും രോഗ വ്യാപനത്തെ നിശ്ചയിക്കുന്നുണ്ട്.

മരുന്നുപരീക്ഷണം, പുതിയ മരുന്നുകളുടെ കണ്ടെത്തൽ തുടങ്ങിയ വിഷയങ്ങളിൽ മൂലധനം, സാമ്രാജ്യത്വം, കോർപ്പറേറ്റിസം തുടങ്ങിയ നിരവധി ബാഹ്യഘടകങ്ങൾ ഇടപെടുന്നുണ്ട്. കൊറോണയ്ക്കെതിരായ മരുന്നിന് ലോകമെങ്ങും കമ്പനികളും ഗവേഷകരും പരീക്ഷണത്തിലാണ്. ലോകാരോഗ്യസംഘടനയും 'സോളിഡാരിറ്റി ട്രയൽ' നടത്തുന്നു. ഈ ഗവേഷണങ്ങളുടെ ജനപക്ഷ ഫലം എങ്ങനെയായിരിക്കും?

പൊതുവെ പറയാവുന്നത്, ഒരു കുത്തക കമ്പനി വാക്സിൻ വികസിപ്പിച്ചെടുക്കുന്നു, അതിന് പേറ്റൻറ് നേടിയെടുക്കുന്നു, അതോടെ അതിന്റെ അവകാശം അവർക്ക് ലഭിക്കുന്നു. അവർക്കിഷ്ടമുള്ള വിലയിടുന്നു. അത് പലപ്പോഴും സാധാരണക്കാർക്ക് താങ്ങാവുന്നതാവില്ല. എന്നാൽ, ഇതുമായി ബന്ധപ്പെട്ട് മറ്റ് പല കാര്യങ്ങളുണ്ട്. എല്ലാവരെയും ബാധിക്കുന്ന ഒരു രോഗത്തിനുള്ള വാക്സിന് ധാരാളം പേർ ഉപയോഗിക്കേണ്ടിവരുമ്പോൾ സ്വഭാവികമായും വില കുറയുകയാണ് ചെയ്യുക. ഉദാഹരണം ഹെപ്പൈറ്ററ്റിസ് ബി വാക്സിൻ. ഈ വാക്സിൻ സാർവ്വത്രിക ഇമ്യൂണൈസേഷന്റെ ഭാഗമാക്കിയപ്പോൾ വിലകുറഞ്ഞു. രണ്ടാമത്, ട്രിപ്സ് വ്യവസ്ഥയനുസരിച്ച്, അമിത വില ഈടാക്കിയാൽ മറ്റു രാജ്യങ്ങൾക്ക് നിർബ്ബന്ധിത ലൈസൻസ് വകുപ്പ് പ്രകാരം കുറഞ്ഞ വിലയ്ക്കുള്ള മരുന്ന് ഉല്പാദിപ്പിക്കാൻ അവകാശം ലഭിക്കും. മൂന്നാമത്, ലോകാരോഗ്യ സംഘടനയുടെയും മറ്റും നേതൃത്വത്തിലുള്ള ഗവേഷണം പൊതുമണ്ഡലത്തിൽ നടക്കുന്നതാണ്. വൈറസിന്റെ ജനിതകഘടന ഇന്ന് പൊതുവായി എല്ലാവർക്കും പ്രാപ്യമാണ്. അതുകൊണ്ട്, ആർക്കുവേണമെങ്കിലും ഈ ഡാറ്റ ഉപയോഗിച്ച് വാക്സിനുവേണ്ടി ഗവേഷണം നടത്താം, ഒരു പൊതുമേഖലാ കമ്പനിക്കും അത് ചെയ്യാം. നാലാമതായി വിവിധ രാജ്യങ്ങളിലെ ഗവേഷണ സ്ഥാപനങ്ങളും ശാസ്ത്രജ്ഞരും പരസ്പരം സഹകരിച്ച് കോവിഡ് നിയന്ത്രണത്തിനും ചികിത്സയ്ക്കും ആവശ്യമായ മരുന്നുകളും ഉപകരണങ്ങളും വാസ്കിനും മറ്റും വികസിപ്പിച്ചെടുക്കുന്നതിനായി ഓപ്പൺ സോഴ്സ് കോവിഡ് പ്രസ്ഥാനവും വളർന്ന് വന്നിരുന്നു.

നമ്മൾ ചെയ്യേണ്ടത്, പൊതുമേഖലാ സ്ഥാപനങ്ങളിലൂടെ ഇത്തരം

ഗവേഷണങ്ങൾ നടത്തുകയാണ്. ഇപ്പോൾ തന്നെ ശ്രീചിത്തിരതിരുനാൾ മെഡിക്കൽ സെന്റർ നിരവധി പുതിയ കണ്ടുപിടുത്തങ്ങൾ നടത്തുകയും അതിന്റെ ഫലമായുണ്ടാവുന്ന ഹാർട്ട് വാൽവ് പോലുള്ള ഉല്പന്നങ്ങൾ മാർക്കറ്റ് ചെയ്യുന്നുണ്ട്. കുത്തകവല്ക്കരണത്തെ ഇന്ത്യയെപ്പോലൊരു രാജ്യത്തിന് ദേശീയ ഗവേഷണത്തിലൂടെ ഇങ്ങനെ ചെറുക്കാനാകും.

കോവിഡിന്റെ കാര്യത്തിൽ, കേരളത്തിൽ കൂടുതൽ റിക്കവറിയും കുറഞ്ഞ മരണവുമാണ് ഉണ്ടായത് എന്നൊരു റിപ്പോർട്ടുണ്ടായിരുന്നു. ഇത് എങ്ങനെയാണ് സംഭവിച്ചത്?

ഈ രോഗം വന്നാൽ, 80 ശതമാനം പേർക്കും അത് നിസ്സാരമായിരിക്കും. 15 ശതമാനത്തിനേ തീവ്രമായ നിലയുണ്ടാകൂ, അഞ്ചുശതമാനത്തിനുമാത്രമേ കൂടുതൽ തീവ്രമാകൂ. ഈ അവസ്ഥകൾക്ക് നിരവധി കാരണങ്ങളുണ്ട്. പ്രധാന കാരണം, പ്രായാധിക്യം, മറ്റൊന്ന്, മറ്റ് ഗുരുതര രോഗങ്ങളുടെ സാന്നിദ്ധ്യം. ഇവരിലാണ് മരണ സാദ്ധ്യതയുള്ളത്. ഇങ്ങനെ അപകടസാദ്ധ്യതയുള്ളവരെ നമ്മൾ സംരക്ഷണ സമ്പർക്ക വിലക്കിലൂടെ മറ്റുള്ളവരുമായി ബന്ധപ്പെടുത്താതെ സംരക്ഷിച്ചു. കേരളം ശരിയായ ദിശയിലാണ് നീങ്ങുന്നത്. എന്നാൽ കോവിഡിനെ പൂർണ്ണമായും നിയന്ത്രിച്ചു എന്ന് പറയാറായിട്ടില്ല. മാത്രമല്ല, കേരളത്തിനു മാത്രമായി നിയന്ത്രിക്കാനുമാകില്ല. ഇന്ത്യയിൽ തന്നെ, കൂട്ടപ്രാർത്ഥന നടത്തുന്ന ഒരു കേന്ദ്രത്തിലുണ്ടായ രോഗമാണ് നിരവധി സംസ്ഥാനങ്ങളിൽ രോഗം പടർത്തിയത്. അതുപോലെ കാസർകോട്ട് ഒരാൾ നിരുത്തരവാദപരമായി പെരുമാറി, അതിന്റെ ഫലമായി ആ ജില്ല ഹോട്ട്സ്പോട്ടായി മാറി. ഹോട്ട്സ്പോട്ടുകൾ നമ്മുടെ നിയന്ത്രണത്തിലല്ല. ഗൾഫിൽ ഇപ്പോഴാണ് ലോക്ക്ഡൗൺ നടപ്പാക്കിയത്. അതിനുമുമ്പേ അവിടെനിന്ന് ആളുകൾ കേരളത്തിലെത്തിയിട്ടുണ്ട്. ഇതെല്ലാം നമ്മുടെ നിയന്ത്രണത്തിലല്ല. ഇങ്ങനെ നിരവധി ഘടകങ്ങൾ കണക്കിലെടുക്കേണ്ടതുണ്ട്.

സാമൂഹിക നീതിയുടെയും തുല്യതയുടെയും അടിസ്ഥാനത്തിലുള്ള ആധുനിക വൈദ്യശാസ്ത്രത്തിന്റെ ജനാധിപത്യവല്ക്കരണമാണ് കേരളത്തിന്റെ സവിശേഷതകളിലൊന്ന് എന്നുപറയാറുണ്ട്. ആധുനിക മെഡിക്കൽ വിദ്യാഭ്യാസത്തിന്റെയും പ്രാക്ടീസിന്റെയും ജനപക്ഷപ്രയോഗം എത്രമാത്രം ഫലപ്രദമാണ് കേരളത്തിൽ?

കേരളത്തിന് ചില മേന്മകളുമുണ്ട്. നമ്മുടെ ആരോഗ്യസംവിധാനം മറ്റു സംസ്ഥാനങ്ങളെ അപേക്ഷിച്ച് ശക്തവും ചിട്ടയോടെയും സാമൂഹ്യനീതിയോടെയും പ്രവർത്തിക്കുന്നതുമാണ്. മാത്രമല്ല, കേരളത്തിന് വലിയൊരു സാമൂഹിക മൂലധനമുണ്ട്. ദുരന്തകാലത്ത് ജനങ്ങളെയെല്ലാം ഒന്നിച്ചുനിർത്താൻ പ്രേരിപ്പിക്കുന്ന പൊതു സോഷ്യൽ

ക്യാപ്പിറ്റൽ, പ്രളയകാലത്ത് നാം അത് കണ്ടതാണ്. ഒപ്പം, നമുക്ക് വൈദഗ്ദ്ധ്യത്തിന്റെ മൂലധനവുമുണ്ട്. ഇതെല്ലാം വെച്ച്, രോഗങ്ങൾ നിയന്ത്രിക്കുന്നതിൽ മറ്റു സംസ്ഥാനങ്ങളെ അപേക്ഷിച്ച് കേരളം മുന്നിലാണ്. അതുകൊണ്ട്, കോവിഡിനെ നേരിടാൻ കേരളം പ്രാപ്തമാണ്. അതേസമയം, കേരളത്തിനുമാത്രമായി ഈ രോഗത്തെ നിയന്ത്രിക്കാനും കഴിയില്ല. ആലങ്കാരികമായി പറയുകയാണെങ്കിൽ, അമേരിക്കയിലെ ന്യൂയോർക്കിൽ രോഗം നിയന്ത്രിക്കാതെ കേരളത്തിൽ കോവിഡിനെ പൂർണ്ണമായും നിയന്ത്രിക്കാൻ കഴിയില്ല. കാരണം, അവിടെനിന്നും ലോകത്തിന്റെ ഏത് ഭാഗത്തുനിന്നും ധാരാളം പേർ പല വഴികളിലൂടെ കേരളത്തിലേക്കു വരാൻ സാദ്ധ്യതയുണ്ട്.

ഇറ്റലി, സ്പെയിൻ, ഇറാൻ, ജർമനി, ബ്രിട്ടൻ- തുടക്കത്തിൽ രോഗവ്യാപനവും രോഗികളുടെ എണ്ണവും കൂടിയ തോതിലായിരുന്നു ഈ രാജ്യങ്ങളിൽ. എഴുപതുകളിൽ പാശ്ചാത്യരാജ്യങ്ങളിൽ പൊതുജനാരോഗ്യം അപ്രത്യക്ഷമാകുകയും പകർച്ചവ്യാധികൾ ഇനിയുണ്ടാകില്ല എന്ന മിഥ്യാധാരണയിൽ വ്യക്തിയിൽ അധിഷ്ഠിതമായ രോഗങ്ങൾക്ക് പ്രാധാന്യം കൈവരുകയും ചെയ്തുവെന്ന വിമർശനമുണ്ട്. ഈ നയങ്ങൾക്ക്, ആ രാജ്യങ്ങളിലെ ഇപ്പോഴത്തെ രോഗവ്യാപനവുമായി ബന്ധമുണ്ടോ?

പകർച്ചവ്യാധികളെക്കുറിച്ച് ഏറ്റവുമധികം പഠനം നടത്തുന്ന സ്ഥാപനങ്ങൾ പാശ്ചാത്യനാടുകളിലാണ്, ലോകത്ത് ഇന്നുവരെയുണ്ടായിട്ടുള്ള മിക്ക പകർച്ചവ്യാധികളെക്കുറിച്ചും കൂടുതൽ പഠനം നടന്നിട്ടുള്ളതും പാശ്ചാത്യനാടുകളിലാണ്. പാശ്ചാത്യ നാടുകളിൽ നിന്നുമുള്ള ശാസ്ത്രജ്ഞരുമാണ്. പകർച്ചവ്യാധികളുടെ ഉറവിടം ഉഷ്ണമേഖല പ്രദേശങ്ങളാണെന്നാണ് പൊതുവെ ധരിച്ചിരുന്നത്. പഴയ സ്ഥിതിയല്ല ഇന്നുള്ളത്. പുതുതായി വന്ന പകർച്ചവ്യാധികളെ നോക്കൂ, ചൈന ഒരു പ്രധാന കേന്ദ്രമാണ്, ചൈന ഒഴിച്ചാൽ, വികസിത രാജ്യങ്ങളിലാണ് അവ വന്നത്. അതുകൊണ്ട്, പകർച്ചവ്യാധികളെക്കുറിച്ചുള്ള വിജ്ഞാനം കൂടുതലും പാശ്ചാത്യനാടുകളിൽ തന്നെയാണ് ഉല്പാദിപ്പിക്കുന്നത്.

പൊതുജനാരോഗ്യസംവിധാനത്തിന്റെ കാര്യത്തിൽ മൊത്തം മുതലാളിത്ത രാജ്യങ്ങളെ അടച്ചാക്ഷേപിക്കുന്നത് ശരിയല്ല. ലോകത്തിലെ ഏറ്റവും മികച്ച പൊതുജനാരോഗ്യ സേവനം നല്കുന്നത് ബ്രിട്ടന്റെ നാഷണൽ ഹെൽത്ത് സർവ്വീസാണ് (എൻ എച്ച് എസ്). എല്ലാവർക്കും സൗജന്യ ആരോഗ്യ സേവനം നല്കുന്ന സംവിധാനമാണത്. ബ്രിട്ടീഷ് ലേബർ പാർട്ടിയിലെ അനൂറിൻ ബീവൻ (1897-1960) എന്ന സോഷ്യലിസ്റ്റാണ് എൻ എച്ച് എസ് സ്ഥാപിച്ചത്. മുതലാളിത്ത സമുദ്രത്തിലെ സോഷ്യലിസ്റ്റ് ദ്വീപ് എന്നാണ് (An Island of Socialism in a Capitalist Sea) ബ്രിട്ടനിലെ നാഷണൽ ഹെൽത്ത് സർവ്വീസസ്

വിശേഷിപ്പിക്കപ്പെടുന്നത്. മാർഗ്ഗററ്റ് താച്ചറിനെ പോലെ പലരും എൻ എച്ച് എസ് സ്വകാര്യവല്ക്കരിക്കാൻ ശ്രമിച്ചെങ്കിലും ബ്രിട്ടീഷ് ജനത അത് പരാജയപ്പെടുത്തി. അതുപോലെ, മിക്ക യൂറോപ്യൻ രാജ്യങ്ങളിലും അമേരിക്കയിൽനിന്ന് വ്യത്യസ്തമായ ഇൻഷുറൻസ് സംവിധാനം വഴി ഭൂരിപക്ഷത്തിനും ആരോഗ്യസേവനം നല്കുന്നുണ്ട്. ഇറ്റലിയുടെ കാര്യമെടുക്കാം, അവിടെ കോവിഡ് ബാധിച്ച് ഇത്രയും പേർ മരിക്കാൻ കാരണം, അവിടെ ആയുർദൈർഘ്യം വളരെ കൂടുതലായതുകൊണ്ടാണ്. 60 വയസ്സിനുമേൽ പ്രായമുള്ളവർ ജനസംഖ്യയുടെ 30 ശതമാനമാണ്. ഇത് അവരുടെ ആരോഗ്യനിലവാരത്തിന്റെ മേന്മയെയാണ് കാണിക്കുന്നത്. സ്കാൻഡിനേവിയൻ രാജ്യങ്ങൾ, ജർമനി, ഇംഗ്ലണ്ട്, ഫ്രാൻസ്, ഇറ്റലി എന്നിവിടങ്ങളിലെല്ലാം മികച്ച ആരോഗ്യസംവിധാനമാണുള്ളത്. ജപ്പാനിലും ആയുർദൈർഘ്യമുള്ളവരുടെ ശതമാനം ഇറ്റലിക്കു തുല്യമാണ്. എന്നിട്ടും ജപ്പാനിൽ മരണനിരക്ക് കുറവാണ്.

മരണനിരക്ക് നിരവധി ഘടകങ്ങളെ ആശ്രയിച്ചിരിക്കുന്നു. ജീവിതരീതി പ്രധാനമാണ്. പ്രായമുള്ളവർക്കൊപ്പമാണ് വൃദ്ധർ താമസിക്കുന്നതെന്നിരിക്കട്ടെ, അപ്പോൾ അവരിലേക്ക് രോഗം പകരാൻ സാദ്ധ്യത കൂടുതലാണ്. ജപ്പാനിൽ പ്രായമായവർ ഭൂരിഭാഗവും മക്കളോടൊപ്പം കഴിയാറില്ല. വൃദ്ധ സദനങ്ങളിലാണ് താമസിക്കുന്നത്. അതുകൊണ്ട് അവരിലേക്ക് ചെറുപ്പക്കാരിൽ നിന്നും രോഗം പകർന്നില്ല. എന്നാൽ ഇറ്റലിയിലാവട്ടെ വൃദ്ധരായവർ മക്കളുടെയും കൊച്ചുമക്കളുടെയും കൂടെ കഴിയുന്നു. അതുകൊണ്ട് ചെറുപ്പക്കാരിൽ നിന്നും അവരിലേക്ക് രോഗം വ്യാപിച്ചു. മാളുകളിലും മറ്റും ഇവരാണ് സാധനങ്ങൾ വാങ്ങാൻ പോകുന്നത്. രോഗ വ്യാപന സാദ്ധ്യത കൂടുതലുള്ള അടഞ്ഞ എയർകണ്ടീഷൻ ചെയ്ത തണുത്ത അന്തരീക്ഷമാണ് മാളുകളിലുള്ളത്. ഇറ്റലിയിലെ സാഹചര്യം പരിശോധിച്ചപ്പോൾ മനസ്സിലായത്, അവർ കൂടുതലും അടഞ്ഞ തണുത്ത മുറികളിൽ കഴിയുന്നവരാണ്. ഇത്തരത്തിലാണ് അവരിലേക്ക് കൂടുതൽ രോഗം പടർന്നത്. മുതലാളിത്ത രാജ്യങ്ങളിൽ ഇത്തരം സാഹചര്യം കൂടുതലാണ്, ഇത് രോഗവ്യാപനത്തിന് പറ്റിയ അന്തരീക്ഷമാണ്. അതുപോലെ, അവിടത്തെ ഹോട്ടൽ സംവിധാനങ്ങളുടെ പ്രത്യേകതയുമുണ്ട്. എല്ലാ മുറിയിലേക്കും പ്രത്യേകം എ സിയുണ്ടെങ്കിൽ അത്രവേഗം രോഗം വ്യാപിക്കില്ല, അവിടെ മിക്ക ഹോട്ടലുകളിലും കേന്ദ്രീകൃത എ സി സംവിധാനമാണുള്ളത്. ഇതിലൂടെ രോഗം വ്യാപിക്കാൻ സാദ്ധ്യത കൂടുതലാണ്. ഇത്തരം നിരവധി ഘടകങ്ങൾ പരിശോധിക്കേണ്ടതുണ്ട്.

കേരളത്തിലെ ആരോഗ്യമേഖലയിലെ 'ന്യൂ ജനറേഷനെ'ക്കുറിച്ച് ശുഭാപ്തി വിശ്വാസമുണ്ടോ?

സോഷ്യൽ മെഡിസിൻ, വൈറോളജി, എപ്പിഡമോളജി തുടങ്ങിയവയെക്കുറിച്ച് കഴിഞ്ഞ 30 വർഷം കൊണ്ട് പഠിച്ചതിനേക്കാൾ കൂടുതൽ

ഞാൻ കഴിഞ്ഞ ഒരു മാസംകൊണ്ട് പഠിച്ചു. ഇതെല്ലാം പഠിച്ചത് യുവാക്കളായ ഡോക്ടർമാരിൽനിന്നും സാമൂഹിക ആരോഗ്യ പ്രവർത്തകരിൽനിന്നുമാണ്. ഞാൻ ഇപ്പോൾ ഒരു വിദഗ്ദ്ധഗ്രൂപ്പിന്റെ ചെയർപേഴ്സണാണ്. ഇതിൽ, ഒന്ന് രണ്ടു പേരൊഴികെയുള്ളവരെല്ലാം എന്റെ മക്കളുടെ പ്രായമുള്ളവരാണ്. ഓരോ ദിവസവും ഞാൻ അവരിൽനിന്ന് പഠിക്കുകയാണ്. സാമൂഹിക ആരോഗ്യം കൈകാര്യം ചെയ്തിരുന്ന കമ്യൂണിസ്റ്റ് മെഡിസിൻ വിഭാഗം നേരത്തെ അവഗണിക്കപ്പെട്ടിരുന്നു. ഇപ്പോൾ ആ സ്ഥിതി മാറിയിട്ടുണ്ട്. കേരളത്തിലെ ആരോഗ്യ പ്രശ്നങ്ങൾ പരിഹരിക്കാൻ കേവലം ചികിത്സാ സൗകര്യങ്ങളുടെ വർദ്ധനവുകൊണ്ട് മാത്രം കഴിയില്ല. സാമൂഹ്യാരോഗ്യ ഇടപെടലുകൾ വേണം എന്ന ധാരണ ഇപ്പോൾ അംഗീകരിക്കപ്പെട്ട് തുടങ്ങിയിട്ടുണ്ട്. സാമൂഹ്യാരോഗ്യ മേഖലയിൽ പ്രവർത്തിക്കുന്ന യുവാക്കളായ നിരവധി ഡോക്ടർമാർ സാമൂഹ്യാരോഗ്യ മേഖലയിൽ വളരെ സജീവവും ക്രിയാത്മകവുമായ ഇടപെടലുകൾ നടത്തിവരുന്നുണ്ട്. ആർദ്രം പദ്ധതി നടപ്പാക്കുന്നതിന്റെ ഭാഗമായി ഞാൻ പ്രാഥമികാരോഗ്യകേന്ദ്രങ്ങളും താലൂക്ക് ജില്ലാ ആശുപത്രികളും സന്ദർശിച്ചിരുന്നു. എല്ലാ തലങ്ങളിലും, ജൂനിയർ പബ്ലിക് ഹെൽത്ത് നഴ്സുമാർ, ആശാവർക്കർമാർ തുടങ്ങി ഡോക്ടർമാരിൽ വരെ വലിയൊരു ഉത്സാഹം കാണാൻ കഴിഞ്ഞു.

കേരളത്തിൽ കോവിഡ് കേസുകളുടെ എണ്ണം വീണ്ടും കൂടുകയാണ്. എത്രമാത്രം അപകടകരവും നിർണ്ണായകവുമാണ് ഈ ഘട്ടം?

പുറത്തുനിന്നു ആളുകൾ വന്നുകൊണ്ടിരുന്ന ഒന്നാം ഘട്ടം. ലോക്ക്ഡൗണിന്റെ രണ്ടാം ഘട്ടം. ഇവയ്ക്ക് ശേഷം ലോക്ക്ഡൗൺ ഇളവു ചെയ്ത മൂന്നാം ഘട്ടത്തിലേക്ക് കോവിഡ് കാലം കടന്നിരിക്കയാണ്. മൂന്നാം ഘട്ടത്തിലെ രോഗികളുടെ എണ്ണത്തിലെ ഈ വർദ്ധനവ് അപ്രതീക്ഷിതമല്ല. ആഭ്യന്തര പൊതുഗതാഗതം പുനഃസ്ഥാപിച്ചിട്ടില്ലെങ്കിലും മറ്റു സംസ്ഥാനങ്ങളിൽനിന്നും വിദേശത്തുനിന്നും ആളുകൾ വന്നുകൊണ്ടിരിക്കുകയാണ്. പക്ഷേ, ഒന്നാം ഘട്ടവുമായി ഒരു വ്യത്യാസമുണ്ട്. അന്ന് ഇതര സംസ്ഥാനങ്ങളിൽനിന്നും വിദേശത്ത് നിന്നും ആളുകൾ വരുമ്പോൾ അവിടങ്ങളിൽ ഈ രോഗത്തിന്റെ വ്യാപനം വളരെ പരിമിതമായിരുന്നു. എന്നാൽ ഇപ്പോൾ വിദേശത്തും മറ്റ് ഇന്ത്യൻ സംസ്ഥാനങ്ങളിലും കോവിഡ് രോഗ വ്യാപനം ശക്തിപ്പെട്ടിരിക്കയാണ്. റെഡ്സോൺസ് എന്നു പറയാവുന്ന മേഖലകളിൽ നിന്നാണ് ഇന്ന് ആളുകൾ വരുന്നത്. മറ്റു സംസ്ഥാനങ്ങളുടെ കാര്യമെടുത്താൽ മലയാളികൾ കൂടുതൽ വരാൻ സാദ്ധ്യതയുള്ള ചെന്നൈ, മുംബൈ, ഡൽഹി ഇവിടെയൊക്കെ രോഗവ്യാപനം വളരെ കൂടി നില്ക്കുകയാണ്. ഇതേ അവസ്ഥയാണ് കേരളത്തിലേക്ക് കൂടുതൽ ആളുകൾ വരുന്ന ഗൾഫ് രാജ്യങ്ങളിലും. ഇനി അമേരിക്കയിലും യൂറോപ്പിലും നിന്നാണെങ്കിൽ പോലും അവിടെയും രോഗനിയന്ത്രണം സാധിച്ചിട്ടില്ല.

സ്വാഭാവികമായും പുറമേ നിന്നും ഈ ഘട്ടത്തിൽ വരുന്നവരിൽ കൂടുതൽ പേർ രോഗം ബാധിച്ചവരായിരിക്കും. ഇങ്ങനെ വരുമ്പോൾ കേരളത്തിൽ ഇതുവരെ നടപ്പാക്കി വിജയിപ്പിച്ച നടപടികൾ കുറച്ചു കൂടെ ജാഗ്രതയോടെ തുടരുകയാണ് പോംവഴി.

കേരളത്തിൽ ചില ദിവസങ്ങളിൽ രോഗങ്ങൾ റിപ്പോർട്ട് ചെയ്യപ്പെടാതിരിക്കുക, ചില ജില്ലകളിൽ രോഗികളെല്ലാം രോഗം ഭേദമായി ഡിസ്ചാർജ് ചെയ്യപ്പെടുക എന്നിങ്ങനെയൊക്കെ വന്നപ്പോൾ കേരളം കോവിഡില്ലാത്ത ഒരു സംസ്ഥാനമായി മാറും എന്നൊരു മിഥ്യാധാരണ ചിലരിലുണ്ടായി. പ്രശ്നങ്ങൾ പൂർണ്ണമായും പരിഹരിച്ച് കഴിഞ്ഞിട്ടില്ല. അടുത്തു തന്നെ വെളിയിൽനിന്നും ആളുകൾ വരുമ്പോൾ പോസിറ്റീവ് കേസുകൾ വർദ്ധിച്ചേക്കാം എന്ന് മുഖ്യമന്ത്രിയും ആരോഗ്യ മന്ത്രിയുമൊക്കെ പറയുമായിരുന്നെങ്കിലും ആളുകളുടെ ഇടയിൽ അമിതമായ ഒരു സുരക്ഷാ ബോധം വളർന്ന് വന്നിരുന്നു. അമിതമായ ആത്മവിശ്വാസം, മാസ്ക് ധരിക്കുന്ന കാര്യത്തിലും കൈ കഴുകുന്ന കാര്യത്തിലും സാമൂഹിക അകലം പാലിക്കുന്നതിലും ഒക്കെയുള്ള ഒരു ശുഷ്കാന്തിയില്ലായ്മ ഉണ്ടാക്കാനായിട്ടുണ്ട്. ഇപ്പോൾ ലോക്ക്ഡൗൺ കൂടുതൽ അയച്ച് തുടങ്ങിയ സാഹചര്യത്തിൽ നേരത്തെ കർശനമായി നമ്മൾ പാലിച്ചുപോന്ന സുരക്ഷാ ക്രമീകരണങ്ങൾ കൂടുതൽ ശക്തമാക്കേണ്ടതുണ്ട്.

രോഗികളുടെ എണ്ണം കൂടി എന്നതിൽ ആശങ്കപ്പെടേണ്ടതില്ല. അതു പ്രതീക്ഷിച്ചിരുന്നതാണ്. അതിനുള്ള മുൻകരുതലുകൾ ഒരുക്കിയിട്ടുമുണ്ട്. പക്ഷേ, അവരിൽനിന്നും മറ്റുള്ളവരിലേക്ക് രോഗം പകരുന്നതിനെയാണ് ഒഴിവാക്കേണ്ടത്. അതിനായി, 14 ദിവസത്തെ സമ്പർക്കവിലക്ക് കർശനമായി തുടരുകതന്നെ വേണം. കാരണം, കഴിഞ്ഞ 100 ദിവസങ്ങൾ നമുക്കൊന്നു പരിശോധിച്ചു നോക്കാം. പത്തനംതിട്ടയിലെ കാര്യം ഒഴിച്ചു നിർത്താം. കാരണം അവിടെ രോഗം ഒരു ക്ലസ്റ്റർ ആയാണ് പ്രത്യക്ഷപ്പെട്ടത്. വന്നയാളുകളേക്കാൾ കൂടുതൽ സമ്പർക്കത്തിലൂടെ മറ്റാളുകളിലേക്ക് രോഗം പകർന്നു. അതൊഴിച്ചു നിർത്തിയാൽ വെളിയിൽ നിന്നും വരുന്നവരിൽനിന്ന് 10 ശതമാനത്തിന് രോഗം പകരുകയും അത് കൂടിക്കൂടി 30 ശതമാനത്തിൽ എത്തുകയും ചെയ്തു. അന്നത്തെ കണക്കെടുത്താൽ രോഗികളിൽ 70 ശതമാനം പേർ വെളിയിൽ നിന്നു വന്നവരും 30 ശതമാനം പേർ ഇവിടെയുള്ളവരുമാണ്. അതായത് സമ്പർക്കത്തിലൂടെ രോഗം വന്ന മുപ്പത് ശതമാനം മാത്രം. ഇത്രത്തോളം രോഗം വ്യാപനം തടയാൻ കഴിഞ്ഞാൽ, കോവിഡ് നിയന്ത്രണ വിധേയമാണ് എന്ന് കരുതാം. ഇനി പുറമേ നിന്നു വരുന്നവരിൽ രോഗികൾ എത്രയുണ്ടാവും എന്നത് വലിയ ആശങ്ക ഉണ്ടാക്കേണ്ടതില്ല. അവരിൽനിന്നും മറ്റുള്ളവരിലേക്ക് രോഗം പകരുന്നത് പരിമിതപ്പെടുത്തിയാൽ മതി. ആളുകളിൽ 300 പേർ ഒരു ദിവസം പോസിറ്റീവായി വന്നുവെന്ന് വരാം. അതല്ല പ്രശ്നം, അവരിൽ നിന്നും രോഗം

പകരുന്നവരുടെ എണ്ണം 100 ൽ താഴെയാണെങ്കിൽ നാം ഭയപ്പെടേണ്ടതില്ല. നമുക്ക് മാനേജ് ചെയ്യാൻ പറ്റും. പക്ഷേ, ഈ മൂന്നിലൊന്നിൽ കൂടിയാൽ നാം ഭയക്കണം, സൂക്ഷിക്കണം. നമ്മുടെ കരുതൽ നടപടികൾ ശക്തമല്ലെന്നാണ് അത് സൂചിപ്പിക്കുന്നത്. അതായത് ഇനിയുള്ള ദിവസങ്ങളിൽ പുറത്തുനിന്നു വരുന്ന എത്ര പേർക്ക് രോഗമുണ്ട് എന്നതു നമ്മെ ഭയപ്പെടുത്തേണ്ടതില്ല, മറിച്ച് വന്നു കഴിഞ്ഞാൽ എത്ര പേരിലേക്ക് ഈ രോഗം പകരുന്നു എന്നതാണ് പ്രശ്നം. കർശനമായ സമ്പർക്ക വിലക്കും (ക്വാറന്റൈൻ) പ്രായാധിക്യമുള്ളവരിലേക്കും അനുബന്ധ രോഗമുള്ളവരുടെയും സംരക്ഷണ സമ്പർക്കവിലക്കും (റിവേഴ്സ് ക്വാറന്റൈൻ) ഉറപ്പാക്കണം. പ്രായാധിക്യമുള്ളവരിലേക്കും അനുബന്ധ രോഗമുള്ളവരിലേക്കും രോഗം പകർന്നാൽ മരണ നിരക്ക് വർദ്ധിക്കും.

ലോക്ക്ഡൗണും സമ്പർക്കവിലക്കും പരസ്പര ബന്ധിതമാണ്. എന്നാൽ ലോക്ക് ഡൗൺ കർശനമായി, അനന്തമായി തുടരുകയാണെങ്കിൽ സമൂഹത്തിന് അതുണ്ടാക്കുന്ന പലതരം രോഗാവസ്ഥകൾ കാണാതിരുന്നുകൂടാ. പൊതുജനാരോഗ്യവും സമൂഹത്തിന്റെ ചലനവും ഒന്നിച്ചുകൊണ്ടുപോവുകയെന്ന ശ്രമകരമായ അവസ്ഥയാണ് ഇപ്പോൾ ഉണ്ടായിരിക്കുന്നത്.

കോവിഡ് രോഗ വ്യാപനം ആരോഗ്യ പ്രശ്നം മാത്രമല്ല. അതൊരു സാമൂഹിക സാമ്പത്തിക പ്രശ്നം കൂടിയാണ്. യഥാർത്ഥത്തിൽ ഈ സാമൂഹിക സാമ്പത്തിക പ്രശ്നങ്ങൾ കൊണ്ടുണ്ടാകാവുന്ന പ്രത്യാഘാതം ആരോഗ്യ പ്രശ്നങ്ങളേക്കാൾ കൂടാനിടയുണ്ട്. കേരളത്തിൽ നടന്നില്ലെങ്കിൽ പോലും, ഇന്ത്യയിൽ പലയിടത്തും, പട്ടിണിമരണങ്ങളിലൂടെ മനുഷ്യ ജീവൻ തന്നെ നഷ്ടമാവുന്ന അവസ്ഥ ഉണ്ടാവാം. കേരളത്തിലും അന്നന്ന് ജോലി ചെയ്തു കിട്ടുന്ന വരുമാനം കൊണ്ട് ജീവിക്കുന്ന എത്രയോ പേരുണ്ട്. സാമൂഹിക സുരക്ഷിതത്വത്തിനായി സൗജന്യ റേഷൻ, ക്ഷേമ പെൻഷൻ തുടങ്ങി സംസ്ഥാനസർക്കാർ പല ക്ഷേമപദ്ധതികളും നടപ്പിലാക്കുന്നുണ്ട്. പക്ഷേ, കോവിഡ് ഉണ്ടാക്കുന്ന സാമൂഹിക സാമ്പത്തിക പ്രശ്നങ്ങൾ ഇങ്ങനെ പരിഹരിക്കാവുന്നതിലും വലുതായിരിക്കും. ഇക്കാര്യം പരിഗണിച്ചുകൊണ്ട്, ബ്രേക്ക് ദ ചെയിൻ നിലനിർത്തിക്കൊണ്ടു തന്നെ ഏതൊക്കെ മേഖലയിൽ ക്രയവിക്രയങ്ങളും വാണിജ്യവും കൃഷിയുമൊക്കെ പുനഃസ്ഥാപിക്കാം എന്നു സൂക്ഷ്മതയോടെ പരിശോധിക്കണം. ഉദാഹരണത്തിന് ശാരീരിക അകലം പാലിച്ചുകൊണ്ട് ജോലി ചെയ്യാവുന്ന മേഖലയാണ് കെട്ടിട നിർമ്മാണ രംഗം, തൊഴിലുറപ്പ് പദ്ധതിയുടെ ഭാഗമായി നടത്തുന്ന നിർമ്മാണ പ്രവർത്തനങ്ങൾ തുടങ്ങിയവ. കൃഷി പോലും അങ്ങനെയാണ്. പണ്ടുമുതലേ, ശാരീരിക അകലം പാലിച്ചുകൊണ്ടേ കൃഷി ചെയ്യാൻ പറ്റൂ. ഇങ്ങനെയുള്ള മേഖലകൾ തുറന്നു കൊടുത്ത് സാമൂഹിക സാമ്പത്തിക പ്രതിസന്ധിയുടെ ആഘാതം കുറയ്ക്കാൻ ശ്രമിക്കണം.

അല്ലെങ്കിൽ ആരോഗ്യത്തിലും ഇതിന്റെ പ്രത്യാഘാതങ്ങൾ ഉണ്ടാകും. പട്ടിണിമൂലം പോഷകങ്ങൾ കുറയുകയും ചെയ്യുമ്പോൾ രോഗങ്ങൾ പിടിക്കാനും പകരാനുമുള്ള സാദ്ധ്യതകൾ വർദ്ധിക്കും. കേരളത്തിന് വേറെയും പേടിക്കാനുണ്ട്: മഴക്കാലം വരുന്നു. കേരളത്തിൽപ്പോലും നിരവധി പകർച്ചവ്യാധികൾ ഇപ്പോഴും നിലനില്ക്കുന്നുണ്ട്. ഡങ്കിപ്പനി ബാധിച്ച് ഇപ്പോൾ തന്നെ ഏതാനും പേർ മരിച്ചു കഴിഞ്ഞു. എച്ച് വൺ എൻ വൺ, ഡങ്കി, എലിപ്പനി ഇങ്ങനെയുള്ള രോഗങ്ങൾ വരാനുള്ള സാദ്ധ്യതയുണ്ട്. വലിയൊരു വെല്ലുവിളിയാണ് നമുക്ക് നേരിടാനുള്ളത്. അത് അഭിമുഖീകരിച്ചേ പറ്റൂ, വേറെ വഴിയില്ല.

പ്രതിരോധത്തിന്റെ വഴികളിലൊന്ന് ഹേർഡ് ഇമ്യൂണിറ്റി ആണ്. കോവിഡിന്റെ ഇതുവരെയുള്ള അനുഭവം വെച്ച് ഇത് എത്രത്തോളം പ്രായോഗികമാണെന്ന് പറയാനാവും? ഈ രോഗം ഒരിക്കൽ വന്നാൽ മനുഷ്യ ശരീരം പ്രതിരോധശേഷി ആർജ്ജിക്കും എന്ന കാര്യത്തിൽ ഉറപ്പുണ്ടാവുന്നുമില്ല. അതുപോലെ റിവേഴ്സ് ക്വാറന്റൈനും ഒരു സാദ്ധ്യതയാണെന്നു പറയുന്നു. എന്താണ് ശാസ്ത്രീയമായ വഴികൾ?

ഇതിൽ ആശയക്കുഴപ്പത്തിന്റെ ആവശ്യമില്ല. ശാസ്ത്രീയ വിശദീകരണങ്ങളുണ്ട്. ഇങ്ങനെയൊരു പാൻഡമിക് പ്രത്യക്ഷപ്പെട്ടാൽ എങ്ങനെയാണത് അവസാനിക്കുന്നത് എന്നു നോക്കാം. ഇതിനേക്കാളും വലിയ പാൻഡമിക്കുകൾ ലോകത്തുണ്ടായിട്ടുണ്ട്. ഒന്നാം ലോകമഹായുദ്ധകാലത്തെ സ്പാനിഷ് ഫ്ളൂ വലിയ പാൻഡമിക് ആയിരുന്നു. 200 കോടി ജനങ്ങളിൽ 50 കോടിയെ ബാധിച്ചു 5 കോടി മരിച്ചു. എയിഡ്സ് പോലും വലിയ പ്രശ്നമായിരുന്നു, 3 കോടിയോളം ആളുകളാണ് മരിച്ചത്. പാൻഡമിക്കുകൾ പല രീതിയിലാണ് അവസാനിക്കുന്നത്. എയ്ഡ്സിന്റെ കാര്യത്തിൽ ആദ്യമൊക്കെ ഇതെങ്ങനെയാണ് പകരുന്നതെന്നു പോലും അറിഞ്ഞുകൂടായിരുന്നു. വൈറസാണ് രോഗ കാരണം എന്ന് പോലും അറിയില്ലായിരുന്നു. ചികിത്സയില്ലായിരുന്നു. പിന്നീട് മൂന്നു മരുന്നുകൾ എയ്ഡ്സ് ചികിത്സയ്ക്ക് ഫലപ്രദമെന്ന് കണ്ടെത്തി. ഇന്നിപ്പോൾ ഏതാണ്ട് ഒരു ഡസൻ മരുന്നോളമുണ്ട്. സുരക്ഷിതമായ ലൈംഗിക ബന്ധങ്ങൾ ഒരു ശീലമായി. വാക്സിൻ കണ്ടു പിടിച്ചില്ലെങ്കിലും പെരുമാറ്റ രീതിയിലെ മാറ്റം കൊണ്ടും ചികിത്സിച്ചും നമുക്ക് എയ്ഡ്സ് നിയന്ത്രിക്കാനായി. വാക്സിൻ കണ്ടു പിടിച്ചും രോഗങ്ങൾ മാറാം, വസൂരി അങ്ങനെ മാറിയ രോഗങ്ങളിലൊന്നാണ്. മനുഷ്യരാശി പൂർണ്ണമായും നിർമ്മാർജ്ജനം ചെയ്ത, ഏറ്റവും പ്രധാനപ്പെട്ട രോഗാണു വസൂരിയുടേതാണ്. വസൂരി പക്ഷേ, മൃഗങ്ങളിൽനിന്നു വന്ന രോഗമല്ല. കോവിഡും എയ്ഡ്സുമൊക്കെ മൃഗജന്യ രോഗങ്ങളാണ്, അവയ്ക്ക് കാരണമായ വൈറസുകൾക്ക് വേണമെങ്കിൽ മൃഗങ്ങളിലേക്ക് തന്നെ മാറി പതുങ്ങിയിരിക്കാം. വാക്സിൻ കണ്ടെത്തുന്നതിലൂടെ കോവിഡ് നിയന്ത്രിക്കപ്പെടാം. പക്ഷേ, സമയമെടുക്കും. ആന്റി വൈറൽ മരുന്നുകൾ

വരാം, പക്ഷേ, അപ്പോഴും രോഗം വരാതിരിക്കില്ല, വന്നു കഴിഞ്ഞാൽ ചികിത്സിക്കാനേ പറ്റൂ.

മറ്റൊരു മാർഗ്ഗമുള്ളതാണ് ഈ ഹേർഡ് ഇമ്യൂണിറ്റി (സാമൂഹ്യ പ്രതിരോഗാവസ്ഥ) എന്നു പറയുന്നത്. ഏതു രോഗം വരുമ്പോഴും നമ്മുടെ ശരീരത്തിൽ പ്രതിവസ്തുക്കൾ അഥവാ ആന്റിബോഡികൾ ഉണ്ടാവും. അതൊരു സുരക്ഷ നല്കും. ഓരോ രോഗത്തിന്റെയും പ്രത്യേകതയനുസരിച്ച് സുരക്ഷാ കാലയളവ് മാറാം. ഹേർഡ് ഇമ്യൂണിറ്റി കൃത്രിമമായി ഉണ്ടാക്കുന്നതിനെയാണ് വാക്സിനേഷൻ എന്നു പറയുന്നത്. ചില രോഗങ്ങൾക്ക് വർഷത്തിലൊരിക്കലായിരിക്കും വാക്സിനേഷൻ, മറ്റു ചിലതിന് രണ്ടു വർഷത്തിലൊരിക്കലായിരിക്കും, ചില രോഗങ്ങൾക്ക് ഒന്നോ രണ്ടോ തവണ എടുത്താൽ ജീവിതകാലം മുഴുവൻ അതിന്റെ പ്രതിരോധം കിട്ടും. കൊറോണ വൈറസിനെ സംബന്ധിച്ചിടത്തോളം പ്രതിവസ്തു നമ്മുടെ ശരീരത്തിൽ ഉണ്ടാവുന്നുണ്ടെങ്കിലും അത് എത്ര അളവിൽ ഉണ്ടാവുന്നുണ്ട് എന്നതിനെക്കുറിച്ചോ എത്രത്തോളം നമുക്ക് സുരക്ഷ നല്കും എന്നതിനെക്കുറിച്ചോ ഉറപ്പില്ല. അതുകൊണ്ട് സ്വീഡൻ പോലുള്ള രാജ്യങ്ങൾ ഒരു നിലപാടെടുത്തു. ചെറുപ്പക്കാർക്ക് കോവിഡ് ബാധിക്കുന്നത് തടയാതിരിക്കുക, അങ്ങനെ സാമൂഹിക വ്യാപനം നടന്ന് സാമൂഹ്യ പ്രതിരോധ ശേഷി വർദ്ധിപ്പിക്കാം പ്രായമായവരിലേക്ക് ഇതുപകരാതിരുന്നാൽ ഹേർഡ് ഇമൂണിറ്റി വഴി നമുക്ക് രക്ഷപ്പെടാം എന്നവർ കരുതി. പക്ഷേ, അത് ശരിയായ ഒരു രീതിയായിരുന്നില്ല. ധാരാളം ആളുകളെ കൊന്നുകൊണ്ടു മാത്രമേ നമുക്ക് ഇത്തരത്തിലുള്ള സാമൂഹിക പ്രതിരോധം വളർത്താൻ കഴിയൂ. അതൊരു ധാർമ്മിക പ്രശ്നം കൂടിയാണ്. മാത്രവുമല്ല 60 ശതമാനം ആളുകൾക്ക് രോഗം വന്ന് മാറിയെങ്കിലേ നമുക്ക് ഹേർഡ് ഇമ്യൂണിറ്റി കിട്ടൂ എന്ന ഒരു നിരീക്ഷണവും വന്നു. കേരളത്തിൽ 60 ശതമാനം ആളുകൾക്ക് രോഗം വരുക എന്നു പറഞ്ഞാൽ എത്ര ഭീകരമായിരിക്കും അത്. അപ്പോൾ, ഹേർഡ് ഇമ്യൂണിറ്റി ഒരു പരിഹാരമല്ല.

കോവിഡിന്റെയും കൊറോണയുടെയും ഭാവി മനുഷ്യാവലിയുടെ ഭാവിയുടെ കൂടെ പ്രശ്നമായി വളർന്നു കഴിഞ്ഞിട്ടുണ്ട്. ശാശ്വതമായ ഒരു പ്രശ്ന പരിഹാരം മുന്നിൽ കാണാൻ കഴിയുമോ?

ഒരു കാര്യത്തിന് സാദ്ധ്യതയുണ്ട്. അത് സംഭവിക്കുമോ എന്നെനിക്ക് അറിഞ്ഞുകൂടാ. രോഗ വ്യാപനത്തിന്റെ ചരിത്രമെടുത്താൽ ഒരു രോഗാണുവും മനുഷ്യനെ കൊല്ലാൻ വേണ്ടി വരുന്നതല്ല. അവർ വേറെയെതെങ്കിലും ജീവികളുമായി താദാത്മ്യം പ്രാപിച്ച് സുരക്ഷിതമായി ജീവിച്ചു കൊണ്ടിരുന്ന ജീവജാലങ്ങളാണ്. അവരുടെ സ്വാഭാവിക ആവാസവ്യവസ്ഥയിൽനിന്നു മാറി മനുഷ്യരിലേക്ക് വരുമ്പോഴാണ് ജനിതക മാറ്റത്തിലൂടെ (മ്യൂട്ടേഷൻ സംഭവിച്ച്) രോഗമുണ്ടാക്കുന്നത്. നിപാവൈറസ് ഉള്ളിൽ ഉള്ളതുകൊണ്ട് വവ്വാലുകൾക്ക് പ്രശ്നമൊന്നു

മില്ലല്ലോ. അവരുടെ നൈസർഗ്ഗികമായ ആവാസവ്യവസ്ഥയ്ക്ക് മാറ്റം സംഭവിക്കുമ്പോഴാണ് വൈറസ് രോഗമുണ്ടാക്കിയത്. വൈറസുകൾക്ക് സത്യത്തിൽ രണ്ടു ലക്ഷ്യങ്ങളാണുള്ളത്. ഒന്ന് വിഭജിച്ച് എണ്ണം വർദ്ധിപ്പിക്കണം (Replication) സ്വന്തമായി അങ്ങനെ ചെയ്യാൻ പറ്റാത്തതുകൊണ്ട് മനുഷ്യ കോശത്തിനകത്തെ ഘടകങ്ങളെ ഉപയോഗപ്പെടുത്തി വേണം പെരുകി വർദ്ധിക്കാൻ, വൈറസ് ഇങ്ങനെ പെരുകിക്കഴിഞ്ഞാൽ ചിലപ്പോൾ അവ കടന്നു കൂടിയ ജീവി നശിക്കാനുള്ള സാദ്ധ്യതയുണ്ടല്ലോ. അതുകൊണ്ട് മറ്റൊരു ജീവിയിലേക്ക് പകരാനും കഴിയണം (Transmission). Replication and Transmission ഇതു രണ്ടുമേ വൈറസിനു ലക്ഷ്യമുള്ളൂ.

വൈറസുകൾ കഴിയുന്ന ജീവികളെ കൊല്ലുക എന്നത് അതിന്റെ ലക്ഷ്യമല്ല. അതുകൊണ്ട് ഒരു ഘട്ടം കഴിയുമ്പോൾ പെരുകാൻ ഇടമൊരുക്കുന്ന ജീവി കൂട്ടമായി ഇല്ലാതാവുന്നത് തടയാൻ വൈറസ് അതിന്റെ തീവ്രത ഒന്നു കുറയ്ക്കും. അത് വൈറസിന്റെ അതിജീവന തന്ത്രമാണ്, മനുഷ്യരാശിയുമായി വൈറസ് ഒരു ഒത്ത് തീർപ്പിലെത്തും. രോഗത്തിന്റെ തീവ്രതയും വ്യാപന നിരക്കും കുറയ്ക്കും. ഇതിലൂടെ വൈറസിന്റെ അതിജീവന സാദ്ധ്യത വർദ്ധിക്കുകയാണ് ചെയ്യുന്നത്, ഇതൊരു പരിണാമ പ്രകിയയാണ്. പ്രകൃതി നിർദ്ധാരണമാണ് (Natural Selection). രോഗവ്യാപനം കുറയുമ്പോൾ അതിന്റെ രേഖാചിത്രം (Curve Flatten) താഴുമല്ലോ. അതുദ്ദേശിച്ച് ഇങ്ങനെ രോഗവ്യാപനം കുറച്ച് വൈറസുകൾ അതിജീവനം ഉറപ്പാക്കുന്നതിനെ പരിണാമ ഭാഷയിൽ, സർവൈവൽ ഒഫ് ദ ഫ്ളാറ്റസ്റ്റ് (Survival of the Flattest) എന്ന് പറയാറുണ്ട്.

നമ്മുടെ ജലദോഷം എടുക്കാം. അതും വൈറസ് തന്നെയുണ്ടാക്കുന്നതാണ്. എന്റെ ശരീരത്തിൽ വരുന്നു. ഞാൻ ഒന്നു രണ്ടു ദിവസം തുമ്മുന്നു. മൂക്കൊലിക്കുന്നു. ജലദോഷം മാറുന്നു. പിന്നെ വൈറസ് അടുത്ത ആളിലേക്ക് പോകുന്നു. ഇതാണ് ഒരു വൈറസ് ആഗ്രഹിക്കുന്ന നിലനില്പ് തന്ത്രം (Survival Strategy). അതുകൊണ്ട് ഈ പാൻഡമിക്, അതായത് ഇപ്പോൾ ഉള്ളതിൽ നിന്ന് കുറഞ്ഞ് ഏതാനും രാജ്യങ്ങളിലേക്ക് ചുരുങ്ങി എപ്പിഡെമിക്ക് (Epidemic) ആയോ എൻഡമിക്ക് (Endemic) ആയി ഏതാനും പ്രദേശങ്ങളിലേക്കോ പരിമിതപ്പെടാം.

എച്ച് വൺ എൻ വൺ നല്ലൊരു ഉദാഹരണമാണ്. വാക്സിനും ആന്റി വൈറൽ മരുന്നുകളും ഉണ്ടായിട്ടും ഈ രോഗം ഒരു എൻഡമിക്ക് ആയി നമ്മുടെ സമൂഹത്തിൽ നിലനില്ക്കുന്നുണ്ട്. ഈ തരത്തിൽ പരിണാമപരമായി വൈറസിനുണ്ടാവുന്ന മാറ്റങ്ങളും ഒരു പക്ഷേ, ഈ പാൻഡമിക്കിന്റെ നിയന്ത്രണത്തിന് സഹായിച്ചേക്കാം. പക്ഷേ, വൈറസ് ഇങ്ങനെയൊരു പരിണാമത്തിന് വിധേയമാവുമ്പോഴേക്കും എത്രയാളുകൾക്ക് ജീവൻ നഷ്ടമാകും, അതിന്റെ സാമൂഹിക സാമ്പത്തിക ദുരന്തങ്ങൾ എത്രയുണ്ടാകും എന്ന് നമുക്ക് പറയാൻ കഴിയില്ല.

പാൻഡമിക് എന്ന രീതിയിൽ ഇതു തുടരില്ല എന്ന കാര്യം ഉറപ്പാണ്, ഒരു ഘട്ടത്തിൽ വൈറസ് പിൻവാങ്ങും. ഇതാണ് ഇതുവരെയുള്ള ചരിത്രം നമ്മളെ പഠിപ്പിക്കുന്നത്.

കൊറോണ വൈറസിന് മ്യൂട്ടേഷൻ സംഭവിച്ചുകൊണ്ടിരിക്കുകയാണെന്നും മരുന്നും വാക്സിനുമില്ലാത്ത അവസ്ഥയിൽ ഇത് വലിയ ഭീഷണി തന്നെ ആസന്നഭാവിയിൽ ഉണ്ടാക്കും എന്ന് നിരീക്ഷിക്കുന്നവരും ഉണ്ട്.

മ്യൂട്ടേഷൻ സംഭവിച്ചുകൊണ്ടേയിരിക്കും. കൊറോണ ഒരു ആർ എൻ എ വൈറസ് ആണ്. ആർ എൻ എ വൈറസിൽ ഡി എൻ എ വൈറസിനേക്കാളും മ്യൂട്ടേഷൻ സംഭവിക്കാനുള്ള സാദ്ധ്യത കൂടുതൽ. മ്യൂട്ടേഷൻ വരുന്നത് ചിലപ്പോൾ സഹായകരവുമാകാം. അങ്ങനെയാണ് തീവ്രത കൂടുന്നതും കുറയുന്നതും. വൈറസിന്റെ ഉള്ളിൽ ഒരു പ്രൂഫ് റീഡിങ് സംവിധാനമുണ്ട്. റെപ്ലിക്കേറ്റ് ചെയ്യുമ്പോൾ തൽരൂപം തന്നെ നിലനിർത്താൻ ജനിതകഘടന ഒത്ത്നോക്കി തെറ്റ് തിരുത്തി ശരിയാക്കുന്ന ഒരു രീതി ഉണ്ട്. പക്ഷേ, അത് ആർ എൻ എ വൈറസുകളിൽ കുറവാണ്. ഇതു വരെ ലോകത്തെമ്പാടും 9000 ജീൻ സീക്വൻസിങ് എങ്കിലും നടന്നിട്ടുണ്ട്, പല രാജ്യങ്ങളിലായിട്ട്. കേരളത്തിൽ തന്നെ രാജീവ് ഗാന്ധി സെന്റർ അതിനായി ശ്രമിക്കുന്നുണ്ട്. ഇൻസ്റ്റിറ്റ്യൂട്ട് ഓഫ് ജീനോമിക്സ് ആന്റ് സിസ്റ്റം ബയോളജി, ഡൽഹിയുമായി ചേർന്ന് കേരള ആരോഗ്യ വകുപ്പും ശ്രമിക്കുന്നുണ്ട്. ഇതുവരെ നടന്ന സീക്വൻസിങ്ങിൽ ഒന്നും ഗൗരവമായ പ്രത്യാഘാതം ഉണ്ടാകുന്ന മ്യൂട്ടേഷൻ നടന്നതായി കാണുന്നില്ല. മ്യൂട്ടേഷൻ അല്ല പ്രശ്നം, മ്യൂട്ടേഷൻ വഴി തീവ്രത (Virulence) കൂടുന്നുണ്ടോ എന്നതാണ് പ്രശ്നം.

കേരളത്തിന്റെ പ്രതിരോധ പ്രവർത്തനങ്ങളെക്കുറിച്ച് ലോക മാധ്യമങ്ങൾ റിപ്പോർട്ട് ചെയ്യുന്നു. എന്നാൽ ഇന്ത്യയിലെ മറ്റു സംസ്ഥാനങ്ങൾ കേരളവുമായി താരതമ്യം ചെയ്തു പറയുമ്പോൾ ഭയപ്പെടുത്തുന്ന കണക്കുകൾ അല്ലേ തരുന്നത്?

ഓരോ സംസ്ഥാനങ്ങൾക്കും അവരവരുടേതായ വെല്ലുവിളികളുണ്ട്. ഉദാഹരണത്തിന് താരതമ്യേന നല്ല നിലയ്ക്ക് നിയന്ത്രണങ്ങളുമായി പൊയ്ക്കോണ്ടിരുന്ന സംസ്ഥാനമായിരുന്നു തമിഴ്നാട്. പിന്നെ അവർ കൊയമ്പേടു മാർക്കറ്റ് അടച്ചുപൂട്ടാൻ തയ്യാറായില്ല. ഡൽഹിയിൽ നിന്നെത്തിയവർ കാര്യങ്ങളാകെ അട്ടിമറിച്ചു. രോഗസംഖ്യ വൻതോതിൽ ഉയർന്നു. ഡൽഹിയിലും ഇങ്ങനെയുള്ള പ്രശ്നങ്ങളുണ്ട്. ഇവിടെ കേരളത്തിൽ രോഗമുള്ളവരുമായി സമ്പർക്കത്തിലേർപ്പെടുന്നവരെ കണ്ടുപിടിക്കാൻ താരതമ്യേന എളുപ്പമായിരുന്നു. ഡൽഹിയിൽ മെട്രോ സ്റ്റേഷനിൽ ഇറങ്ങിയ രോഗമുള്ള ഒരാളുടെ കോണ്ടാക്റ്റ് കണ്ടു പിടിക്കുക സാദ്ധ്യമല്ല. പക്ഷേ, പൊതുവേ പറഞ്ഞാൽ ഇന്ത്യയിലെ മരണ നിരക്കും വ്യാപന നിരക്കും മറ്റ് രാജ്യങ്ങളുമായി തട്ടിച്ച് നോക്കുമ്പോൾ കുറവാണ്.

പലരും പല കാരണങ്ങളാണ് പറയുന്നത്. ബി സി ജി വാക്സിൻ എല്ലാവരും എടുക്കുന്നുണ്ട് ഇന്ത്യയിൽ, ഇത് കോവിഡിന് എതിരായ രോഗപ്രതിരോധത്തിനുള്ള സാദ്ധ്യതയുണ്ടെന്ന് പറയുന്നു. ചൂട് ഒരു ഘടകമാണെന്നു പറയുന്നു. നമ്മുടെ ജനിതക ഘടനയുടെ പ്രത്യേകതയാണെന്നു പറയുന്നു. ഇതൊന്നും ശാസ്തീയമായി തെളിയിക്കപ്പെട്ടിട്ടില്ല.

മഹാരാഷ്ട്ര, ഗുജറാത്ത്, ഡൽഹി, മദ്ധ്യപ്രദേശ്, പശ്ചിമബംഗാൾ, ഉത്തർ പ്രദേശ്, രാജസ്ഥാൻ, തമിഴ്നാട് തുടങ്ങിയ സംസ്ഥാനങ്ങളിലെ സ്ഥിതി മോശമാണ്. അത്ഭുതകരമെന്നു പറയട്ടെ, കേരളത്തെപ്പോലെ ശക്തമായ പൊതുജനാരോഗ്യ സംവിധാനമോ ജനകീയ ഇടപെടലോ ഇല്ലാതിരുന്നിട്ടും ബീഹാർ, ഹരിയാണ, ഒഡീഷ, ഉത്തരാഖണ്ഡ്, ഹിമാചൽ പ്രദേശ്, ജാർഖണ്ഡ്, അസം, ഛത്തീസ്ഗഢ്, ത്രിപുര തുടങ്ങിയ സംസ്ഥാനങ്ങളിലെ സ്ഥിതി അത്ര മോശമല്ല. അതുകൊണ്ട് മറ്റു സംസ്ഥാനങ്ങൾ എല്ലാം അത്ര മോശമാണെന്ന് പറയാനാവില്ല. കനത്ത സാമൂഹ്യ സാമ്പത്തിക ആഘാതം നമുക്ക് ഉണ്ടാക്കിയെങ്കിലും രോഗവ്യാപനം കുറയ്ക്കുന്നതിൽ ലോക്ക്ഡൗൺ രാജ്യത്തെ സഹായിച്ചിട്ടുണ്ടെന്നതിൽ സംശയമില്ല.

ജൂണിൽ സ്കൂളുകൾ തുറക്കരുതെന്നാണ് ഐ എം എ അടക്കമുള്ള ഡോക്ടർമാരുടെ സംഘടനകൾ നിർദ്ദേശിച്ചിരിക്കുന്നത്. നമ്മുടെ സ്കൂൾടൈം ടേബിൾ അട്ടിമറിക്കപ്പെടുന്ന ഒരവസ്ഥയാണ് മുന്നിലുള്ളത്. കുട്ടികളുടെ വിദ്യാഭ്യാസത്തെപ്പറ്റിയുള്ള കാഴ്ചപ്പാടിൽ തന്നെ കാര്യമായ മാറ്റമുണ്ടാകുന്നു. എത്രമാത്രം അപകടകരമായിരിക്കും ജൂണിലെ പുതുവർഷാരംഭം? ഓൺലൈൻ സ്കൂളിങ്ങിനെക്കുറിച്ച് ഗൗരവമുള്ള ചർച്ച നടക്കുന്നുമുണ്ട്.

വിദ്യാഭ്യാസം ഒരു വലിയ പ്രശ്നം ആണ്. സ്കൂളുകളിലും കോളേജുകളിലും ഒക്കെ നമുക്ക് ഒന്നിടവിട്ട ദിവസങ്ങളിൽ അദ്ധ്യയനം നടത്താം. ക്ലാസ് മുറികളിലെ കുട്ടികളുടെ എണ്ണം കുറയ്ക്കാം. പക്ഷേ, കുട്ടികൾ എങ്ങനെയാണ് സ്കൂളുകളിലും കോളേജുകളിലും വരുന്നത്? പൊതുഗതാഗതം വഴിയാണ് ഭൂരിപക്ഷവും വരുന്നത്. എന്തിന് സാമ്പത്തിക ശേഷിയുള്ള കുട്ടികളെത്തുന്ന വണ്ടികളിൽ പോലും എത്രയോ പേരെ കുത്തിനിറയ്ക്കുന്നുണ്ട്. ഇതൊരു വലിയ പ്രശ്നമാണ്. കുട്ടികളുടെ ആരോഗ്യ പ്രശ്നത്തേക്കാൾ ഇവർ പുറത്ത് പോയി തിരിച്ചു രോഗവുമായി വന്ന് പ്രായമായവർക്ക് രോഗം പകർത്താനുള്ള സാദ്ധ്യത കൂടുതലാണ്. രോഗവ്യാപനത്തിനുള്ള സാദ്ധ്യതകളാണ് നമ്മെ അലട്ടുന്നത്. എങ്ങനെ ശരീര ദൂരം വിദ്യാലയങ്ങളിൽ പാലിക്കാൻ പറ്റും? ഇതൊരു വലിയ വെല്ലുവിളിയാണ്. ജൂൺ മാസം കാലവർഷ മാസമാണല്ലോ, അതുകൂടെ കഴിഞ്ഞ് ജൂലൈയിൽ വിദ്യാലയങ്ങൾ തുറക്കാമെന്ന ഒരു നിർദ്ദേശം വന്നിട്ടുണ്ട്.

ഓൺലൈൻ വഴിയുള്ള പഠനത്തിനൊക്കെ വളരെയേറെ പരിമിതി

യുണ്ട് നമുക്ക്. ഹൈബാൻഡ് നെറ്റ് കണക്റ്റിവിറ്റിയോ സ്മാർട്ട് ഫോണോ ഒക്കെ നല്ലൊരു ശതമാനം വിദ്യാർത്ഥികൾക്കും ലഭ്യമല്ലാത്ത അവസ്ഥയുണ്ട്. ടാബ്ലറ്റ് പി സി യൊക്കെ ലഭ്യമല്ലാത്ത 25 ശതമാനം കുട്ടികളെങ്കിലും കേരളത്തിൽ ഉണ്ട്. അതുകൊണ്ട് ഓൺലൈൻ ഒരു പരിഹാരമായി പറയാൻ പറ്റില്ല, ഒരു അനുബന്ധ വിദ്യാഭ്യാസ രീതിയായി പറയാം. ക്ലാസ് മുറി അദ്ധ്യാപനത്തിന് പകരമാവില്ല. ആഡ് ഓൺ ആയി പറയാം. ഒരു ആറു മാസം കൊണ്ട് ഇപ്പോഴത്തെ അവസ്ഥ മാറുകയാണെങ്കിൽ നമുക്ക് കോഴ്സുകളുടെ വലിപ്പം കുറയ്ക്കാം, ടെലസ്കോപ്പ് ചെയ്യാം. അദ്ധ്യാപകർക്ക് ഒരു വെല്ലുവിളിയായിരിക്കുമെങ്കിലും സാദ്ധ്യമായ കാര്യമാണിത്. എ കെ പി സി ടി എ ടെലഗ്രാം സാമൂഹ്യ ശ്രംഖല വഴി അദ്ധ്യാപകരെ ഇതിന് സജ്ജമാക്കുന്ന പരിപാടികൾ തുടങ്ങിയിട്ടുണ്ട്, നല്ല കാര്യമാണത്.

സ്കൂളുകളിൽ വിവരസാങ്കേതിക വിദ്യാധിഷ്ഠിത വിദ്യാഭ്യാസം നേരത്തെതന്നെ ഐടി@സ്കൂൾ വഴിയും ഇപ്പോൾ കൈറ്റ് വഴിയും നടപ്പിലാക്കിയിട്ടുണ്ട്. വിക്ടേഴ്സ് ചാനൽ, സമഗ്ര പോർട്ടൽ ലിറ്റിൽ കൈറ്റ് എന്നിവ വഴി സ്കൂളുകളിൽ വലിയ മാറ്റം ഉണ്ടാക്കാൻ കഴിഞ്ഞിട്ടുണ്ട്. ഇതിനകം വന്നു കഴിഞ്ഞിട്ടുണ്ട്. കോളേജുകളിൽ ഒട്ടും നടന്നിട്ടില്ല. കോവിഡു കൊണ്ടുണ്ടായ നേട്ടം നേരത്തെയുണ്ടായിരുന്നതും നാം വേണ്ടത്ര ഗൗനിക്കാതിരുന്നതുമായ പല സാങ്കേതിക നേട്ടങ്ങളും രീതി ശാസ്ത്രങ്ങളും പുനഃപരിശോധിക്കാനും നടപ്പിലാക്കാനുമുള്ള ശ്രമങ്ങൾ നടക്കുന്നുണ്ട് എന്നതാണ്. പൊതുവേ ഓൺ ലൈൻ കോഴ്സുകൾക്കും ആധുനിക സാങ്കേതികവിദ്യകൾ വിദ്യാഭ്യാസമേഖലയിൽ പ്രയോഗിക്കുന്നതിനുമൊക്കെ പലരും എതിരായിരുന്നല്ലോ. അതൊന്ന് മാറിക്കിട്ടിയിട്ടുണ്ട്. അതേസമയം വിവര സാങ്കേതിക വിദ്യയുള്ളവരും ഇല്ലാത്തവരും വിജ്ഞാന ധനികരും വിജ്ഞാന ദരിദ്രരും എന്ന വിവരസാങ്കേതിക വിദ്യാ അസമത്വം (Digital Divide) ഇല്ലാതാക്കി സാമ്പത്തികമായി പിന്നാക്കം നില്ക്കുന്നവരെ സഹായിക്കാനുള്ള പദ്ധതികളും ആവിഷ്കരിക്കണം.

കേരളത്തിലെ പൊതുജനാരോഗ്യരംഗത്തെന്നതു പോലെ തന്നെ പൊതുവിദ്യാഭ്യാസ രംഗത്തും പ്രവർത്തനങ്ങൾക്ക് നേതൃത്വം നല്കിയതിന്റെ അനുഭവത്തിൽനിന്നും സ്കൂളുകളിൽ മാത്രം കേന്ദ്രീകരിക്കാതെ കോവിഡ്കാല കേരളത്തിൽ ഈ പ്രശ്നങ്ങൾക്ക് പ്രായോഗികമായ പരിഹാരങ്ങൾ മുന്നോട്ടു വെക്കാൻ കഴിയുമോ?

ധാരാളം സാദ്ധ്യതകൾ ഞാൻ കാണുന്നുണ്ട്. നമ്മുടെ വായനശാലകൾ തന്നെ ഇങ്ങനെ മാറ്റിയെടുക്കണം. 7000 ലധികം വായനശാലകൾ ഉണ്ട് കേരളത്തിൽ. വൈ ഫൈ, ഹൈബാൻഡ് കണക്റ്റിവിറ്റി ഒക്കെ വായനശാലകൾക്കു നല്കണം. സാമ്പത്തികമായി പിന്നാക്കം നില്ക്കുന്നവർക്ക് നെറ്റ് ലഭ്യമാക്കാനുള്ള കേന്ദ്രങ്ങളാവട്ടെ വായന

ശാലകൾ. പൊതു സ്ഥാപനങ്ങൾ വൈകുന്നേരങ്ങളിൽ ഇതിനായി തുറന്നുകൊടുക്കണം. പഞ്ചായത്ത് ഓഫീസുകൾ പോലെ ഒരുപാട് സാമൂഹ്യ സ്ഥാപനങ്ങൾ നമുക്കുണ്ട്. ഇവയുടെ സഹായത്തോടെ പിന്നാക്ക വിദ്യാർത്ഥികളെ സഹായിക്കാൻ നമുക്ക് കഴിയണം. പ്രതിഭാ തീരം എന്ന പേരിൽ ഡോ. തോമസ് ഐസക് ആലപ്പുഴയിൽ വിജയകരമായി ഇത്തരമൊരു പദ്ധതി നടപ്പിലാക്കിയിട്ടുണ്ട്. തീരദേശത്തെ കുട്ടികൾക്കു വേണ്ടിയായിരുന്നു ഇത്. തീരപ്രദേശത്തെ മത്സ്യത്തൊഴിലാളികളുടെ കുട്ടികൾക്ക് ചെറ്റക്കുടിലുകളിലിരുന്ന് പഠിക്കാൻ വലിയ പ്രയാസങ്ങളുണ്ടായിരുന്നു. കടലോരത്തെ വായനശാലകൾ കുട്ടികൾക്ക് പഠിക്കാനായി വൈകുന്നേരങ്ങളിൽ തുറന്നു കൊടുത്തു, വലിയ മാറ്റമാണ് വന്നത്. അവിടെ കമ്പ്യൂട്ടറുകൾ സംഭാവന ചെയ്യാൻ പലരും മുന്നോട്ട് വന്നു. ക്ലാസെടുക്കാൻ അദ്ധ്യാപകർ സന്നദ്ധരായി ഈയൊരു പരീക്ഷണം നമുക്കു മറ്റ് സ്ഥലങ്ങളിലും നടപ്പിലാക്കം. ഒരു കാര്യം ഉറപ്പാണ് ഇനിയുള്ള കാലം ഒരുതരം നെറ്റ് വർക്ക് എൻവയൺമെന്റിൽ (Network Environment) അദ്ധ്യാപകരും വിദ്യാർത്ഥികളും കഴിയേണ്ടതുണ്ട്. അല്ലെങ്കിൽ സാമ്പത്തിക ശേഷിയുള്ള കുട്ടികളൊക്കെ വളരെ മുമ്പിലോട്ടങ്ങു വളരെ പെട്ടെന്നു തന്നെ പോകും. സാങ്കേതിക വിദ്യയോടു പുറം തിരിഞ്ഞ് നില്ക്കാതെ സാമ്പത്തികമായി പിന്നിലുള്ളവർക്ക് കൂടി അതെത്തിക്കാനാണ് ഇപ്പോൾ ശ്രമിക്കേണ്ടത്. ഐ ടി അറ്റ് സ്കൂൾ (കൈറ്റ്) ഐ ടി അറ്റ് എജ്യുക്കേഷനായി വിപുലീകരിക്കണം. കാരണം, കോളേജുകളിൽ വിദ്യാർത്ഥികളും അദ്ധ്യാപകരും സ്കൂളുകളിലേതുപോലെ ആധുനിക വിവരവിനിമയ സാങ്കേതിക വിദ്യകളുടെ വിദ്യാഭ്യാസ മേഖലയിലെ പ്രയോഗത്തോടെ പരിചിതരല്ല അത് മാറണം.

ഈ ധാരണകളെക്കുറിച്ച് പറയുമ്പോൾ കോവിഡ് പോലുള്ള ക്രൈസിസുകളിൽ കേരള സമൂഹത്തിന് വലിയ ആശ്വാസമായി വന്നിട്ടുള്ളത് കഴിഞ്ഞ 50 വർഷങ്ങളായി നടന്ന രണ്ടു പരോക്ഷ നിക്ഷേപങ്ങളാണെന്നു പറയേണ്ടി വരും. വിദ്യാഭ്യാസ രംഗത്തും പൊതുജനാരോഗ്യ രംഗത്തും കേരളം നടത്തിയ ചിന്താപരമായ ഉൾക്കാഴ്ചയുള്ള നിക്ഷേപങ്ങൾ ഇപ്പോൾ വലിയ സാമൂഹിക ഉത്തരവാദിത്വമായി തിരിച്ചു കിട്ടുന്നുണ്ട്.

ആരോഗ്യവും വിദ്യാഭ്യാസവും മനുഷ്യരുടെ ജന്മാവകാശങ്ങളാണെന്ന് അംഗീകരിക്കുക, അത് വരുമാന സാമൂഹ്യ ഭേദമില്ലാതെ എല്ലാവർക്കും ലഭ്യമാക്കുക എന്നത് സ്റ്റേറ്റിന്റെ ഉത്തരവാദിത്വമായിരിക്കുക ഇങ്ങനെയൊരു നിലപാട് അംഗീകരിക്കപ്പെടേണ്ടതുണ്ട്. ഇത് വലിയൊരളവ് ഉറപ്പാക്കാൻ കഴിഞ്ഞു എന്നതാണ് കേരളത്തിന്റെ നേട്ടം. അതേയവസരത്തിൽ മറ്റൊരു കാര്യം കൂടി നാം കാണാതിരിക്കരുത്. നാം ഏറ്റവും കൂടുതൽ എതിർത്തിരുന്ന സ്വാശ്രയ മെഡിക്കൽ സ്ഥാപനങ്ങളുണ്ടല്ലോ, അവർ പൂർണ്ണമായിട്ടും സർക്കാരിനോട് സഹകരിക്കാനും അവരുടെ സൗകര്യങ്ങൾ കോവിഡ് നിയന്ത്രണത്തിനു

വിട്ടുതരാനും കോവിഡ് കാലത്ത് തയ്യാറായി. ഒരു പ്രതിസന്ധിയിൽ വ്യത്യസ്ഥതകൾ മറന്ന് ഒരുമിച്ച് നില്ക്കുക എന്ന ചരിത്രപരമായി നമുക്ക് വളർത്തിയെടുക്കാൻ കഴിഞ്ഞ നമ്മുടെ സാമൂഹ്യ മൂലധനത്തിന്റെ (Social Capital) ഗുണം കൊണ്ട് കൂടിയായിരിക്കാം ഇങ്ങനെ ഒരു നീക്കം സ്വകാര്യ മേഖലയുടെ ഭാഗത്തുനിന്നും ഉണ്ടായത്. കേരളത്തിൽ രണ്ട് കോവിഡ് ഹോസ്പിറ്റലുകൾ നാം ആരംഭിച്ചിരിക്കുന്നത് ഒന്ന് കണ്ണൂർ മെഡിക്കൽ കോളേജിലും മറ്റൊന്ന് വയനാട് മെഡിക്കൽ കോളേജിലുമാണ്. രണ്ടും സ്വകാര്യ മെഡിക്കൽ കോളേജുകളാണ്. മറ്റു പല ഇന്ത്യൻ സംസ്ഥാനങ്ങളിലും പ്രൈവറ്റ് ഹോസ്പിറ്റലുകൾ ഏറ്റെടുക്കാൻ സർക്കാർ നിയമപരമായി ശ്രമിക്കുമ്പോഴാണ് ഇവിടെ അവർ സ്വമേധയാ മുന്നോട്ടു വന്നത്.

കോവിഡ് രോഗ ചികിത്സയ്ക്കായി നമുക്ക് മൂന്നു പ്ലാനുകളാണ് ഇപ്പോൾ നടപ്പിലാക്കുന്നത് സർക്കാർ ആശുപത്രികളെ ആശ്രയിച്ചുകൊണ്ടുള്ള പ്ലാൻ എ ആണ്. രോഗികളുടെ എണ്ണം വർദ്ധിച്ചാൽ പ്ലാൻ ബി യും സി യും നടപ്പിലാക്കാൻ സ്വകാര്യ ആശുപത്രികളെ ആശ്രയിക്കേണ്ടിവരും. അവരുടെ ഐ സി യുകൾ, വെന്റിലേറ്ററുകൾ, ഇതിന്റെയൊക്കെ കണക്ക് നമുക്ക് നല്കിയിട്ടുണ്ട്. ഇതൊരു ചരിത്ര തുടർച്ചയാണെന്ന് പറയാം. നമ്മുടെ മിഷണറിമാരും മറ്റും സ്ഥാപിച്ചത് സ്വകാര്യ ആശുപത്രികളും വിദ്യാഭ്യാസസ്ഥാപനങ്ങളും ആണല്ലോ, അതു നമ്മുടെ പൊതുജനാരോഗ്യത്തെയും പൊതു വിദ്യാഭ്യാസത്തെയും മെച്ചപ്പെടുത്താൻ സഹായിച്ചിട്ടുണ്ടെന്ന കാര്യം കാണാതിരുന്നുകൂടാ. കേരളത്തിന്റെ സാമൂഹിക മൂലധനത്തിന് ഇങ്ങനെ പല പ്രത്യേകതകളും ഉള്ളതായി കാണാം. നമ്മൾ കേരള ചരിത്രം സ്മരിക്കുമ്പോൾ കേരളത്തെ ഇന്നത്തെ നിലയിലെത്തിച്ച ഇത്തരം സാമൂഹ്യ ഘടകങ്ങളെ മറക്കുകയും ഒഴിവാക്കയും ചെയ്യരുത്.

ക്ലൈമറ്റ് പൊളിറ്റിക്സ്, ഗ്രീൻ പൊളിറ്റിക്സ് ഒക്കെ കോവിഡോഡു കൂടെ വീണ്ടും ചർച്ചയാവാൻ തുടങ്ങിയിട്ടുണ്ട് ലോകമെങ്ങും. വലിയ പരിസ്ഥിതി ബോധമുള്ള ജനാവലിയുണ്ടെങ്കിലും കേരളത്തിന് ഇതിൽ ഒറ്റയ്ക്ക് ഒന്നും ചെയ്യാനില്ല. പക്ഷേ, പരിസ്ഥിതിയുടെ രാഷ്ട്രീയം കേരളത്തിലും ഗൗരവമായി ചർച്ച ചെയ്യപ്പെടും എന്നു തോന്നുന്നില്ലേ?

നേരത്തെ കേരളത്തിൽ ചർച്ച ചെയ്യപ്പെടുകയും പിന്നീട് അവഗണിക്കപ്പെടുകയും ചെയ്തുപോയ പല ആശയങ്ങളും കോവിഡ് അനുഭവം മൂലം വീണ്ടും പൊതു ചർച്ചാവേദികളിൽ ഉയർന്ന് വരുന്നുണ്ട്. അത്തരമൊരു കാര്യമാണ് വൺ ഹെൽത്ത്, അല്ലെങ്കിൽ ഏകാരോഗ്യം എന്ന ആശയം. കാരണം, മിക്ക വൈറസ് രോഗങ്ങളും പുതുതായി വരുന്നത് വന്യജീവികളിൽ നിന്നാണ്. (Zoonosis) നിപാ, സാർസ് (SARS), മെഴ്സ് (MERS), കോവിഡ് രോഗങ്ങളെല്ലാം മൃഗങ്ങളിൽ നിന്നും സസ്തനികളിൽ നിന്നും മനുഷ്യനിലെത്തിയവയാണ്. എന്തുകൊണ്ടാണ്

ഈ രോഗങ്ങൾ മനുഷ്യരിലേക്ക് വരുന്നത്, ഈ ജീവജാലങ്ങൾക്ക് പരിസ്ഥിതി വിനാശം മൂലം അവരുടെ പ്രകൃതി ദത്ത ആവാസവ്യവസ്ഥ നഷ്ടപ്പെടുന്നു. നിപാ അങ്ങനെ വന്നതാണ്. മലേഷ്യയിലെ വനനശീകരണത്തെ തുടർന്ന് വവ്വാലുകൾക്ക് അവരുടെ ആവാസവ്യവസ്ഥ നഷ്ടമായി. ഭക്ഷണം കിട്ടാതായി, വലിയൊരു സംഘർഷത്തിന് (Stress) വവ്വാലുകൾ വിധേയരായി. അങ്ങനെയാണ് അവയുടെ ശരീരത്തിൽ സഹജീവിച്ചിരുന്ന വൈറസുകൾ പുറത്ത് വന്ന് മനുഷ്യരിലേക്ക് വ്യാപിച്ച് രോഗം പരത്തിയത്.

മൃഗങ്ങളും പക്ഷികളും കീടങ്ങളും അവയുടെ സഹജമായ ആവാസവ്യവസ്ഥയിൽനിന്ന് മാറ്റപ്പെട്ട് മനുഷ്യനുമായി കൂടുതൽ അടുത്ത് സഹവസിക്കേണ്ട സാഹചര്യമുണ്ടാവുമ്പോൾ ഇവയുടെ ശരീരത്തിൽ സഹജമായുള്ള വൈറസുകൾ മനുഷ്യശരീരത്തിലേക്ക് പടരും. പിന്നെ, മനുഷ്യനിൽനിന്ന് മനുഷ്യനിലേക്കും. ഈ രോഗാണുക്കൾ പലതും മൃഗങ്ങളുടെയും പക്ഷികളുടെയും ശരീരത്തിൽ സ്ഥിരമായി വസിക്കുന്നവയാണ്, രോഗാണുക്കളായല്ല എന്നു മാത്രം. വനനശീകരണം, കാലാവസ്ഥ വ്യതിയാനം, വലിയ കുടിയേറ്റങ്ങൾ, രാജ്യങ്ങളിൽനിന്ന് രാജ്യങ്ങളിലേക്കും ഭൂഖണ്ഡങ്ങളിലേക്കുമുള്ള മനുഷ്യരുടെ വൻതോതിലുള്ള യാത്രകൾ, പ്രകൃതിയിൽ മനുഷ്യർ നടത്തുന്ന അതിക്രമങ്ങൾ എന്നിവ മൂലം മൃഗങ്ങളിൽനിന്ന് മനുഷ്യരിലേക്ക് ഇവ പടരും.

കോവിഡിന്റെ കാര്യമെടുക്കാം, ചൈനയിലെ വന്യജീവി കമ്പോളത്തിൽ നിന്നാണ് തുടക്കം, അവർ വിചിത്ര വിശേഷ (Exotic) മായ ജീവികളെയൊക്കെ കഴിക്കാറുണ്ട്. വെരുക്, ഈനാംപേച്ചി, തുടങ്ങിയവയെ. അങ്ങനെയാണ് അവരിലുള്ള വൈറസുകൾ മനുഷ്യനിലെത്തിയത്. വന്യജീവികളുടെ ആരോഗ്യം സംരക്ഷിക്കേണ്ടത് മനുഷ്യരുടെ ആരോഗ്യം സംരക്ഷിക്കാൻ അത്യാവശ്യമായി വന്നിരിക്കുകയാണിപ്പോൾ. വരാനിരിക്കുന്ന കാലങ്ങളിൽ ഇതുപോലുള്ള മൃഗജന്യ രോഗങ്ങൾ (Zoonotic Diseases) ധാരാളം വരാൻ സാദ്ധ്യതയുണ്ട്. കാരണമെന്താണ്, പരിസ്ഥിതിയിൽ നമ്മളേല്പിക്കുന്ന ആഘാതം അത്ര വലുതാണ്.

അതോടൊപ്പം വാണിജ്യാവശ്യങ്ങൾക്കായി ഉപയോഗിക്കുന്ന വീട്ട് മൃഗങ്ങളിൽ (ആട്, പശു, പോത്ത്. പന്നി) മൃഗങ്ങളുടെ മാംസവളർച്ചയ്ക്കും തൂക്കം വർദ്ധിപ്പിക്കാനും ആരോഗ്യ സംരക്ഷണത്തിനുമായി പലവിധ ആന്റിബയോട്ടിക്കുകൾ യാതൊരു മാനദണ്ഡങ്ങളും പാലിക്കാതെ അവയ്ക്ക് നല്കുന്നുണ്ട്. ഇതിന്റെ ഫലമായി രോഗാണുക്കൾ ആന്റിബയോട്ടിക്കുകളോട് പ്രതിരോധ ശേഷി വളർത്തിയെടുക്കുന്നു. ആന്റി ബയോട്ടിക്ക് പ്രതിരോധ ശേഷിയുള്ള രോഗാണുക്കൾ വലിയൊരു ആരോഗ്യ ഭീഷണിയായി ഉയർന്ന് വന്നിരിക്കയാണ്. കാരണം മനുഷ്യരിൽ രോഗാണു ബാധയെ ചെറുക്കാൻ ആന്റിബയോട്ടിക്കുകൾക്ക് കഴിയാതെ വരുന്നു. അങ്ങനെ ആന്റിബയോട്ടിക്ക് പ്രതിരോധ ശേഷിയുള്ള രോഗാണു ബാധവഴി മരിക്കുന്നവരുടെ എണ്ണം ആശങ്കാജനകമായി വളർന്നു വരികയാണ്. ആന്റിമൈക്രോബൽ റസിസ്റ്റൻസ് (Anti Microbial Resistance, AMR) എന്നാണതിന് പറയുന്നത്. മൃഗങ്ങളിൽ തെറ്റായുള്ള ആന്റി ബയോട്ടിക് പ്രയോഗം കുറയ്ക്കണം, അവിടെയും മനുഷ്യന്റെയും മൃഗ ങ്ങളുടെയും ജീവിതം ബന്ധപ്പെട്ടുകിടക്കുകയാണ്. അതുകൊണ്ടു തന്നെ ഇനിയുള്ള കാലം ഡോക്ടർമാരും വെറ്റിനറിയേറിയൻസും ഐക്യ പ്പെടേണ്ടതുണ്ട്.

മനുഷ്യരുടെയും മൃഗങ്ങളുടെയും ആരോഗ്യവും പരിസ്ഥിതിയും സംരക്ഷിക്കേണ്ട ഏകലോകം ഏകാരോഗ്യം (One World One Health) എന്ന സമഗ്ര കാഴ്ചപ്പാട് പ്രചരിപ്പിക്കാനുള്ള ദൗത്യം പരിസ്ഥിതി സംര ക്ഷണത്തെക്കുറിച്ചും ജനകീയാരോഗ്യത്തെക്കുറിച്ചും ശരിയായ ധാരണ യുള്ള കേരളത്തിലെ ജനകീയ പ്രസ്ഥാനങ്ങൾ ഏറ്റെടുക്കേണ്ടതാണ്.

(ട്രൂകോപ്പി തിങ്ക് ഓൺ ലൈൻ മാഗസിന് വേണ്ടി കെ കണ്ണൻ, കമൽ റാം സജീവ് എന്നിവരുമായി നടത്തിയ അഭിമുഖത്തിൽനിന്നും)

ലോകവും രാജ്യവും
കേരളത്തെ വിലയിരുത്തുന്നു

കോവിഡ് രോഗ ബാധ: കേരളത്തിന്റെ മാതൃക

ദേവിക ദേശായി

ഇന്ത്യയിലെ ആദ്യ കോവിഡ് രോഗ ബോധ ഫലപ്രദമായി നേരിട്ട് രാജ്യത്തെ കോവിഡ് ഗ്രാഫ് ഉയരാതെ നിർത്തിയത് കേരളത്തിന്റെ മികവ്. ജനുവരി 23 ന്, കേരളീയരായ മൂന്ന് മെഡിക്കൽ വിദ്യാർത്ഥികൾ ചൈനയിലെ വുഹാനിൽനിന്ന് ആലപ്പുഴ, തൃശൂർ, കാസർകോട് ജില്ലകളിലുള്ള അവരുടെ ഹോം ടൗണുകളിലേക്ക് യാത്ര തിരിച്ചു. കൊറോണ വൈറസ് ഭീഷണിയോടുള്ള പ്രതികരണം എന്ന നിലയിൽ വുഹാനും ഹൂബെയ് പ്രവിശ്യയിലെ മറ്റ് നഗരങ്ങളും ലോക്ക് ഡൗൺ ചെയ്യാനുള്ള തീരുമാനത്തെ തുടർന്ന് നൂറു കണക്കിന് മറ്റ് വിദ്യാർത്ഥി കൾക്കൊപ്പം വുഹാൻ ഇൻസ്റ്റിറ്റ്യൂട്ട് ഓഫ് മെഡിക്കൽ സയൻസിൽ പഠിച്ചിരുന്ന അവരെയും ചൈനയിലെ സർക്കാർ ഒഴിപ്പിച്ചിരുന്നു. ചൈന യിൽ ഏഴായിരത്തിലധികം ആളുകളിലേക്ക് പടരുകയും 170 പേരുടെ ജീവനെടുക്കുകയും ചെയ്ത വൈറസ് അവരിലൂടെ കേരളത്തിലും എത്താതിരിക്കാനുള്ള മുൻകരുതലെന്ന നിലയിൽ, നാട്ടിൽ എത്തിയ ഉടൻ അടുത്തുള്ള ആശുപത്രികളിൽ റിപ്പോർട്ട് ചെയ്ത് സ്ക്രീനിങ്ങിന് വിധേയരാവണമെന്നും വീടുകളിൽ ഐസൊലേഷനിൽ കഴിയണമെന്നും അവരോട് ആവശ്യപ്പെട്ടു. ഒരാഴ്ചയ്ക്ക് ശേഷം, ജനവരി 30 ന് അവർ മൂന്നു പേരും കൊറോണ വൈറസ് ടെസ്റ്റിൽ പോസിറ്റീവായി ഇന്ത്യയിലെ ആദ്യ കോവിഡ് 19 രോഗികളായി.

'ഇന്ത്യയിലെ ആദ്യ കേസ് കേരളത്തിലായതിൽ ഒട്ടും അത്ഭുതമില്ല', ജൈവശാസ്ത്ര നൈതികതയിലും ആഗോള ആരോഗ്യ നയത്തിലും ഗവേഷണം നടത്തുന്ന ആനന്ദ് ഭാൻ നാഷണൽ പോസ്റ്റിനോട് പറഞ്ഞു. ടൂറിസവും ഗൾഫ് രാജ്യങ്ങളിലേക്കുള്ള യാത്രകളും കൊണ്ട് രാജ്യത്തിന്റെ ശരാശരിയേക്കാൾ കൂടുതൽ രാജ്യാന്തര ഗതാഗതമുള്ള

സംസ്ഥാനമാണ് കേരളം. 1.38 ശതകോടി ജനസംഖ്യയുള്ള ഇന്ത്യയിൽ ഇത് കാനഡയിലേതിനേക്കാൾ 1.34 ശതകോടി കൂടുതലാണ്. 21,700 കൊറോണ വൈറസ് കേസുകളും 686 പേരുടെ മരണവും മാത്രമേ ഇതുവരെ സ്ഥിരീകരിച്ചിട്ടുള്ളു. ഈ ആഗോള മഹാമാരി ഏറ്റവും കൂടുതൽ ബാധിച്ച രാജ്യങ്ങളുടെ പട്ടികയിൽ, 41,000 ത്തിലധികം കേസുകൾ റിപ്പോർട്ട് ചെയ്ത കാനഡയേക്കാൾ നാലുപടി താഴെ പതിനേഴാമതാണ് ഇന്ത്യയുടെ സ്ഥാനം. അതിന്റെ മുഴുവൻ മേന്മയും ആദ്യത്തെ കോവിഡ് രോഗികളിൽ നിന്ന് ഒരാളിലേക്കു പോലും രോഗം പകരാതെ നോക്കിയ കേരളത്തിന്റെ സമീപനത്തിനാണെന്ന് പലരും വിലയിരുത്തിയിട്ടുണ്ട്.

ജനുവരി 30 ന് വുഹാനിലെ ഇൻസ്റ്റിസ്റ്റ്യൂട്ട് ഓഫ് മെഡിക്കൽ സയൻസിൽ നിന്നെത്തിയ വിദ്യാർത്ഥിനി കൊറോണ ടെസ്റ്റിൽ പോസിറ്റീവ് ആയതിനെ തുടർന്ന് കേരളം രൂപപ്പെടുത്തിയ ചികിത്സാ പരിപാടി കൊറോണ വൈറസിനെ നേരിടുന്നതിൽ മാതൃകാപരമായ ഒന്നായി കണക്കാക്കപ്പെടുന്നു. ആ വിദ്യാർത്ഥിനിയെ ഉടൻ തന്നെ തൃശൂർ മെഡിക്കൽ കോളേജ് ആശുപത്രിയിലെ ഐസൊലേഷൻ വാർഡിലേക്ക് മാറ്റി അഞ്ചു ദിവസത്തെ ആന്റി വൈറൽ ചികിത്സ നല്കി. ലോകം മുഴുവൻ ശുപാർശ ചെയ്യപ്പെടുന്ന ക്വാറന്റൈൻ പിരീഡ് രണ്ടാഴ്ചയാണെന്നിരിക്കെ, അതിലും രണ്ടാഴ്ച കൂടുതൽ 28 ദിവസം അവരെ ആശുപത്രിയിൽ കിടത്തി ഡിസ്പോസബിൾ വസ്ത്രങ്ങൾ മാത്രം ധരിപ്പിച്ചും ഉപയോഗത്തിനു ശേഷം കത്തിച്ചു കളയുന്ന തരം പാത്രത്തിൽ ആഹാരം നല്കിയും ഒന്നിടവിട്ട ദിവസങ്ങളിൽ വൈറസ് ടെസ്റ്റ് നടത്തിയും ചികിത്സിച്ചു. ഫെബ്രുവരി മൂന്നാം തീയതി അവളുടെ കൂടെ വന്ന മറ്റു രണ്ടു വിദ്യാർത്ഥികൾക്കും കോവിഡ് സ്ഥിരീകരിച്ചപ്പോൾ അവരെയും അതേ ആശുപത്രിയിൽ ഐസൊലേഷനിലാക്കി ഇതുപോലെ തന്നെ ചികിത്സിച്ചു. ടെസ്റ്റ് നെഗറ്റീവ് ഫലം കാണിച്ച് ഒരാഴ്ച കഴിഞ്ഞതിനു ശേഷം അവരെ ആശുപത്രിയിൽ നിന്ന് റിലീസ് ചെയ്ത് വീട്ടിലയച്ചു. ആദ്യമായി രോഗം സ്ഥിരീകരിച്ച പെൺകുട്ടിക്ക് ഒരു മാസം ഐസൊലേഷനിൽ കഴിയേണ്ടി വന്നുവെങ്കിലും തന്നെ ചികിത്സിച്ച മെഡിക്കൽ ജീവനക്കാരെയും സംസ്ഥാന സർക്കാരിനെയും അവർ പ്രശംസിച്ചു.

> 'ആശുപത്രിയിൽ താമസിച്ച് ജോലി ചെയ്യേണ്ടി വന്നിട്ടുപോലും എന്നെ നോക്കിയ നഴ്സുമാരും ഡോക്ടർമാരും 'കാം ആന്റ് ഫ്രണ്ട്ലി' ആയിരുന്നു. എനിക്ക് മാനസിക വിഷമം തോന്നിയപ്പോൾ സംസാരിക്കാൻ കൗൺസലർമാർ വന്നു. ആരോഗ്യ മന്ത്രി എന്നെ നേരിട്ടു വിളിച്ച് സംസ്ഥാനം മുഴുവൻ ഒപ്പമുണ്ടെന്നും എന്റെ അസുഖം വേഗം ഭേദമാവാൻ എല്ലാവരും പ്രാർത്ഥിക്കുകയാണെന്നും ആശ്വസിപ്പിച്ചു', അവൾ പറഞ്ഞു.

'തന്റെ അനുഭവത്തെ പറ്റി അവൾ പറഞ്ഞ കാര്യങ്ങൾ, രാജ്യത്തിന്റെ മറ്റ് ഭാഗങ്ങളിൽ നിന്ന് ആശങ്കകളും പരാതികളും ഉയർന്നതിനു ശേഷവും, കേരളത്തിലെ ആരോഗ്യ സുരക്ഷാ സംവിധാനത്തിൽ ഇവിടത്തെ പൊതു ജനങ്ങൾക്കുണ്ടായിരുന്ന വിശ്വാസം ഊട്ടിയുറപ്പിച്ചിട്ടുണ്ടാവും', ഭാൻ പറയുന്നു.

'ശരിയായ പരിചരണം ലഭിക്കുമെന്ന് ജനങ്ങൾക്ക് മനസ്സിലാക്കി കൊടുക്കാനും ടെസ്റ്റിനായി റിപ്പോർട്ടു ചെയ്യാൻ ജനങ്ങളെ സന്നദ്ധരാക്കാനും ഇതു സഹായിച്ചു.'

വുഹാനിൽ നിന്നെത്തിയ വിദ്യാർത്ഥികളെ ക്വാറന്റൈനിൽ പാർപ്പിച്ച സമയത്തു തന്നെ കൊറോണ വൈറസിന്റെ ഏതു വിധ വ്യാപനവും തടയുന്നതിനുള്ള പദ്ധതി കേരളം മുഴുവൻ നടപ്പിലാക്കിയിരുന്നു. ജനുവരി 25 ഓടെ ചൈനയിൽ നിന്ന് മടങ്ങി വരുന്നവരെ കണ്ടെത്താനും സ്ക്രീനിങ്ങിന് വിധേയരാക്കി വീട്ടിൽത്തന്നെ ക്വാറന്റൈൻ ചെയ്യാനുമുള്ള ആരോഗ്യരക്ഷാ സംഘങ്ങളെ സംസ്ഥാനമൊട്ടുക്കും നിയോഗിച്ചു. ഹൈ റിസ്ക് പ്രദേശങ്ങളിൽ നിന്ന് എത്തുന്നവരോട് തൊട്ടടുത്ത ആശുപത്രിയിൽ ടെംപറേച്ചർ പരിശോധിക്കാനെത്താൻ ആവശ്യപ്പെട്ടു. ജനവരി 14നു ശേഷം വിമാനമാർഗ്ഗം സംസ്ഥാനത്ത് എത്തിയ മുഴുവൻ പേരെയും നിരീക്ഷിക്കാൻ തദ്ദേശ സ്വയംഭരണ സ്ഥാപനങ്ങളോട് നിർദ്ദേശിച്ചു. മെയ് മൂന്നിന്, ഐസൊലേഷൻ വാർഡുകൾ സജ്ജമാക്കാൻ മെഡിക്കൽ കോളേജുകളോടും ആശുപത്രികളോടും, പരിശോധന വേഗത്തിലാക്കുന്നതിന് പ്രാദേശിക സൗകര്യം ഏർപ്പെടുത്താൻ മഹാരാഷ്ട്രയിലെ വൈറോളജി ഇൻസ്റ്റിറ്റ്യൂട്ടിനോടും സംസ്ഥാന സർക്കാർ ആവശ്യപ്പെട്ടു. കോവിഡ്19 രോഗികളെ നേരത്തേ കൂട്ടി കണ്ടെത്തുന്നതിനായി പന്ത്രണ്ട് ലാബുകൾ കൂടി സജ്ജീകരിച്ചു. മൂന്നു മാസം കഴിഞ്ഞ് ഇന്നിപ്പോൾ കൊറോണ കേസുകൾ കുറച്ചുകൊണ്ടു വന്ന ആദ്യ ഇന്ത്യൻ സംസ്ഥാനമായി കേരളം മാറിയിരിക്കുന്നു. കൊറോണ വൈറസ് കേസ് ആദ്യം റിപ്പോർട്ട് ചെയ്ത സംസ്ഥാനമാണെങ്കിലും ഏറ്റവും കുറഞ്ഞ കൊറോണ മരണ നിരക്കും കേരളത്തിലാണ്. 447 കേസുകൾ സ്ഥിരീകരിച്ചപ്പോൾ രണ്ടു പേരാണ് മരിച്ചത്. രാജ്യം മുഴുവൻ ലോക്ക് ഡൗണിൽ തുടരുമ്പോൾ ചില ജില്ലകളിൽ നിയന്ത്രണങ്ങൾ ഇളവു ചെയ്യുന്നതിനെക്കുറിച്ച് കേരളം ചിന്തിച്ചു തുടങ്ങിയിരിക്കുന്നു.

കേരള മാതൃക

വാക്സിൻ കണ്ടു പിടിച്ചിട്ടില്ല എന്നിരിക്കെ, നേരത്തേ കൂട്ടി പരിശോധനകൾ നടത്തുക, രോഗികളുമായി സമ്പർക്കത്തിലായവരെ കണ്ടെത്തി നിരീക്ഷിക്കുക, ഐസൊലേഷൻ ഏർപ്പെടുത്തുക, സാമൂഹ്യ അകലം പ്രോത്സാഹിപ്പിക്കുക, ക്വാറന്റൈൻ കാലാവധി ദീർഘിപ്പിക്കുക എന്നീ മാർഗ്ഗങ്ങളിലൂടെ വൈറസിന്റെ വ്യാപനം തടയാനാണ് സംസ്ഥാനം

ശ്രമിച്ചത്. സംസ്ഥാനം മുന്നനുഭവം ഇല്ലാത്ത ഒരു വൈറസ് ബാധയുടെ സാഹചര്യം നേരിടുന്നത് ഇതാദ്യമായിരുന്നില്ല. 48 മണിക്കൂർ കൊണ്ട് കടുത്ത ശ്വാസകോശ അണുബാധയ്ക്കും ഗുരുതരമായ എൻസഫലൈറ്റിസിനും കാരണമാവുന്ന നിപ വൈറസ് തെക്കനേഷ്യയിൽ ആദ്യമായി കണ്ടത് 2018 മെയിൽ കേരളത്തിലാണ്. ഒരാഴ്ചകൊണ്ട് പത്തു പേർ സംസ്ഥാനത്ത് നിപ ബാധിച്ച് മരിച്ചു. രണ്ടായിരത്തിലധികം ആളുകളെ സർക്കാർ ഒരു മാസത്തേക്ക് ക്വാറന്റൈനിലാക്കി. ജൂൺ പത്തോടെ സംസ്ഥാനത്ത് നിപ ഇല്ലാതായതായി പ്രഖ്യാപിച്ചു. ഇതിനെ ലോകാരോഗ്യ സംഘടന പ്രശംസിച്ചു. നിപ വൈറസ് സംസ്ഥാനത്താകെ 17 പേരുടെ മരണത്തിന് ഇടയാക്കി.

കഴിഞ്ഞ 5 വർഷം കൊണ്ട്, താഴെത്തട്ടു മുതലുള്ള സർക്കാർ ആശുപത്രികളിലെ അടിസ്ഥാന സൗകര്യങ്ങൾ മെച്ചപ്പെടുത്തുന്നതിനും 2,000 മെഡിക്കൽ ജീവനക്കാരെ പുതുതായി നിയമിക്കുന്നതിനുമായി, സംസ്ഥാന സർക്കാർ 926 ദശലക്ഷം ഡോളറിലധികം ചെലവഴിച്ചു. കൊറോണ സമയത്ത് 'പ്രാദേശിക നിരീക്ഷണ ശൃംഖല സജ്ജമാക്കുന്നതിനും മികച്ച സമ്പർക്ക വിവരങ്ങൾ ശേഖരിക്കുന്നതിനും രോഗലക്ഷണങ്ങൾ ഉള്ളവരെ കണ്ടെത്തി ടെസ്റ്റ് ചെയ്യിക്കുന്നതിനുമുള്ള സംവിധാനം ഒരുക്കുന്നതിനും സാമ്പത്തിക ഭദ്രതയില്ലാത്തവർക്ക് പിന്തുണ നല്കുന്നതിനും ഈ സംക്ഷപം സഹായകമായി,' ഭാൻ പറയുന്നു. കോവിഡ് 19 പ്രതിസന്ധി ശക്തമായി നേരിടുന്നതിൽ സംസ്ഥാനത്തെ ജനങ്ങളുടെ ഉയർന്ന സാക്ഷരതാ നിലവാരവും മികച്ച രാഷ്ട്രീയ പങ്കാളിത്തവും ഘടകങ്ങളായി.' ഈ കേരള മാതൃക കോവിഡിനെ നേരിടുന്ന കാര്യത്തിൽ മാത്രമുള്ളതല്ല. അത് ഒരൊറ്റ രാത്രി കൊണ്ട് ഉണ്ടായി വന്നതുമല്ല,' ഭാൻ പറയുന്നു.

കേരളത്തിന്റെ പ്രതികരണം ചടുലം

കാലേകൂട്ടി സ്ക്രീനിങ് നടത്തിയതുകൊണ്ട് യഥാസമയം മൂന്നു പേരെയും പരിശോധിച്ച് വൈറസ് രോഗം സ്ഥിരീകരിക്കാനും ചികിത്സിച്ച് ഭേദമാക്കാനും കഴിഞ്ഞു. തുടർന്നും ഈ സംവിധാനം പ്രവർത്തനനിരതമായിരുന്നു. രാജ്യത്തിന്റെ മറ്റ് ഭാഗങ്ങളിൽ രോഗികളുടെ സംഖ്യ വലുതാവാൻ തുടങ്ങിയപ്പോഴും സംസ്ഥാനത്ത് പുതിയ കോവിഡ് 19 കേസുകൾ റിപ്പോർട്ട് ചെയ്യാതെ ഫെബ്രുവരി മാസം കടന്നുപോയി. മാർച്ച് 9 ന് ഒരു കുടുംബത്തിലെ മൂന്നു പേർ കൊറോണ വൈറസ് ടെസ്റ്റിൽ പോസിറ്റീവായി. ഫെബ്രുവരി 29 ന് ഇറ്റലിയിൽ നിന്ന് തിരിച്ചെത്തിയ അവർ ക്വാറന്റയിനിൽ പോകാതെ പ്രദേശത്തെ ഒരു ബാറടക്കം നിരവധി സ്ഥലങ്ങൾ സന്ദർശിച്ചിരുന്നു. എവിടെയെല്ലാം സഞ്ചരിച്ചുവെന്ന വിവരം ആരോഗ്യരക്ഷാ പ്രവർത്തകർക്കു മുന്നിൽ വെളിപ്പെടുത്താൻ അവർ വിസമ്മതിച്ചു. അമ്പത് പൊലീസ് ഉദ്യോഗസ്ഥ

രും പാരാമെഡിക്കൽ ജീവനക്കാരും സന്നദ്ധ പ്രവർത്തകരും ചേർന്ന്, ഫോണുകളിൽ നിന്ന് കണ്ടെത്തിയ വിവരങ്ങളും നിരത്തുകളിലെ സർവെയ്‌ലൻസ് ക്യാമറാ ഫൂട്ടേജുകളും ഉപയോഗിച്ച് അവരുടെ ഒരാഴ്ചക്കാലത്തെ സമ്പർക്ക വിവരങ്ങൾ ശേഖരിച്ചു. കണ്ടെത്തിയ വിവരങ്ങൾ വച്ച് ജില്ലയിലെ ഇരുന്നൂറ്റി അമ്പതോളം കുടുംബങ്ങളെ വീടുകളിൽ ക്വാറന്റെൻ ചെയ്തു. കേസുകൾ വർദ്ധിച്ചു തുടങ്ങിയതോടെ സാമൂഹ്യ വ്യാപനം തടയുന്നതിനുള്ള ഒരു റെഡി ആക്ഷൻ പ്ലാൻ സംസ്ഥാനം തയ്യാറാക്കി. കൂടുതൽ ടെസ്റ്റിങ് സെന്ററുകൾ തുറന്നു. 28 ആശുപത്രികൾ കോവിഡ് 19 സ്പെഷാലിറ്റി ആശുപത്രികളാക്കി. മറ്റ് സംസ്ഥാനങ്ങളിൽനിന്നും വിദേശരാജ്യങ്ങളിൽനിന്നും എത്തുന്നവരെ ഐസൊലേഷൻ പാർപ്പിക്കുന്നതിനുള്ള കൊറോണ കെയർ സെന്ററുകളാക്കാൻ ഹോസ്റ്റലുകളും സ്ഥാപനങ്ങളും, ഉപയോഗിക്കാതെ കിടക്കുന്ന കെട്ടിടങ്ങളും കണ്ടെത്തി. രോഗം സംശയിക്കുന്നവരെ ഐസൊലേഷനിലാക്കാൻ 1,25,000 മുറികൾ അധികമായി ഒരുക്കി.

മാർച്ച് 10 ന് സംസ്ഥാനത്തെ എല്ലാ കോളേജുകളും ഏഴാം തരം വരെയുള്ള സ്കൂളുകളും അടച്ചു. പ്രധാനമന്ത്രി നരേന്ദ്ര മോദി 21 ദിവസത്തെ രാജ്യവ്യാപക ലോക്ക് ഡൗൺ പ്രഖ്യാപിക്കുന്നതിന് ഒരു ദിവസം മുമ്പ്, മാർച്ച് 23 ന്, സംസ്ഥാനത്ത് ലോക്ക് ഡൗൺ നടപ്പിലാക്കി. ആയിരിക്കണക്കിന് കുടിയേറ്റ തൊഴിലാളികളെ ഭക്ഷണമില്ലാതെ അലയാൻ വിട്ട കേന്ദ്ര ലോക്ക് ഡൗണിൽനിന്ന് വ്യത്യസ്തമായി, ലോക്ക് ഡൗൺ കാലത്ത് സഹായവും പിന്തുണയും ആവശ്യമുള്ളവർക്കു വേണ്ടി കേരളം ഒരു സാമൂഹ്യ സഹായ പദ്ധതി ആവിഷ്കരിച്ച് നടപ്പിൽ വരുത്തിയിരുന്നു. അതിഥി തൊഴിലാളികൾക്കു വേണ്ടിയുള്ള 18,828 ക്യാമ്പുകളും ദിവസം 2,80,000 ഭക്ഷണപ്പൊതികൾ വിതരണം ചെയ്യുന്ന 1,255 സമൂഹ അടുക്കളകളും നടത്തുകയും 3. 69 ദശലക്ഷം കുടുംബങ്ങൾക്ക് സൗജന്യ റേഷൻ കിറ്റുകൾ നല്കുകയും ചെയ്യുന്ന 2,50,000 സന്നദ്ധ പ്രവർത്തകരുൾപ്പെടുന്ന സംവിധാനം മാർച്ച് ഇരുപത്തി ആറോടെ സജ്ജമായി.

ഗ്രാഫ് ഉയരാതിരിക്കാൻ

ഈ ആഴ്ചയുടെ തുടക്കത്തിൽ ഉണ്ടായ കയറ്റം ഒഴിച്ചു നിർത്തിയാൽ ഏപ്രിൽ തുടക്കം മുതൽ ഒരേവിധം കുറഞ്ഞ കേസുകൾ മാത്രമാണ് സംസ്ഥാനത്ത് രേഖപ്പെടുത്തിയത്.

> രാജ്യത്താദ്യം കൊറോണ വൈറസ് റിപ്പോർട്ട് ചെയ്തത് അവരുടെ സംസ്ഥാനത്താണെങ്കിലും രോഗികളുടെ എണ്ണം വർദ്ധിക്കാൻ അനുവദിക്കാതെ അവരത് കൈകാര്യം ചെയ്തു. മഹാരാഷ്ട്ര, ഡൽഹി മുതലായ മറ്റ് സംസ്ഥാനങ്ങളിൽ കോവിഡ് 19 കൂടുതൽ അതിക്രമകാരിയായി വ്യാപിച്ചു തുടങ്ങിയ

> സാഹചര്യത്തിൽ രാജ്യത്തെ കോവിഡ് 19 ഗ്രാഫ് ഉയരാതെ നോക്കേണ്ട ഉത്തരവാദിത്വം അവർക്കായി. തിങ്കളാഴ്ച കേസുകളുടെ എണ്ണം കുത്തനെ ഉയർന്നതിനെ തുടർന്നാണ് (19 കേസുകൾ.) ഈ ആഴ്ച മുതൽ ചില ജില്ലകളിലെ ലോക്ക് ഡൗൺ നിയന്ത്രണങ്ങളിൽ ഇളവുകൾ കൊണ്ടുവരാനുള്ള ആലോചനയിൽനിന്ന് കേരള സർക്കാരിന് പിറകോട്ടു പോകേണ്ടി വന്നത്. ലോക്ക് ഡൗൺ പിൻവലിക്കുന്നതിനു മുമ്പ് നിയന്ത്രണങ്ങളിൽ അയവു വരുത്തിയാൽ അത് ജില്ലകളിലെ സ്ഥിതി നോക്കിയായിരിക്കും,

ഭാൻ വ്യക്തമാക്കുന്നു. ചുവപ്പ്, ഓറഞ്ച് സോണുകളിൽ ഉൾപ്പെട്ട ജില്ലകൾ രോഗവ്യാപന സാദ്ധ്യത കൂടുതലുള്ള കോവിഡ് 19 ഹോട്ട്സ്പോട്ടുകളായി കണക്കാക്കി മെയ് 3 വരെ അടച്ചിടും. കേസുകൾ റിപ്പോർട്ട് ചെയ്തിട്ടില്ലാത്ത ഗ്രീൻ സോണിലെ ജില്ലകളിൽ നേരത്തേ തന്നെ നിയന്ത്രണങ്ങളിൽ ഇളവു വരുത്തും.

ശക്തമായ ആരോഗ്യരക്ഷാ സംവിധാനവും മികച്ച ആശയ വിനിമയ രീതികളും ഫലപ്രദമായി ഉപയോഗപ്പെടുത്തി പ്രവർത്തിക്കുന്ന കേരളത്തെ കോവിഡ് മഹാമാരിക്കെതിരായ ആഗോള യുദ്ധത്തിലെ റോൾ മോഡലെന്ന് ലോക മാധ്യമങ്ങൾ പുകഴ്ത്തുന്നു. 'കേരള മാതൃക ഒരൊറ്റ ദിവസം കൊണ്ട് പകർത്തി നടപ്പിൽ വരുത്താവുന്ന ഒരു മാജിക് മാതൃകയല്ല, ഇതു പോലുള്ള പ്രതിസന്ധികളെ എങ്ങനെ നേരിടണമെന്ന കേരളത്തിന്റെ സമീപനമാണ് അത് വെളിവാക്കുന്നത്', ഭാൻ പറയുന്നു.

(നാഷണൽ പോസ്റ്റ് ഏപ്രിൽ 23, 2020)

കേരളവും കോവിഡ്ഗ്രാഫും

എസ് നഫീസ

കഴിഞ്ഞ ഈസ്റ്റർ ദിനം കേരളത്തിന് ഉയർത്തെഴുന്നേല്പിന്റെ ദിനമായിരുന്നു. നൂറു ദിവസത്തെ പോരാട്ടത്തിനു ശേഷം സംസ്ഥാനത്ത് ഏറ്റവും കുറവ് കോവിഡ് കേസുകൾ 2 എണ്ണം റിപ്പോർട്ട് ചെയ്തത് അന്നാണ്. 36 പേർ രോഗം അതിജീവിച്ചു. ഏപ്രിൽ 11 ന് വൈകിട്ട് 6. 00 മണിക്കുള്ള വാർത്താ സമ്മേളനത്തിൽ മുഖ്യമന്ത്രി പിണറായി വിജയൻ എല്ലാവർക്കും സമാധാനപൂർണ്ണമായ ഈസ്റ്റർ നേർന്നു.

> ഈസ്റ്റർ നല്കുന്നത് അതിജീവനത്തിന്റെ സന്ദേശമാണ്. കഷ്ടപ്പാടിന്റെ ദിവസങ്ങൾക്ക് അപ്പുറത്ത് അതിജീവനത്തിന്റെ പ്രഭാതം വരും. ലോകം മുഴുവൻ പ്രയാസങ്ങളിലൂടെ കടന്നു പോവുകയാണ്. ഈ കഷ്ടകാലത്തെ അതിജീവിക്കാൻ ഈസ്റ്ററിന്റെ സന്ദേശം നമുക്ക് ശക്തി പകരും.

കേരളത്തിന്റെ കാര്യത്തിൽ അദ്ദേഹം നേർന്ന ഈസ്റ്റർ ആശംസ ഫലിച്ചു. നിരീക്ഷണത്തിലും ക്വാറന്റൈനിലുമുള്ള ആളുകളുടെ എണ്ണം ക്രമമായി കുറഞ്ഞു വന്നു. കേരളത്തിൽ കോവിഡ് ഗ്രാഫ് താഴ്ന്നു തുടങ്ങിയതായി കഴിഞ്ഞ പത്തു ദിവസത്തെ കണക്കുകൾ വച്ച് ഉറപ്പിച്ചു പറയാം.

മറ്റ് സംസ്ഥാനങ്ങളുമായി തട്ടിച്ചു പറഞ്ഞാൽ, ഈ നേട്ടത്തിനു പിന്നിൽ കേരളത്തിന് അനുകൂലമായ നിരവധി ഘടകങ്ങളുണ്ട്. വൈറസിന്റെ സാന്നിദ്ധ്യം തുടക്കത്തിലേ കണ്ടെത്തിയത്, കൂടുതൽ പരിശോധനാ സൗകര്യങ്ങൾ ഏർപ്പെടുത്തിയത്, സമ്പർക്ക വിവരങ്ങൾ ശേഖരിക്കാൻ ചടുലമായി പ്രവർത്തിച്ചത്, ആദ്യ കേസ് പോസിറ്റീവ് ആയപ്പോൾ മുതൽ ക്വാറന്റൈനും ഐസൊലേഷനും നടപ്പാക്കിയത്,

പതിറ്റാണ്ടുകൾകൊണ്ട് വികസിപ്പിച്ച പ്രാഥമിക ആരോഗ്യരക്ഷാ സംവിധാനത്തിന്റെ കരുത്ത്, സാമൂഹ്യ ആരോഗ്യ പ്രവർത്തകരുടെ ശക്തമായ ശൃംഖല, സർക്കാർ സംവിധാനത്തിന്റെ പ്രവർത്തനങ്ങളിലെ വിശ്വാസ്യതയും സുതാര്യതയും, മികവുറ്റതും കാര്യക്ഷമവുമായ രാഷ്ട്രീയ നേതൃത്വം എന്നിവ കേരളത്തിന്റെ കോവിഡ് നിവാരണ പ്രവർത്തനങ്ങളെ വേറിട്ടതാക്കിയ ഘടകങ്ങളിൽ ചിലതാണ്.

ഏപ്രിൽ 12 വരെ കേരളത്തിൽ 375 കേസുകളാണ് സ്ഥിരീകരിച്ചത്. അതിൽ 179 പേർക്ക് രോഗം മാറി, ടെസ്റ്റിൽ നെഗറ്റീവായി. 194 പേർ ചികിത്സയിലിരിക്കുന്നു. രണ്ടു പേർ മരണമടഞ്ഞു. ഇതിനകം 14,989 സാമ്പിളുകൾ പരിശോധനയ്ക്ക് അയച്ചു. അതിൽ 13,802 സാമ്പിളുകൾ നെഗറ്റീവായി. ക്വാറന്റൈനിൽ കഴിഞ്ഞവരുടെ എണ്ണം ഏപ്രിൽ 1 ന് 1,64,130 ആയിരുന്നത് ഇപ്പോൾ 1,16,941 ആയി കുറഞ്ഞിരിക്കുന്നു.

നിലവിൽ 1,032 തദ്ദേശഭരണ സ്ഥാപനങ്ങളിലായി 14,000ത്തോളം സമൂഹ അടുക്കളകൾ പ്രവർത്തിക്കുന്നു. ബി പി എൽ കുടുംബങ്ങൾക്ക് മാത്രമല്ല, സ്വന്തമായി ഭക്ഷണം പാകം ചെയ്തു കഴിക്കാൻ നിവൃത്തിയില്ലാത്ത വൃദ്ധരും രോഗികളുമടക്കം എല്ലാ വിഭാഗത്തിലും പെട്ട ആവശ്യക്കാർക്ക് സമൂഹ അടുക്കളകളിൽ നിന്ന് ഭക്ഷണം നല്കി വരുന്നു. 3,30,142 കുടിയേറ്റ തൊഴിലാളികൾക്കായി സംസ്ഥാനത്ത് 18,554 ക്യാമ്പുകൾ തുറന്നിട്ടുണ്ട്. രാജ്യത്ത് ഇത്തരത്തിലുള്ള ഏറ്റവും കൂടുതൽ ക്യാമ്പുകൾ കേരളത്തിലാണ്.

കേരള സർക്കാർ കുടിയേറ്റ തൊഴിലാളികളുടെ കാര്യത്തിൽ ഇത്രയധികം ശ്രദ്ധ പുലർത്തുന്നതിന് രണ്ട് കാരണങ്ങളുണ്ട്. എത്ര മൂലധന നിക്ഷേപം കൊണ്ടുവന്നു എന്നതല്ല, ജനങ്ങളുടെ ക്ഷേമത്തിനു വേണ്ടി കൈക്കൊണ്ട നടപടികളും മനുഷ്യത്വപരമായ സമീപനവുമാണ് ഒരു ഇടതുപക്ഷ സർക്കാരിന് പ്രധാനം. കേരളത്തിൽ വോട്ടില്ലാത്ത കുടിയേറ്റ തൊഴിലാളികൾക്കു വേണ്ടി സർക്കാർ എന്ത് ചെയ്യുന്നുവെന്ന് നിരീക്ഷിക്കുന്ന ധാരാളം പേർ സംസ്ഥാനത്തെ വോട്ടർമാരിലുണ്ട്. കുടിയേറ്റ തൊഴിലാളികൾക്കെതിരെ എന്തെങ്കിലും തരത്തിലുള്ള വിവേചനം നടന്നതായി റിപ്പോർട്ട് ചെയ്യുമ്പോഴെല്ലാം കേരളത്തിൽ അതിനെതിരെ പൊതുജന വികാരവും സാമൂഹ്യ സമ്മർദ്ദവും ഉയരാറുണ്ട്.

ആശ്വസിക്കാൻ സമയമായെന്ന് സംസ്ഥാന ആരോഗ്യമന്ത്രി കെ കെ ശൈലജ ഇപ്പോഴും കരുതുന്നില്ല. 'നമ്മുടെ കൂട്ടായ പരിശ്രമങ്ങൾ ഫലം കണ്ടു തുടങ്ങിയിരിക്കുന്നു എന്നത് നേരാണ്. നമുക്ക് ശ്രദ്ധയും അതീവ ജാഗ്രതയും തുടർന്നേ തീരൂ. നമ്മുടെ സംസ്ഥാനത്ത് കേസുകൾ കുറഞ്ഞു എന്നിരിക്കിലും, അയൽ സംസ്ഥാനങ്ങളിലെ സ്ഥിതി മെച്ചപ്പെടാത്തത് ആശങ്കയുളവാക്കുന്നു,' അവർ പറയുന്നു.

മറ്റുള്ളവർ മാതൃകയാക്കേണ്ട രീതിയിൽ കേരളം പ്രവർത്തിച്ചത് എങ്ങനെയെന്ന് അവർ വിശദീകരിക്കുന്നു. '10 കിടക്കകൾ ആവശ്യമുള്ള

സമയത്ത് നമ്മൾ 1000 കിടക്കകൾ സജ്ജമാക്കി. രോഗം ബാധിച്ചവർക്ക് ഏറ്റവും നല്ല ചികിത്സ നല്കുന്നതോടൊപ്പം, കൂടുതൽ കോവിഡ് കെയർ ആശുപത്രികൾ തുടങ്ങി.

കേരളത്തിനിപ്പോൾ 10 ടെസ്റ്റിങ് ലാബുകളുണ്ട്. ഓരോ 24 മണിക്കൂറിലും ശരാശരി 900 ടെസ്റ്റുകൾ നടത്തുന്നതായി ആരോഗ്യ മന്ത്രിയുടെ ഓഫീസ് അറിയിച്ചു. തങ്ങാൻ ഇടമില്ലാത്ത വിദേശികൾക്കും സൗകര്യം ഉറപ്പുവരുത്തുന്ന വിധത്തിൽ സംസ്ഥാനത്തെ എല്ലാ ജില്ലകളിലും കോവിഡ് ഐസൊലേഷൻ ആശുപത്രികൾ ആരംഭിച്ചു. എല്ലാ ജില്ലാ കേന്ദ്രങ്ങളിലും കൺട്രോൾ റൂമുകളും ഹെൽപ്പ് ലൈൻ നമ്പരുകളും പ്രവർത്തിക്കുന്നു. കുടിയേറ്റ തൊഴിലാളികൾക്കു വേണ്ടി ഏർപ്പെടുത്തിയ പ്രത്യേക ഹെൽപ് ലൈൻ നമ്പരുകളിലെ കോളുകൾ കൈകാര്യം ചെയ്യാൻ വ്യത്യസ്ത ഭാഷകൾ സംസാരിക്കുന്നവരെ നിയോഗിച്ചിട്ടുണ്ട്. ഗാർഹിക പീഡനം നേരിട്ടേക്കാവുന്ന സ്ത്രീകൾക്കും കുട്ടികൾക്കും വേണ്ടിയുള്ള മാനസിക പിന്തുണാ കേന്ദ്രങ്ങളും മദ്യം ലഭിക്കാത്തതുകൊണ്ട് മാനസിക പ്രശ്നങ്ങൾ അനുഭവിക്കുന്നവർക്കു വേണ്ടിയുള്ള കൗൺസലിങ് സംവിധാനവും പ്രവർത്തിക്കുന്നു.

പ്രവർത്തനങ്ങളിലെ സുതാര്യതയും വിശ്വാസ്യതയുമാണ് കേരളം ഏറ്റവും കൂടുതൽ ഊന്നൽ നല്കിക്കാണുന്ന രണ്ടു കാര്യങ്ങൾ. മുഖ്യമന്ത്രിയുടെ എന്നുമുള്ള വാർത്താ സമ്മേളനം ഭയത്തിന് അടിമപ്പെടാതെയും ജാഗ്രത കൈവിടാതെയും ഈ സാഹചര്യം നേരിടാൻ ജനങ്ങളെ സഹായിക്കുന്നു. കിംവദന്തികൾക്ക് ഇടം നല്കാതെ, വൈറസ് വ്യാപനത്തിന്റെ കൃത്യമായ വിവരങ്ങൾ മുഖ്യമന്ത്രി തന്നെ നേരിട്ട് ജനങ്ങളെ അറിയിക്കുന്നത് പരിഭ്രാന്തിയുടെ സാഹചര്യം ഒഴിവാക്കുകയും, അതേസമയം, ജനങ്ങളെ ജാഗ്രതപ്പെടുത്തുകയും ചെയ്യുന്നു. വ്യാജ വാർത്തകളുടെ കുത്തൊഴുക്ക് തടയാനും ഇതിലൂടെ സർക്കാരിന് കഴിയുന്നു. മുഖ്യമന്ത്രിയുടെ വിമർശകർ ഉൾപ്പെടെ സംസ്ഥാനത്തെ ജനങ്ങൾ അദ്ദേഹത്തിന്റെ 6 മണിക്കുള്ള വാർത്താ സമ്മേളനത്തിനായി ഓരോ ദിവസവും കാത്തിരിക്കുന്നു. ഈ ദിവസങ്ങളിലെ മലയാള ചാനലുകളിൽ ഏറ്റവും കൂടുതൽ ആളുകൾ കാണുന്ന പരിപാടിയായി റേറ്റ് ചെയ്തിട്ടുള്ളത് ഈ വാർത്താ സമ്മേളനമാണ്. ചോദ്യോത്തരങ്ങളടക്കം 40–50 മിനിട്ട് നീളുന്ന ഈ വാർത്താ സമ്മേളനത്തിൽ സർക്കാരിന്റെ നയങ്ങളും തീരുമാനങ്ങളും മഹാമാരിയുടെ സാഹചര്യം നേരിടാൻ കൈക്കൊള്ളുന്ന ക്ഷേമ നടപടികളും വ്യക്തമായി വിശദീകരിക്കുന്നു. അന്നന്നത്തെ പോസിറ്റീവ് കേസുകൾ, രോഗം ഭേദമായവർ, വീടുകളിലും ആശുപത്രികളിലും ക്വാറന്റൈനിൽ കഴിയുന്നവർ എന്നിങ്ങനെ ജില്ല തിരിച്ചുള്ള ഏറ്റവും പുതിയ കണക്കുകൾ മുഖ്യമന്ത്രി ഓരോ ദിവസവും അറിയിക്കും.

'ഈ മനുഷ്യന് എന്തൊരു കരുതലാണ്' എന്നത് മലയാള സാമൂഹ്യ മാധ്യമങ്ങളിലെ ജനപ്രിയ ടാഗ് ലൈൻ ആയിരിക്കുന്നു. പ്രവാസികൾ,

കുടിയേറ്റ തൊഴിലാളികൾ, തെരുവിൽ കഴിയുന്നവർ തുടങ്ങി വ്യത്യസ്ത വിഭാഗങ്ങളിൽ പെട്ടവരെ സഹായിക്കുന്നതിനുള്ള നടപടികൾ മുതൽ ഭക്ഷണം കിട്ടാതായ തെരുവുനായ്ക്കളുടെ വിശപ്പകറ്റുന്നതു വരെയുള്ള കാര്യങ്ങൾ അദ്ദേഹം എണ്ണിയെണ്ണി പറയും. ലോകമെങ്ങുമുള്ള മലയാളികൾ ശ്രദ്ധിക്കുന്ന ഈ വാർത്താ സമ്മേളനം 4 ലക്ഷം പേർ ഫേസ് ബുക്കിൽ ലൈവായി കാണുന്നു. അതേ സമയം, മുഖ്യമന്ത്രിയുടെ വാർത്താ സമ്മേളനം മാധ്യമ ശ്രദ്ധ നേടാനുള്ള വെറും തട്ടിപ്പാണെന്ന് വരുത്താനാണ് പ്രതിപക്ഷ പാർട്ടിയായ കോൺഗ്രസിന്റെ ശ്രമം. പ്രതിപക്ഷത്തിന്റെ ഈ അഭിപ്രായം ജനങ്ങൾ തള്ളിക്കളഞ്ഞിരിക്കുന്നു. കോവിഡ് കാലത്തെ ആരോഗ്യ രക്ഷാ പ്രവർത്തനങ്ങളുടെ കേരള മാതൃകയെ ലോക മാധ്യമങ്ങൾ പ്രശംസിക്കുമ്പോൾ അടുത്ത വർഷം അധികാരത്തിൽ തിരിച്ചെത്താനുള്ള ഈ പ്രതിപക്ഷ പാർട്ടിയുടെ സ്വപ്നം കൂടിയാണ് തകരുന്നത്.

(*ദി ഫെഡറൽ* ഏപ്രിൽ 14, 2020)

കൊറോണ വൈറസിന്റെ അന്തക! കേരളത്തിന്റെ റോക്ക് സ്റ്റാർ ആരോഗ്യ മന്ത്രി

ലോറാ സ്പിന്നി

3.5 കോടി ജനങ്ങളുള്ള ഒരു സംസ്ഥാനത്ത് 4 കൊറോണ വൈറസ് മരണങ്ങൾ മാത്രം സംഭവിച്ചതിന് കാരണമായി കെ കെ ശൈലജ പ്രശംസിക്കപ്പെടുന്നു. റിട്ടയർ ചെയ്ത ഈ ടീച്ചർ അതെങ്ങനെ നടപ്പിലാക്കി എന്ന് വായിക്കുക.

ജനുവരി 20 ന് കെ കെ ശൈലജ അവരുടെ മെഡിക്കൽ ട്രെയിനിങ് ഉള്ള കീഴ്ജീവനക്കാരിൽ ഒരാളെ ഫോൺ ചെയ്തു. ചൈനയിൽ പടർന്നു പിടിക്കുന്ന അപകടകരമായ ഒരു പുതിയ വൈറസിനെക്കുറിച്ച് അവർ ഓൺ ലൈനിൽ വായിച്ചിരുന്നു. 'അതിവിടെ എത്തുമോ?' അവർ ചോദിച്ചു. 'തീർച്ചയായും മാഡം,' അയാൾ ഉത്തരം പറഞ്ഞു. അങ്ങനെ ഇന്ത്യയിലെ ഒരു സംസ്ഥാനമായ കേരളത്തിലെ ആരോഗ്യമന്ത്രി അവരുടെ തയ്യാറെടുപ്പുകൾ തുടങ്ങി.

നാലു മാസത്തിന് ശേഷം കേരളം വെറും 524 കോവിഡ് 19 കേസുകളും നാല് മരണങ്ങളുമാണ് റിപ്പോർട്ട് ചെയ്തിരിക്കുന്നത്. ശൈലജ പറയുന്നതനുസരിച്ച് സാമൂഹിക വ്യാപനവും നടന്നിട്ടില്ല. ഈ സംസ്ഥാനത്തിന്റെ ജനസംഖ്യ ഏകദേശം 3.5 കോടിയും, പ്രതിശീർഷ വരുമാനം 2,200 പൗണ്ടും ആണ്. യു കെയുമായി (ഇരട്ടി ജനസംഖ്യ, പ്രതിശീർഷ വരുമാനം 33,100 പൗണ്ട്) താരതമ്യപ്പെടുത്തുമ്പോൾ, അവിടെ 40,000 ത്തിൽ അധികം മരണങ്ങൾ റിപ്പോർട്ട് ചെയ്തിട്ടുണ്ട്, യു എസിൽ (പത്തിരട്ടി ജനസംഖ്യ, പ്രതിശീർഷ വരുമാനം 51,000 പൗണ്ട്) 82,000 ത്തിൽ അധികം മരണങ്ങൾ റിപ്പോർട്ട് ചെയ്തു, രണ്ടു രാജ്യങ്ങളിലും അനിയന്ത്രിതമായ സാമൂഹിക വ്യാപനം നടന്നിട്ടുണ്ട്.

ഇതുകാരണം, കഴിഞ്ഞ ഏതാനും ആഴ്ചകളിലായി, ശൈലജ ടീച്ചർ എന്ന് സ്നേഹപൂർവ്വം അറിയപ്പെടുന്ന ഈ 63 വയസ്സുകാരിയായ മന്ത്രിക്ക് വേറെ ചില പേരുകളും ലഭിച്ചു. കൊറോണ വൈറസിന്റെ അന്തക,

റോക്ക്സ്റ്റാർ ആരോഗ്യമന്ത്രി എന്നിവ അതിൽ ചിലതുമാത്രം. കണ്ണട ധരിച്ച്, ചിരിച്ചു ഉല്ലാസവതിയായി കാണപ്പെടുന്ന ഈ സെക്കന്ററി സ്കൂൾ സയൻസ് ടീച്ചറെ ഈ പേരുകൾ വിളിക്കുന്നത് വിചിത്രമായി തോന്നാം. എന്നാൽ ഫലപ്രദമായ രോഗ നിയന്ത്രണം ഒരു ജനാധിപത്യത്തിൽ, അതും ദാരിദ്ര്യം നിറഞ്ഞ ഒന്നിൽ, സാദ്ധ്യമാണെന്ന് തെളിയിച്ചതിന് അവർക്ക് കിട്ടുന്ന വ്യാപകമായ ആദരവാണിത് കാണിക്കുന്നത്.

ഇതെങ്ങനെ സാദ്ധ്യമാക്കി? ചൈനയിലെ പുതിയ വൈറസിനെ കുറിച്ച് വായിച്ചു മൂന്നു ദിവസത്തിന് ശേഷം, കേരളത്തിലെ ആദ്യ കോവിഡ് 19 കേസിന് മുൻപ്, ശൈലജ അവരുടെ ദ്രുതകർമ്മസേനയുടെ ആദ്യ മീറ്റിങ് നടത്തി. അടുത്ത ദിവസം, ജനുവരി 24 ന് ഈ ടീം കൺട്രോൾ റൂം സ്ഥാപിച്ചു, കേരളത്തിലെ 14 ജില്ലകളിലെയും മെഡിക്കൽ ഓഫീസർമാരോടും അവരുടെ ജില്ലകളിൽ കൺട്രോൾ റൂമുകൾ സ്ഥാപിക്കാൻ നിർദ്ദേശിച്ചു. ജനുവരി 27 ന് വുഹാനിൽനിന്ന് വിമാനം വഴി ആദ്യ കേസ് എത്തിയപ്പോഴേക്കും കേരളം ലോകാരോഗ്യ സംഘടനയുടെ ടെസ്റ്റ്, ട്രെയ്സ്, ഐസോലേറ്റ്, സപ്പോർട്ട് പ്രോട്ടോക്കോൾ സ്വീകരിച്ചു കഴിഞ്ഞിരുന്നു.

ചൈനയിൽ നിന്നുള്ള വിമാനത്തിൽ നിന്ന് യാത്രക്കാർ വെളിയിൽ ഇറങ്ങുമ്പോൾ തന്നെ അവരുടെ ശരീര താപനില പരിശോധിച്ചു. പനി ഉണ്ടെന്നു കണ്ടെത്തിയ മൂന്നുപേരെ അടുത്തുള്ള ഒരാശുപത്രിയിൽ ഐസോലേറ്റ് ചെയ്തു. ബാക്കി യാത്രക്കാരെ വീട്ടു ക്വാറന്റൈനിൽ ആക്കി, അവർക്ക് കോവിഡ് 19 നെക്കുറിച്ച് പ്രാദേശിക ഭാഷയായ മലയാളത്തിൽ അച്ചടിച്ച ലഘുലേഖകൾ നല്കി. ആശുപത്രിയിലായ രോഗികൾക്ക് കോവിഡ് 19 ടെസ്റ്റ് പോസിറ്റീവ് ആയി, പക്ഷേ, അപ്പോഴേക്കും വൈറസ് ബാധ തടഞ്ഞിരുന്നു. ‘ആദ്യ ഭാഗം ഒരു വിജയം ആയിരുന്നു,’ ശൈലജ പറയുന്നു. ‘പക്ഷേ, വൈറസ് ചൈനയുടെ അതിർത്തികൾ ഭേദിച്ച് പടർന്നുകൊണ്ടിരുന്നു, വേഗം തന്നെ അത് എല്ലായിടത്തും എത്തി.’

ഫെബ്രുവരി അവസാനം എയർപോർട്ടിൽ വെച്ച് ശൈലജയുടെ സർവേയലൻസ് ടീമുകളിൽ ഒന്നിനെ കണ്ടുമുട്ടിയ, വെനീസിൽനിന്ന് മടങ്ങുകയായിരുന്ന ഒരു മലയാളി കുടുംബം, അവരുടെ യാത്രാ വിശദാംശങ്ങളെക്കുറിച്ച് സത്യം പറഞ്ഞില്ല. അപ്പോഴേക്കും വ്യാപകമായിരുന്ന പരിശോധനകൾ നടത്താതെ വീട്ടിൽ പോയി. ആരോഗ്യപ്രവർത്തകർ ഒരു കോവിഡ് 19 കേസ് കണ്ടെത്തി ഈ കുടുംബത്തിലേക്ക് ട്രെയ്സ് ചെയ്തതിനോടകം അവരുടെ സമ്പർക്ക ലിസ്റ്റിൽ നൂറു കണക്കിന് പേരുണ്ടായിരുന്നു. പരസ്യങ്ങളും സാമൂഹ്യ മാധ്യമങ്ങളും വഴി കോണ്ടാക്റ്റ് ട്രെയ്സർമാർ ഇവരെയെല്ലാം കണ്ടെത്തി, ക്വാറന്റൈനിൽ ആക്കി. ഇതിൽ ആറു പേർക്ക് കോവിഡ് 19 ബാധിച്ചു.

വേറൊരു ക്ലസ്റ്റർ കൂടി നിയന്ത്രണവിധേയമായി, എന്നാൽ ഇതിനോടകം ഗൾഫിൽ നിന്ന് പ്രവാസി തൊഴിലാളികൾ വലിയ

തോതിൽ കേരളത്തിലേക്ക് തിരിച്ചെത്താൻ തുടങ്ങിയിരുന്നു. ഇവരിൽ ചിലർക്ക് വൈറസ് ബാധ ഉണ്ടായിരുന്നുതാനും. മാർച്ച് 23 ന് കേരളത്തിലെ നാല് അന്താരാഷ്ട്ര എയർപോർട്ടുകളിലേക്കുമുള്ള വിമാനസർവ്വീസുകൾ നിർത്തലാക്കി. രണ്ടു ദിവസത്തിന് ശേഷം ഇന്ത്യ രാജ്യവ്യാപകമായി ലോക്ക്ഡൗണിലേക്ക് പോയി.

വൈറസ് ബാധയുടെ പാരമ്യത്തിൽ 1,70,000 ആൾക്കാരാണ് കേരളത്തിൽ ക്വാറന്റൈനിൽ ആയത്. ആരോഗ്യപ്രവർത്തകർ ഇവരെ കർശനമായി നിരീക്ഷിച്ചു, വീടിനുള്ളിൽ ബാത്ത്റൂം ഇല്ലാത്തവരെ സംസ്ഥാന സർക്കാരിന്റെ ചെലവിൽ ഐസോലേഷൻ യൂണിറ്റുകളിൽ ആക്കി. നിരീക്ഷണത്തിൽ ഇരിക്കുന്നവരുടെ എണ്ണം ഇപ്പോൾ 21,000 ആയി ചുരുങ്ങിയിട്ടുണ്ട്. 'ഇവിടെ ലോക്ക്ഡൗണിൽ കുടുങ്ങിപ്പോയ അയൽസംസ്ഥാനങ്ങളിൽ നിന്നുള്ള 1,50,000 കുടിയേറ്റ തൊഴിലാളി കളെയും ഞങ്ങൾ താമസവും ഭക്ഷണവും ഏർപ്പാടാക്കി സംരക്ഷി ക്കുന്നുണ്ട്,' അവർ പറയുന്നു. 'ഞങ്ങൾ അവർക്ക് ആവശ്യമായ ആഹാരം കൊടുത്തു ദിവസവും മൂന്നു നേരം വെച്ച് ആറാഴ്ച.' ഈ തൊഴിലാളി കളെ ഇപ്പോൾ ചാർട്ടർ ട്രെയിനുകളിൽ സ്വന്തം നാടുകളിലേക്ക് വിടുകയാണ്.

കോവിഡ് 19 നു മുൻപ് തന്നെ ശൈലജ ഇന്ത്യയിൽ പ്രസിദ്ധ ആയിരുന്നു. 2018 ലെ നിപ വൈറസ് ബാധയുടെ വ്യാപനം അവർ കൈകാര്യം ചെയ്ത രീതിയിൽ നിന്ന് പ്രചോദനം ഉൾക്കൊണ്ട് *വൈറസ്* എന്ന ഒരു സിനിമ കഴിഞ്ഞ വർഷം റിലീസ് ചെയ്തിരുന്നു. കൊറോണ യേക്കാൾ മാരകമായ വൈറസ് ആണ് നിപ. (ആ സിനിമയിൽ അവരു കഥാപാത്രത്തെ ആകുലമായ മുഖത്തോടെയാണ് അവതരിപ്പിച്ച എന്നാൽ യഥാർത്ഥത്തിൽ ഭയം കാണിക്കാൻ കഴിയുന്ന സ്ഥ ആയിരുന്നില്ല തനിക്ക് എന്നവർ പറഞ്ഞു.) രോഗബാധ നിയന്ത്ര ന്നതിലെ ചടുലമായ പ്രതികരണത്തിന് മാത്രമല്ല, നിപയുടെ കേന്ദ്രമായ ഗ്രാമം സന്ദർശിച്ചതിലും അവർ പ്രശംസിക്കപ്പെട്ടു.

രോഗം വ്യാപിക്കുന്നത് എങ്ങനെയെന്ന് അറിയാഞ്ഞ ഗ്രാമത്തിലുള്ളവർ ഭയപ്പെട്ട് അവിടം വിട്ടോടി പോകാൻ തു കയായിരുന്നു. 'എന്റെ ഡോക്ടർമാരുടെ ഒപ്പം ഞാനവിടെ ഞങ്ങൾ പഞ്ചായത്ത് ഓഫീസിൽ ഒരു മീറ്റിങ് വിളിച്ചു കൂട്ടി സമ്പർക്കം വഴി മാത്രമേ വൈറസ് പകരുകയുള്ളൂ, അവിടെ നിന്ന് പോകേണ്ട കാര്യമില്ല എന്ന് ഞാൻ വിശദീ പറയുന്നു. 'ചുമയ്ക്കുന്ന ഒരാളിൽ നിന്ന് കുറഞ്ഞത് ഒര പാലിച്ചാൽ, വൈറസിന് പകരാൻ പറ്റില്ല. ഞങ്ങൾ അ അവർ ശാന്തരായി അവിടെത്തന്നെ നില്ക്കുകയും

നിപ, ശൈലജയെ കോവിഡ് 19 നെ നേരിടാൻ പറയുന്നു, കാരണം ചികിത്സയും വാക്സിനും ഇല്ല പടരാവുന്ന ഒരു സാംക്രമികരോഗത്തെ ഗൗരവമാ

അതവരെ പഠിപ്പിച്ചു. എന്നാൽ, രണ്ടു വൈറസ് ബാധയും നേരിടുന്നതിനു വേണ്ടി അവർ ജീവിതകാലം മുഴുവൻ തയ്യാറെടുക്കുകയായിരുന്നു എന്ന് വേണമെങ്കിൽ പറയാം.

അവർ അംഗമായ കമ്യൂണിസ്റ്റ് പാർട്ടി ഓഫ് ഇന്ത്യ (മാർക്സിസ്റ്റ്), 1957 മുതൽ (അവർ ജനിച്ച വർഷം), കേരളത്തിലെ വിവിധ സർക്കാരുകളിലെ പ്രമുഖ കക്ഷിയാണ്. (1964 വരെ അത് കമ്യൂണിസ്റ്റ് പാർട്ടി ഓഫ് ഇന്ത്യയുടെ ഭാഗമായിരുന്നു, അതിനു ശേഷം വിഘടിച്ചു വേറെ പാർട്ടി ആയി.) അവർ ജനിച്ചത് ആക്ടിവിസ്റ്റുകളുടെയും സ്വാതന്ത്ര്യ സമരസേനാനികളുടെയും കുടുംബത്തിലാണ്. അവരുടെ മുത്തശ്ശി തൊട്ടുകൂടായ്മയ്ക്കെതിരെ സമരം ചെയ്തിരുന്നു. 'കേരള മോഡൽ' എന്ന് വിശേഷിക്കപ്പെടുന്ന സംവിധാനം അടിസ്ഥാനത്തിൽ നിന്ന് കെട്ടിപ്പൊക്കുന്നത് കണ്ടാണ് അവർ വളർന്നത്; ഞങ്ങൾ സംസാരിക്കുമ്പോഴും ഇതിനെക്കുറിച്ചാണ് അവർക്ക് പറയാൻ ഉണ്ടായിരുന്നത്.

നിയമം വഴി നടപ്പിലാക്കിയ ഭൂപരിഷ്കരണം ആണ് ഈ ...ഡലിന്റെ അടിസ്ഥാനം. ഇത് ഒരു കുടുംബത്തിനു കൈവശം ...ാവുന്ന ഭൂമിക്ക് നിയന്ത്രണം കൊണ്ടുവരുകയും കുടികിടപ്പ് ...ാരുടെ ഇടയിൽ ഭൂമി ഉടമസ്ഥത കൂട്ടുകയും ചെയ്തു. ...ീകൃതമായ ഒരു പൊതുജനാരോഗ്യ സംവിധാനവും പൊതുവിദ്യാ...ഗത്ത് കൂടുതൽ മുതൽമുടക്കും ഉണ്ടായി. എല്ലാ ഗ്രാമങ്ങൾക്കും ...ിികാരോഗ്യകേന്ദ്രവും ഓരോ തലത്തിലും ആശുപത്രികളും ... മെഡിക്കൽ കോളേജുകളും ഈ സംവിധാനത്തിലുണ്ട്.

... സംസ്ഥാനങ്ങളിലും ഉണ്ട്, മഹാരാഷ്ട്രയിലെ പൂനയിൽ ...ജനാരോഗ്യ വിദഗ്ദ്ധനായ എം പി കരിയപ്പ പറയുന്നു, ...ു സംസ്ഥാനങ്ങളിലും തങ്ങളുടെ പ്രാഥമികാരോഗ്യ ...ജനം ഇത്രയേറെ ശ്രദ്ധ എടുക്കുന്നില്ല. ഇന്ത്യയിലെ ...തക്കാളും മെച്ചപ്പെട്ട പ്രതീക്ഷിത ജീവിതദൈർ...ഞ്ഞ ശിശുമരണ നിരക്കും കേരളത്തിലാണ്. ... സംസ്ഥാനവും ഇതുതന്നെ. 'വ്യാപകവും ...യ വിദ്യാഭ്യാസ സൗകര്യങ്ങൾ കാരണം ...രാഗ്യം വളരെ പ്രധാനമാണെന്ന അവബോ...

...ന്റെ മുത്തശ്ശിയിൽനിന്ന് ഞാൻ ആ...ിക സമരങ്ങൾ, സ്വാതന്ത്ര്യ സമരം ...ഥപറച്ചിലുകാരി ആയിരുന്നു.' ...ടിയന്തര നടപടികൾ കേന്ദ്ര...ണങ്കിലും ഓരോ ഇന്ത്യൻ ...്യനയം ഉണ്ട്. കേരള മോഡൽ ...നോടുള്ള തന്റെ സർക്കാരിന്റെ ...ല്ല എന്നവർ ഉറപ്പിച്ചു പറഞ്ഞു.

എന്നാൽ കേരളത്തിന്റെ പ്രാഥമികാരോഗ്യ കേന്ദ്രങ്ങൾ പലതും ജീർണ്ണ അവസ്ഥയിൽ എത്തിതുടങ്ങിയിരുന്നു എന്നതും ഇതിനോടൊപ്പം പറയണം. ശൈലജയുടെ സർക്കാർ 2016 ൽ അധികാരത്തിൽ എത്തിയപ്പോൾ അവർ ഇവയുടെ ആധുനികവല്ക്കരണം ഏറ്റെടുത്തു. കോവിഡ് മഹാമാരി തുടങ്ങുന്നതിനു മുൻപ് തന്നെ കൊണ്ടുവന്ന ഒരു മാറ്റമായിരുന്നു ശ്വാസകോശ രോഗങ്ങൾക്കായുള്ള രജിസ്റ്ററിയും ക്ലിനിക്കുകളും. ഇത് ഇന്ത്യയിൽ വലിയൊരു പ്രശ്നമാണ്. 'ഇത് ചെയ്തതുകൊണ്ട് ശ്വാസകോശ രോഗങ്ങൾ കോവിഡ്19 ആണോയെന്നും സാമൂഹിക വ്യാപനമുണ്ടോയെന്നും ഞങ്ങൾക്ക് നിരീക്ഷിക്കാൻ പറ്റി,' ശൈലജ പറയുന്നു. 'ഇത് ഞങ്ങളെ വളരെയേറെ സഹായിച്ചു.'

വൈറസ് ബാധ തുടങ്ങിയപ്പോൾ എല്ലാ ജില്ലകളിലും രണ്ടു ആശുപത്രികൾ, 500 കിടക്കകൾ വീതം ഓരോ മെഡിക്കൽ കോളേജിലും എന്നിങ്ങനെ കോവിഡ് 19 ന് ആയി മാറ്റി വെക്കാൻ നിർദ്ദേശം കൊടുത്തു. ഇവിടെയെല്ലാം അകത്തേക്കും പുറത്തേക്കും പോകാൻ വേറെ വേറെ വഴികളും സംവിധാനം ചെയ്തു. ടെസ്റ്റുകൾക്ക് ക്ഷാമമുണ്ടായിരുന്നു, പ്രത്യേകിച്ചും വൈറസ് സമ്പന്ന പാശ്ചാത്യ രാജ്യങ്ങളിൽ എത്തിയപ്പോഴേക്കും. അതുകൊണ്ട് ടെസ്റ്റ് രോഗലക്ഷണം ഉള്ളവർക്കും അവരുമായി അടുത്ത സമ്പർക്കമുള്ളവർക്കും, രോഗലക്ഷണം ഇല്ലാത്തവരുടെയും വൈറസിനോട് ഏറ്റവും സമ്പർക്കം വരുന്ന ആരോഗ്യപ്രവർത്തകർ, പൊലീസ്, സന്നദ്ധ പ്രവർത്തകർ എന്നിവരുടെയും റാൻഡം സാമ്പ്ലിങ് എന്നതിനും മാത്രമായി നിജപ്പെടുത്തി.

ശൈലജ പറയുന്നത് കേരളത്തിൽ 48 മണിക്കൂറിനകം ടെസ്റ്റിന്റെ റിസൾട്ട് കിട്ടുന്നുവെന്നാണ്. 'ഗൾഫ്, യു എസ്, യു കെ എല്ലാം സാങ്കേതികമായി വളരെ മെച്ചപ്പെട്ട രാജ്യങ്ങൾ. അവർക്ക് റിസൾട്ടിന് വേണ്ടി ഏഴുദിവസം കാത്തിരിക്കേണ്ടി വരുന്നു,' അവർ പറയുന്നു. 'എന്താണ് അവിടെ സംഭവിക്കുന്നത്?' കുറ്റം പറയണമെന്ന് തനിക്കില്ല, അവർ പറയുന്നു, എന്നാൽ ഈ രാജ്യങ്ങളിലെ വളരെ കൂടിയ മരണനിരക്ക് അവരെ അത്ഭുതപ്പെടുത്തുന്നു: 'ടെസ്റ്റിങ് വളരെ പ്രധാനമാണെന്നാണ് എനിക്ക് തോന്നുന്നത്. ഒപ്പം ക്വാറന്റൈനും ആശുപത്രി നിരീക്ഷണവും. ഈ രാജ്യങ്ങളിലെ ജനങ്ങൾക്ക് അത് ലഭിക്കുന്നില്ല.' അവിടെയൊക്കെ ജീവിക്കുന്ന മലയാളികൾ ഫോൺ ചെയ്തു പറയുന്നത് കാരണം അവർക്ക് ഇതറിയാവുന്ന കാര്യമാണ്.

ലോക്ക്ഡൗൺ നിയമങ്ങൾ അനുസരിച്ച് ആരാധനാലയങ്ങൾ അടച്ചത് ചില ഇന്ത്യൻ സംസ്ഥാനങ്ങളിൽ പ്രതിഷേധത്തിന് കാരണം ആയെങ്കിലും കേരളത്തിൽ എതിർപ്പുകൾ ഒന്നുമില്ലായിരുന്നു എന്നത് ശ്രദ്ധേയമായിരുന്നു. ആരാധനാലയങ്ങൾ അടയ്ക്കുന്നതിനെക്കുറിച്ച് മുഖ്യമന്ത്രി പിണറായി വിജയൻ നേരത്തെ തന്നെ പ്രാദേശിക മതനേതാക്കന്മാരോട് ചർച്ച ചെയ്തത് ഇതിനൊരു കാരണമായിരുന്നിരിക്കാം. ശൈലജ പറയുന്നത് കേരളത്തിന്റെ ഉയർന്ന സാക്ഷരതാ

നിരക്കും വേറൊരു കാരണം ആണെന്നാണ്: 'എന്തുകൊണ്ടവർ വീടുകളിൽ കഴിയണമെന്നത് ജനങ്ങൾക്ക് മനസ്സിലായിട്ടുണ്ട്. നിങ്ങൾക്ക് അതവരോട് വിശദീകരിക്കാൻ കഴിയും.'

മേയ് 17 ന് ലോക്ക്ഡൗൺ നീക്കാനാണ് ഇന്ത്യൻ ഗവൺമെന്റിന്റെ തീരുമാനം (ഈ തീയതി ഇപ്പോൾ രണ്ടു പ്രാവശ്യമായി നീട്ടി വെച്ചിട്ടുണ്ട്). അതിന് ശേഷം, വൈറസ് പടർന്നു പിടിച്ചിട്ടുള്ള ഗൾഫ് മേഖലയിൽ നിന്ന് വലിയ തോതിൽ മലയാളികളുടെ കുത്തൊഴുക്ക് കേരളത്തിലേക്ക് ഉണ്ടാകുമെന്ന് അവർ മുന്നറിയിപ്പ് നല്കുന്നു. 'അത് വലിയൊരു വെല്ലുവിളിയായിരിക്കും, പക്ഷേ, ഞങ്ങളതിന് വേണ്ടി തയ്യാറെടുത്തു കൊണ്ടിരിക്കുകയാണ്,' അവർ പറയുന്നു. പ്ലാൻ എ, ബി, സി എന്നിങ്ങനെ തയ്യാറെടുപ്പുകൾ ക്രമീകരിച്ചിട്ടുണ്ട്. പ്ലാൻ സി ഏറ്റവും മോശം സാഹചര്യത്തിന് വേണ്ടിയുള്ളതാണ് 1,65,000 കിടക്കകൾ ലഭ്യമാകാനായി ഹോട്ടലുകൾ, ഹോസ്റ്റലുകൾ, കോൺഫറൻസ് സെന്ററുകൾ എന്നിവ ഏറ്റെടുക്കുന്നതും ഇതിൽ ഉൾപ്പെടും. 5,000 വെന്റിലേറ്ററിൽ കൂടുതൽ വേണ്ടി വന്നാൽ കേരളം ബുദ്ധിമുട്ടും കൂടുതൽ ഓർഡർ ചെയ്തിട്ടുണ്ടെങ്കിലും; എന്നാൽ ശരിക്കുമുള്ള പ്രതിബന്ധം ജീവനക്കാരുടെ കുറവായിരിക്കും, പ്രത്യേകിച്ചും സമ്പർക്ക ലിസ്റ്റ് അന്വേഷിച്ചു കണ്ടെത്താനുള്ളവർ. 'ഞങ്ങൾ സ്കൂൾ അദ്ധ്യാപ കരെ ഇതിനു വേണ്ടി പരിശീലിപ്പിക്കുന്നുണ്ട്,' ശൈലജ പറയുന്നു.

വൈറസ് ബാധയുടെ രണ്ടാം തരംഗം കടന്നു പോയതിനു ശേഷം ശരിക്കും അങ്ങനെയൊരു രണ്ടാം തരംഗം ഉണ്ടെങ്കിൽ ഈ അദ്ധ്യാപകർ സ്കൂളുകളിലേക്ക് തിരികെ പോകും. തനിക്കും പിന്നീട് അതുതന്നെ ചെയ്യാൻ പറ്റുമെന്ന് അവർ പ്രതീക്ഷിക്കുന്നു, കാരണം ഒരു വർഷത്തിന് ശേഷം നടക്കുന്ന സംസ്ഥാന തിരഞ്ഞെടുപ്പോടുകൂടി അവരുടെ ഭരണ കാലാവധി പൂർത്തിയാകും. കോവിഡ് 19 ന്റെ ഭീഷണി അടുത്ത കാലത്തൊന്നും തീരുമെന്ന് പ്രതീക്ഷയില്ലാത്ത അവർ തന്റെ പിൻഗാമിക്ക് എന്ത് രഹസ്യമാണ് കൈമാറാൻ ആഗ്രഹിക്കുന്നത്? ചുറ്റിലും ചിരി പടർത്തുന്ന തന്റെ സ്വതസിദ്ധമായ ചിരി അവർ ചിരിക്കുന്നു, കാരണം ആ രഹസ്യം ഒരു രഹസ്യമല്ല: 'ശരിയായ ആസൂത്രണം.'

(*ദി ഗാർഡിയൻ* 14 മെയ് 2020)

കേരളം
കോവിഡ് നിയന്ത്രിച്ചതെങ്ങനെ?

നിഷ മസീഹ്, ഷാഹിന കെ കെ

ആ ആരോഗ്യപ്രവർത്തക മണിക്കൂറുകൾ എടുത്തു കൈയിലെ ചോദ്യങ്ങൾ നിറഞ്ഞ ലിസ്റ്റിന് ഉത്തരങ്ങൾ തേടി: നിങ്ങളുടെ ആരോഗ്യം എങ്ങനെയുണ്ട്? നിങ്ങളുടെ മാനസിക നില എങ്ങനെയുണ്ട്? ആവശ്യത്തിന് ഭക്ഷണ സാധനങ്ങൾ ഉണ്ടോ? ഉച്ച കഴിയുമ്പോഴേക്കും അവർ കൊറോണവൈറസ് ക്വാറന്റൈനിൽ ഉള്ള അമ്പതിലധികം ആളുകളോട് സംസാരിച്ചു കഴിഞ്ഞിരുന്നു. ആഴ്ചകൾക്ക് മുൻപേ അവർ ഇതുപോലെ സംസാരിക്കുന്ന ആൾക്കാരുടെ എണ്ണം 200 ആയിരുന്നു.

കേരളമെന്ന ഇന്ത്യൻ സംസ്ഥാനത്തിലെ 30,000 ൽ അധികം ആരോഗ്യപ്രവർത്തകരിൽ ഒരാൾ മാത്രമായിരുന്നു ഷീബ റ്റി എം, അവിടുത്തെ കമ്യൂണിസ്റ്റ് സർക്കാരിന്റെ കൊറോണവൈറസ് മഹാമാരിക്കെതിരെയുള്ള ഊർജ്ജസ്വലമായ പ്രതികരണത്തിന്റെ ഭാഗം. കൂടിയ നമ്പറുകളിൽ ടെസ്റ്റിങ്, ചിട്ടയായ രീതിയിലുള്ള കോൺടാക്റ്റ് ട്രെയ്സിങ്, നീളമേറിയ കാലാവധിയിലെ ക്വാറന്റൈൻ, പെട്ടെന്ന് പ്രഖ്യാപിക്കപ്പെട്ട ദേശിയ ലോക്ക് ഡൗണിൽ യാത്രാസൗകര്യങ്ങൾ ഇല്ലാതെയായ കുടിയേറ്റ തൊഴിലാളികൾക്കായി പണിത ആയിരക്കണക്കിന് ക്യാമ്പുകൾ, ആവശ്യമുള്ളവർക്കായി വിതരണം ചെയ്യപ്പെടുന്ന ലക്ഷക്കണക്കിന് പൊതിച്ചോറുകൾ ഇവയെല്ലാം കേരളത്തിന്റെ മഹാമാരി നിയന്ത്രണ സംരംഭങ്ങളിൽ പെടുന്നു.

ഈ നടപടികൾ എല്ലാം ഫലവത്താകുന്നു എന്ന് വേണം കരുതാൻ. ജനുവരി അവസാനം കേരളത്തിലാണ് ഇന്ത്യയിൽ ആദ്യത്തെ കൊറോണവൈറസ് കേസ് റിപ്പോർട്ട് ചെയ്യപ്പെട്ടതെങ്കിലും, ഏപ്രിൽ ആദ്യ ആഴ്ച ആയപ്പോഴേക്കും പുതിയ കേസുകളുടെ എണ്ണം കഴിഞ്ഞുപോയ ആഴ്ചയിലേക്കാൾ 30 ശതമാനം കുറവുണ്ടായിരുന്നു. പോസിറ്റീവ് ആയവരിൽ 52 ശതമാനം പേർ കേരളത്തിൽ രോഗവിമുക്തരായിട്ടുണ്ട്.

ഇന്ത്യയിൽ വേറേതൊരു സംസ്ഥാനത്തേക്കാൾ മെച്ചപ്പെട്ട തോതിലാണിത്, ഇങ്ങനെ പോസിറ്റീവ് ആയവരിൽ രണ്ടു മരണങ്ങൾ മാത്രവും.

രാജ്യത്തെ സ്തംഭിപ്പിച്ചു ലോക്ക്ഡൗൺ നടത്തിയ ഇന്ത്യൻ ഗവണ്മെന്റിനു കേരളത്തിന്റെ വിജയം അനുകരിക്കാവുന്ന പാഠങ്ങൾ നല്കിയേക്കാം. രാജ്യം ലോക്ക്ഡൗണിൽ ആണെങ്കിലും രോഗബാധയുടെ ഗ്രാഫ് മുകളിലേക്ക് പോകുന്നതായിട്ടായാണ് കാണുന്നത്, ഇപ്പോൾ പോസിറ്റീവ് ആയ കേസുകൾ 10,000 ത്തിൽ അധികവും മരണം 300 ൽ അധികവും ആയിക്കഴിഞ്ഞു. കൂടിയ ജനസാന്ദ്രതതൊട്ടു നിലവാരം കുറഞ്ഞ ആരോഗ്യസംവിധാനങ്ങൾ വരെയുള്ള അനവധി വെല്ലുവിളികൾ ഇന്ത്യക്ക് മുൻപിലുണ്ട്, എന്നാൽ വിദഗ്ദ്ധർ പറയുന്നത് കേരളത്തിന്റെ വൈറസ് ബാധിതരെ വേഗം കണ്ടെത്താനുള്ള ഉത്സാഹപൂർണ്ണമായ ശ്രമങ്ങൾ, വൈവിദ്ധ്യമാർന്ന സാമൂഹിക സുരക്ഷാ നടപടികൾ ഇവയൊക്കെ രാജ്യത്തിന്റെ മറ്റ് ഭാഗങ്ങൾക്കൊരു മാതൃക ആണെന്നാണ്.

'ഞങ്ങൾ ഏറ്റവും നല്ല ഫലമുണ്ടാകും എന്ന് പ്രതീക്ഷിച്ചു, എന്നാൽ ഏറ്റവും മോശമായ അവസ്ഥയെ നേരിടാൻ പ്ലാൻ ചെയ്തു,' കേരളത്തിന്റെ ആരോഗ്യമന്ത്രി കെ കെ ശൈലജ പറയുന്നു. അതെ സമയം മഹാമാരി കേരളത്തിൽ നിന്ന് ഇപ്പോഴും ഒഴിഞ്ഞു പോയിട്ടില്ലെന്നും അവർ മുന്നറിയിപ്പ് നല്കുന്നു. 'ഇപ്പോൾ വൈറസ് ബാധയുടെ ഗ്രാഫ് നേർ രേഖയിലാണ്, എന്നാൽ അടുത്ത ആഴ്ച എന്താകും എന്ന് പറയാൻ പറ്റില്ല.'

വൈറോളജിസ്റ്റും സാംക്രമിക രോഗ വിദഗ്ദ്ധനുമായ ഷാഹിദ് ജമീൽ പറയുന്നത് കേരളത്തിന്റെ നടപടികൾ ഫലവത്താകാൻ കാരണം അവ 'കർശനവും അതെ സമയം മാനുഷികവും' ആയിരുന്നു എന്നാണ്.

'കൂടിയ തോതിൽ ടെസ്റ്റിങ്, ഐസൊലേഷൻ, സമ്പർക്കപ്പട്ടിക തയ്യാറാക്കൽ, ചികിത്സ. ഇങ്ങനെയാണ് ഒരു സാംക്രമിക രോഗം പൊട്ടിപ്പുറപ്പെട്ടാൽ നിയന്ത്രിക്കേണ്ടത്,' ഹൈദരാബാദിലും ന്യൂഡൽഹിയിലും ഓഫീസുകളുള്ള വെൽക്കം ട്രസ്റ്റ് ഡി ബി റ്റി ഇന്ത്യ അലയൻസ് എന്ന ഫൗണ്ടേഷന്റെ സി ഇ ഓ ആയ ജമീൽ പറഞ്ഞു.

ലോകാരോഗ്യ സംഘടനയുടെ ഇന്ത്യയിലെ പ്രതിനിധിയായ ഹെങ്ക് ബെക്കേടം പറയുന്നതനുസരിച്ചു കേരളത്തിന്റെ ത്വരിതഗതിയിലുള്ള പ്രതികരണത്തിന് കാരണം നേരത്തെ തന്നെ അടിയന്തര ഘട്ടങ്ങളെ നേരിടുന്നതിലുള്ള പരിചയവും മുതൽമുടക്കുമാണ്. ജില്ലാതല നിരീക്ഷണം, അപായഘടകങ്ങളെക്കുറിച്ചുള്ള ആശയവിനിമയം, സാമൂഹ്യ സമ്പർക്ക നടപടികൾ എന്നിവയെ അദ്ദേഹം ചൂണ്ടിക്കാട്ടുന്നു.

വളരെ അപകടകരമാകാവുന്ന ഒരു വെല്ലുവിളിയാണ് കേരളം നേരിട്ടത്: താരതമ്യേന ഉയർന്ന തോതിലുള്ള വിദേശ യാത്രികർ. പ്രകൃതിരമണീയമായ കായൽത്തീരങ്ങൾക്കും ഹെൽത്ത് റിസോർട്ടുകൾക്കും പേര് കേട്ട ഈ തീരദേശ സംസ്ഥാനം പത്ത് ലക്ഷത്തിലധികം

വിദേശ ടൂറിസ്റ്റുകൾക്ക് ഒരു വർഷം ആതിഥ്യമരുളുന്നുണ്ട്. അതിന്റെ 3.3 കോടി ജനങ്ങളിൽ ആറിലൊന്ന് പ്രവാസികളാണ്, നൂറു കണക്കിന് പേർ ചൈനയിൽ വിദ്യാർത്ഥികളാണ്.

എയർപോർട്ടുകളിൽ സ്ക്രീനിങ് കർശനമാക്കി, കൊറോണ വൈറസ് ഹോട്ട് സ്പോട്ടുകളായ ഇറാൻ, ദക്ഷിണകൊറിയ മുതലായ ഒമ്പത് രാജ്യങ്ങളിൽ നിന്നുള്ള യാത്രക്കാർക്ക് ഫെബ്രുവരി 10 മുതൽ വീടുകളിൽ ക്വാറന്റൈൻ നിർബ്ബന്ധമായി. ഇതുപോലെയുള്ള നടപടികൾ രാജ്യവ്യാപകമായി നടപ്പാക്കുന്നതിനും രണ്ടാഴ്ച മുൻപേയായിരുന്നു ഇത്. ഐസൊലേഷൻ കാലാവധി പൂർത്തിയാക്കാതെ യാത്ര ചെയ്യാനൊരുങ്ങിയ ഒരു കൂട്ടം വിദേശ ടൂറിസ്റ്റുകളെ അവരുടെ വിമാനത്തിൽ നിന്ന് നീക്കിയത് ശ്രദ്ധേയമായിരുന്നു. ടൂറിസ്റ്റുകൾക്കും കേരളത്തിൽ സ്ഥിരതാമസമില്ലാത്തവർക്കും താല്ക്കാലിക ക്വാറന്റൈൻ സൗകര്യങ്ങൾ ഒരുക്കി.

ഇത്രയൊക്കെ ചെയ്തിട്ടും ചിലർ നിരീക്ഷണവലയം ഭേദിച്ചു. ഫെബ്രുവരി അവസാനവാരം ഇറ്റലിയിൽ നിന്നെത്തിയ തദ്ദേശീയ ദമ്പതികൾ ആരോഗ്യവകുപ്പിനെ വിവരം അറിയിക്കാഞ്ഞത് ഉദ്വേഗജനകമായ സ്ഥിതിയാണ് സൃഷ്ടിച്ചത്. അവരെ കണ്ടെത്തുന്നതിനോടകം ഈ ദമ്പതികൾ നിരവധി ചടങ്ങുകളിൽ പങ്കെടുക്കുകയും അനേകം യാത്രകൾ നടത്തുകയും ചെയ്തിരുന്നു. ഇവരുടെ പ്രൈമറി, സെക്കന്ററി സമ്പർക്ക ലിസ്റ്റിൽപ്പെട്ട ഏകദേശം 900 ആൾക്കാരെ കണ്ടെത്തുകയും ക്വാറന്റൈൻ ചെയ്യുകയും ചെയ്തു.

ഈ ദമ്പതികളുടെ മരുമകനായ റോബിൻ തോമസ്, 34 വയസ്സ്, കൊറോണ വൈറസ് പോസിറ്റീവ് ആയി, ഒപ്പം അദ്ദേഹത്തിന്റെ ഭാര്യയും ഭാര്യയുടെ മുത്തച്ഛനും മുത്തശ്ശിയും. ആരോഗ്യപ്രവർത്തകർ 'പ്രശംസനീയമായ ചികിത്സ' നല്കുക മാത്രമല്ല, സമൂഹത്തിൽ തങ്ങൾക്കുണ്ടായ കളങ്കം നീക്കാൻ കൂടി അവർ സഹായിച്ചു' എന്ന് ഇദ്ദേഹം പറയുന്നു.

'ഫേസ്ബുക്കിലും വാട്സാപ്പിലും ആൾക്കാർ ഞങ്ങളെ കുറ്റപ്പെടുത്തുകയായിരുന്നു,' അദ്ദേഹം പറഞ്ഞു, 'കൗൺസിലർമാർ ഞങ്ങളെ സ്ഥിരമായി ഫോണിൽ വിളിക്കുകയും ആത്മവിശ്വാസം നല്കുകയും ചെയ്തു.' തോമസും അദ്ദേഹത്തിന്റെ ഭാര്യയും രോഗവിമുക്തി നേടി കഴിഞ്ഞു, ഒപ്പം ഭാര്യയുടെ 88, 93 വയസ്സുള്ള മുത്തശ്ശിയും മുത്തച്ഛനും. അവർ കഴിഞ്ഞ ആഴ്ച ആശുപത്രിയിൽ നിന്ന് ഡിസ്ചാർജ് ആയി.

'അവർ അസുഖം അതിജീവിക്കില്ലെന്ന് ഞങ്ങൾ ഭയപ്പെട്ടു, അവരെ കുറിച്ചോർത്തു വളരെ വിഷമിച്ചു,' തോമസ് പറഞ്ഞു. 'അപ്പച്ചന് ഹാർട്ട് അറ്റാക്ക് ഉണ്ടായപ്പോൾ പോലും ഡോക്ടർമാർ പറഞ്ഞത് അവർ ശ്രമിച്ചു കൊണ്ടേയിരിക്കും എന്നാണ്.'

മറ്റ് ആറു സംസ്ഥാനങ്ങൾ കേരളത്തോട് ഉപദേശം ചോദിച്ചിട്ടുണ്ടെന്ന് ആരോഗ്യവകുപ്പ് മന്ത്രി ശൈലജ പറഞ്ഞു. എന്നാൽ

കേരളത്തിൽ നിന്നുള്ള പാഠങ്ങൾ ഇന്ത്യയുടെ മറ്റ് ഭാഗങ്ങളിൽ നടപ്പാക്കുന്നത് എളുപ്പമാകണമെന്നില്ല.

1950 മുതലുള്ള കാലയളവിൽ 30 വർഷങ്ങളിലേറെ വിവിധ സർക്കാരുകളിലായി കമ്യൂണിസ്റ്റുകാർ അധികാരം കൈയാളിയിട്ടുള്ള ഈ സംസ്ഥാനം പൊതുവിദ്യാഭാസത്തിലും സാർവ്വത്രിക ആരോഗ്യ പരിപാലന രംഗത്തും വളരെയേറെ മുതൽമുടക്ക് നടത്തിയിട്ടുണ്ട്. ഇന്ത്യയിലെ ഏറ്റവും ഉയർന്ന സാക്ഷരത നിരക്കുള്ള കേരളം രാജ്യത്തെ ഏറ്റവും നന്നായി പ്രവർത്തിക്കുന്ന പൊതുജനാരോഗ്യ സംവിധാനത്തിന്റെ ഗുണഫലങ്ങളും അനുഭവിക്കുന്നു. കുറഞ്ഞ നവജാത ശിശു മരണനിരക്ക്, ജനനശേഷമുള്ള പ്രതിരോധ കുത്തിവെപ്പുകൾ, പ്രാഥമികാരോഗ്യ കേന്ദ്രങ്ങളിലെ സ്പെഷ്യലിസ്റ്റുകളുടെ ലഭ്യത എന്നിവയിൽ കേരളം ഇന്ത്യയിൽ ഒന്നാമതാണ്.

ഇങ്ങനെ ആരോഗ്യസംവിധാനത്തിന്റെ മേന്മകൾ കേരളത്തെ ലോകാരോഗ്യ സംഘടനയുടെ കൂടുതൽ പരിശോധന എന്ന നിർദ്ദേശം നടപ്പാക്കാൻ സഹായിച്ചു, കേന്ദ്ര ഏജൻസികൾ ഇത് ഇന്ത്യ പോലൊരു രാജ്യത്ത് നടപ്പാക്കാൻ ബുദ്ധിമുട്ടാണ് എന്ന് പറഞ്ഞുകൊണ്ടിരിക്കുമ്പോഴും. ഏപ്രിൽ ആദ്യവാരം ആകുമ്പോഴേക്കും കേരളം 15,000 ത്തിൽ കൂടുതൽ ടെസ്റ്റ് നടത്തിക്കഴിഞ്ഞിരുന്നു. താരതമ്യം ചെയ്യുകയാണെങ്കിൽ കൂടുതൽ ജനസംഖ്യയും ആ സമയത്ത് അതേ എണ്ണം കേസുകളും ഉള്ള ആന്ധ്രാപ്രദേശ് ഏകദേശം 8,000 ടെസ്റ്റുകളും, കൂടുതൽ കേസുകളുള്ള തമിഴ്നാട്ടിൽ 12,700 ടെസ്റ്റുകളിൽ അധികവും ചെയ്തിരുന്നു.

കേരളം കഴിഞ്ഞയാഴ്ച കിയോസ്കുകൾ വഴിയുള്ള വാക്ക് ഇൻ ടെസ്റ്റിങ് ആരംഭിച്ചു. ഇത് കാരണം ആരോഗ്യ പ്രവർത്തകർക്ക് സുരക്ഷാ ഉപാധികൾ ഇല്ലാതെ തന്നെ ടെസ്റ്റിങ് ചെയ്യാം. പല സംസ്ഥാനങ്ങളെയും പരിഭ്രമത്തിലാക്കിയ കേന്ദ്ര ഗവണ്മെന്റിന്റെ കർശന ലോക്ക്ഡൗണിന് ദിവസങ്ങൾ മുൻപേ തന്നെ കേരളം 2.6 ബില്യൻ ഡോളറിന്റെ സാമ്പത്തിക പാക്കേജും മഹാമാരിയെ നേരിടുന്നതിനായി പ്രഖ്യാപിച്ചിരുന്നു. സംസ്ഥാനം സ്കൂൾ കുട്ടികൾക്ക് ഉച്ചഭക്ഷണത്തിനായുള്ള ഭക്ഷ്യ സാമഗ്രികൾ വീടുകളിൽ എത്തിച്ചു, ഇന്റർനെറ്റ് കപ്പാസിറ്റി കൂട്ടാനായി സർവ്വീസ് കമ്പനികളുമായി ബന്ധപ്പെട്ടു, അർഹരായവർക്ക് രണ്ട് മാസത്തേക്ക് പെൻഷൻ മുൻകൂറായി നല്കുകയും ചെയ്തു.

പക്ഷേ, ചില പിഴവുകളും വന്നിട്ടുണ്ട്. ആയിരക്കണക്കിന് ജനങ്ങൾ വന്നുകൂടിയ ഒരു ഉത്സവം നടത്താൻ അനുമതി കൊടുത്തതിനു കേരളം വിമർശിക്കപ്പെട്ടു. ആരോഗ്യ എമർജൻസികളുടെ ചുമതലയുള്ള സംസ്ഥാന ഉദ്യോഗസ്ഥൻ അമർ ഫെറ്റിൽ പറയുന്നത് കമ്പോളങ്ങളിലെ സോഷ്യൽ ഡിസ്റ്റൻസിങ്, ചുമയ്ക്കുമ്പോൾ പാലിക്കേണ്ട മുൻകരുതലുകൾ, ലോക്ക്ഡൗൺ നടപ്പാക്കുന്ന രീതി ഇവയൊക്കെ ഇനിയും മെച്ചപ്പെട്ട നിലയിൽ ചെയ്യാമെന്നാണ്.

(*വാഷിങ്ടൻ പോസ്റ്റ്* ഏപ്രിൽ 10, 2020)

കേരളം:
കൊറോണ പ്രതിരോധത്തിലെ ജാഗ്രത

അഞ്ജന പ്രസിച്ച

കൊറോണ വരുത്താൻ സാദ്ധ്യതയുള്ള ആഘാതത്തെക്കുറിച്ചു പല ലോകരാജ്യങ്ങളും മനസ്സിലാക്കുന്നതിനു മുൻപ് തന്നെ, ദക്ഷിണേന്ത്യൻ സംസ്ഥാനമായ കേരളം ചൈനയിലെ വുഹാനിൽനിന്ന് തിരിച്ചെത്തിയ 20 കാരിയെ നിരീക്ഷിക്കാൻ തുടങ്ങിയിരുന്നു. തൊണ്ട വേദനയുൾപ്പെടെയുള്ള അസ്വസ്ഥതകളെക്കുറിച്ചു പെൺകുട്ടി റിപ്പോർട്ട് ചെയ്ത ഉടനെ തന്നെ ആശുപത്രിയിൽ എത്തിക്കുകയും, ഐസൊലേഷൻ വാർഡിലേക്ക് മാറ്റുകയും, കുടുംബാംഗങ്ങളെ ക്വാറന്റൈനിൽ ആക്കുകയും ചെയ്തു. ഇന്ത്യയിലെ ആദ്യ കോവിഡ് രോഗിയായിരുന്നു ആ പെൺകുട്ടി.

രോഗലക്ഷണങ്ങൾ പ്രകടിപ്പിക്കുന്നവരെ ആശുപത്രികളിൽ ഐസൊലേറ്റ് ചെയ്യാനും, അവരുടെ സമ്പർക്കപ്പട്ടികയും റൂട്ട് മാപ്പും തയ്യാറാക്കാനും തുടങ്ങിയ നടപടിക്രമം ജനുവരി പകുതിയോടെ തന്നെ കേരളത്തിൽ തുടങ്ങിയിരുന്നു. മൂന്ന് മാസത്തിനുള്ളിൽ തന്നെ, കേരളം കൊറോണ പ്രതിരോധ ഗ്രാഫ് നേർരേഖയിലാക്കിയതിനും അതോടൊപ്പം വളരെ കുറഞ്ഞ മരണനിരക്കിനും പ്രശംസിക്കപ്പെട്ടു. റിപ്പോർട്ട് ചെയ്യപ്പെട്ട 400 കേസുകളിൽ മൂന്ന് രോഗികൾ മാത്രമാണ് ഇതുവരെ മരിച്ചത്. ഇത് ഒരു ശതമാനത്തിനും താഴെയാണ്. ഇന്ത്യയിലെ ബാക്കി സംസ്ഥാനങ്ങളെ അപേക്ഷിച്ചും പല ലോകരാജ്യങ്ങളെ അപേക്ഷിച്ചും ഇത് വളരെ കുറഞ്ഞ നിരക്കാണ്. രോഗികളിൽ 93 കാരനും അയാളുടെ 88 കാരിയായ ഭാര്യയുമുൾപ്പെടെ മൂന്നിൽ രണ്ടു രോഗികളും കേരളത്തിൽ രോഗമുക്തി നേടുകയുണ്ടായി. ഇത് ഇന്ത്യയിലെ ഏറ്റവും മികച്ച മുക്തിനിരക്കാണ്.

ആരോഗ്യമേഖലയിലെ വിദഗ്ദ്ധർ സംസ്ഥാനത്തിന്റെ ഈ

വിജയത്തിന് കാരണമായി രണ്ടു ഘടകങ്ങളെ ചൂണ്ടിക്കാട്ടുന്നു. ശക്തമായ പ്രാഥമികാരോഗ്യ പരിപാലന സംവിധാനവും മറ്റൊരു വൈറസ് തടഞ്ഞു നിർത്തിയ അനുഭവപരിചയവും. ഇടതുപക്ഷ കക്ഷികൾ ഭരിക്കുന്ന ഈ സംസ്ഥാനം ഏറ്റവുമധികം ബഡ്ജറ്റ് തുക നീക്കിവെക്കുന്നത് ആരോഗ്യ മേഖലയിലെ വികസനത്തിനാണ്. കേരളം തന്നെയാണ് ഏറ്റവുമുയർന്ന സാക്ഷരതാനിരക്കുള്ള സംസ്ഥാനവും. സംസ്ഥാന പ്ലാനിങ് ബോർഡ് മെമ്പർ കെ എൻ ഹരിലാൽ പറയുന്ന തിങ്ങനെ, 'ഞങ്ങൾക്ക് എല്ലാ ഗ്രാമങ്ങളിലും ഡോക്ടർമാരും, നഴ്സുമാരും, പാരാമെഡിക്കൽ വിദഗ്ദ്ധരുമുണ്ട്. അങ്ങനെ പകർച്ചവ്യാധിയെ നേരിടാൻ ആരോഗ്യപ്രവർത്തകരുടെ ഒരു നിര തന്നെയുണ്ട്.'

കൃത്യമായ ചികിത്സയോ വാക്സിനോ ഇല്ലാത്ത, മസ്തിഷ്കത്തിനെ ബാധിക്കുന്ന നിപ വൈറസ് 2018 ലും 2019 ലുമാണ് കേരളത്തിൽ റിപ്പോർട്ട് ചെയ്യപ്പെട്ടത്. കൃത്യമായ നിരീക്ഷണസംവിധാനവും സമ്പർക്കപ്പട്ടിക തയ്യാറാക്കലും തുടങ്ങിയ മാർഗ്ഗങ്ങൾ വഴിയാണ് നിപയെ കേരളം നേരിട്ടത്. അതേത്തുടർന്ന്, ക്വാറന്റൈനും ഐസൊലേഷനും ഉൾപ്പെടെ യുള്ള പദങ്ങൾ കേരളത്തിൽ കൊറോണ വ്യാപനത്തിന് മുൻപ് തന്നെ പരിചിതമായി.

'ഞങ്ങൾക്കുണ്ടായ ഭയത്തെക്കുറിച്ച് നിങ്ങൾക്ക് ഊഹിക്കാൻ പോലും കഴിയില്ല. ഭയം ഒരു നല്ല പരിശീലകൻ കൂടിയാണ്. അതുകൊണ്ട് കൊറോണ വൈറസ് വ്യാപനത്തിന്റെ ആരംഭഘട്ടത്തിൽ തന്നെ അത് നേരിടാൻ കഴിഞ്ഞു.' കേരളത്തിന്റെ മുൻ ആരോഗ്യ സെക്രട്ടറിയും നിപാ പ്രതിരോധത്തെ മുന്നിൽനിന്ന് നയിച്ചവരിൽ ഒരാളുമായ രാജീവ് സദാനന്ദൻ പറയുന്നു. പക്ഷേ, കൊറോണ വൈറസിനെ നേരിടുന്നത് കേരളത്തിന് ഇതിനേക്കാൾ ഭാരിച്ച ജോലിയായിരുന്നു. കേരളം ഉയർന്ന ജനസാന്ദ്രതയുള്ള സംസ്ഥാനമാണ്. ചൈനയിലെ വുഹാനിലുൾപ്പെടെ സർവ്വകലാശാലകളിൽ പഠിക്കുന്ന വിദ്യാർത്ഥികൾ, ഗൾഫിൽ തൊഴിൽ ചെയ്യുന്ന പതിനായിരക്കണക്കിന് പ്രവാസി മലയാളികൾ, ഇവരെല്ലാം കൊറോണാഭീതിക്കിടയിൽ തിരികെയെത്തി. ഇതിൽ രോഗികളായ വരെയും അല്ലാത്തവരെയും നിരീക്ഷണത്തിലാക്കി. ഇക്കൂട്ടത്തിൽ രണ്ടോ മൂന്നോ വർഷത്തിന് ശേഷം നാട്ടിലെത്തിയവരുമുണ്ട്. 'കുറേക്കാലമായി അവർ അവരുടെ കുടുംബത്തിൽ നിന്ന് മാറി ഒരു വിധത്തിൽ ക്വാറന്റൈനിൽ തന്നെയാണ്. അതുകൊണ്ട് തന്നെ ആളുകളോട് കുടുംബാംഗങ്ങളുമായി അടുത്തിടപഴകാനുള്ള അവരുടെ ആഗ്രഹത്തെ കൃത്യമായി ബോധവല്ക്കരിച്ചു മാറ്റിയെടുക്കേണ്ടി വന്നു.' ഹരിലാൽ പറയുന്നു.

നിശ്ചയമായും, തടസ്സങ്ങൾ ഈ പ്രതിരോധപ്രവർത്തനങ്ങളിൽ അനുഭവപ്പെട്ടു. ടെസ്റ്റ് കിറ്റുകളുടെ അഭാവവും ഇന്ത്യയിലെ മറ്റ് സംസ്ഥാനങ്ങളെപ്പോലെ കേരളത്തിലുമുണ്ടായിരുന്നു. അതുപോലെ ക്വാറന്റൈൻ നിയമങ്ങൾ ലംഘിച്ച പ്രവാസികളുമുണ്ടായിരുന്നു.

ഇറ്റലിയിൽ നിന്ന് തിരിച്ചെത്തിയ ഒരു മൂന്നംഗ കുടുംബം വിമാനത്താവളത്തിലെ സ്ക്രീനിങ്ങിനു റിപ്പോർട്ട് ചെയ്യാതെയും ഇറ്റലിയിൽ നിന്ന് വന്നുവെന്ന് ആരോഗ്യവകുപ്പിനെ അറിയിക്കാതെയും വലിയ വീഴ്ച വരുത്തി. ഇവർ ചന്തകളും റെസ്റ്റോറന്റുകളും ബാങ്കുകളും ഉൾപ്പെടെയുള്ള തിരക്കേറിയ സ്ഥലങ്ങൾ സന്ദർശിക്കുകയും ഇവരുടെ സമ്പർക്കപ്പട്ടിക തയ്യാറാക്കാൻ ആരോഗ്യപ്രവർത്തകർ നന്നേ ബുദ്ധിമുട്ടുകയും ചെയ്തു. കുടുംബത്തിന്റെ ജി പി എസ് രേഖകൾ പരിശോധിച്ച് ഏകദേശം 4000 പേരെ നിരീക്ഷണത്തിലും ക്വാറന്റൈനിലും ആക്കുകയും ചെയ്തു. പ്രാദേശിക തലത്തിലുള്ള ആരോഗ്യപ്രവർത്തകരെയാണ് അധികൃതർ ഇതിൽ അഭിനന്ദിക്കുന്നത്. 'സമ്പർക്കപ്പട്ടികകൾ തയ്യാറാക്കാനും, ഹോം ക്വാറന്റൈനെക്കുറിച്ച് പഠിപ്പിക്കാനും ഉൾപ്പെടെ അവരവർക്ക് ചുമതലയുള്ള ജനങ്ങളെ സേവിക്കാൻ എല്ലാ ആരോഗ്യപ്രവർത്തകർക്കും ധാരണയുണ്ട്. രാജീവ് സദാനന്ദൻ തുടർന്നും പറയുന്നു, 'ഞാനിത് ലംഘിക്കില്ലെന്നുള്ള ഉറപ്പും വ്യവസ്ഥിതിയെക്കുറിച്ചുള്ള അഭിമാനവും ജനങ്ങളിലും പ്രകടമാണ്.'

ആഭ്യന്തര വിമാനയാത്രക്കാരോടും ക്വാറന്റൈൻ പാലിക്കാൻ നിർദ്ദേശിച്ച വളരെ കുറച്ചു സംസ്ഥാനങ്ങളിലൊന്നാണ് കേരളം. ഡൽഹിയിൽനിന്ന് കേരളത്തിൽ തിരിച്ചെത്തിയപ്പോൾ ക്വാറന്റൈനിൽ പ്രവേശിച്ച സ്വന്തം അനുഭവത്തെക്കുറിച്ചും അദ്ദേഹം ഓർക്കുന്നു, 'ചുമയുണ്ടോ, പനിയുണ്ടോ ഏതെങ്കിലും തരത്തിലുള്ള മാനസിക സംഘർഷം അനുഭവപ്പെടുന്നുണ്ടോ' എന്നൊക്കെ എല്ലാ ദിവസവും ഫോൺ കോൾ വരുമായിരുന്നു. ആവശ്യമുണ്ടെങ്കിൽ വിളിക്കാൻ നമ്പറും തന്നു. ഇങ്ങനെ ക്വാറന്റൈനിൽ കഴിയുന്ന ഒരുപാട് പേരെ വിളിച്ചന്വേഷിക്കാനുള്ള ചുമതല ഈ ആരോഗ്യപ്രവർത്തകർക്കുണ്ടായിരുന്നിരിക്കണം. ഒരുപാട് കേസുകളിൽ വീടുകളിൽ നിന്നൊറ്റപ്പെട്ടു ക്വാറന്റൈനിൽ കഴിയുന്നവർക്ക് ഭക്ഷണം പാകം ചെയ്തെത്തിക്കാനും ആൾക്കാരുണ്ടായിരുന്നു.

ഇനിയും ഒരുപാട് പ്രതിസന്ധികൾ തരണം ചെയ്യേണ്ടതായുണ്ട് എന്ന് അധികൃതർ അഭിപ്രായപ്പെടുന്നു. പ്രവാസികളും അന്യ സംസ്ഥാനങ്ങളിലുള്ള മലയാളികളും തിരിച്ചെത്തുകയും ചെയ്യുമ്പോൾ പുതിയ ഘട്ടം രോഗവ്യാപനത്തിനു സാദ്ധ്യത ഉണ്ട്. കേരളത്തിന്റെ ധനകാര്യമന്ത്രി ശ്രീ. തോമസ് ഐസക് *ഇന്ത്യൻ എക്സ്പ്രെസ്* ദിനപത്രത്തിൽ എഴുതുന്നു, 'ആയിരക്കണക്കിന് ആളുകളെ ക്വാറന്റൈൻ ചെയ്യുകയും, അവരെ ടെസ്റ്റ് ചെയ്യുകയും, അവരിൽ നിന്ന് ആരിലേക്കും രോഗം എത്തുന്നില്ലെന്ന് ഉറപ്പ് വരുത്തുകയും വേണം. സുരക്ഷാസംവിധാനങ്ങളിൽ വിട്ടുവീഴ്ച ചെയ്തുകൊണ്ട് കിട്ടിയ പ്രശംസയിൽ വിശ്രമിക്കണം എന്ന ചിന്ത ഞങ്ങൾക്കില്ല'. ലോക്ക്ഡൗൺ കൊണ്ട് മാത്രം കൊറോണ വൈറസിനെ ചെറുക്കാൻ സാധിക്കില്ല, തയ്യാറെടുപ്പ് തന്നെയാണ് ഏറ്റവും പ്രധാനം.

ഇന്ത്യയിലെ ബാക്കി സംസ്ഥാനങ്ങളേക്കാൾ മെച്ചപ്പെട്ട രീതിയിൽ കൊറോണ വൈറസിനെ ചെറുത്തു തോല്പിച്ചാലും കേരളത്തിൽ ജനജീവിതം സാധാരണ നിലയിലേക്ക് തിരിച്ചെത്താൻ ഒരുപാട് സമയം എടുക്കും. കായലുകളും തേയിലത്തോട്ടങ്ങളുംകൊണ്ട് സമൃദ്ധമായ ഈ സംസ്ഥാനത്തിന്റെ പ്രധാന വരുമാനമേഖല ടൂറിസമാണ്. അതിലുപരി, ഒരുപാട് കുടുംബങ്ങൾ ആശ്രയിക്കുന്നത് പ്രവാസികളായ മലയാളികൾ അയച്ചു കൊടുക്കുന്ന പണമാണ്.

ഒരു കർഷകകുടുംബത്തിലെ അംഗമായ അനൂപ് മുരളിയുടെ അനുഭവം കേൾക്കുക. അനൂപ് നഗരത്തിൽ ടൂറിസ്റ്റുകൾക്കുള്ള റെന്റൽ കാർ ഓടിക്കുന്നയാളാണ്. അയാൾ തന്റെ ഗ്രാമത്തിലേക്ക് തിരിച്ചു പോയിരിക്കുകയാണ്. ടൂറിസ്റ്റുകൾ എന്നാണ് വന്നു തുടങ്ങുക എന്നും, വന്നു തുടങ്ങുമോ എന്നുമൊക്കെയുള്ള ആശങ്കകളാണ് അനൂപിന്. 'എന്താണ് ചെയ്യേണ്ടതെന്ന് എനിക്കറിയില്ല. ജോലി ഒന്നും കിട്ടുന്നില്ല. നമ്മളെല്ലാം തിരിച്ചു കൃഷിയിലേക്ക് പോകേണ്ടി വരും. അതാണ് ഞങ്ങൾ ഈയിടെയായി എപ്പോഴും സംസാരിക്കാറുള്ളത്.' അനൂപ് നിർവ്വികാരനായി സംസാരിച്ചു.

(വോയിസ് ഓഫ് അമേരിക്ക ഏപ്രിൽ 19, 2020)

അനുകരണീയം ഈ കോവിഡ് വിജയ ഗാഥ

എം കെ ഭദ്രകുമാർ

പോയവാരം *ടൈംസ് ഓഫ് ഇന്ത്യയിൽ* 'കേരളം വഴി കാട്ടുന്നു; പൊതുജനാരോഗ്യരംഗത്തെ പതിറ്റാണ്ടുകളുടെ നിക്ഷേപം കോവിഡ്19 നിയന്ത്രണത്തിൽ സംസ്ഥാനത്തിന് സഹായകമാവുന്നു' എന്ന പേരിൽ ശ്രദ്ധേയമായ ഒരു ഫീച്ചർ പ്രസിദ്ധീകരിച്ചു. ഫീച്ചറിന്റെ ടൈറ്റിൽ സ്വയം വിശദീകരിക്കുന്ന ഒന്നാണ്. കൊറോണ വൈറസ് വ്യാപനം തടയുന്നതിൽ കേരളം നേടുന്ന വിജയത്തെ, അതർഹിക്കുന്ന വിധത്തിൽ, ആ ഫീച്ചർ പ്രശംസിക്കുന്നു. സംസ്ഥാനത്തെ കാര്യക്ഷമതയാർന്ന പൊതുജനാരോഗ്യ സംവിധാനം, താഴേ തലത്തിൽ പ്രവർത്തിക്കുന്ന തദ്ദേശഭരണ സ്ഥാപനങ്ങൾ, സംസ്ഥാനത്തെ ജനങ്ങളുടെ ഉയർന്ന സാക്ഷരതാ നിലവാരം എന്നീ മൂന്നു ഘടകങ്ങളാണ് കേരളത്തിന്റെ വിജയത്തിനു പിന്നിലെന്ന് ഈ ഫീച്ചർ വിശദീകരിക്കുന്നു. ഈ നിരീക്ഷണം കൃത്യമാണ്.

ഇന്ത്യയിലെ മിക്ക പ്രദേശങ്ങളിൽനിന്നും വ്യത്യസ്തമായി, കേരളത്തിലെ പൊതുജനാരോഗ്യ മേഖലയ്ക്ക് ദശാബ്ദങ്ങൾ മുമ്പു മുതൽക്കേ സംസ്ഥാനത്തിന്റെ വികസന അജണ്ടയിൽ മുൻഗണന ലഭിച്ചു വരുന്നു. ഈ ദീർഘവീക്ഷണത്തിന്റെ ഗുണഫലമാണ് കേരളത്തിന് ഇപ്പോൾ ലഭിക്കുന്നത്. സമ്പർക്ക വിവരങ്ങൾ ശേഖരിച്ചും വലിയൊരു സംഖ്യ വരുന്ന ആളുകളെ ക്വാറന്റൈനിൽ പാർപ്പിച്ചും ഇതുപോലൊരു മഹാമാരിക്കെതിരെ പോരാടുമ്പോൾ ആ പ്രവർത്തനം മുഴുവൻ സമൂഹത്തിലേക്കും എത്തുകയെന്നത് അതിന്റെ വിജയത്തിൽ നിർണ്ണായകമാണ്. ഒരു സാക്ഷര സമൂഹത്തിന്റെ ഉത്തരവാദിത്വത്തോടെയുള്ള പെരുമാറ്റം രോഗവ്യാപനത്തിന്റെ ഗ്രാഫ് ഉയരാതെ തടയാനുള്ള സർക്കാരിന്റെ പ്രവർത്തനങ്ങളെ സഹായിക്കുകയും ചെയ്യും.

ഇപ്പോഴത്തെ പ്രതിസന്ധി മാറുന്നതോടെ കേരള മാതൃകയിലുള്ള ആരോഗ്യരക്ഷാ സംവിധാനം രാജ്യത്തിന്റെ മറ്റു ഭാഗങ്ങളിലും കൊണ്ടുവരാനുള്ള സാദ്ധ്യത പഠിക്കണമെന്ന നിർദ്ദേശത്തോടെയാണ് മുകളിൽ സൂചിപ്പിച്ച ലേഖനം അവസാനിപ്പിക്കുന്നത്. അത് അത്ര എളുപ്പമാണോ? കേരളത്തിന്റെ മാതൃക മറ്റുള്ളവർക്ക് അതേപടി പകർത്താൻ കഴിയുമോ? അതിലൊരു വൈരുദ്ധ്യമുണ്ട്. കേരളത്തിന്റെ വിജയത്തിനു പിന്നിൽ അതിന്റെ ചേരുവയായി പ്രവർത്തിക്കുന്ന ഇടതുപക്ഷ രാഷ്ട്രീയത്തിൽനിന്നും അതിന്റെ വികസന സമീപനത്തിൽ നിന്നും വേർപെടുത്തി സംസ്ഥാനത്തെ പൊതുജനാരോഗ്യ സംവിധാനം മാത്രമായി ആർക്കും പകർത്താനാവില്ല തന്നെ. നമ്മുടെ രാജ്യത്തിന്റെ വികസനത്തിൽ ഇടതുപക്ഷ രാഷ്ട്രീയത്തിനുള്ള പ്രസക്തിക്കാണ് കഴിഞ്ഞ ഏതാനും ആഴ്ചകളിലെ സംഭവവികാസങ്ങൾ അടിവര യിടുന്നത്. ഈ വാസ്തവം വേണ്ടവിധം മനസ്സിലാക്കാത്തതുകൊണ്ടാണ് കേരള മാതൃക വെട്ടിയൊട്ടിച്ചതുപോലെ ആർക്കും നടപ്പിലാക്കാൻ കഴിയുമെന്ന വികല ധാരണയുണ്ടാവുന്നത്. അതൊരിക്കലും നടപ്പുള്ള കാര്യമല്ല.

വിദ്യാഭ്യാസം, പൊതുജനാരോഗ്യം, പാർപ്പിടം, ഭൂപരിഷ്കരണം തുടങ്ങിയ സാമൂഹ്യ മേഖലകൾക്ക് കേരളം നല്കി വരുന്ന കാര്യമായ ഊന്നൽ സാദ്ധ്യമാക്കിയത് ഇവിടത്തെ ഇടതുപക്ഷ രാഷ്ട്രീയത്തിന്റെ അനുഭവസമ്പത്താണ്. അറുപത്തിമൂന്നു വർഷങ്ങൾക്കു മുമ്പ് 1957 ഏപ്രിലിൽ സംസ്ഥാനത്ത് അധികാരത്തിലെത്തിയ ആദ്യ കമ്യൂണിസ്റ്റ് സർക്കാർ ആരംഭംകുറിച്ച വികസന സമീപനത്തിന്റെ തുടർച്ചയാണത്. വെല്ലുവിളികൾ നിറഞ്ഞതും രാഷ്ട്രീയ എതിരാളികളുടെ ചതിപ്രയോഗ ങ്ങൾ നേരിട്ടു കൊണ്ടുള്ളതുമായ ഒരു ദീർഘ പ്രയാണത്തിലൂടെയാണ് ഈ വികസന മാതൃക തുടക്ക ഘട്ടത്തിലെങ്കിലും വികസിച്ചു വന്നത്. സ്വാതന്ത്ര്യത്തിന് പതിറ്റാണ്ടുകൾക്ക് മുമ്പ് രാജ്യത്തിന്റെ തെക്കൻ മേഖലയിൽ നടന്ന സാമൂഹ്യ പരിഷ്കരണ പ്രസ്ഥാനത്തിൽ വേരൂന്നിയ മാനവികതയുടെ ദിശാബോധം ഉൾക്കൊള്ളുന്ന ഈ വികസന സമീപനത്തെ പിന്നീട് കമ്യൂണിസ്റ്റുകാരുടെ എതിരാളികൾ പോലും എതിർക്കാതായി. ബാക്കിയെല്ലാം ചരിത്രമാണ്.

ഉത്തരേന്ത്യയിലെ പല പ്രദേശങ്ങളിലും, കേരള വിജയഗാഥയുടെ പരസ്പരം ചേർന്നു പ്രവർത്തിക്കുന്ന മൂന്നു ഘടകങ്ങളായ മികവാർന്ന പൊതുജനാരോഗ്യ സംവിധാനം, സർക്കാർ പരിപാടികളിലെ അടിസ്ഥാന തല ജനപങ്കാളിത്തം, ഉയർന്ന സാക്ഷരത എന്നിവ യാഥാർത്ഥ്യമാ വണമെങ്കിൽ ഒരു സാംസ്കാരിക വിപ്ലവത്തിൽ കുറഞ്ഞ യാതൊന്നും അതിന് മതിയാവുകയില്ല. മറ്റ് വാക്കുകളിൽ പറഞ്ഞാൽ, ഗംഗാതട സംസ്ഥാനങ്ങളിലെ സാഹചര്യങ്ങൾ ഈ കേരള മാതൃക നേരേ കണ്ട് നടപ്പിലാക്കാൻ ഒട്ടും അനുകൂലമല്ല. വടക്കൻ സംസ്ഥാനങ്ങളിൽ പൊതുജനാരോഗ്യ സംവിധാനം ദുർബ്ബലമാണെന്നോ തീരെയില്ലെന്നോ

പറയാം. പങ്കാളിത്ത ജനാധിപത്യം നടക്കാത്ത ആശയമായി തുടരുന്നു. അവിടത്തെ ജനസംഖ്യയിൽ വലിയൊരു ഭാഗം ഇപ്പോഴും അക്ഷര ജ്ഞാനവും അറിവും ഇല്ലാത്തവരാണ്.

കോവിഡ് 19 പോലുള്ള ഒരു പ്രതിസന്ധിയുണ്ടാവുമ്പോൾ, കേരളത്തിലെ കാര്യക്ഷമതയുള്ള സർക്കാർ നേതൃത്വത്തിന് തിരുവനന്ത പുരത്ത് ഇരുന്നുകൊണ്ടു തന്നെ, അടിസ്ഥാന തലത്തിലെ സജീവ പങ്കാളിത്തത്തോടെ തീരുമാനങ്ങൾ നടപ്പാക്കി എടുക്കാനാവും. ബഹു വിധ ഘടകങ്ങളുടെ പ്രവർത്തനത്തിലൂടെ ഔദ്യോഗിക ക്യാംപെയ്ൻ മൊത്തത്തിൽ വിജയകരമാക്കാനും അതിലൂടെ സാഹചര്യം തന്നെ മാറ്റി മറിക്കാനും അത് സഹായിക്കും.

വടക്കൻ സംസ്ഥാനങ്ങളിൽ കേരള മാതൃക പകർത്തണമെങ്കിൽ, അതിന്റെ തുടക്കമെന്ന നിലയിൽ, അവിടത്തെ രാഷ്ട്രീയ ഉപരിവർഗ്ഗത്തിന് ചില തീരുമാനങ്ങൾ എടുക്കേണ്ടി വരും. മദ്ധ്യകാലഘട്ടത്തിലെ പ്രഭുക്കന്മാരെയും ഫ്യൂഡൽ മേധാവികളേയും പോലെ അവർക്കിനിയും നാടുവാഴണോ? അതോ, ജനങ്ങൾ, വിശേഷിച്ച് അവരിലെ ദുർബ്ബലരും സാധാരണക്കാരുമടങ്ങുന്ന വിഭാഗങ്ങൾ, ജനാധിപത്യ രീതിയിൽ വോട്ടു ചെയ്തു തിരഞ്ഞെടുത്ത നേതാക്കളായി ഉത്തരവാദിത്വത്തോടെ പെരുമാറാൻ അവർ തയ്യാറാവുമോ?

അതു മാത്രമല്ല, ഒരു സമൂഹം സാക്ഷരമായിരിക്കുന്നതിന് രണ്ട് വശങ്ങളുണ്ട്. ഒരു മഹാമാരി സംബന്ധിച്ച ബോധവല്ക്കരണം ആവശ്യമായി വരുമ്പോൾ സമൂഹത്തിന്റെ ഉയർന്ന സാക്ഷരത മുതൽ ക്കൂട്ടാവും എന്നതാണ് കേരളത്തിന്റെ അനുഭവം. സാക്ഷര സമൂഹത്തെ കണ്ണുമടച്ച് വിശ്വാസത്തിലെടുക്കാമെന്ന് ഈ പറഞ്ഞതിന് അർത്ഥമില്ല. കേരള സമൂഹത്തെ സംബന്ധിച്ചിടത്തോളം വിയോജിപ്പ് എന്നത് ജീവശ്വാസം പോലെ സ്വാഭാവികമായ ജീവിതശൈലിയുടെ ഭാഗമാണ്. വടക്കേ ഇന്ത്യയിലാവട്ടെ, നിർദ്ദയം മർദ്ദിച്ചമർത്തേണ്ട ഒന്നായാണ് വിയോജിപ്പുകളെ കണക്കാക്കുന്നത്.

കേരളത്തിന്റെ വിജയാനുഭവം ഇങ്ങനെ സംഗ്രഹിക്കാം. കോവിഡ് 19 ന്റെ സാഹചര്യത്തിൽ കേരളത്തിലെ മികവാർന്ന ആരോഗ്യരക്ഷാ സംവിധാനം ആധികാരികതയുള്ള രാഷ്ട്രീയ നേതൃത്വത്തിൻകീഴിൽ യുദ്ധകാലാടിസ്ഥാനത്തിൽ ഉണർന്നു പ്രവർത്തിച്ചു. മഹാമാരിയുടെ ഗൗരവവും അപായകരവുമായ സ്വഭാവവും സംബന്ധിച്ച് സാക്ഷരതയിൽ ഉയർന്ന കേരള ജനതയ്ക്കുള്ള വ്യക്തമായ അവബോധം ലോക്ക് ഡൗണും വിശദമായ സമ്പർക്ക വിവരശേഖരണവും വലിയൊരു സംഖ്യ വരുന്ന ആളുകളെ ക്വാറന്റൈനിൽ പാർപ്പിക്കുന്നതും അടക്കമുള്ള സർക്കാരിന്റെ പ്രവർത്തനങ്ങളെ സമൂഹത്തിന്റെ എല്ലാ തട്ടിലും എത്തിച്ച് വിജയമാക്കുന്നതിൽ അതിപ്രധാന പങ്കുവഹിച്ചു. തെരഞ്ഞെടുക്കപ്പെട്ട ഭരണനേതൃത്വത്തിന്റെ ആധികാരികതയും സർക്കാർ സംവിധാനത്തിൽ ജനങ്ങൾക്കുള്ള വിശ്വാസവും കേരളത്തിന്റെ വിജയത്തിൽ ഒരു മൗലിക

ഘടകമായി പ്രവർത്തിച്ചു. ഇതാണ് *ടൈംസ് ഓഫ് ഇന്ത്യ*യിലെ ഫീച്ചറിൽ പരാമർശിക്കാത്ത കേരള വിജയഗാഥയുടെ നാലാമത്തെ നിർണ്ണായക വശം.

മുകളിൽ പറഞ്ഞ നാലു ഘടകങ്ങളിൽ ഏതെങ്കിലും ഒരെണ്ണം മാറ്റിയാൽ ഈ എടുപ്പ് ദുർബ്ബലമാവും. സമത്വത്തിന്റെയും സാമൂഹ്യ നീതിയുടെയും തത്ത്വങ്ങളിൽ ഊന്നുന്ന പ്രതികരണ ക്ഷമതയുള്ള രാഷ്ട്രീയമാണ് ഇന്ത്യയിലെ വടക്കൻ സംസ്ഥാനങ്ങൾക്ക് ഇല്ലാത്തത്. ഈ ഗുരുതരമായ പോരായ്മ കേവലമൊരു വെട്ടിയൊട്ടിപ്പുകൊണ്ട് നികത്താനാവില്ല.

(ഇന്ത്യൻ പഞ്ച് ലൈൻ, ഏപ്രിൽ 19, 2020)

കേരളത്തിന്റെ കോവിഡ് പ്രതിരോധം

അനീസ് ചൗധരി, ജോമോ ക്വമെ സുന്ദരം

കോവിഡ് 19 എന്ന മഹാമാരിയെ ആഴ്ചകൾക്കുള്ളിൽ തന്നെ ലോകാരോഗ്യ സംഘടന ആഗോളപ്രാധാന്യമുള്ള ഒരു പകർച്ചവ്യാധി യായി നിർണ്ണയിച്ചിരുന്നു. ഏപ്രിൽ ആദ്യ ആഴ്ചയോടെ തന്നെ, 13 ലക്ഷത്തോളം രോഗികളും 65,000 മരണവുമായി കോവിഡ് ആഗോളാടി സ്ഥാനത്തിൽ പിടി മുറുക്കിയിരുന്നു. വികസിതരാജ്യങ്ങൾ വ്യാപകമായി പ്രയോഗിച്ച 'ലോക്ക്ഡൗൺ' സാമ്പത്തികസ്ഥിതിയെ താറുമാറാക്കു മെന്നതിനാൽ വികസ്വരരാജ്യങ്ങൾ ആശങ്കയിലാണ്. ദൈനംദിന വരുമാനത്തെ ആശ്രയിക്കുന്ന ചെറുകിട കച്ചവടങ്ങളെയും ദിവസക്കൂലി തൊഴിലാളികളെയും ഇത് ഗുരുതരമായി ബാധിക്കുമെന്നതിൽ സംശയമില്ല. ഇതേ സമയം ലോക്ക്ഡൗൺ ഇല്ലാതെ തന്നെ മിക്ക പൂർവ്വേഷ്യൻ രാജ്യങ്ങളും നേരത്തെ തന്നെ രോഗം കണ്ടുപിടിക്കാനും, പരിശോധിക്കാനും രോഗികളെ പരിചരിക്കാനും തുടങ്ങിയിരുന്നു. എന്നിട്ടും നിർദ്ദേശിക്കപ്പെട്ട പല മുൻകരുതലുകളും ദുർബ്ബല ജനവിഭാഗങ്ങൾക്കു പ്രതികൂലമായി മാറിയെന്നു വിമർശിക്കപ്പെട്ടു.

മുൻകരുതലുകൾ നിർണ്ണായകം

വീടുകളിൽ, തൊഴിലിടങ്ങളിൽ, സമൂഹത്തിൽ മുഴുവനായി തന്നെയും ആവശ്യമായ ശാരീരിക അകലം പാലിക്കുകയും മുൻകരു തലുകൾ സ്വീകരിക്കുകയുമാണ് ഏറ്റവും പ്രധാനം. വാക്സിൻ കണ്ടെത്തുന്നതുവരെയും തികച്ചും അസാധാരണമായൊരു ജീവിത ശൈലിയെ പുതിയ 'സാധാരണത്വമായി' സമൂഹം അംഗീകരിക്കേണ്ട തുണ്ട്. സമൂഹത്തിൽ വൈറസിന്റെ വ്യാപനം തടയാനുള്ള പര്യാപ്ത മായ നേതൃത്വം എന്ന നിലയ്ക്ക് സർക്കാരുകളുടെ പ്രവർത്തനം എല്ലാ

തട്ടിലും തികച്ചും അടിയന്തരമായി വേണ്ടതാണ്. സാഹചര്യത്തിന്റെ ഗുരുതരാവസ്ഥ കണക്കിലെടുത്താൽ, സമൂഹത്തിനെ മുഴുവനായും കണക്കിലെടുത്തുകൊണ്ടുള്ള ഒരുക്കങ്ങൾക്ക് മാത്രമേ സാമ്പത്തിക തകർച്ചയുടെ ആക്കം ശമിപ്പിക്കാൻ കഴിയൂ. ഇതിനായി പൊതുജനാരോഗ്യ, പൊലീസ് വിഭാഗങ്ങളുടെ പങ്കാളിത്തം മാത്രം പോരാ. കൃത്യമായ പദ്ധതി രൂപീകരണ, നിർവ്വഹണ പ്രക്രിയകൾക്കും സ്വഭാവ, സാംസ്കാരിക മാറ്റങ്ങളുടെ പ്രയോഗത്തിനും ആവശ്യമായ പിന്തുണ കർശനമായ ഭരണ നടപടികളിലൂടെ മാത്രം ലഭിക്കണമെന്നില്ല. സമൂഹത്തിനു മുന്നിലുള്ള വ്യാധിയെക്കുറിച്ചു കൃത്യമായ ധാരണയും അതിനെ ചെറുക്കാനുള്ള നയ രൂപീകരണങ്ങളിലെ യുക്തിയും ആരോഗ്യവകുപ്പ് അധികാരികൾ ബോദ്ധ്യപ്പെടുത്തേണ്ടതായുണ്ട്. പൊതുസമൂഹത്തിന്റെ ഈ അറിവ് നയരൂപീകരണത്തിനും നടപ്പാക്കലിനും പ്രധാനമാണ്.

മൂന്നരക്കോടി ജനസംഖ്യയുള്ള കേരളം എന്ന ഇന്ത്യൻ സംസ്ഥാനം കോവിഡ്19 എന്ന മഹാമാരിയെ നേരിടുന്നതിൽ മാതൃകയാകുന്നു. സംസ്ഥാനവ്യാപകമായി മുൻകരുതലുകൾ എടുത്ത ആദ്യ സർക്കാരുകളിലൊന്ന് ഇടതുപക്ഷ നേതൃത്വം ഭരിക്കുന്ന കേരളമാണ്. കൃത്യവും പര്യാപ്തവുമായ മുൻകരുതലുകളിലൂടെ, വൈറസിന്റെ വ്യാപനം സംസ്ഥാനത്ത് വിജയകരമായി പിടിച്ചു കെട്ടാനായി. ശാരീരിക അകലം പാലിക്കുക, കൃത്യമായ ശുചീകരണ മുൻകരുതലുകൾ സ്വീകരിക്കുക, ആരോഗ്യ പ്രവർത്തകർക്ക് കൃത്യമായ സുരക്ഷ ഒരുക്കുക എന്ന നടപടികൾ ഇന്ത്യയിൽ മാർച്ച് അവസാനത്തോടെ മാത്രം നടപ്പിലാക്കിയ ലോക്ക്ഡൗണിനും മുൻപ് തന്നെ കേരളം നടപ്പാക്കിയതാണെന്നും മനസ്സിലാക്കേണ്ടതാണ്. കേരളത്തിന്റെ സവിശേഷ സാമൂഹിക സാമ്പത്തിക സാഹചര്യങ്ങൾ പരിഗണിച്ചു മത നേതാക്കളുടെയും, തദ്ദേശഭരണ, സാമൂഹിക സംഘടനകളുടെയും പങ്കാളിത്തം ഉറപ്പാക്കിയാണ് നയ രൂപീകരണ, നിർവ്വഹണ പ്രക്രിയകൾ നടപ്പിലാക്കിയത്. അതിഥി തൊഴിലാളികൾക്ക് അവരുടെ ഭാഷകളിൽ ബോധവല്ക്കരണം നടത്തിയും രോഗി എന്ന മുദ്രകുത്തലും ഒറ്റപ്പെടുത്തലും ഒഴിവാക്കാൻ നടപടിയെടുത്തും സാമൂഹ്യ അകൽച്ച എന്ന പദത്തിന്റെ ജാതീയ മാനങ്ങൾ മനസ്സിലാക്കി ശാരീരിക അകലം, സാമൂഹിക ഒരുമ എന്ന പ്രയോഗം നടപ്പിൽ വരുത്തിയും കൊറോണ പ്രതിരോധം വിജയത്തിലെത്തിക്കുകയുണ്ടായി.

തിരിച്ചെത്തുന്ന പ്രവാസികൾ

വിദ്യാഭ്യാസ, ആരോഗ്യ, ശാസ്ത്ര മേഖലകളിലെ നേട്ടങ്ങൾക്കിടയിലും അഭ്യസ്തവിദ്യരായ ഒരുപാട് മലയാളികൾ കേരളത്തിന് പുറത്തോ, ഇന്ത്യക്ക് പുറത്ത് തന്നെയോ മികച്ച തൊഴിലവസരങ്ങൾക്ക് വേണ്ടി പോകാറുണ്ട്. പതിനായിരക്കണക്കിന് പ്രവാസി മലയാളികൾ ഗൾഫിൽ തൊഴിൽ നഷ്ടപ്പെട്ട് തിരികെയെത്തുമ്പോൾ, 2018 ൽ

സംസ്ഥാനം പ്രളയത്തിന്റെയും നിപ വ്യാധിയുടെയും പിടിയിൽനിന്ന് കരകയറുന്നേയുണ്ടായിരുന്നുള്ളു. ഒരുപാട് അന്യസംസ്ഥാന തൊഴിലാളികളുടെ ആശ്രയസ്ഥാനം കൂടിയാണ് കേരളം. ലോക്ക്ഡൗണിനെത്തുടർന്ന് പ്രവാസികളിൽ 5 ശതമാനത്തോളം വരുന്നവർ കേരളത്തിൽ തിരിച്ചെത്തുകയും, പുതിയ കേസുകൾ റിപ്പോർട്ട് ചെയ്യുകയും ചെയ്തു. മറ്റു സംസ്ഥാന, കേന്ദ്ര സർക്കാരുകളുമായി താരതമ്യം ചെയ്താൽ ഈ സാഹചര്യം ആദ്യത്തെ ചില വിവാദങ്ങളൊഴിച്ചാൽ കേരളം നന്നായി കൈകാര്യം ചെയ്തു. പ്രസിദ്ധ വിദ്യാഭ്യാസ കേന്ദ്രം എന്ന നിലയിൽ വുഹാനുമായും കേരളത്തിന് ബന്ധമുണ്ട്. വുഹാനിൽനിന്ന് കേരളത്തിൽ തിരിച്ചെത്തിയ മൂന്നു വിദ്യാർത്ഥികളായിരുന്നു ഇന്ത്യയിലെ ആദ്യ മൂന്ന് കൊറോണ പോസിറ്റീവ് കേസുകൾ. സംസ്ഥാന ആരോഗ്യ വകുപ്പ് വളരെ വേഗം തന്നെ നടപടികൾ ആരംഭിക്കുകയും ജനുവരി 26 നു തന്നെ ഒരു ഏകോപന കേന്ദ്രം ആരംഭിക്കുകയും ചെയ്തു. കൃത്യമായി ടെസ്റ്റുകൾക്കും നിരീക്ഷണത്തിനും സംവിധാനമൊരുക്കിയും രോഗികളെ പരിചരിച്ചും കേരളം വളരെ നല്ല അഭിപ്രായം നേടുകയുണ്ടായി. ധനവിഭവത്തിന്റെ കാര്യത്തിൽ പരാധീനതയുള്ള കേരളം പോലൊരു സംസ്ഥാനം സ്വീകരിച്ച പ്രധാന കാര്യങ്ങൾ മാതൃകയാക്കാവുന്നതാണ്.

1. **മുഴുവനായും സർക്കാർ ഇടപെടലോടെ**: സർക്കാർ വകുപ്പുകളുടെയും ഏജൻസികളുടെയും സ്ഥിരമായ പ്രവർത്തനവും ഏകോപനവും വഴി ആശയവിനിമയം നടത്താനും ആശങ്കയകറ്റാനും കഴിഞ്ഞു.
2. **മുഴുവൻ സമൂഹത്തിന്റെ പങ്കാളിത്തതോടെ**: വിദഗ്ദ്ധരടക്കമുള്ള സമൂഹത്തിന്റെ അഭിപ്രായങ്ങൾ തേടി രോഗവ്യാപന തോത് കുറയ്ക്കാനുള്ള തദ്ദേശീയ മാതൃകകൾ കണ്ടെത്താനും രോഗവ്യാപനം നിരീക്ഷിക്കാനും കഴിഞ്ഞു.
3. **സാമൂഹിക പങ്കാളിത്തം**: രോഗത്തെയും അതിന്റെ പകർച്ചയെയും സംബന്ധിച്ചുള്ള കൃത്യമായ അറിവുകൾ സമൂഹത്തിന് നല്കാനും സ്വീകരിക്കുന്ന മുൻകരുതലുകളെക്കുറിച്ച് ബോധവല്ക്കരണം നടത്താനും അതുവഴി സമൂഹത്തിന്റെ ആശങ്കയകറ്റാനും കഴിഞ്ഞു.
4. **എല്ലാവരുടെയും ആവശ്യങ്ങൾ പരിഗണിച്ചു**: ദുർബ്ബല ജനവിഭാഗങ്ങളെ പ്രത്യേകമായും കണക്കിലെടുത്ത് അവശ്യവസ്തുക്കളുടെയും ആഹാരസാധനങ്ങളുടെയും മരുന്നുകളുടെയും ലഭ്യത ഉറപ്പ് വരുത്തി.

കേന്ദ്ര സർക്കാരിന്റെ ദുരിതാശ്വാസ സഹായധന വിതരണത്തിലെ കേരളത്തോടുള്ള വിവേചനം കാര്യങ്ങൾ വഷളാക്കുന്നതിൽ സഹായിച്ചു. കൃഷിയെ പ്രധാനമായും ആശ്രയിക്കുന്ന കേരളത്തിന്റെ വിഭവ അടിത്തറ

ഇന്ത്യയുടെ ഇതരസംസ്ഥാനങ്ങൾക്കുള്ള പരിമിതമായ ധനവിഭവശേഷി പോലെ തന്നെ ദുർബ്ബലമാണ്.

വിശ്വാസയോഗ്യമായ നേതൃത്വം

കേരള സർക്കാർ വിവിധ മേഖലകളിലുള്ള വിദഗ്ദ്ധരെ ഉൾക്കൊള്ളിച്ചുകൊണ്ട് 18 കമ്മിറ്റികൾ രൂപീകരിക്കുകയും എല്ലാ ദിവസവും വൈകുന്നേരം പത്ര സമ്മേളനങ്ങളിലൂടെയും കമ്മിറ്റികളുടെ രൂപീകരണത്തിലൂടെ സാഹചര്യങ്ങൾ അവലോകനം ചെയ്യുകയും രോഗത്തെയും രോഗബാധിതരുടെയും ചികിത്സയിലും നിരീക്ഷണത്തിലും കഴിയുന്നവരുടെയും കണക്കുകൾ മാധ്യമങ്ങളെ അറിയിക്കുകയും ചെയ്തു. ഈ വാർത്താസമ്മേളനങ്ങൾ സർക്കാർ നടപടികളും കൃത്യമായ വിവരങ്ങളും കൈമാറിക്കൊണ്ട് സാമൂഹിക പങ്കാളിത്തം ഉറപ്പ് വരുത്തുന്നു. ശാന്തമായി ഇത് വിശദീകരിക്കുന്ന മുഖ്യമന്ത്രിയും ആരോഗ്യമന്ത്രിയും ദുഷ്കരമായ കാലഘട്ടത്തിലെ വിശ്വാസയോഗ്യമായ ഭരണനേതൃത്വം ആകുന്നു. പരിമിതമായ ചെലവിലും കൂടുതൽ പര്യാപ്തവുമായ കേരള മാതൃക ജനുവരി 30 ന് ആദ്യത്തെ കോവിഡ് കേസ് റിപ്പോർട്ട് ചെയ്തത് മുതൽ നിരീക്ഷണവും ടെസ്റ്റുകളും വഴി രോഗവ്യാപനം തടഞ്ഞും മരണനിരക്ക് കുറച്ചും പേരെടുത്തു കഴിഞ്ഞു.

(ഇന്റർപ്രസ് സർവ്വീസ് ന്യൂസ് ഏജൻസി ഏപ്രിൽ 9, 2020)

കേരളത്തിൽ നിന്നുള്ള പാഠങ്ങൾ

ഉമൈർ ജാവേദ്

സാമൂഹിക ജനാധിപത്യ സംസ്ഥാനം എന്നും ക്ഷേമ പദ്ധതികൾക്ക് ഊന്നൽ കൊടുക്കുന്ന സംസ്ഥാനം എന്നും പേര് കേട്ട കേരളം കൊറോണ എന്ന മഹാമാരിയെ നേരിട്ടതിലും പ്രസിദ്ധിയാർജ്ജിച്ചു. മാനവ വികസനത്തിനു പ്രാധാന്യം കൊടുത്തുള്ള പ്രവർത്തനമികവ്, സാക്ഷരത (95% ത്തിന് മുകളിൽ), പൊതുജനാരോഗ്യം (ആയുർദൈർഘ്യം 72), ശിശുമരണനിരക്ക് (1000 ത്തിൽ 12) എന്നീ സൂചികകളിൽ ഇത് വ്യക്തമാണ്. കേരളം ഇന്ത്യയിലെ മറ്റ് സംസ്ഥാനങ്ങളുടെ ഇടയിലെന്നല്ല, ദക്ഷിണേഷ്യയിൽ തന്നെ വേറിട്ട് നില്ക്കുന്നു.

വൈറസിനെ ഫലപ്രദമായി നേരിടാൻ കേരളത്തിന്റെ ശക്തമായ രാഷ്ട്രീയ അടിത്തറ കാരണമായി എന്ന വസ്തുത ഈ പ്രതിസന്ധി ഘട്ടത്തിലും ചർച്ചയായി. ഇതുവരെ, കേരളത്തിൽ 4 മരണം മാത്രമേ സംഭവിച്ചിട്ടുള്ളൂ. ഗ്രാഫ് നേർരേഖയിലെത്തിക്കാനും അതുപോലെ തന്നെ സാമൂഹികക്ഷേമ പ്രവർത്തനങ്ങളിലേർപ്പെട്ടും കേരളം ശ്രദ്ധിക്കപ്പെട്ടു.

ഈ അസാധാരണമായ ഫലം നേടിയതിനു കാരണമായി രണ്ടു വാദങ്ങളാണ് പ്രധാനമായും ഉയർന്ന് കേൾക്കുന്നത്. കേരളത്തിന്റെ വികേന്ദ്രീകൃത സാമൂഹിക ജനാധിപത്യവും ബ്രിട്ടീഷ് ഭരണകാലം മുതലുള്ള വ്യാവസായിക മേഖലയിലുള്ള തൊഴിലാളികളുടെ ശക്തമായ പങ്കാളിത്തവും രാഷ്ട്രീയ നിശ്ചയദാർഢ്യവുമൊക്കെ ചുവടുപിടിച്ചുള്ള സാമൂഹിക ശക്തി വാദമാണ് ഏറ്റവും ഉയർന്നു കേൾക്കുന്നത് (എന്റെ അഭിപ്രായത്തിൽ ഏറ്റവും കൃത്യമായതും). പാട്രിക് ഹെല്ലർ പോലുള്ള ഗവേഷകരും ബുദ്ധിജീവികളും വിലയിരുത്തുന്നത് സംസ്ഥാനത്തെ ഭരണ സംവിധാനത്തിൽ കുറഞ്ഞ വരുമാനമുള്ള തൊഴിലാളി വർഗ്ഗത്തിനും ഈ പരിതസ്ഥിതി സൃഷ്ടിക്കുന്നതിൽ മുഖ്യമായ പങ്കുണ്ടെന്നാണ്. അതുകൊണ്ട്, കേരളം അവരെ ബാധിക്കുന്ന

പ്രശ്നങ്ങൾ ചർച്ച ചെയ്യാൻ കടപ്പെട്ടിരിക്കുന്നു.

പ്രാപ്തമായ രാഷ്ട്രീയ പ്രസ്ഥാനങ്ങളുടെ നിലനില്പിലൂടെ മാത്രമേ ഈ ഒരു മുന്നേറ്റം സാദ്ധ്യമാകുകയുള്ളൂ. സാമൂഹ്യ ശാസ്ത്രജ്ഞയായ മനാലി ദേശായി അസംഘടിതരും പാർശ്വവല്ക്കരിക്കപ്പെട്ടവരുമായ വിഭാഗങ്ങൾക്ക് രാഷ്ട്രീയമായി ഒരു ഉറപ്പുകൊടുത്തു കൂടെ നിർത്തിയ ഇടതുപക്ഷ കക്ഷികൾക്ക്, വിശേഷിച്ചും കമ്യൂണിസ്റ്റ് പാർട്ടിയുടെ പങ്ക് വലുതാണ് എന്ന് വിലയിരുത്തുന്നു. കമ്യൂണിസ്റ്റ് പാർട്ടി കേരളത്തിലെ 1957 ൽ നടന്ന ആദ്യ തിരഞ്ഞെടുപ്പിൽ വിജയിക്കുകയും പിന്നീട് നടന്ന ഒരുപാട് തിരഞ്ഞെടുപ്പുകളിൽ വിജയം ആവർത്തിക്കുകയും ചെയ്തു. ഒരു തവണ സാമൂഹ്യക്ഷേമത്തിന് ഊന്നൽ കൊടുത്ത് ഭരണം നടപ്പായതിനാൽ, പിന്നീട് വന്ന ഇടത് നേതൃത്വത്തിലല്ലാത്ത സർക്കാരുകൾ ഇത് ആവർത്തിച്ചു.

സാമൂഹിക വികസനത്തിനായി നിലകൊള്ളുന്ന സംഘടനകളും യൂണിയനുകളും കൂട്ടായ്മകളും ഒരുമിച്ചുചേരുന്ന ഒരു സജീവമായ പൗരസമൂഹത്തിന്റെ കടമയാണ് സർക്കാരിന്റെ പ്രതിബദ്ധത ക്ഷേമപ്രവർത്തനങ്ങൾക്കായി എത്തിക്കുക എന്നത്. ഏകപക്ഷീയമായ പുരോഗതിയെ വികസന മാതൃകയായി കാട്ടുന്നതിനു പകരം ക്ഷേമ പ്രവർത്തനങ്ങൾക്ക് മുൻ ഗണന കൊടുക്കുന്ന കേരളവും കേരളത്തിലെ ജനങ്ങളും തമ്മിൽ ഒരു ബന്ധം സൃഷ്ടിക്കാൻ വിശ്വാസ്യതയിലും ആവശ്യങ്ങളിലും ഊന്നിയുള്ള പ്രവർത്തനത്തിലൂടെ സാദ്ധ്യമായി.

ഈ വാദത്തിനോടൊപ്പം നില്ക്കുന്ന മറ്റൊരു വാദം പ്രേർന സിങ് ഉന്നയിക്കുന്നു. കേരളത്തിലെ ജനങ്ങൾ തമ്മിലുള്ള വംശീയമായ അടുപ്പവും പ്രേരകമായ ഉപദേശീയതയുമാണ് കേരളത്തിൽ ഇത്രയധികം പുരോഗതി ഉണ്ടാകാൻ കാരണമെന്ന് അവർ ഉന്നയിക്കുന്നു. വംശീയപരമായ സഹാനുവർത്തിത്വം കേരളത്തിലെ സമ്പന്നരിൽ കേരളത്തിൽ തന്നെ നിക്ഷേപത്തിനു പ്രേരിപ്പിക്കുകയും അതുവഴി മലയാളികളുടെ ക്ഷേമത്തിന് സഹായിക്കുകയും ചെയ്തു. ഒരേ തരത്തിലുള്ള കർത്തൃത്വവും ചരിത്രവും ഭാവി സാഹചര്യങ്ങളും ദേശീയതയിലൂന്നിയ ഇഴയടുപ്പത്തിനും അത് വഴി ക്ഷേമത്തിന് മുൻഗണന കൊടുക്കാനും കാരണമാകുന്നു. സിങ് പറയുന്ന ഈ വാദം സ്ഥിരമായി കേൾക്കുന്ന സമ്പന്നൻ ദരിദ്രനെ ചൂഷണം ചെയ്യുന്ന, സമൂഹത്തെ വിഘടിപ്പിക്കാൻ ഉതകുന്ന, വംശീയതയിലൂന്നിയ ദേശീയവാദമല്ല. ശരിയായ സാഹചര്യങ്ങളുണ്ടെങ്കിൽ സഹാനുവർത്തിത്വം ക്ഷേമത്തിനു കാരണമാകാം.

വർഗ്ഗതലത്തിലുള്ള പങ്കാളിത്തവും സംയോജനവും ആയാലും ഉപദേശീയത വാദമായാലും, കേരളം ദുർബ്ബല ജനവിഭാഗങ്ങൾക്ക് വേണ്ടി പ്രവർത്തിക്കുന്നു എന്നതാണ് അടിവരയിടേണ്ട കാര്യം. പൗരസമൂഹത്തിൽ നിന്നുള്ള നിർബ്ബന്ധം കാരണമായാലും സഹാനുവർത്തിത്വത്തിൽ നിന്നുള്ള വികാരം കൊണ്ടായാലും കേരളം ക്ഷേമപ്രവർത്തനങ്ങൾ തുടരുന്നു എന്നതാണ് പ്രധാനം. കേരളത്തിന്റെ പൊതുജനാ

രോഗ്യരംഗത്തുള്ള നിക്ഷേപങ്ങൾ മഹാമാരിയെ നേരിടാൻ സഹായിച്ചുവെന്ന് പറയാം. തദ്ദേശ സ്വയംഭരണ സ്ഥാപനങ്ങളിൽ നടത്തിയിട്ടുള്ള രാഷ്ട്രീയ നിക്ഷേപവും ഗുണം ചെയ്തിട്ടുണ്ട്. സാമ്പത്തികമായും, രാഷ്ട്രീയമായും കേരളത്തിന്റെ തദ്ദേശ സ്വയംഭരണ സ്ഥാപനങ്ങൾ സുശക്തരാണ്. ഹെല്ലർ *ദി ഹിന്ദു* ദിനപത്രത്തിൽ ഇങ്ങനെ കുറിക്കുന്നു,

'ഹോട്ട് സ്പോട്ടുകളിൽ കണ്ടെയ്ൻമെന്റ് നടപ്പിലാക്കാനായും, അതിഥി തൊഴിലാളികളെയും, വൃദ്ധജനങ്ങളെയും ഭിന്നശേഷിയുള്ളവരെയും കണ്ടെത്തി സഹായമെത്തിക്കുന്ന കാര്യമായാലും പൗരസമൂഹം പഞ്ചായത്ത്, ജില്ലാ മുനിസിപ്പാലിറ്റി തലങ്ങളിലും ഉണർന്ന് പ്രവർത്തിച്ചത് സ്തുത്യർഹമാണ്.

ലോക്ക്ഡൗണിനോട് ആലങ്കാരികമായി കടപ്പെട്ടിരിക്കുകയും എന്നാൽ പ്രയോഗത്തിൽ അത് പാലിക്കാതിരിക്കുകയും ചെയ്യുന്ന പാകിസ്ഥാന്റെ പാഠം ഉദാഹരണമാണ്. മാർഗ്ഗനിർദ്ദേശങ്ങൾ നടപ്പിലാക്കാനും അതുപോലെ ലക്ഷ്യം നിശ്ചയിച്ചു രൂപരേഖ തയ്യാറാക്കാനും അധികാരികൾ ബുദ്ധിമുട്ടുന്നത് തദ്ദേശസ്വയംഭരണ സ്ഥാപനങ്ങൾക്ക് ഈ തരത്തിലുള്ള പ്രാധാന്യം കൊടുക്കാത്തതിനാലാണ്.

കേരളത്തിൽ നിന്നുള്ള പാഠം പാകിസ്ഥാനും ഗുണകരമാകും. കേരളം അത്ര നികുതി വരുമാനമുള്ള സംസ്ഥാനമോ, സ്വാതന്ത്ര്യം ലഭിച്ച സമയത്ത് വികസനത്തിന്റെ ശക്തമായ അടിത്തറ ഉണ്ടായിരുന്ന സ്ഥലമോ അല്ല. ഇപ്പോൾ കാണുന്ന മുന്നേറ്റം രാഷ്ട്രീയരംഗത്ത് വന്ന വികസനം കാരണമാണ്. രാഷ്ട്രീയ പാർട്ടികളുടെ ശക്തിപ്പെടുത്തൽ, പൗരസമൂഹത്തിലധിഷ്ഠിതമായ പങ്കാളിത്തം, ക്ഷേമപ്രവർത്തനങ്ങൾക്ക് വേണ്ട ചിട്ടയായ പ്രവർത്തനം, പൊതുജനാരോഗ്യ രംഗത്തും തദ്ദേശസ്വയംഭരണ സ്ഥാപനങ്ങളിലും ഉള്ള നിക്ഷേപം എന്നിവയ്ക്കു വിപുലമായ സാമ്പത്തികസ്രോതസ്സ് ആവശ്യമില്ല. കാഴ്ചപ്പാടിലുള്ള വ്യക്തതയും രാഷ്ട്രീയ ലക്ഷ്യത്തിലുള്ള വ്യക്തതയുമാണ് പ്രധാനം, അത് സാമൂഹിക ക്ഷേമം മാത്രമായിരിക്കണം.

(ഡോൺ.കോം മെയ് 18, 2020)

കൊറോണ വൈറസ്: കേരള പാഠങ്ങൾ

ജൊഹാൻ ചാക്കോ

'മോശമായ ആരോഗ്യസ്ഥിതിയേക്കാൾ മോശമായത് മോശമായ പേര് തന്നെയാണ്.' മാർകേസിന്റെ *ലവ് ഇൻ ദി ടൈം ഓഫ് കോളറ* എന്ന നോവലിൽ ലോറെൻസോ ഡസ എന്ന കഥാപാത്രം ഇങ്ങനെ വിലപിക്കുന്നുണ്ട്. ആൾനാശത്തിനും സാമ്പത്തിക പ്രതിസന്ധിക്കും മുകളിൽ, സ്വന്തം പ്രതിച്ഛായ നഷ്ടപ്പെടുന്നതിനെക്കുറിച്ചു ലോകരാജ്യങ്ങളിലെ സർക്കാരുകളെല്ലാം തന്നെ ആശങ്കയിലാണ്. സമ്പന്നരോ ദരിദ്രരോ എന്ന വ്യത്യാസമില്ലാതെ എല്ലാവരും അതിനെക്കുറിച്ചുള്ള വേവലാതിയിലാണ്.

ഇതേ സമയം, ഇന്ത്യയിലെ കേരളം എന്ന സംസ്ഥാനത്തിലെ സർക്കാർ കോവിഡ് പ്രതിരോധത്തിന്റെ ആദ്യഘട്ടത്തിൽ തന്നെ ഗ്രാഫ് നേർരേഖയിലാക്കിയതിനു ആഗോളതലത്തിൽ പ്രശംസ നേടി. ഈ ലേഖനം എഴുതുന്ന സമയത്ത് ഇന്ത്യയിലെ ജനസാന്ദ്രത കൂടിയ മൂന്നാമത്തെ സംസ്ഥാനവും ലക്ഷക്കണക്കിന് വിദേശടൂറിസ്റ്റുകൾ ഉൾപ്പെടെ സന്ദർശിക്കുന്ന സ്ഥലവുമാണ് കേരളം. ഗൾഫിൽ മാത്രം 20 ലക്ഷം പ്രവാസി മലയാളികളുണ്ട്. കേരളത്തിൽ ഇതിനോടകം ഇതിൽ നിന്നൊരുപാട് പേര് മടങ്ങിയെത്തിയിട്ടുണ്ട്. ഇന്ത്യയിലെ മറ്റിടങ്ങളിൽ ആകട്ടെ രോഗനിരക്ക് കുതിച്ചുയരുകയാണ്.

മുന്നിൽനിന്ന് നയിക്കുന്നത് ആരോഗ്യമന്ത്രി

അത്രയധികം വിപുലമായ ടെസ്റ്റിങ് സംവിധാനമോ പി പി ഇ കിറ്റോ ഇല്ലാത്ത ഇങ്ങനെയൊരു വികസ്വര രാഷ്ട്രത്തിലെ സർക്കാർ എങ്ങനെ ഈ പോരാട്ടത്തിൽ മുന്നേറി? ആദ്യ കോവിഡ് പോസിറ്റീവ് കേസ് ജനുവരി 30 നു സ്ഥിരീകരിക്കപ്പെട്ട ദിവസം ഉച്ചയ്ക്ക് തന്നെ, ആരോഗ്യ

മന്ത്രി കെ കെ ശൈലജ ഒരു അടിയന്തര മീറ്റിങ് വിളിച്ചു, മൂന്ന് ആഴ്ചകൾക്ക് മുൻപ് തന്നെ രൂപീകരിച്ച റാപ്പിഡ് ആക്ഷൻ ടീം പ്രവർത്തനങ്ങൾ ഊർജ്ജിതമാക്കാൻ വേണ്ട നടപടികളെടുത്തു.

ലോകാരോഗ്യ സംഘടന കോവിഡിനെ ഒരു ആഗോളാടിയന്തരാവസ്ഥയായി പ്രഖ്യാപിക്കുന്നതിനും മുൻപ്, ലോകത്തെ മറ്റ് സർക്കാരുകൾ തീരുമാനമൊന്നും എടുക്കാതെ ഇരിക്കുന്നതിനും മുൻപായിരുന്നു ഈ തീരുമാനം. രോഗികളുടെ സമ്പർക്കപ്പട്ടിക തയ്യാറാക്കൽ, രോഗവാഹക സാദ്ധ്യത ഉള്ളവരുടെ ക്വാറന്റൈൻ ഉറപ്പാക്കൽ തുടങ്ങിയ പ്രവർത്തനങ്ങൾ ശക്തമായ രോഗനിരീക്ഷണ പരിപാടികളോടൊപ്പം ആദ്യ ഘട്ടത്തിൽത്തന്നെ മുൻഗണന കൊടുത്ത് കേരളം നടപ്പാക്കി. സമൂഹത്തിന് രോഗത്തെക്കുറിച്ചു കൃത്യമായ ധാരണ ഉണ്ടാക്കുക എന്നതായിരുന്നു ഇതുകൊണ്ടുള്ള മറ്റൊരു ഉദ്ദേശ്യം.

ഈ കാര്യക്ഷമമായ പ്രവർത്തനരീതികൾ പണ്ട് മുതലേയുള്ള സാമൂഹ്യക്ഷേമ ഭരണനിർവ്വഹണത്തിൽ നിന്നുണ്ടായതാണ്. സാക്ഷരതയും ആശുപത്രിയിലെ സൗകര്യങ്ങളുമുൾപ്പെടെയുള്ള കേരളത്തിന്റെ മേന്മ വികസിതരാജ്യങ്ങളുമായി സാമ്യമുള്ളതാണ്.

ജനങ്ങളോടുള്ള ആശയവിനിമയം

കഴിഞ്ഞ അര നൂറ്റാണ്ടിൽ, സാമൂഹിക പരമാധികാരം കൊളോണിയലിസത്തിനെതിരായ പോരാട്ടത്തിലായിരുന്നു ദക്ഷിണേഷ്യ മുഴുവനായും. 1947 ൽ സ്വാതന്ത്ര്യലബ്ധിയോടെ ഇന്ത്യയിൽ ജനാധിപത്യത്തിനു സാമ്രാജ്യത്വശക്തികൾ വഴി പല രീതിയിലുള്ള വിലങ്ങുകളുണ്ടായെങ്കിലും, കേരളത്തെ സാമൂഹികാശ്രയത്വം പിടിച്ചു നിർത്തി. മാനവിക വികസനത്തിലുള്ള നിക്ഷേപവും ശക്തമായ ഭരണ സംവിധാനവും ഉണ്ടായതിന്റെ ഭാഗമായി കേരളത്തിൽ രാഷ്ട്രീയ വിദ്യാഭ്യാസമുള്ള, സർക്കാർ നിലപാടുകളോട് അനുഭാവം വെച്ച് പുലർത്തുന്ന ജനങ്ങളും, സെൻസേഷണലിസത്തിൽ അത്ര കണ്ടു താല്പര്യമില്ലാത്ത മാധ്യമങ്ങളും, വിശ്വാസ്യതയ്ക്ക് വേണ്ടി നിലകൊള്ളുന്ന പ്രതിപക്ഷവും ഉൾപ്പെടുന്ന ഒരു രാഷ്ട്രീയ സംസ്കാരം രൂപപ്പെട്ടു വന്നു. പക്ഷേ, ശരിയായ തീരുമാനങ്ങളെടുക്കാൻ ഏറ്റവും സഹായിച്ചത് അടുത്ത കാലത്തുണ്ടായ അനുഭവ പാഠമായിരുന്നു. ഇപ്പോൾ കേരളത്തിൽ അധികാരത്തിലുള്ള അതേ ഭരണനേതൃത്വം തന്നെയാണ് 2018 ൽ കേരളത്തിൽ നിപ രോഗം റിപ്പോർട്ട് ചെയ്യുമ്പോഴും ഭരിച്ചിരുന്നത്.

പഴംതീനി വവ്വാലുകളിൽ സാധാരണയായി കാണപ്പെടുന്ന നിപാ വൈറസ്, മനുഷ്യരിൽ അപകടകരമായ പകർച്ചവ്യാധി ഉണ്ടാക്കുന്നു. ഇതിന്റെ രോഗലക്ഷണങ്ങൾ വൈറൽ എൻസിഫലൈറ്റിസിനു സമമാണ്, മരണനിരക്കാകട്ടെ 75% വും. നിപാ വൈറസ് ബാധ, ആദ്യമായി ലോകത്ത് പ്രത്യക്ഷപ്പെടുന്നത് മലേഷ്യയിലാണ്, 1998 ൽ.

ജനസംഖ്യ ക്രമാതീതമായി ഉയരുകയും ആവാസവ്യവസ്ഥ താറുമാറാകുകയും ചെയ്ത കാലഘട്ടമായിരുന്നു 'പുതിയ പകർച്ചാവ്യാധികളുടെ' ദശാബ്ദമായി അറിയപ്പെട്ട 1990 കൾ.

നിപ എന്ന വേദനാജനകമായ അനുഭവം

കേരളത്തിൽ ആദ്യമായാണ് നിപ റിപ്പോർട്ട് ചെയ്യപ്പെട്ടത്. സ്ഥിതിയുടെ ഗൗരവം മനസ്സിലാക്കി ദേശീയ, അന്തർദ്ദേശീയ തലത്തിലുള്ള വിദഗ്ദ്ധരുടെ പങ്കാളിത്തം ഉറപ്പ് വരുത്തിയാണ് കേരളം പ്രവർത്തിച്ചത്. പതിനേഴു പേർക്ക് ജീവൻ നഷ്ടപ്പെട്ടെങ്കിലും കേരളത്തിന്റെ ആരോഗ്യവകുപ്പ് യുദ്ധകാലാടിസ്ഥാനത്തിൽ ഉണർന്ന് പ്രവർത്തിച്ചു. ലിനി പുതുശ്ശേരി എന്ന 28 കാരിയും 2 കുട്ടികളുടെ അമ്മയുമായ നഴ്സിന് ആദ്യഘട്ടത്തിലെ രോഗികളെ പരിചരിക്കുമ്പോൾ രോഗം പിടിപെട്ടു. രോഗത്തിന്റെ അപകടസാദ്ധ്യത തിരിച്ചറിഞ്ഞെങ്കിലും ആശുപത്രിയിലെ സ്റ്റാഫിന്റെ കുറവ് കാരണം ലിനിക്ക് ജോലി ചെയ്യേണ്ടി വന്നു. നിപ പ്രതിരോധ സമയത്ത് കേരളത്തിലെ ആരോഗ്യപ്രവർത്തകരുടെ സാഹസികവും വീരോചിതവുമായ പ്രവർത്തനത്തിന്റെ ഏറ്റവും നല്ല ഉദാഹരണമാണ് സിസ്റ്റർ ലിനിക്ക് ഉണ്ടായ ദാരുണാനുഭവം. ഐസൊലേഷൻ വാർഡിൽനിന്ന് ലിനി ഭർത്താവിനെഴുതിയ യാത്രാക്കുറിപ്പ് വാട്സാപ്പിലും ഇന്റർനെറ്റിലും ഇപ്പോഴും പ്രചരിപ്പിക്കുന്നു.

കേരളം നിപാ വ്യാധിയെ അതിജീവിച്ച വിഷയം കേരളത്തിന്റെ സാംസ്കാരിക മണ്ഡലത്തിലുണ്ടാക്കിയ സ്വാധീനത്തിന്റെ ഉദാഹരണമാണ് 2019 ൽ റിലീസ് ചെയ്ത *വൈറസ്* എന്ന സിനിമ. ഈ സിനിമ നല്ല വിജയം കൈവരിക്കുകയും കേരളത്തിന്റെ സാമൂഹിക ബോധത്തിൽ നിപ അതിജീവനം കൂടുതൽ പ്രതിഷ്ഠിക്കപ്പെടാൻ കാരണമാകുകയും ചെയ്തു.

ലിനി പുതുശ്ശേരി എന്ന നായിക

ഈ വിഷയങ്ങളേക്കാളുമൊക്കെ ഉപരിയായി, അപ്രതീക്ഷിതമായി ഉടലെടുത്ത് ആശങ്ക പടർത്തിയ നിപ എന്ന രോഗത്തെ ചെറുത്ത് തോല്പിച്ചത് ഇനിയും ഈ സാഹചര്യം വന്നു കൂടായ്കയില്ല എന്ന തിരിച്ചറിവിലേക്ക് അധികാരികളെ നയിച്ചു. അതുകൊണ്ട് തന്നെയാണ് വുഹാനിൽ കോവിഡ്19 വ്യാപനസമയത്ത് WHO മെഡിക്കൽ വിവരങ്ങൾ പബ്ലിഷ് ചെയ്യാൻ തുടങ്ങിയപ്പോൾ തന്നെ, നിർദ്ദേശങ്ങൾക്കൊന്നും കാത്തുനില്ക്കാതെ കേരളം പ്രതിരോധ പ്രവർത്തനങ്ങളിൽ സ്വയം ഇറങ്ങിയത്. ഇതൊരു അസാധാരണമായതും എന്നാൽ ഉചിതമായതുമായ തീരുമാനമായിരുന്നു. മറ്റ് പല സർക്കാരുകൾക്കും എടുക്കാൻ ബുദ്ധിമുട്ടുള്ള തീരുമാനമായിരുന്നു അത്. മുൻ യു എസ് പ്രസിഡന്റ് ജോർജ് ബുഷിന്റെ കീഴിൽ ആരോഗ്യ സെക്രട്ടറി ആയിരുന്ന മിഷേൽ ലീവിറ്റ് പറയുന്നു:

> ഒരു പകർച്ചവ്യാധി റിപ്പോർട്ട് ചെയ്തു തുടങ്ങുന്നതിനു മുൻപേ ചെയ്യുന്ന പ്രവർത്തനങ്ങളെല്ലാം തന്നെ പരിഭ്രമം ജനിപ്പിക്കുന്നതായി അനുഭവപ്പെടും. പക്ഷേ, തുടങ്ങിയതിനു ശേഷം എന്ത് ചെയ്താലും അതെല്ലാം അപര്യാപ്തമായി അനുഭവപ്പെടുകയും ചെയ്യും.

ഒരു വിജയം കൈവരിച്ചാലുടനെ അമിത ആത്മവിശ്വാസം ഒഴിവാക്കി ജാഗ്രതയോടെ തന്നെ മുന്നോട്ട് പോകുന്ന കേരള മാതൃക നിപയ്ക്ക് ശേഷവും കോവിഡിന് ശേഷവും കാണാം. കേരളത്തിന്റെ ആരോഗ്യ വകുപ്പ് മഹാമാരികളിൽ നിന്ന് പാഠം ഉൾക്കൊണ്ട്, പുതിയ പകർച്ചവ്യാധികൾ വന്നാലും പ്രതിരോധിക്കാൻ തയ്യാറെടുപ്പുകൾ നടത്തുന്നു. കാലാവസ്ഥാ വ്യതിയാനം ഇനിയും ഇതുപോലെയുള്ള മഹാമാരികളെ സൃഷ്ടിക്കുമെന്ന് തന്നെ കേരളം കരുതുന്നു. ഇത് മാതൃകാപരമാക്കേണ്ട പ്രവർത്തനമികവും നേതൃത്വപാടവവുമാണ്. കോവിഡ് ഉയർത്തുന്ന പ്രതിസന്ധികൾ ഉൾക്കൊണ്ട്, ഇനിയും ഉണർന്ന് പ്രവർത്തിക്കാൻ കഴിയണമെങ്കിൽ ലോകത്തെല്ലായിടത്തുമുള്ള ആരോഗ്യവകുപ്പ് അധികാരികൾ ഇത്തരത്തിലുള്ള ശൈലി സ്വീകരിക്കണം.

(ദി നാഷണൽ, മെയ് 8, 2020)

പൊതുജനാരോഗ്യത്തിൽ ശ്രദ്ധ പതിയണം

പ്രൊഫ. കെ ശ്രീനാഥ് റെഡ്ഡിയുമായി ടി കെ രാജലക്ഷ്മി നടത്തിയ അഭിമുഖം

ദുർബ്ബലമായ പൊതുജനാരോഗ്യ സംവിധാനത്തോടെ, ലോകത്തിലെ ഏറ്റവും കുറഞ്ഞ ടെസ്റ്റിങ് നടത്തപ്പെടുന്ന രാജ്യങ്ങളിലൊന്നായി ഇന്ത്യ. ലോക്ക്ഡൗൺ ആദ്യ ഘട്ടത്തിൽ മാർച്ച് 25 വരെയും, പിന്നീട് ഏപ്രിൽ 14 ലേക്കും മെയ് 3 ലേക്കും നീട്ടിയതിനു ശേഷം അവസാനം മെയ് 17 നു ഭാഗികമായി തുറക്കുകയാണ്. ഇത് സർക്കാരിന് ആസൂത്രണത്തിന് സമയം കൊടുക്കുകയും, അതുപോലെ രോഗബാധിതരുടെ എണ്ണം കുറയ്ക്കാനും സമയം കൊടുത്തു. രോഗവ്യാപനം ഒരു പരിധി വരെ കുറയ്ക്കാൻ കഴിഞ്ഞുവെങ്കിലും അത് നിയന്ത്രണവിധേയമായി എന്ന് ഇനിയും പറയാൻ കഴിയില്ല.

പ്രൊഫ. ശ്രീനാഥ് റെഡ്ഡി പൊതുജനാരോഗ്യ വിദഗ്ദ്ധരുടെ 21 അംഗ ഹൈ ലെവൽ ടെക്നിക്കൽ കമ്മിറ്റി അംഗമാണ്. അദ്ദേഹം ടെസ്റ്റിങ്ങിലെ പരിമിതികളെക്കുറിച്ചും റാൻഡം സാംപ്ലിങ്ങിന്റെ പ്രാധാന്യത്തെക്കുറിച്ചും ജലദോഷപ്പനി (ILI) മുതലായുള്ള രോഗങ്ങളെയും ഗുരുതര ശ്വാസകോശം (SARI) നിരീക്ഷിക്കുന്നതിനെക്കുറിച്ചും *ഫ്രണ്ട്‌ലൈനി*നോട് സംസാരിച്ചു. പ്രസക്ത ഭാഗങ്ങൾ:

ഓരോ രാജ്യങ്ങൾക്കും മഹാമാരിയെ നേരിടുമ്പോഴുള്ള അനുഭവപാഠങ്ങൾ വ്യത്യസ്തമാണ്. ലോക്ക്ഡൗൺ നിയന്ത്രണങ്ങൾ ഏർപ്പെടുത്തുന്നതിലും ടെസ്റ്റിങ്ങിന്റെ തോത് തീരുമാനിക്കുന്നതിലും രണ്ടിനും കൊടുത്തിട്ടുള്ള പ്രാധാന്യവും വ്യത്യസ്തമാണ്. സർക്കാരിന്റെ ഇപ്പോഴത്തെ തീരുമാനം ടെസ്റ്റിങ് വിപുലമാക്കാനാണ്, ഇത് തന്നെയാണ് ലോകാരോഗ്യ സംഘടന ശുപാർശ ചെയ്യുന്നതും. പക്ഷേ, ലോക്ക്ഡൗണിലെ ആദ്യ 30 ദിവസങ്ങളിൽ മതിയായ ടെസ്റ്റിങ് നടത്താതെ

വിലയേറിയ സമയം നമ്മൾ നഷ്ടപ്പെടുത്തിയിട്ടുണ്ടോ? ലോക്ക്ഡൗൺ നീട്ടാനും, അതുപോലെ തന്നെ 130 കോടി മനുഷ്യരെ ടെസ്റ്റ് ചെയ്യാനും പരിമിതികളുള്ള ഇന്ത്യക്ക് മുന്നിൽ വേറേ എന്ത് മാർഗ്ഗമാണുള്ളത്?

വൈറസ് ഉള്ളിൽ വഹിക്കുന്ന, മറ്റൊരാളിലേക്ക് പകർത്താൻ സാദ്ധ്യതയുള്ള രോഗബാധിതനെ കണ്ടെത്താനുള്ള സംവിധാനമാണ് ടെസ്റ്റിങ്. ചെയ്യേണ്ട കാര്യം രോഗത്തിന്റെ തീവ്രതയനുസരിച്ചു വീട്ടിലോ ആശുപത്രിയിലോ ഐസൊലേഷനിൽ കഴിയുക എന്നതാണ്. ഈ ടെസ്റ്റിങ് ഒരിക്കലും ചികിത്സയല്ല. കാരണം കോവിഡ്19 വൈറസിനെ കീഴടക്കാൻ ഇതുവരെ ഒരു ചികിത്സയും ലഭ്യമല്ല. വിപുലമായ ടെസ്റ്റിങ് ഇല്ലാതെ തന്നെ വൈറസ് വ്യാപനം തടയാൻ ഉള്ള ഒരു മാർഗ്ഗം, ഒരു പൂർണ്ണ ലോക്ക്ഡൗൺ വഴി, രോഗബാധിതനെയും അയാളുടെ സമ്പർക്കത്തിലുള്ളവരെയും ഐസൊലേറ്റ് ചെയ്യുക എന്നത് ഗുണകര മാകും. ഇത് രോഗലക്ഷണമുള്ളവരും ലക്ഷണമില്ലാത്തവരുമായ രോഗബാധിതരെ മൂന്നാഴ്ചത്തേക്ക് മറ്റുള്ളവരിൽ നിന്ന് പൂർണ്ണമായും 19 ദിവസം ഭാഗിക ലോക്ക്ഡൗൺ ഉള്ളപ്പോഴും മാറ്റിനിർത്തുന്നു.

നമ്മുടെ ജനസംഖ്യയുടെ പശ്ചാത്തലത്തിൽ, രോഗലക്ഷണ മില്ലാത്തവരുടെയുൾപ്പെടെയുള്ള വിപുലമായ ടെസ്റ്റിങ് എന്നത് പ്രായോഗികമല്ല. ടെസ്റ്റ് കിറ്റുകളുടെ എണ്ണത്തിലും അതുപോലെ തന്നെ ആരോഗ്യപ്രവർത്തകർക്കുള്ള പി പി ഇ കിറ്റുകളുടെ കാര്യത്തിലും ഇവിടെ പരിമിതികളുണ്ട്. ആരോഗ്യസംവിധാനത്തിന് ലോക്ക്ഡൗൺ മാർഗ്ഗങ്ങൾ സ്വീകരിക്കാനുള്ള സമയം കൊടുക്കുകയാണ് ചെയ്തത്.

പ്രതിരോധ പ്രവർത്തനങ്ങൾ ടെസ്റ്റിങ്ങിലൂടെ മാത്രമേ സാധിക്കൂ എന്നത് ശരിയായ വാദമല്ല. പ്രതിരോധ പ്രവർത്തനത്തിൽ അത്രയധികം പ്രസിദ്ധിയാർജ്ജിക്കാത്ത എന്നാൽ നല്ല വിജയം കൈവരിച്ച രാജ്യമാണ് വിയറ്റ്നാം. വിപുലമായ ടെസ്റ്റിങ് എന്നതിന് പകരം, മറ്റ് പൊതുജനാ രോഗ്യ സംവിധാനത്തോടൊപ്പം കണക്ക് കൂട്ടി വിശകലനം ചെയ്തു, ടെസ്റ്റുകൾ ചെയ്യുക എന്ന മാർഗ്ഗമാണ് വിയറ്റ്നാം സ്വീകരിച്ചത്. ടെസ്റ്റിങ് വഴി രോഗത്തെ അതിജീവിച്ചു എന്ന കീർത്തി നേടിയ ദക്ഷിണ കൊറിയ ആണ് ഉയർന്നു കേൾക്കുന്ന മാതൃകയെങ്കിലും, ടെസ്റ്റിങ് നിരക്കും മരണ നിരക്കും തമ്മിൽ വലിയ ബന്ധമൊന്നുമില്ലെന്നതാണ് വാസ്തവം. ഒരേ ജനസംഖ്യയുള്ള ബെൽജിയം, ബൊളീവിയ എന്നീ രാജ്യങ്ങളിലെ സ്ഥിതി വളരെ വ്യത്യസ്തമാണ്. ബെൽജിയത്തിൽ 6917 മരണവും ബൊളീവിയയിൽ 44 മരണവുമാണ് റിപ്പോർട്ട് ചെയ്തത്. ബൊളീവിയ യിൽ ടെസ്റ്റിങ് 2.5 ശതമാനം മാത്രമാണ്. അതുകൊണ്ട് സാഹചര്യങ്ങൾ ക്കനുസരിച്ചാകും രോഗ വ്യാപന രീതി.

രോഗബാധിതരേക്കാൾ രോഗമുക്തി നേടിയവരുള്ള കേരളത്തിന്റെ പശ്ചാത്തലത്തിൽ സമ്പർക്കപ്പട്ടിക തയ്യാറാക്കുന്നതിന്റെ പ്രാധാന്യം ശ്രദ്ധിക്കേണ്ടതാണ്. അമേരിക്കയിലെ ന്യൂയോർക്ക് കൃത്യമായി

സമ്പർക്കപ്പട്ടിക തയ്യാറാക്കുന്നതിൽ പ്രയാസപ്പെടുന്നുണ്ട്. രോഗവ്യാപനം അധികമാകുമ്പോൾ, പ്രതിരോധത്തിന് ഇതൊരു ഉചിതമായ മാർഗ്ഗമാണെന്ന് കരുതുന്നുണ്ടോ?

പകർച്ചവ്യാധിയെ പ്രതിരോധിക്കാനും പരിശോധിക്കാനും സമ്പർക്കപ്പട്ടിക പ്രധാനമാണ്. ന്യൂയോർക്കിൽ പോലും കണ്ടെയ്ൻമെന്റ് പദ്ധതികൾ പുതിയ രോഗബാധിതരെ കണ്ടെത്താനായി പുനരാലോചിക്കേണ്ടിയിരിക്കുന്നു. ഏഷ്യൻ രാജ്യങ്ങളിൽ ഫലപ്രദമായ സമൂഹാധിഷ്ഠിതമായ പൊതുജനാരോഗ്യ സംവിധാനങ്ങൾ ന്യൂയോർക്കിലും കൈക്കൊള്ളണം.

ലോക്ക്ഡൗണിന്റെ തുടക്കത്തിൽ 500 കേസുകൾ മാത്രമുണ്ടായിരുന്ന ഇന്ത്യയിൽ ഒരു മാസംകൊണ്ട് കേസുകൾ 23000 ആയി. മെയ് 3ന് ശേഷം സ്ഥിതി നിയന്ത്രണത്തിലാകുമെന്നുള്ള വിധത്തിൽ ഈ 40 ദിന ലോക്ക്ഡൗൺ കൊണ്ട് എന്ത് മാറ്റമുണ്ടായിക്കാണും?

വൈറസിന്റെ ഇൻക്യുബേഷൻ പീരിയഡ് നീണ്ടതായതിനാൽ ലോക്ക്ഡൗണിനു മുൻപ് വൈറസ് ബാധയുണ്ടായ ആളുകളുടെ രോഗവിവരമാകണം ഇപ്പോൾ പുറത്ത് വരുന്നത്. ചില സ്ഥലങ്ങളിലാകട്ടെ, ലോക്ക്ഡൗൺ ഫലപ്രദമായി നടന്നിട്ടുമില്ല. ഗ്രാഫിന്റെ രേഖ ലോക്ക്ഡൗൺ പ്രഖ്യാപിക്കുമ്പോഴേ ഉയർന്നു തന്നെയായിരുന്നു. അത് നേർരേഖയിലെത്താൻ സമയമെടുക്കും. ഗ്രാഫിന് ചെറിയൊരു ചരിവ് ഉണ്ടായി എന്നത് പ്രതീക്ഷാവഹമാണ്.

ലോക്ക്ഡൗൺ കഴിഞ്ഞാലും നമ്മൾ ശാരീരിക അകലവും സുരക്ഷാ മാനദണ്ഡവും പാലിക്കുക തന്നെ ചെയ്യണം. വിജയം വരിച്ചുവെന്ന് കരുതി ഒരു വിട്ടുവീഴ്ചയും ചെയ്യാൻ പാടില്ല. നേരത്തെയുള്ള മുൻകരുതലുകൾ എല്ലായിടത്തും ഫലപ്രദമാകാത്തതിനാൽ, ചില സ്ഥലങ്ങളിൽ കൂടുതൽ കരുതൽ ആവശ്യം വരും. കേരളത്തിന്റെ പാത പിന്തുടരുന്ന സംസ്ഥാനങ്ങളുമുണ്ട്. ഇന്ത്യയുടെ വൈവിദ്ധ്യം മനസ്സിലാക്കി സംസ്ഥാനങ്ങൾക്കനുസരിച്ചും ജില്ലകൾക്കനുസരിച്ചുമാണ് വിലയിരുത്തൽ നടത്തേണ്ടത്.

ഇതുവരെ പാലിച്ച സുരക്ഷാ മാനദണ്ഡവും ലോക്ക്ഡൗണും ഇല്ലായിരുന്നെങ്കിൽ നമ്മുടെ സ്ഥിതി എന്താകുമെന്ന് നോക്കുമ്പോൾ, നമ്മൾ ഇപ്പോൾ ഭേദപ്പെട്ട നിലയിലാണ്. അത് നമുക്ക് ആത്മവിശ്വാസം നല്കുന്നു. നമ്മുടെ ലക്ഷ്യം രോഗബാധിതരുടെ എണ്ണം കുറയ്ക്കുകയെന്നതല്ല, മരണവും അതുപോലെ ഗുരുതരാവസ്ഥയിലും ഉള്ളവരുടെ എണ്ണം കുറയ്ക്കുക എന്നതായിരിക്കണം. ഇത് നമ്മൾ ഓരോ ഘട്ടത്തിലും ഓർമ്മിക്കണം.

രോഗികളുടെ എണ്ണം ഇരട്ടിയാകുന്നത് ഇപ്പോൾ വളരെ വേഗത്തിലാണെ

ങ്കിലും ആക്റ്റീവ് കേസുകളുടെ എണ്ണം കുറയുന്നുണ്ട്. നമ്മുടെ രോഗവ്യാപന വേഗം കുറച്ചു കാലത്തേക്കെങ്കിലും കുറഞ്ഞതാണോ അതോ രോഗബാധിതരാകാൻ സാദ്ധ്യതയുള്ള ആളുകളുടെ എണ്ണം അത്രയധികം കുറഞ്ഞുവോ?

ലോക്ക്ഡൗൺ പിൻവലിച്ചാൽ എന്ത് സംഭവിക്കുമെന്ന് കണ്ട് തന്നെ അറിയണം. എന്തായാലും രോഗവ്യാപനത്തിന് സമയമെടുക്കുന്നത് ആരോഗ്യസംവിധാനത്തിന് രോഗികളിൽ കൂടുതൽ ശ്രദ്ധ ചെലുത്താൻ സഹായിക്കുന്നു. ലോക്ക്ഡൗൺ പിൻവലിച്ചാലും പൊതുജനാരോഗ്യ പ്രവർത്തനങ്ങൾ ഊർജ്ജിതമായി തന്നെ തുടർന്നാൽ, രോഗബാധിതരുടെ എണ്ണവും മരണവും കുറയ്ക്കാൻ സാധിക്കും. രോഗികളുടെ എണ്ണം കൂടുന്നതുകണ്ട് പരിഭ്രമിക്കുന്നവർ ലോക്ക്ഡൗൺ ഇല്ലായിരുന്നെങ്കിൽ എന്ത് സംഭവിക്കുമെന്ന് ചിന്തിക്കണം. പകർച്ചവ്യാധിയുടെ ഗ്രാഫിലെ വളവിന്റെ വേഗം കുറയുന്നതുതന്നെ നമുക്ക് പ്രതീക്ഷ നല്കുന്നു. ടെസ്റ്റ് മാച്ചിലെ ആദ്യ ഇന്നിങ്സിൽ ലീഡ് ലഭിക്കുന്നത് പോലെയാണ്.

ലോക്ക്ഡൗൺ ഈ മാസം പിൻവലിച്ചാൽ ആരോഗ്യപ്രവർത്തകരുടെ ശൃംഖല ഉപയോഗിച്ച് SARI/ILI കേസുകൾ കണ്ടെത്തി ചികിത്സിക്കാൻ സാധിക്കുമോ?

ചികിത്സയിലും പ്രതിരോധ പ്രവർത്തനത്തിലും പൊതുമേഖല തന്നെയാണ് മുന്നിൽ നില്ക്കുന്നത്. പൊതുമേഖലയിലെയും സ്വകാര്യമേഖലയിലെയും മുഴുവൻ വിഭവങ്ങളും ഉപയോഗിച്ച് മികച്ച പ്രതിരോധം കാഴ്ചവെക്കാൻ തന്നെ സാധിക്കണം. കുറെയേറെ കോവിഡ് കേസുകൾക്ക് ആശുപത്രിയിലെ ചികിത്സ ആവശ്യമില്ല. എന്നാൽ SARI കേസുകൾക്കും ILI കേസുകൾക്കും ആശുപത്രിയിലെ ചികിത്സ ആവശ്യം വരും. പ്രതിസന്ധി അതിജീവിക്കാൻ നമ്മുടെ ആരോഗ്യ സുരക്ഷാ സംവിധാനങ്ങൾക്ക് കഴിയുമെന്ന് തന്നെയാണ് ട്രെൻഡുകൾ സൂചിപ്പിക്കുന്നത്.

ലോകത്താകമാനമുള്ള ആരോഗ്യസംവിധാനവും ഒരു പരീക്ഷണഘട്ടത്തിലാണ്. സ്വകാര്യ ആരോഗ്യമേഖല പൊതുജനാരോഗ്യ മേഖലയ്ക്ക് പകരമാകില്ലെന്ന തിരിച്ചറിവും എല്ലാവർക്കും ഉണ്ടായിട്ടുണ്ട്. ലോക്ക്ഡൗൺ ഇത്തരം കുറവുകളെ തിരിച്ചറിയാനൊരു അവസരമായി കാണണമെന്ന് വിലയിരുത്തപ്പെടുന്നു. നമ്മുടേത് പോലൊരു രാജ്യത്തിനു മുന്നോട്ടുള്ള ആസൂത്രണം എങ്ങനെയായിരിക്കണം?

പൊതുജനാരോഗ്യം തന്നെയാണ് ഒരു പൊതു ആരോഗ്യ അടിയന്തരാവസ്ഥയിൽ ഏറ്റവും മുതൽക്കൂട്ടാകുക എന്ന് നമ്മുടെ നയതന്ത്രജ്ഞരും മാധ്യമങ്ങളും മനസ്സിലാക്കണം. ഇത് മറ്റ്

രാജ്യങ്ങളുടെ അനുഭവത്തിൽ വ്യക്തമാണ്. മാധ്യമങ്ങളിൽ കാണിക്കുന്ന സ്വകാര്യമേഖലയിലെ ആരോഗ്യ കേന്ദ്രങ്ങളിലെ സൗകര്യങ്ങൾ പരസ്യപ്പെടുത്തുമ്പോൾ പൊതുജനാരോഗ്യ സംവിധാനത്തിന്റെ പ്രസക്തിയും പര്യാപ്തതയും മുങ്ങിപ്പോകുന്നു. കൃത്യമായും ന്യായ മായും ഉള്ള ആരോഗ്യ സേവനങ്ങൾ ലഭിക്കണമെങ്കിൽ, ആരോഗ്യമേഖല സമൂഹാധിഷ്ഠിതം തന്നെയായിരിക്കണം. സാർവ്വത്രികമായ ആരോഗ്യ പരിരക്ഷയ്ക്കും പെട്ടെന്നുള്ള പ്രതിരോധനടപടികൾക്കും പൊതുജനാ രോഗ്യരംഗം മാത്രമേ ഗുണം ചെയ്യൂ.

സ്വകാര്യ മേഖലയ്ക്ക് പൊതുജനാരോഗ്യരംഗത്തെ പിന്തുണ യ്ക്കാൻ കഴിയും. പക്ഷേ, മുന്നിൽനിന്ന് നയിക്കുന്നത് എപ്പോഴും പൊതുമേഖല തന്നെയായിരിക്കണം എന്ന പാഠമാണ് കോവിഡ് 19 എന്ന മഹാമാരി നല്കുന്നത്.

(ഫ്രണ്ട് ലൈൻ മെയ് 22, 2020)

‘ശാരീരിക അകലം, സാമൂഹിക ഒരുമ:’ എങ്ങനെ കേരളം എന്ന ചുവപ്പൻ സംസ്ഥാനം കൊറോണ വൈറസിനെ തോല്പിച്ചു

വിനയ രാഘവൻ

കൊറോണ പ്രതിരോധപ്രവർത്തനങ്ങൾക്ക് കേരളം *വാഷിങ്ടൺ പോസ്റ്റി*ന്റെയും *ന്യൂയോർക്ക് ടൈംസി*ന്റെയും ഉൾപ്പെടെ പ്രശംസ നേടുകയുണ്ടായി. എന്താണ് അതിന്റെ രഹസ്യം? പൊതു താല്പര്യത്തെ സ്വകാര്യലാഭത്തിനു മേൽ പ്രാധാന്യം കൊടുക്കുന്ന ഒരു സർക്കാർ.

ഒരു ദേശീയ ചാനലിൽ നടന്ന ചർച്ചയിൽ പ്രശസ്ത വാർത്താവതാരകൻ രാജ്ദീപ് സർദ്ദേശായി കേരളത്തിന്റെ കൊറോണ പ്രതിരോധത്തെക്കുറിച്ച് പറഞ്ഞതിങ്ങനെ: ‘ഇന്ന് കേരളം ചിന്തിക്കുന്നത്, നാളെ ഇന്ത്യ ചിന്തിക്കട്ടെ.’ കൊറോണ വൈറസ് എന്ന മഹാമാരി ലോകത്തെ ആശങ്കയിലാഴ്ത്തിയത് മുതൽ തന്നെ ചർച്ചകളിൽ വിഷയമാണ് അറബിക്കടലിനും പശ്ചിമഘട്ടത്തിനും ഇടയിൽ ഒതുങ്ങിക്കൂടിയ കേരളം എന്ന ചെറിയ ഭൂപ്രദേശം. ഇക്കഴിഞ്ഞ ആഴ്ചത്തെ *വാഷിങ്ടൺ പോസ്റ്റ്* പ്രധാനവാർത്തയുടെ തലക്കെട്ട് ഇങ്ങനെ ആയിരുന്നു: ‘എങ്ങനെ ഇന്ത്യയിലെ കമ്യൂണിസ്റ്റ് സംസ്ഥാനം കോവിഡ് പ്രതിരോധത്തിന്റെ വളവ് നേർരേഖയിലേക്കാക്കി.’

ഒരു സാമൂഹിക ജനാധിപത്യ വ്യവസ്ഥിതി നിലനില്ക്കുന്ന കേരളത്തിൽ തൊഴിലാളിവർഗ്ഗ പ്രസ്ഥാനങ്ങളുടെ ചരിത്രത്തിൽ വേരുകളുള്ള ഒരു രാഷ്ട്രീയ മുന്നണിയാണ് ഭരണത്തിലുള്ളത്. അതുകൊണ്ടുതന്നെ പ്രതിരോധത്തിന്റെ സ്വഭാവം ചരിത്രത്തിന്റെ നിർവ്വചനം തന്നെയാണ്. ഈ പ്രതിസന്ധി കാലഘട്ടത്തിനുള്ള പ്രതികരണം ഒരു സാമൂഹികാനുഭാവം ആണെന്ന് കമ്യൂണിസ്റ്റ് പാർട്ടി (മാർക്സിസ്റ്റ്) [(സി പി ഐ (എം)] അംഗങ്ങളായ കേരളത്തിന്റെ മുഖ്യമന്ത്രി പിണറായി വിജയനും ആരോഗ്യമന്ത്രി കെ കെ ശൈലജയും അടിവരയിടുന്നു. മോദി സർക്കാരിന്റെ തീവ്രദേശീയതയിൽ ഊന്നിയുള്ള പ്രത്യയശാസ്ത്രത്തിൽ നിന്നും ഇത് വിഭിന്നമാണ്. കേരള സർക്കാരിന്റെ പ്രവർത്തനം

കൃത്യമാകുന്നതിന്റെ മറ്റൊരു കാരണം കേരളത്തിന്റെ വ്യവസ്ഥിതിയിൽ നിലനില്ക്കുന്ന വികേന്ദ്രീകരണത്തിൽ അധിഷ്ഠിതമായ തദ്ദേശസ്വയം ഭരണ സ്ഥാപനങ്ങളും വികസിതമായ പൗരസമൂഹവുമാണ്.

വാഷിങ്ടൺ പോസ്റ്റ് റിപ്പോർട്ട് ചെയ്തതുപോലെ, ഇന്ത്യയിൽ ആദ്യത്തെ കോവിഡ് പോസിറ്റീവ് കേസ് റിപ്പോർട്ട് ചെയ്ത സംസ്ഥാനം കേരളമാണ്. പക്ഷേ, ഏപ്രിൽ ആദ്യത്തോടെ തന്നെ, മുപ്പത് ശതമാനത്തോളംവരെയൊക്കെ ഓരോ ആഴ്ചയിലും വ്യാപനത്തോത് കുറഞ്ഞു. ഇത് ആകസ്മികമായി സംഭവിച്ചതല്ല. ഈ അടുത്ത ദശകങ്ങളിൽ, കേരളം വിദ്യാഭ്യാസ, പൊതുജനാരോഗ്യ മേഖലകളിലാണ് ഏറ്റവുമധികം നിക്ഷേപം നടത്തിയത് ആ അർത്ഥത്തിൽ ഇന്ത്യയിൽ വിദ്യാഭ്യാസ, ആരോഗ്യ മേഖലകളിൽ മുന്നിൽ നില്ക്കുന്നത് കേരളം തന്നെയാണ്. ഈ പശ്ചാത്തലത്തിനോടൊപ്പം, വിപുലമായ ടെസ്റ്റിങ്, കൃത്യമായ സമ്പർക്കപ്പട്ടിക തയ്യാറാക്കൽ, നീണ്ടു നില്ക്കുന്ന ക്വാറന്റൈൻ കാലഘട്ടം, അതിഥിത്തൊഴിലാളികൾക്കുള്ള അഭയം ഒരുക്കൽ, തുടങ്ങിയ പ്രവർത്തനങ്ങൾ കൂടി ആയപ്പോൾ അത് ചരിത്രപ്രധാനമായ മഹാമാരിയെ പൊരുതുന്നതിൽ ലോകാരോഗ്യസംഘടനയുടെ വരെ പ്രശംസയ്ക്ക് പാത്രമായി.

കോവിഡ് പ്രതിരോധത്തിൽ വികസിത പാശ്ചാത്യ രാജ്യങ്ങൾ പിറകോട്ടു പോയപ്പോൾ, കേരളംപോലൊരു സംസ്ഥാനം മുന്നിലെത്തിയതിനെക്കുറിച്ചു സമാനമായ രീതിയിൽ *ന്യൂയോർക്ക് ടൈംസിലും* ലേഖനം പ്രസിദ്ധീകരിച്ചിരുന്നു:

കേരളം എന്ന ദക്ഷിണേന്ത്യൻ സംസ്ഥാനത്തിൽ, ഒരു കുടുംബത്തിന്റെ സമ്പർക്കം തയ്യാറാക്കാൻ ജി പി എസ് സംവിധാനവും, സി സി ടി വി ദൃശ്യങ്ങളും മൊബൈൽ ഫോൺ രേഖകളും അധികാരികൾ ഉപയോഗിച്ചു. ഈ കുടുംബം ഇറ്റലിയിൽനിന്നും ഫെബ്രുവരി അവസാനം തിരിച്ചെത്തിയവരാണ്. ദിവസങ്ങൾക്കുള്ളിൽ, മെഡിക്കൽ സംഘം അവർ പോയിട്ടുള്ള ബാങ്കുകളിൽ, റെസ്റ്റോറന്റുകളിൽ, പള്ളികളിൽ ഒക്കെ അവരുമായി സമ്പർക്കത്തിൽ വന്ന എല്ലാവരെയും ഏകദേശം 1000 പേരെയും ക്വാറന്റൈൻ ചെയ്തു.

അമേരിക്കൻ ഭരണപക്ഷക്കാരുടെ പ്രിയ മാധ്യമങ്ങൾ പോലും ഇടത് സർക്കാരുകളെ അനുമോദിക്കുമ്പോൾ, അത് ശ്രദ്ധ അർഹിക്കുന്ന വിഷയം തന്നെയാണ്. പക്ഷേ, ഈ ദ്രുതഗതിയിലുള്ള പ്രവർത്തനത്തെക്കാൾ ആഴത്തിൽ പഠനം അർഹിക്കുന്ന ചിലതുണ്ട്.

കേരളത്തിന്റെ ഇടത് ചരിത്രം

മറ്റേതൊരു തൊഴിലാളിവർഗ്ഗ പ്രസ്ഥാനത്തെയും പോലെതന്നെ കേരളത്തിലെ ഇടത് പ്രസ്ഥാനം മുഖ്യധാരാ രാഷ്ട്രീയ വ്യവസ്ഥയ്ക്ക് പുറത്ത്, ബ്രിട്ടീഷ് ഭരണത്തിന് പ്രതിരോധം ഉയർത്തിയാണ് വളർന്നു

വന്നത്. രഹസ്യമായി പ്രവർത്തിച്ചുവെങ്കിലും ദരിദ്ര ജനവിഭാഗങ്ങളുടെ പങ്കാളിത്തം ഉറപ്പാക്കി നിരന്തരമായ കർഷക പ്രതിഷേധങ്ങൾ സംഘടിപ്പിച്ചാണ് ഇടതുപക്ഷം കേരളത്തിൽ നിലയുറപ്പിച്ചത്.

1942 ൽ കമ്യൂണിസ്റ്റ് പ്രവർത്തനത്തിന് മേലുള്ള നിരോധനം നീക്കിയതിന് ശേഷം പാർട്ടി നിയമപരമാകുകയും ഇലക്ഷന് മത്സരിക്കുകയും ചെയ്തു. തുടർന്ന് ലോകത്തെ തന്നെ ഏറ്റവും ആദ്യത്തെ കമ്യൂണിസ്റ്റ് സർക്കാരുകളിൽ ഒന്നാകുകയും ഒരുപാട് നവോത്ഥാന പ്രവർത്തനങ്ങളിലൂടെ കേരളത്തെ പോസ്റ്റ് കൊളോണിയൽ ഇന്ത്യയിലെ ഏറ്റവും ദരിദ്ര സംസ്ഥാനം എന്ന നിലയിൽനിന്നും ഏറ്റവും ഉയർന്ന സാക്ഷരതയും ലിംഗസമത്വവും മാനവ വികസന സൂചികയും ഉള്ള സംസ്ഥാനം ആക്കി മാറ്റുകയും ചെയ്തു.

കമ്യൂണിസ്റ്റ് പാർട്ടിയുടെ ഏറ്റവും ദൂരവ്യാപകവും വിവാദമായതുമായ പരിഷ്കരണ നടപടികളിലൊന്ന് ഭൂപരിഷ്കരണ നിയമം ആയിരുന്നു. ഭൂവുടമകളും കോൺഗ്രസ് നേതൃത്വത്തിലുള്ള ദേശീയ പാർട്ടിയും ആയി ഒരു ദശാബ്ദത്തോളം നീണ്ട നിയമ യുദ്ധങ്ങൾക്ക് ശേഷം സംസ്ഥാന സർക്കാർ ഭൂപരിഷ്കരണനിയമം പാസാക്കിയത് 1969 ലാണ്. 'ഭൂമി' എന്ന മുദ്രാവാക്യത്തോടെ ഭൂമി പുനർവിതരണം ചെയ്യുകയും അതുവഴി അന്നുവരെ നിലനിന്നിരുന്ന ജന്മി വ്യവസ്ഥിതി അവസാനിപ്പിക്കുകയും ചെയ്തു. അതോടൊപ്പം തന്നെ, വിദ്യാഭ്യാസ മേഖലയിലെ പരിഷ്കാരങ്ങൾ ആരോഗ്യത്തിനും വിദ്യാഭ്യാസത്തിനും ഊന്നൽ നല്കാൻ സമൂഹത്തിനു തന്നെ പ്രേരണയാവുകയും ചെയ്തു. വായനശാലകൾ കേരളത്തിലെ ഗ്രാമങ്ങളിൽ അങ്ങോളമിങ്ങോളം സജീവമാവുകയും അതുവഴി രാഷ്ട്രീയ വിദ്യാഭ്യാസം ജനങ്ങളിൽ, എന്നിരുന്നാലും പുരുഷന്മാരിൽ പ്രത്യേകിച്ച് ഉണ്ടാകുന്നതിനു കാരണമാകുകയും ചെയ്തു. കേരളത്തിന്റെ ഗ്രാമങ്ങൾക്ക് സവിശേഷമായ ഒരു സ്വഭാവം രൂപീകരിക്കുന്നതിന് ഈ പ്രസ്ഥാനങ്ങൾ കാരണമായി.

ശാരീരിക അകലം, സാമൂഹിക ഒരുമ

പിണറായി വിജയൻ മുഖ്യമന്ത്രി ആയുള്ള ഇടതുമുന്നണി മന്ത്രിസഭ 2018 ലെ പ്രളയസമയത്ത് ദ്രുതഗതിയിൽ എടുത്ത ആശാവഹമായ നടപടികൾ രാജ്യത്തിനാകെ മാതൃകയായതാണ്. സാധാരണഗതിയിൽ, മാധ്യമങ്ങളോട് അത്ര കണ്ടു സംസാരിക്കാത്ത മുഖ്യമന്ത്രി എല്ലാ ദിവസവും ഉള്ള വാർത്താസമ്മേളനങ്ങളിലൂടെ പ്രശംസനീയമായ സർക്കാർ പ്രവർത്തനങ്ങളുടെ സംക്ഷിപ്ത രൂപം അവതരിപ്പിക്കുകയും ചെയ്യുന്നുണ്ട്.

ആരും ഒറ്റയ്ക്കല്ലെന്നു ഓർമ്മപ്പെടുത്തിക്കൊണ്ട് 'ശാരീരിക അകലം, സാമൂഹിക ഒരുമ' എന്ന് അടിവരയിട്ടു പറഞ്ഞുകൊണ്ട് മുഖ്യമന്ത്രിയുടെ വാക്കുകൾ ജനങ്ങൾക്ക് ആശ്വാസമാണ്. ഐസൊലേഷനിൽ കഴിയുന്ന

വർക്കും കൗൺസലിങ് ആവശ്യമുള്ള മറ്റുള്ളവർക്കും സഹായത്തിനായി ഫോണിലൂടെ കൗൺസലിങ് സേവനവും ഉറപ്പ് വരുത്തിയിട്ടുണ്ട്.

2018 ലെ നിപ വൈറസ് വ്യാധിയുടെ സമയത്ത് ചെയ്ത പ്രതിരോധ നടപടികളും പ്രവർത്തനങ്ങളും കോവിഡ് പ്രതിരോധ നടപടികൾ ജനുവരിയിൽ തന്നെ, തുടങ്ങാൻ ഹേതുവായി. കമ്മിറ്റികളും കൺട്രോൾ റൂമുകളും സംസ്ഥാനത്തുടനീളം തുടങ്ങിക്കൊണ്ട് ആരോഗ്യവകുപ്പ് മന്ത്രി കെ കെ ശൈലജ തന്നെയാണ് പ്രവർത്തനങ്ങൾക്ക് ചുക്കാൻ പിടിച്ചത്.

'ബ്രേക്ക് ദി ചെയിൻ' എന്ന ബോധവല്ക്കരണ പരിപാടി ഏറ്റെടുത്ത് കൊണ്ട്, ജനങ്ങൾക്കിടയിൽ സാനിറ്റൈസറുകളും കൈ കഴുകാനുള്ള സോപ്പും വെള്ളവും ലഭ്യമാക്കിക്കൊണ്ടുള്ള കിയോസ്കുകളും വ്യാപകമാക്കി. സമൂഹവ്യാപനം തടയുക എന്ന ലക്ഷ്യത്തോടെ, രോഗബാധിതരുടെ പേരു വിവരങ്ങൾ പരസ്യപ്പെടുത്താതെ തന്നെ അവരുടെ റൂട്ട് മാപ്പുകൾ സോഷ്യൽ മീഡിയ വഴിയും മറ്റു മാധ്യമങ്ങൾ വഴിയും പരസ്യമാക്കുകയും ചെയ്തു.

ഇതോടൊപ്പംതന്നെ, സന്നദ്ധ പ്രവർത്തകരുടെ സഹായത്തോടെ തയ്യാറാക്കിയ സമ്പർക്കപ്പട്ടികയിലൂടെ രോഗബാധിതരെന്ന് സംശയിക്കുന്നവരെ കൃത്യമായി ഐസൊലേറ്റ് ചെയ്യാനും, പ്രവാസികളോട് 28 ദിവസത്തെ ക്വാറന്റൈൻ നിർദ്ദേശിക്കാനും ആരോഗ്യപ്രവർത്തകർക്ക് കഴിഞ്ഞു. GoK ഡയറക്ട് എന്ന സർക്കാർ നിയന്ത്രണത്തിലുള്ള മൊബൈൽ ആപ്ലിക്കേഷനും റൂട്ട് മാപ്പ് തയ്യാറാക്കാനും, ഹെൽപ്പ്ലൈൻ വിവരങ്ങൾ കൈമാറാനും മറ്റു വിവരങ്ങൾ പരസ്യപ്പെടുത്താനും ഉപയോഗിച്ചിട്ടുണ്ട്.

കൂടുതൽ കോവിഡ് ആശുപത്രികൾ തുടങ്ങാനുള്ള പദ്ധതി ആവിഷ്കരിക്കുന്നതിന്റെ ഭാഗമായി തന്നെ, ഒരു അസാധാരണ നീക്കത്തിലൂടെ, പ്രവർത്തനം നിലച്ച ഒരു സ്വകാര്യ ആശുപത്രിയെ കോവിഡ് ആശുപത്രിയാക്കി മാറ്റുകയും ചെയ്തു. സമാനമായ സാഹചര്യത്തിൽ, രോഗികളെയും രോഗികളെന്ന് സംശയിക്കുന്നവരെയും ഐസൊലേഷൻ ചെയ്യാനും ക്വാറന്റൈൻ ചെയ്യാനും ഒഴിഞ്ഞതും ഉപയോഗശൂന്യമായതും ആയ കെട്ടിടങ്ങൾ കോവിഡ് ചികിത്സാകേന്ദ്രങ്ങൾ ആക്കി മാറ്റി.

സാമൂഹിക ജനാധിപത്യം പ്രതിസന്ധിയെ തരണം ചെയ്യുന്നു

റാപിഡ് ടെസ്റ്റിങ് വൻതോതിൽ നടത്തുന്നത് പ്രായോഗികമല്ലാത്തതിനാൽ, കേരള സർക്കാർ WHO നിർദ്ദേശിച്ച വ്യാപകമായി ടെസ്റ്റിങ് നടത്തുന്ന 'അഗ്രസീവ്' രീതിയാണ് ഉപയോഗിച്ചത്. ലക്ഷണങ്ങൾ ഉള്ളവരെ മാത്രമല്ല രോഗികളുമായി സമ്പർക്കം പുലർത്തിയ എല്ലാവരെയും ടെസ്റ്റ് ചെയ്യുന്ന രീതിയാണിത്. ഇത് പ്രകാരം ഇന്ത്യയിലെ

മറ്റേത് സംസ്ഥാനത്തേക്കാളും കൂടുതൽ ടെസ്റ്റുകൾ കേരളത്തിൽ നടക്കുന്നു.

സമൂഹ വ്യാപനം തടയുന്നതിന്റെ ഭാഗമായി സാമൂഹികപൗര സംഘടനകളും ആശാവർക്കർമാരും (സാമൂഹിക ആരോഗ്യ പ്രവർത്തകർ) ഒരുമിച്ച് ചേർന്ന് രോഗബാധിതർ ഐസൊലേഷൻ കൃത്യമായി പാലിക്കുന്നുണ്ടോ എന്ന് ഉറപ്പ് വരുത്തുന്നുണ്ട്. കേരളത്തിലെ കുടുംബശ്രീ സംഘങ്ങളും ഡി വൈ എഫ് ഐയും ചേർന്ന് സാനിറ്റെസറുകളുടെയും മാസ്കുകളുടെയും ലഭ്യത ഉറപ്പാക്കുന്നത്തിനായി പ്രവർത്തിക്കുന്നു. ജയിലുകളിലും മാസ്ക് നിർമ്മാണം കാര്യക്ഷമമായി നടത്തുന്നുണ്ട്.

ഉല്പാദനപ്രക്രിയ തദ്ദേശഭരണ സ്ഥാപനങ്ങളിലൂടെ നടപ്പാക്കുന്നത് കേരളം പോലൊരു സാമൂഹിക ജനാധിപത്യ സംസ്ഥാനത്തിനു കിട്ടിയ ഘടനാപരമായ ആനുകൂല്യം കൂടിയാണ്. താപപരിശോധന ജില്ല സംസ്ഥാന അതിർത്തികളിൽ, റെയിൽവേ സ്റ്റേഷനുകളിൽ, ബസ് സ്റ്റാന്റുകളിലുമൊക്കെ ആരോഗ്യപ്രവർത്തകരുടെ മേൽനോട്ടത്തിൽ പൊലീസുകാർ നടത്തുന്നു. ഇത് പടിഞ്ഞാറൻ രാജ്യങ്ങളിൽ കണ്ട് പരിചയിക്കാത്ത വിധത്തിലുള്ള ഒരു യുക്തിയാണ്.

പഞ്ചായത്തുകളും മുനിസിപ്പാലിറ്റികളും കോർപ്പറേഷനുകളും ഉൾപ്പെടുന്ന തദ്ദേശസ്വയംഭരണ സ്ഥാപനങ്ങളാണ് സർക്കാർ നടപടികൾ പ്രയോഗത്തിൽ വരുത്തുന്ന പ്രധാന ചുമതലക്കാർ. ദുരന്ത നിവാരണ സന്ധിയിൽ പ്രായമായവരെയും ദുർബ്ബല ജനവിഭാഗങ്ങളെയും കൃത്യമായി കണ്ടെത്താനും അവരുടെ ആവശ്യങ്ങൾക്കുള്ള ഭക്ഷണവും മറ്റു സാധനങ്ങൾ എത്തിക്കാനും ഉള്ള ഇടപെടൽ നടത്തുന്നത് ഈ തദ്ദേശസ്വയംഭരണ സ്ഥാപനങ്ങളാണ്. ഇത്തരത്തിലുള്ള സമൂഹത്തിൽ വേരുറച്ച പ്രവർത്തനരീതി സാമൂഹിക പ്രസ്ഥാനങ്ങൾ പിഴുതെറിയപ്പെട്ട പാശ്ചാത്യ രാജ്യങ്ങളിൽനിന്നും വിഭിന്നമായ മാതൃകയാണ്.

പഞ്ചായത്തുകളെയും മുനിസിപ്പാലിറ്റികളെയും സഹായിക്കുന്നതിനായി സന്നദ്ധ പ്രവർത്തകരെ ഡി വൈ എഫ് ഐ വഴി സംഘടിപ്പിക്കുകയും അവരെ സമൂഹ അടുക്കളകളിലെ ഭക്ഷണ വിതരണത്തിനായി നിയോഗിക്കുകയും ചെയ്തു. കേരളത്തിൽ ഒരാൾ പോലും പട്ടിണി കിടക്കരുതെന്ന മുഖ്യമന്ത്രിയുടെ നിശ്ചയദാർഢ്യമാണ് ഇവിടെ നടപ്പാകുന്നത്.

ഈ തരത്തിൽ, സംസ്ഥാനം പ്രതിസന്ധി തരണം ചെയ്യാനായി 20,000 കോടി രൂപയുടെ ആശ്വാസ ധനപാക്കേജ് പ്രഖ്യാപിക്കുകയും ചെയ്തു. ഏപ്രിൽ ആദ്യം തന്നെ രണ്ടു മാസത്തെ സാമൂഹ്യസുരക്ഷ പെൻഷനുകൾ വിതരണം ചെയ്യാനും ധാരണയായി. ശാരീരിക അകലം പാലിച്ചുകൊണ്ട് തന്നെ പെൻഷനുകൾ വിതരണം ചെയ്യാൻ ട്രഷറി സജ്ജമാക്കുകയും വീടിനു പുറത്ത് പോകാൻ കഴിയാത്തവർക്ക് സഹകരണസംഘങ്ങൾ വഴി വീടുകളിൽത്തന്നെ വിതരണംചെയ്യാൻ

സന്നദ്ധ സേവകരെ നിയോഗിക്കുകയും ചെയ്തു.

അസംഘടിത തൊഴിലാളി മേഖലയിൽ തൊഴിൽ ചെയ്യുന്ന, വലിയ വിഭാഗം വരുന്ന അന്യസംസ്ഥാന തൊഴിലാളികളെ അതിഥി തൊഴിലാളികൾ എന്ന് വിളിച്ചുകൊണ്ട് സർക്കാർ കേരളത്തിലെ ജനങ്ങളോട് അവരെ സ്വീകരിക്കാൻ ആഹ്വാനം ചെയ്തു. ഇതുകൂടാതെ, 4600 ദുരിതാശ്വാസ കേന്ദ്രങ്ങളിലായി 10000 ത്തോളം വരുന്ന അതിഥി തൊഴിലാളികളെയും 35 കേന്ദ്രങ്ങളിലായി വീട് നഷ്ടപ്പെട്ടവർക്കും അലഞ്ഞു തിരിഞ്ഞ് നടക്കുന്നവർക്കും അഭയം ഒരുക്കുകയും ചെയ്തു. സ്കൂളുകളിലും കോളേജുകളിലും ആളുകൾക്ക് താമസസൗകര്യമൊരുക്കാനും അവിടെ നില്ക്കുന്നവർക്ക് ഭക്ഷണവും മാസ്കുകളും സാനിറ്റൈസറുകളും പോലുള്ള അവശ്യവസ്തുക്കൾ വിതരണം ചെയ്യാനും ഉള്ള നടപടികൾ സർക്കാർ തലത്തിൽ എടുത്തു.

അതിഥി തൊഴിലാളികളോട് അവരുടെ ഭാഷയിൽത്തന്നെ സന്നദ്ധ സേവകർ സംസ്ഥാനത്തുടനീളം ബോധവല്ക്കരണം നടത്തി. മനുഷ്യരോടൊപ്പം തന്നെ ഭക്ഷണമില്ലാതായ മൃഗങ്ങൾക്കും ആഹാരം എത്തിക്കാനുള്ള മാർഗ്ഗങ്ങൾ സ്വീകരിക്കുകയും ചെയ്തു.

കേസുകൾ ഉയർന്നാൽ കേരളത്തിന്റെ ആരോഗ്യ സംവിധാനങ്ങൾ പരിമിതമായ ലാബ്, ടെസ്റ്റിങ് സംവിധാനങ്ങളോടെ ഇത്തരത്തിൽ തന്നെ പിടിച്ചു നില്ക്കുമോ എന്ന് പറയാനാവില്ലെങ്കിലും സാമ്പത്തിക താല്പര്യങ്ങൾക്കപ്പുറം ജനതയുടെ ആവശ്യങ്ങൾക്ക് മുൻഗണന നല്കുന്ന കേരളവും കേരളത്തിലെ ജനങ്ങളും ഈ മഹാമാരിയെ ഒരുമിച്ച് കീഴടക്കുമെന്ന പ്രതീക്ഷ നല്കുന്നു.

(*ട്രിബിയൂൺ* 11 മെയ്, 2020)

വിയറ്റ്നാമും ഇന്ത്യൻ സംസ്ഥാനമായ കേരളവും കോവിഡ്19 നെ കുറഞ്ഞ ചെലവിൽ നിയന്ത്രിച്ചു

ദി എക്കോണമിസ്റ്റ് 9 മെയ്, 2020

ഫോൺ റിങ് ചെയ്യുമ്പോൾ ഒരു ഡോക്ടർ അറ്റൻഡ് ചെയ്യുന്നു: 'സർ, നമ്മുടെ വെന്റിലേറ്ററുകൾ തീർന്നിരിക്കുകയാണ്. ഇനിയും രോഗികൾ വന്നാൽ നമ്മളെന്താണ് ചെയ്യേണ്ടത്?' ഭയം ജനിപ്പിക്കുന്ന രീതിയിൽ ഉടനെ തന്നെ ഒരു ഡോക്ടർ വിവരിക്കുന്നത് നാലിൽ മൂന്ന് പേരെ കൊല്ലുന്ന ഒരു രോഗത്തോടാണ് അവർ പൊരുതുന്നതെന്നാണ്. ഇതിനു വാക്സിനോ കൃത്യമായ ചികിത്സയോ ഇല്ലെന്ന് അയാൾ കൂട്ടിച്ചേർക്കുന്നു.

കോവിഡ് 19 ന്റെ പശ്ചാത്തലത്തിൽ ഈ സംഭാഷണം സാധാരണ മായിരിക്കുന്നു. എന്നിരുന്നാലും ഇതിനു ഇപ്പോഴുള്ള മഹാമാരിയുമായി ബന്ധമൊന്നുമില്ല. ഇത് കഴിഞ്ഞ വർഷം ഇറങ്ങിയ നിരൂപക പ്രശംസ നേടിയ *വൈറസ്* എന്ന മലയാള സിനിമയിലെ ഓപ്പണിങ് സീൻ ആണ്. ത്രില്ലർ ഗണത്തിലുള്ള ഈ സിനിമ 2018 ൽ കേരളത്തിൽ പടർന്നു പിടിച്ച നിപ വ്യാധിയും തുടർന്നുള്ള യഥാർത്ഥ സംഭവങ്ങളും ആവിഷ്കരി ക്കുന്നു. വവ്വാലിൽനിന്നും ഉടലെടുത്ത ഈ രോഗം കൃത്യമായ ഏകോ പനം വഴി കേരളം ഒരു മാസത്തിനുള്ളിൽ പിടിച്ചു കെട്ടി. നിരന്തരമായ സമ്പർക്കപ്പട്ടിക തയ്യാറാക്കലും ആയിരത്തോളം രോഗവാഹകരുടെ ക്വാറന്റൈനുമാണ് രോഗത്തെ ചെറുക്കാൻ കേരളത്തെ സഹായിച്ചത്.

കോവിഡ് 19 നെ കൈകാര്യം ചെയ്യാനും കേരളം സമാനമായ രീതി തന്നെയാണ് ഉപയോഗിച്ചിരിക്കുന്നത്. ഇന്ത്യയിലെ 36 സംസ്ഥാനങ്ങളിലും കേന്ദ്രഭരണപ്രദേശങ്ങളിലുമായി ആദ്യത്തെ കോവിഡ് കേസ് റിപ്പോർട്ട് ചെയ്തത് കേരളത്തിലാണ്. കോവിഡ് രോഗബാധ ലോകത്ത് ആദ്യമായി റിപ്പോർട്ട് ചെയ്ത ചൈനയിലെ വുഹാനിൽനിന്ന് തിരിച്ചെത്തിയ മെഡിക്കൽ വിദ്യാർത്ഥിനി ആയിരുന്നു രോഗി. രാജ്യവ്യാപകമായി ഇന്ത്യൻ പ്രധാനമന്ത്രി നരേന്ദ്ര മോദി ലോക്ക്ഡൗൺ പ്രഖ്യാപിക്കുമ്പോൾ

മാർച്ച് 24 നു ഇന്ത്യയിലെ അഞ്ചിലൊന്ന് രോഗികളും കേരളത്തിൽ ആയിരുന്നു. ആറാഴ്ചയ്ക്കുള്ളിൽ തന്നെ ഈ നിലയിൽനിന്നും 16–ാം സ്ഥാനത്തേക്ക് എത്തി കേരളം നില മെച്ചപ്പെടുത്തി. അപ്പോഴേക്കും ദേശീയതലത്തിൽ രോഗികളുടെ എണ്ണം 71 ഇരട്ടിയാവുകയും കേരളത്തിലെ രോഗികളുടെ എണ്ണം മൂന്നിൽ രണ്ടായി ചുരുങ്ങുകയും ചെയ്തു. പ്രവാസികളായ മലയാളികളുടെ കോവിഡ് മരണനിരക്ക് കേരളത്തിലേതു വെച്ച് നോക്കുമ്പോൾ 20 ഇരട്ടി അധികമാണ്.

സമാനരീതിയിൽ എന്നാൽ കുറച്ചു കൂടി ഫലപ്രദമായ രീതിയിലാണ് ഒൻപതരക്കോടി ജനസംഖ്യയുള്ള വിയറ്റ്നാം കോവിഡിനെ നേരിട്ടത്. മാർച്ചിൽ തന്നെ രോഗികൾ പ്രത്യക്ഷപ്പെട്ടു തുടങ്ങിയെങ്കിലും 39 എന്ന സംഖ്യയിൽ അത് പിടിച്ചു നിർത്താൻ വിയറ്റ്നാമിനു കഴിഞ്ഞു. കോവിഡിനെ ഫലപ്രദമായി നേരിട്ട് മാതൃകയായ മറ്റു ചെറിയ രാജ്യങ്ങളായ ന്യൂസിലാന്റുമായും തായ്‌വാനുമായും താരതമ്യം ചെയ്യുമ്പോൾ, വിയറ്റ്നാമിൽ ഒരു കോവിഡ് മരണം പോലും റിപ്പോർട്ട് ചെയ്തിട്ടില്ല എന്നതാണ് ശ്രദ്ധേയമായ കാര്യം. ഏകദേശം സമാനമായ സാമ്പത്തിക സാഹചര്യവും ജനസംഖ്യയും ഉള്ള അയൽ രാജ്യമായ ഫിലിപ്പീൻസിലാകട്ടെ 10,000ത്തോളം രോഗികളും 650 മരണവും ഇതിനിടയിൽ സംഭവിച്ചു.

കേരളത്തിലെപ്പോലെ മാരക പകർച്ചവ്യാധികൾ വിയറ്റ്നാമിലും പടർന്നു പിടിച്ചിട്ടുണ്ട്. 2003 ൽ വ്യാപകമായി പടർന്നുപിടിച്ച സാർസ് രോഗവും 2009 ലെ പന്നിപ്പനിയും വിയറ്റ്നാം നേരിട്ടതാണ്. പൊതുജനാരോഗ്യത്തിലെ നിക്ഷേപത്തിലും, പ്രാഥമികാരോഗ്യകേന്ദ്രങ്ങൾ ഉൾപ്പെടുന്ന ശക്തമായ കേന്ദ്രീകൃത സംവിധാനവും, വിദഗ്ദ്ധരുടെ ഒരു നിര തന്നെയും വിയറ്റ്നാമിനെയും കേരളത്തിനെയും ഒരുപോലെ സഹായിക്കുന്നു. വിയറ്റ്നാമിനെയും കേരളത്തിനെയും ഒരുപോലെ സ്വാധീനിച്ച പ്രത്യയശാസ്ത്രം കമ്യൂണിസം ആണെന്നത് യാദൃച്ഛികമല്ല.

ജനസംഖ്യയിൽ അധികമായുള്ള ചെറുപ്പക്കാരുടെ എണ്ണവും, ക്ഷയരോഗത്തിനും കുഷ്ഠരോഗത്തിനും എടുത്തിട്ടുള്ള പ്രതിരോധ കുത്തിവയ്പും ആളുകളുടെ പ്രതിരോധശേഷി വർദ്ധിപ്പിക്കാൻ സഹായകമായി എന്നും കരുതുന്നു. വിയറ്റ്നാമിലെ പകർച്ചവ്യാധി വിദഗ്ദ്ധൻ ടോഡ് പൊള്ളാക്ക് വിലയിരുത്തുന്ന കാരണങ്ങളിങ്ങനെ 'നേരത്തെ തന്നെ പ്രതിരോധ നടപടികൾ സ്വീകരിച്ചത് വൈറസിന്റെ ക്രമാതീതമായ വ്യാപനം നല്ല വണ്ണം കുറച്ചുവെന്ന് വേണം കരുതാൻ.'

ചൈനയുടെ നിശ്ചയദാർഢ്യത്തിൽനിന്നും പഠിക്കുക, സുരക്ഷാമാസ്കുകൾ ധരിച്ചുകൊണ്ട് സാമൂഹിക സുരക്ഷിതത്വം ഉറപ്പ് വരുത്തുക, വീട്ടിൽനിന്ന് മാറ്റി നിർത്തി ഐസൊലേഷൻ നടപ്പാക്കുക, വിദഗ്ദ്ധ നിർദ്ദേശങ്ങൾ തേടുക തുടങ്ങിയ പ്രവർത്തനങ്ങൾ വിയറ്റ്നാമിനെ സഹായിച്ചു. കോവിഡ്19 രോഗവാഹകരുടെ പ്രായവും വിയറ്റ്നാമിൽ മറ്റു രാജ്യങ്ങളെ അപേക്ഷിച്ചു വളരെ കുറവായതും ഒരു പരിധി വരെ രോഗ

വ്യാപനം കുറയുന്നതിന് കാരണമായി. വയോധികരെ രോഗത്തിൽനിന്ന് സംരക്ഷിക്കുന്നതിനായി രോഗവാഹകരെ ആരോഗ്യപ്രവർത്തകർ കൃത്യമായും വേഗം തന്നെയും ഐസൊലേറ്റ് ചെയ്യുന്നതുകൊണ്ടും കൂടിയാണിത്.

ജനുവരിയോട് കൂടി തന്നെ വിയറ്റ്നാമിൽ ദേശീയ അടിയന്തരാവസ്ഥ പ്രഖ്യാപിക്കുകയും ഉപപ്രധാനമന്ത്രിയെ അദ്ധ്യക്ഷനാക്കി ഉന്നതതലസമിതി രൂപീകരിച്ചു യാത്രക്കാരെ പരിശോധിക്കുകയും യാത്രകൾ നിയന്ത്രിക്കുകയും ചെയ്തു. രോഗം ബാധിച്ച യാത്രക്കാരുടെ സമ്പർക്കപ്പട്ടിക തയ്യാറാക്കാൻ സൈനികരുടെയും ഉദ്യോഗസ്ഥരുടെയും ആരോഗ്യപ്രവർത്തകരുടെയും സേവനം ഉപയോഗിച്ചു.

ഹാനോയിലെ ഒരു വലിയ ആശുപത്രിയിൽ ഏകദേശം 5000 ത്തോളം ആൾക്കാരെയാണ് പരിശോധിച്ചത്. ഫെബ്രുവരി പകുതിയോടെ ലോക്ക്ഡൗൺ കർശനമായി പല ജില്ലകളിലും ഏർപ്പെടുത്തുകയും 10,000 ത്തോളം ആളുകളെ കർശനമായ പൊലീസ് നിരീക്ഷണത്തിലാക്കുകയും ചെയ്തു. ചൈനയുടെ മാതൃകയിൽ രോഗവാഹക സാദ്ധ്യത ഉള്ളവരെ കുടുംബങ്ങളിൽനിന്നും മാറ്റി നിർത്തിയാണ് ക്വാറന്റൈൻ ചെയ്തിരുന്നത്.

ഓൺലൈൻ ന്യൂസ് ഔട്ട്ലെറ്റുകൾ വഴി ലേഖനങ്ങൾ കൈമാറിയും, വെബ്സൈറ്റുകളും ടെക്സ്റ്റ് മെസ്സേജുകൾ വഴിയും വേണ്ട നിർദ്ദേശങ്ങൾ ജനങ്ങൾക്ക് കൊടുത്തും സർക്കാരിന്റെ ബോധവല്ക്കരണ പരിപാടികൾ ശക്തമായിരുന്നു. പൊള്ളാക്ക് നിരീക്ഷിക്കുന്നതിങ്ങനെ, 'തങ്ങളാൽ കഴിയുന്ന എല്ലാം ചെയ്യുന്നുണ്ടെന്ന മതിപ്പ് ജനങ്ങളിൽ ഉണ്ടാക്കിയെടുക്കാൻ സർക്കാരിന് കഴിഞ്ഞു.'

കേരളത്തിന്റെ സംസ്ഥാന സർക്കാരും ഇത്തരത്തിൽ കർമ്മോദ്യുക്തമായി പ്രവർത്തിക്കുന്നവരാണ്. മുഖ്യമന്ത്രി മുതൽ ഉന്നത ഉദ്യോഗസ്ഥരും വില്ലേജ് തല കമ്മിറ്റികളും ഉണർന്നു പ്രവർത്തിക്കുന്നു. കേസുകൾ നിരീക്ഷിക്കാനും ആരോഗ്യ സംവിധാനം കാര്യക്ഷമമാക്കാനും മാത്രമല്ല, പൊതുജനത്തിനോട് കാണിക്കേണ്ട സഹാനുഭൂതിയിലും കാരുണ്യത്തിലും കേരളം മാതൃകയാകുന്നു. ഭക്ഷണത്തിലും, വൈദ്യസഹായത്തിനും കൗൺസിലിങ്ങിനും ക്വാറന്റൈനിലുള്ള ഏകദേശം ഒരു ലക്ഷം പേരുടെ കാര്യം ശ്രദ്ധിക്കാൻ 16000 ടീമുകളുടെ പങ്കാളിത്തം സർക്കാർ ഉറപ്പ് വരുത്തി. ആയിരത്തോളം വീടുകളിലും അതിഥി തൊഴിലാളികൾക്കും ഭക്ഷണം എത്തിക്കുന്നുണ്ട് സർക്കാർ സംവിധാനം.

അപകടസാദ്ധ്യത അവസാനിച്ചില്ലെന്ന് കേരളത്തിനും വിയറ്റ്നാമിനും വ്യക്തമായ ധാരണയുണ്ട്. പൊള്ളാക്ക് പറയുന്നത് വാക്സിനോ കൃത്യമായ ചികിത്സാരീതിയോ ഇല്ലാത്തിടത്തോളം വിയറ്റ്നാം ജാഗ്രതയിൽ ആയിരിക്കുമെന്നാണ്. കേരളമാണെങ്കിൽ ഗൾഫ് രാജ്യങ്ങളിൽനിന്ന് തിരിച്ചെത്താൻ തയ്യാറെടുക്കുന്ന മലയാളികളായ പ്രവാസികളുടെ ആരോഗ്യത്തെക്കുറിച്ച് ആശങ്കാകുലരാണ്. സാമ്പത്തി

കമായി തകരുന്ന ഗൾഫ് മേഖലയിലെ പലരും നാട്ടിലേക്ക് മടങ്ങി വരാൻ സംസ്ഥാനത്തിന്റെ വെബ്സൈറ്റിൽ രജിസ്റ്റർ ചെയ്തിട്ടുണ്ട്.

കേരളത്തിന്റെ നിപ പ്രതിരോധം നയിച്ചവരിൽ ഒരാളായ രാജീവ് സദാനന്ദൻ എന്ന പൊതുജനാരോഗ്യവിദഗ്ദ്ധൻ ഇതൊരു ആശങ്കാജനകമായ സാഹചര്യമാണെന്നും സാമ്പത്തിക തകർച്ചയിലായ കേരളത്തെ ഇത് പ്രതികൂലമായി ബാധിക്കുമെന്നും സമ്മതിക്കുന്നു. എന്നിരുന്നാലും, പ്രവാസികളോടൊപ്പം ഏത് സാഹചര്യത്തിലും കൂടെ നില്ക്കണമെന്നും അവരെ തിരിച്ചു കൊണ്ടുവരണമെന്നുമുള്ള കാര്യത്തിൽ കേരളത്തിലെ ജനങ്ങൾക്കോ സർക്കാരിനോ സംശയമില്ലെന്നും കൂട്ടിച്ചേർക്കുന്നു.

വേറിട്ടു നില്ക്കുന്ന കേരളം

സൗതിക് ബിശ്വാസ്

മാർച്ച് 12-ാം തീയതി ദുബായിൽനിന്ന് ദക്ഷിണേന്ത്യൻ സംസ്ഥാനമായ കേരളത്തിൽ വിമാനമിറങ്ങിയ ഒരു 33 കാരൻ സെയിൽസ്മാന് വരണ്ട ചുമയും ശ്വാസംമുട്ടലും അനുഭവപ്പെട്ടു. ഇയാളെ തിരുവനന്തപുരം നഗരത്തിലെ ഒരു ആശുപത്രിയിൽ കൊറോണ പരിശോധനയ്ക്ക് വിധേയനാക്കിയ ശേഷം കാസർഗോഡുള്ള ഇയാളുടെ വീട്ടിലേക്ക്, ഏകദേശം 564 km ദൂരെയുള്ള സ്ഥലത്തേക്ക് ആംബുലൻസിൽ വിട്ടയച്ചു. പ്രധാനമായും നെൽകൃഷിയെയും പച്ചക്കറികൃഷിയെയും ആശ്രയിക്കുന്ന ചെങ്കള എന്ന ആ പ്രദേശത്ത് ഏകദേശം 66000 ത്തോളം പേരുണ്ട്. ബാക്കിയെല്ലാവരും ഈ സെയിൽസ്മാനെപ്പോലെ കേരളത്തിനു പുറത്ത്, ഗൾഫിലും മറ്റുമായി ജോലി ചെയ്യുന്ന പ്രവാസികളാണ്. ഈ ചെറുപ്പക്കാരൻ ചെങ്കളയിൽ എത്തുമ്പോൾ തന്നെ പഞ്ചായത്ത് അധികൃതരും അവിടെയുള്ള പ്രാഥമികാരോഗ്യ കേന്ദ്രവുമായി ബന്ധപ്പെട്ടവരും അയാളുടെ വിവരം ശേഖരിച്ചു. അയാളെ കുടുംബത്തിൽനിന്നും മാറ്റി ഐസൊലേറ്റ് ചെയ്തു. 6 ദിവസത്തിന് ശേഷം കൊറോണ പോസിറ്റീവ് ആണെന്ന് റിസൾട്ട് കിട്ടിയശേഷം ഇയാളെ ആശുപത്രിയിൽ പ്രവേശിപ്പിച്ചു. ഫലം വരുന്നതിനു മുൻപ് തന്നെ ഐസൊലേഷനിൽ ആയിരുന്ന ഇയാൾ രോഗമുക്തനായി സുഖം പ്രാപിച്ച ശേഷവും ഐസൊലേഷനിൽ ആണ്, ജാഗ്രതയുടെ ഭാഗമായി.

'ഞങ്ങൾ ആദ്യം തന്നെ തയ്യാറെടുപ്പുകൾ തുടങ്ങിയിരുന്നു. ഒരു കൊടുങ്കാറ്റ് വീശാൻ സാദ്ധ്യത ഉള്ളതായി ഞങ്ങൾ മനസ്സിലാക്കി. ഞങ്ങൾ ഞങ്ങളുടെ പ്രതിരോധ നടപടികൾ ഊർജ്ജിതമാക്കി.' 23 അംഗ തദ്ദേശ വില്ലേജ് കൗൺസിൽ പ്രസിഡന്റ് ഷാഹിന സലിം പറയുന്നു. ഭരണസംവിധാനത്തിലെ ഏറ്റവും താഴെത്തട്ടിലുള്ള ഘടനയാണ് ഈ

തദ്ദേശ വില്ലേജ് കൗൺസിൽ. ഇതിലെ അംഗങ്ങൾ തിരഞ്ഞെടുപ്പിലൂടെ നിയമിതരായവരാണ്.

കഴിഞ്ഞ ഒരു മാസത്തിനുള്ളിൽ, 22 പേരാണ് ചെങ്കള പഞ്ചായത്തിൽ മാത്രം രോഗബാധിതരായത്. ഏകദേശം 400 പേരെ ക്വാറന്റൈൻ ചെയ്യുകയും ചെയ്തു. ഇരുപതോളം പേർ ആശുപത്രിയിൽനിന്ന് സുഖം പ്രാപിച്ചു വീട്ടിൽ മടങ്ങിയെത്തി. അവിടെനിന്ന് 8 km ദൂരെയുള്ള ആശുപത്രിയിൽ ഏകദേശം 370 സാമ്പിളുകളാണ് പരിശോധിച്ചത്. 48 മണിക്കൂറിനുള്ളിൽ തന്നെ സാധാരണയായി ഫലവും ലഭിച്ചിരുന്നു.

ഐസൊലേഷനിൽ കഴിയുന്നവർക്ക് ഭക്ഷണമെത്തിക്കാൻ വില്ലേജ് കൗൺസിൽ പ്രാദേശിക ആരോഗ്യ, സാമൂഹ്യ പ്രവർത്തകരുടെ പങ്കാളിത്തത്തോടെ ഒരു സമൂഹ അടുക്കള തുറക്കുകയുണ്ടായി. പ്രദേശവാസികളും അതിഥിത്തൊഴിലാളികളും ഉൾപ്പെടെ ഏകദേശം 1200 പേർക്കാണ് ഈ അടുക്കള വഴി ഭക്ഷണമെത്തിച്ചത്. പ്രാദേശിക ആരോഗ്യ പ്രവർത്തകർ പഞ്ചായത്തിലുള്ളവർ മരുന്നുകൾ കൃത്യമായി കഴിക്കുന്നുവോ എന്നും പരിശോധിക്കുന്നു.

ഒരു പ്രാദേശിക ഹെൽപ്പ് ലൈനും രണ്ട് വാട്സാപ്പ് ഗ്രൂപ്പുകളും വഴി പഞ്ചായത്ത് കൗൺസിൽ തന്നെ ഐസൊലേഷനിൽ കഴിയുന്നവരെ പാർപ്പിക്കാൻ വീടുകൾ കണ്ടെത്തി. ശാരീരിക അകലം പാലിക്കാൻ കഴിയാത്ത വീടുകളിൽ ഉള്ളവരെ അതിനു സൗകര്യമുള്ള മറ്റ് വീടുകളി ലേക്ക്, ആ വീട്ടുകാരുടെ സമ്മതം വാങ്ങിയ ശേഷം പാർപ്പിക്കുകയും ചെയ്തു. 24 ഓളം കുടുംബങ്ങൾ ഇതിനായി വീടുകളും വീടുകളിലെ മുറികളും ഒഴിഞ്ഞു കൊടുത്തു. ക്വാറന്റൈൻ കാലഘട്ടം ഇപ്പോൾ 28 ദിവസമാണ്.

കൊറോണ പ്രതിരോധത്തിൽ ഇന്ത്യയിൽ കേരളം വേറിട്ട് നില്ക്കുന്നു. ലോകത്ത് ഏറ്റവും ജനസംഖ്യയുള്ള രണ്ടാമത്തെ രാജ്യമായ ഇന്ത്യയിൽ ഇത് വരെ 9750 കേസുകളും 377 മരണവും റിപ്പോർട്ട് ചെയ്തു. ഇന്ത്യയിലെ ആദ്യ കോവിഡ് കേസ് ജനുവരിയിൽ കേരളത്തിലാണ് റിപ്പോർട്ട് ചെയ്തത്. ക്രമാതീതമായി ഉയർന്ന കോവിഡ് കേസുകൾ കേരളത്തെ ഒരു ഹോട്സ്പോട്ട് ആക്കി. പക്ഷേ, രണ്ടു മാസത്തിനുള്ളിൽ ആറോളം സംസ്ഥാനങ്ങൾ കേരളത്തേക്കാൾ കൂടുതൽ കോവിഡ് കേസുകൾ റിപ്പോർട്ട് ചെയ്തു.

കേരളത്തിന്റെ അതിരുകൾക്കപ്പുറം പ്രവാസികളായി ഒരുപാട് മലയാളികളും കേരളത്തിൽ ജോലിചെയ്യുന്ന ഒരുപാട് അതിഥി തൊഴിലാളികളും ഉണ്ട്. പ്രവാസി മലയാളികളുടെ വരുമാനം കേരളത്തിന്റെ സമ്പദ്ഘടനയിൽ കൊടുക്കുന്ന സംഭാവനയും ചെറുതല്ല. കേരളത്തിൽ രോഗം വ്യാപിച്ച് രണ്ടു മാസത്തിനുള്ളിൽ, മൂന്ന് മരണവും 370 രോഗികളും ഒരു ലക്ഷത്തോളം പേർ ഐസൊലേഷനിൽ ആകുകയും ചെയ്തു. ഇന്ത്യയിലാകമാനം രോഗവ്യാപനം കൂടുമ്പോൾ, കേരളം കോവിഡ് രോഗികളുടെ ഗ്രാഫ് നേർരേഖയിലാക്കി.

കാര്യങ്ങൾ ജാഗ്രതയോടെ തന്നെ നീക്കാൻ, സംസ്ഥാനം ദേശീയതലത്തിലെ ലോക്ക്ഡൗണിനും മുൻപ് തന്നെ ലോക്ക്ഡൗൺ പ്രഖ്യാപിച്ചു. വിദേശത്തുനിന്ന് വരുന്നവരുടെ സമ്പർക്കപ്പട്ടികയും റൂട്ട് മാപ്പും അധികൃതർ തയ്യാറാക്കി. എല്ലാ ജില്ലകളിലും കോവിഡ് കെയർ സെന്ററുകൾ സ്ഥാപിക്കുകയും ഐസൊലേറ്റ് ചെയ്യപ്പെട്ടവർക്ക് കൃത്യമായ സുരക്ഷ ഒരുക്കുകയും ചെയ്തു.

പ്രത്യേക പരിഗണന ആവശ്യമുള്ളവർക്കും ഒറ്റയ്ക്ക് താമസിക്കുന്ന വൃദ്ധജനങ്ങൾക്കും ആരോഗ്യപ്രവർത്തകർ ആവശ്യമായ സഹായം എത്തിച്ചു. ഇതുകൂടാതെ ആവശ്യമായ കൗൺസലിങ് വിവിധ കേന്ദ്രങ്ങളിൽ ഉറപ്പാക്കി.

വിപുലമായ ടെസ്റ്റിങ് എന്നതിനേക്കാൾ ഫെഡറൽ പ്രോട്ടോക്കോൾ അനുസരിച്ചു ഒരു ഡസനിൽ അധികം വരുന്ന ലാബുകളിൽ 800 ഓളം സാമ്പിളുകളാണ് ഒരു ദിവസം പരിശോധിച്ചത്.

കേരളത്തിന്റെ സംസ്കാരത്തിൽ ആഴ്ന്നുകിടക്കുന്ന ജനാധിപത്യ ബോധവും വികേന്ദ്രീകൃത അധികാരഘടനയും ശക്തമായ പൊതുജനാരോഗ്യ സംവിധാനവും ആണ് ബോധവല്ക്കരണ നടപടികളിലും സമ്പർക്കപ്പട്ടിക തയ്യാറാക്കൽ ഉൾപ്പെടെയുള്ള പ്രവർത്തനങ്ങളിലും സഹായകരമായത്. ഇടതുപക്ഷ ഭരണനേതൃത്വം ദിവസം പ്രതി ഉള്ള പുരോഗതി ജനത്തെ അറിയിക്കുന്നു.

ന്യൂറോസർജനും സർക്കാരിനു കീഴിലെ വൈറസ് പ്രതിരോധ സമിതികളിലൊന്നിന്റെ തലവനുമായ ബി ഇക്ബാൽ പറയുന്നു: 'വികേന്ദ്രീകൃതമായ ആരോഗ്യപരിപാലന സംവിധാനം തന്നെയാണ് ഈ വിധത്തിലുള്ള മുന്നേറ്റത്തിന് കാരണമായത്. ജനങ്ങളുടെ സമ്മതത്തോടെ പഞ്ചായത്ത് അധികൃതരുടെ നേതൃത്വത്തിൽ ക്വാറന്റൈൻ നടത്തിയതും ലോക്ക്ഡൗണും സഹായകമായി.'

ജേക്കബ് ജോണിനെപ്പോലെയുള്ളവർ വിജയത്തിന് കാരണമായി ഈ വികേന്ദ്രീകൃത തദ്ദേശ സ്വയംഭരണസംവിധാനത്തിലേക്ക് വിരൽ ചൂണ്ടുന്നു. തുടർച്ചയായി സംഭവിച്ച രണ്ടു പ്രളയവും നിപാ വൈറസ് വ്യാപനവും അതിജീവിക്കാൻ സഹായിച്ചത് ഈ സംവിധാനം തന്നെ.

സർക്കാർ ആശുപത്രികൾ ഉൾപ്പെടുന്ന ത്രിതല പൊതുജനാരോഗ്യ സംവിധാനം പൊതുജനാരോഗ്യത്തിനു ഊന്നൽ നല്കുന്ന കേരളത്തിന്റെ പാരമ്പര്യം തന്നെയാണ്. മറ്റു ഇന്ത്യൻ സംസ്ഥാനങ്ങളേക്കാൾ വിദ്യാഭ്യാസത്തിനും ആരോഗ്യത്തിനും പ്രാമുഖ്യം നല്കുന്ന കേരളത്തിന്റെ പാരമ്പര്യമാണ് പ്രതിരോധപ്രവർത്തനങ്ങൾക്ക് ശക്തി പകർന്നതെന്ന് Dr. ജോൺ അഭിപ്രായപ്പെടുന്നു.

പക്ഷേ, പൂർണ്ണമായും കേരളം വിജയിച്ചുവെന്ന വാദം പറയാനാകില്ല എന്ന് അധികാരികൾ മുന്നറിയിപ്പ് നല്കുന്നുണ്ട്. മറ്റു ഇന്ത്യൻ സംസ്ഥാനങ്ങളെപ്പോലെ തന്നെ ഇവിടെയും ടെസ്റ്റിങ് കിറ്റുകൾക്ക് പരിമിതിയും താമസവുമുണ്ട്. ആന്റിബോഡി ടെസ്റ്റുകൾ ഉപയോഗിച്ചുള്ള

മാസ് സ്ക്രീനിങ് വൈകുന്നതിന് കാരണം കേരളം വാങ്ങുന്ന 10000 കിറ്റുകൾ ഇതുവരെ എത്താത്തതാണ്. പുതിയ രോഗികൾ ഇപ്പോഴും ഉണ്ടാകുന്നുണ്ട്. പക്ഷേ, രോഗം സ്ഥിരീകരിക്കുന്ന ഭൂരിപക്ഷം പേരും ശരാശരി 37 വയസ്സ് മാത്രം പ്രായമുള്ള ഗൾഫിൽനിന്ന് തിരിച്ചെത്തിയ പ്രവാസികളാണ്. 70% വരുന്ന കേരളത്തിലെ കോവിഡ് രോഗികളും പ്രവാസികളാണ്. കേരളത്തിലെ 12% വരുന്ന ജനസംഖ്യ 60 വയസ്സിനു മുകളിൽ ഉള്ളവരാണ്. അതുപോലെ തന്നെ, ഏറ്റവും അധികം പകർച്ചവ്യാധി രോഗ നിരക്കും കേരളത്തിലാണ്. ജീവിതശൈലി രോഗങ്ങൾ ഉള്ളവരുടെ എണ്ണം കേരളത്തിൽ വളരെ കൂടുതലാണ്.

ജൂണിൽ തുടങ്ങുന്ന കാലവർഷം സ്ഥിരമായി ഇൻഫ്ളുവെൻസ, ഡെങ്കിപ്പനി, സ്ക്രബ് ടൈഫസ് തുടങ്ങിയ പകർച്ചവ്യാധികൾ പെരുകുന്ന കാലമാണ്. ഈ രോഗങ്ങളുടെ എല്ലാം പ്രാഥമിക ലക്ഷണം പനി ആണെന്നത് കോവിഡ് പ്രതിരോധത്തിൽ കാര്യങ്ങൾ സങ്കീർണ്ണമാക്കും. പുതിയ രോഗികൾ സൃഷ്ടിക്കപ്പെടുന്നുണ്ടോ എന്നറിയാനായി കൃത്യമായ ജാഗ്രത മൺസൂൺ കാലത്തുണ്ടാകണം എന്ന് ഡോക്ടർമാർ അഭിപ്രായപ്പെടുന്നു.

അതിർത്തികളിലെ കർശന നിരീക്ഷണവും രോഗസാദ്ധ്യതയുള്ളവരെ കൃത്യമായി ഐസൊലേറ്റ് ചെയ്യുന്നതുമുൾപ്പെടെയുള്ള കാര്യങ്ങൾ ചെലവേറിയതാണ്. രോഗവ്യാപനത്തോത് കുറയുമ്പോൾ മാത്രം ഘട്ടം ഘട്ടമായി നടപ്പാക്കാനുള്ള ഇളവുകൾ തുടങ്ങിയ കാര്യങ്ങളെക്കുറിച്ച് സമഗ്രമായ പദ്ധതിയും സർക്കാർ തയ്യാറാക്കിയിട്ടുണ്ട്.

ഇതുവരെയുള്ള പ്രവർത്തനം വിലയിരുത്തുമ്പോൾ കേരളം ചെയ്യേണ്ടത് ചെയ്തിട്ടും വിജയിച്ചിട്ടുമുണ്ട്. രോഗമുക്തി നിരക്ക് കൂടുകയും മരണനിരക്കും രോഗവ്യാപനത്തോതും കുറയുകയും ചെയ്തു. മറ്റു സംസ്ഥാനങ്ങളെ അപേക്ഷിച്ച് ജനസംഖ്യ കുറവാണ് എന്നതും (3.5 കോടി) സാക്ഷരതാനിരക്ക് കൂടുതലാണെന്നതും കേരളത്തെ സഹായിക്കുന്നു. Dr. ശ്രീജിത്ത് എൻ കുമാർ വിലയിരുത്തുന്നതിങ്ങനെ 'നമ്മൾ ക്വാർട്ടർ ഫൈനൽ വിജയിച്ചു. രണ്ടാം ഘട്ടത്തിൽ രോഗവ്യാപനം ഉണ്ടാകാതെയും മൂന്നാമത്തെ ഘട്ടത്തിൽ സാധാരണ ജീവിതത്തിലേക്ക് തിരിച്ചു പോകുകയും ചെയ്താൽ മാത്രമേ സെമി ഫൈനലും ഫൈനലും വിജയിച്ചു മത്സരം ജയിച്ചെന്ന് പറയാനാകൂ.'

(ബി ബി സി ന്യൂസ്, 16 ഏപ്രിൽ, 2020)

കേരളത്തിൽ നിന്നുള്ള പാഠങ്ങൾ

രചിത വോറ

ഇന്ത്യയിൽ കോവിഡ് 19 എന്ന മഹാമാരി ആരോഗ്യമേഖലയിൽ സൃഷ്ടിക്കുന്ന ആഘാതത്തേക്കാൾ ഗുരുതരമായിരിക്കും സാമൂഹിക സാമ്പത്തിക രംഗത്തെ സാഹചര്യമെന്ന് ലോക്ക്ഡൗൺ വ്യക്തമാക്കുന്നു. ലക്ഷക്കണക്കിന് വരുന്ന അസംഘടിത മേഖലയിലെ അതിഥി തൊഴിലാളികൾ തൊഴിലില്ലായ്മമൂലം ഒറ്റപ്പെട്ടു പോകുകയും പട്ടിണി യിലാകുകയും ചെയ്തു. വിഭജനത്തിനു ശേഷം ഇത്ര വലിയ കാൽനട യായുള്ള പലായനം ഇന്ത്യ കണ്ടിട്ടില്ല.

ലോക്ക്ഡൗൺ 4–ാം ദിനം തന്നെ ഈ പലായനദൃശ്യം ഡൽഹി ഗാസിയാബാദ് അതിർത്തിയിൽ സംഭവിച്ചു. ആയിരക്കണക്കിന് അതിഥി തൊഴിലാളികളാണ് വീടുകളിലേക്കുള്ള യാത്രയിൽ ബസുകളിൽ ഇടം നേടാനായി തിക്കി തിരക്കിയത്. ദക്ഷിണേന്ത്യയിലേക്ക് ശ്രദ്ധ തിരിച്ചാൽ 1,44,145 അന്യസംസ്ഥാന തൊഴിലാളികളെ 4603 ദുരിതാശ്വാസ ക്യാമ്പു കളിലായി പാർപ്പിച്ചിരിക്കുന്നതായി കാണാം. അന്യസംസ്ഥാന തൊഴിലാ ളികളെ 'അതിഥിത്തൊഴിലാളികൾ' എന്ന് സംബോധന ചെയ്തു. ഇവ രുടെ ആവശ്യങ്ങൾ നിറവേറ്റാൻ ജനുവരിയിൽ കൊറോണ വൈറസ് വ്യാപനം തുടങ്ങിയപ്പോൾത്തന്നെ കേരളം ശ്രദ്ധിച്ചിരുന്നു. തദ്ദേശസ്വയം ഭരണ സ്ഥാപനങ്ങൾ വഴി ഭക്ഷണവും മറ്റ് അവശ്യസാധനങ്ങളും എത്തിച്ചും സമൂഹ അടുക്കളകൾ തുടങ്ങിയും, ഐ എ എസ് ഉദ്യോഗസ്ഥർ ഉൾപ്പെടെയുള്ളവരെ നടപടികൾ വിലയിരുത്താൻ നിയോഗിച്ചും അതിഥിത്തൊഴിലാളികളുടെ ക്ഷേമം സർക്കാർ ഉറപ്പാക്കി. ഇതുവരെ 213 കേസുകളാണ് കേരളത്തിൽ റിപ്പോർട്ട് ചെയ്തത്.

പൊതുജനാരോഗ്യ പ്രതിസന്ധി നേരിടാൻ കഴിവുള്ള ശക്തമായ അടിത്തറ

1990 കളിൽ കൈക്കൊണ്ട ചില നടപടികൾ ഇന്ന് കോവിഡ്19 പ്രതിരോധഘട്ടത്തിൽ കേരളത്തിന് സഹായകരമായി.

ശക്തമായ പ്രാഥമികാരോഗ്യ സംവിധാനം

കഴിഞ്ഞ 15 വർഷങ്ങളിലായി, കേരളം ഊന്നൽ നല്കിയത് പ്രാഥമികാരോഗ്യ സേവനങ്ങൾ ശക്തമാക്കുന്നതിലാണ്. 'ആർദ്രം മിഷൻ' എന്ന പ്രതിരോധ, പുനരധിവാസ പരിചരണ നടപടികളിൽ ശ്രദ്ധ കേന്ദ്രീകരിക്കുന്ന പദ്ധതി വഴി ഒരു കുടുംബത്തിലെ അംഗങ്ങൾക്ക് മുഴുവനും ആരോഗ്യം ഉറപ്പ് വരുത്താൻ ശ്രദ്ധിക്കുന്നു. ഇത് പ്രാഥമികാരോഗ്യ സേവന കേന്ദ്രങ്ങളുടെ സമൂലമായ മാറ്റത്തിനു വഴി വെച്ചു. ഇത് ആരോഗ്യ പരിപാലന രംഗത്ത് കൃത്യമായ അടിത്തറ സൃഷ്ടിച്ചു.

ഭരണ വികേന്ദ്രീകരണം

1996 ൽ പീപ്പിൾസ് പ്ലാൻ ക്യാംപെയ്ൻ (പി പി സി) വഴി സംസ്ഥാന വികസന ബഡ്ജറ്റിന്റെ 35% തദ്ദേശ സ്വയംഭരണ സ്ഥാപനങ്ങളെ ഏല്പിക്കുകയും അതുവഴി വികസന മാതൃകയിൽ സമൂഹത്തിനു തന്നെ മുൻഗണനാക്രമം നിശ്ചയിക്കാൻ അവസരം ഒരുക്കുകയുംചെയ്തു. ഇത്തരത്തിൽ പ്രാഥമിക, ദ്വിതീയ ആരോഗ്യ കേന്ദ്രങ്ങൾ തദ്ദേശസ്വയം ഭരണ സ്ഥാപനങ്ങളെ ഏല്പിക്കുകയും അതുവഴി വികസന മാതൃകയിൽ സമൂഹത്തിനു തന്നെ മുൻഗണനാക്രമം നിശ്ചയിക്കാൻ അവസരം ഒരുക്കുകയും ചെയ്തു. ഇത്തരത്തിൽ പ്രാഥമിക, ദ്വിതീയ ആരോഗ്യ കേന്ദ്രങ്ങൾ തദ്ദേശസ്വയംഭരണ സംവിധാനത്തിന്റെ കീഴിലായി. ഈ ഘടന സേവനങ്ങൾ ഉറപ്പ് വരുത്താനും ആരോഗ്യരംഗത്ത് മെച്ചപ്പെട്ട വിശ്വാസ്യത ഉറപ്പ് വരുത്താനും കാരണമായി.

കുടുംബശ്രീ

കേരള സംസ്ഥാന ദാരിദ്ര്യ നിർമ്മാർജ്ജന പദ്ധതി എന്ന കുടുംബശ്രീ 1998 ൽ സ്ത്രീകളെ മാത്രം ഉൾക്കൊള്ളിച്ചുകൊണ്ട് രൂപീകരിച്ച ഒരു കൂട്ടായ്മയാണ്. മറ്റ് സ്വയംസഹായ സംഘങ്ങളെ താരതമ്യം ചെയ്തു നോക്കുമ്പോൾ ഈ സംഘടന സാമ്പത്തിക ഭദ്രത ഉറപ്പ് വരുത്തുന്നതിനൊപ്പം സാമൂഹിക ഉന്നമനവും ലക്ഷ്യം വെക്കുന്നു. അതിന്റെ തുടക്കം മുതൽ തന്നെ, തദ്ദേശസ്വയംഭരണ സ്ഥാപനങ്ങളുമായി സഹകരിച്ചാണ് കുടുംബശ്രീ വളർന്നത്. അതൊരു സമാന്തര സംരംഭമായിരുന്നില്ല. സംസ്ഥാനത്തുടനീളം ഉള്ള കുടുംബശ്രീ എന്ന പ്രസ്ഥാനത്തിന്റെ സാന്നിദ്ധ്യം ഒരു പൗരാധിഷ്ഠിത ഭരണത്തിന്റെയും സാമൂഹികാധിഷ്ഠിത പ്രവർത്തനത്തിന്റെയും പ്രാധാന്യം അടിവരയിടുന്നു.

നിപ വൈറസ് എന്ന ഡ്രസ് റിഹേഴ്സൽ

2018 ൽ കേരളത്തിൽ പടർന്നു പിടിച്ച നിപ വൈറസ് ബാധയിൽ ഒരു മാസംകൊണ്ട് 17 ജീവനുകളാണ് പൊലിഞ്ഞത്. ആ അനുഭവ പശ്ചാത്തലത്തിൽ സർക്കാർ ഭാവിയിൽ ഇത്തരം പ്രതിസന്ധികൾ അതിജീവിക്കാനുള്ള മുന്നൊരുക്കങ്ങൾ നടത്തിയിരുന്നു. മുൻ ആരോഗ്യ സെക്രട്ടറി ശ്രീ. രാജീവ് സദാനന്ദന്റെ അഭിപ്രായത്തിൽ, നിപ വ്യാധിയെ ചെറുക്കുമ്പോൾ പഠിച്ച പാഠങ്ങൾ കേരളത്തിന് പകർച്ചവ്യാധികളെ നേരിടുന്നതിനുള്ള ആത്മവിശ്വാസം വർദ്ധിപ്പിച്ചു. ഇത് കോവിഡ്19 നെ നേരിടുമ്പോഴും കേരളത്തിന് ബലമാകുന്നു.

ഈ ലേഖനം പ്രസിദ്ധീകരിക്കുന്ന സമയത്ത്, കേരളം 7485 സാമ്പിളുകൾ പരിശോധിക്കുകയും രാജ്യത്തെ തന്നെ ഏറ്റവും കൂടുതൽ ടെസ്റ്റുകൾ നടത്തുന്ന സംസ്ഥാനമായി മാറുകയും ചെയ്തു. 1,63,129 ആളുകൾ നിരീക്ഷണത്തിലും 16 പേര് രോഗമുക്തി നേടുകയും ചെയ്തു. സദാനന്ദൻ കൂട്ടിച്ചേർക്കുന്നു, 'രോഗികളുടെ സമ്പർക്കപ്പട്ടിക തയ്യാറാക്കുന്ന പതിവ് എന്ന പൊതുജനാരോഗ്യ നടപടി തുടങ്ങിയത് നിപാ പ്രതിരോധ സമയത്താണ്.' ഓരോ രോഗിയുടെയും 14 ദിവസം മുൻപ് മുതലുള്ള സമ്പർക്കപ്പട്ടികയിലുള്ളവരിൽനിന്ന് രോഗലക്ഷണമുള്ളവരെ കണ്ടെത്തി, അവരുമായി ബന്ധപ്പെട്ട്, ഹോം ക്വാറന്റൈൻ ചെയ്യുന്നു. ആരോഗ്യപ്രവർത്തകർ, ആശാ വർക്കർമാർ തുടങ്ങിയവർ അവരെയെല്ലാം എല്ലാ ദിവസവും ഫോണിൽ ബന്ധപ്പെടുന്നു. ക്വാറന്റൈൻ പാലിക്കാത്തവരെ കണ്ടെത്തി റിപ്പോർട്ട് ചെയ്യുകയും ക്വാറന്റൈനിൽ ഉള്ളവരിൽ രോഗലക്ഷണമുള്ളവരെ ആശുപത്രിയിലേക്ക് മാറ്റുകയും ചെയ്തു. ടെസ്റ്റ് റിസൾട്ട് നെഗറ്റീവ് ആകുന്നതുവരെ ക്വാറന്റൈനിൽ തുടരണം. ഏതെങ്കിലുമൊരു വ്യക്തി പോസിറ്റീവ് ആണെന്ന് തെളിഞ്ഞാൽ, അവരുടെ സമ്പർക്കപ്പട്ടിക തയ്യാറാക്കി, ഈ നടപടികൾ ആവർത്തിക്കുന്നു. കോവിഡ് 19 കാലത്ത് ജനുവരിയിൽ തുടങ്ങിയ ഈ പ്രക്രിയ ഈ രോഗത്തിന്റെ ആശങ്ക ഒഴിയുന്നതുവരെ ഉണ്ടാകും.

ഈ ഒരു ചിട്ടയായ പ്രവർത്തനത്തിനും, വിപുലമായ ടെസ്റ്റിങ് സംവിധാനത്തിനുമപ്പുറം, കേരളത്തിൽനിന്ന് പഠിക്കാൻ വേറെയും പാഠങ്ങളുണ്ട്.

സുതാര്യതയും ആശയവിനിമയവും

കൃത്യമായ പ്രതികരണത്തിന് ഏറ്റവും അത്യാവശ്യം സുതാര്യതയാണെന്ന് കേരളം മനസ്സിലാക്കിയത് നിപാ പ്രതിരോധ സമയത്താണ്. ദിവസവുമുള്ള വാർത്താസമ്മേളനങ്ങളിലൂടെ, ഓരോ ദിവസവും ഉള്ള പുതിയ കേസുകളുടെ കണക്കും രോഗമുക്തി നിരക്കും മരണനിരക്കും സർക്കാർ എടുത്ത നടപടികളും പാലിക്കേണ്ട സുരക്ഷാ മുൻകരുതലുകളും ജാഗ്രതയും കേരളത്തിന്റെ മുഖ്യമന്ത്രി പിണറായി വിജയൻ

വ്യക്തമാക്കുന്നു. ഈ വാർത്താസമ്മേളനങ്ങൾ ജനങ്ങളിൽ ഭീതി കുറയ്ക്കാനും സർക്കാർ നടപടികളിൽ വിശ്വാസമർപ്പിക്കാനും സഹായകമാകും.

ശക്തമായ വിനിമയവും പ്രവർത്തന വിന്യാസവും

എല്ലാ പ്രതിരോധ പരിപാലന നടപടികളും ഉറപ്പ് വരുത്താൻ ഊർജ്ജിതവും വ്യക്തവുമായ പ്രവർത്തനം ആവശ്യമാണ്. ഇതിനായി സർക്കാരിന്റെ കൃത്യമായ ഇടപെടൽ വേണ്ടതാണ്. സർക്കാരിന്റെ വിവിധ തലത്തിലുള്ള ഒരു ആശയവിനിമയ ശൃംഖലയും ശക്തമായ നടപടിക്രമ വിന്യാസവും ആവശ്യമാണ്. പൗരന്മാരെ നേരിട്ട് പോയിക്കണ്ട് അവരോട് രോഗലക്ഷണങ്ങൾ ഉണ്ടോ എന്ന് അന്വേഷിച്ചു പ്രതിരോധ പ്രവർത്തനങ്ങളിൽ ഏർപ്പെടാൻ സർക്കാർ വിവിധ ടീമുകളെ നിയോഗിച്ചിട്ടുണ്ട്.

കൃത്യമായ മാർഗ്ഗനിർദ്ദേശങ്ങൾ, പ്രാദേശിക പ്രവർത്തനങ്ങളിലെ നിഷ്കർഷ

എല്ലാ തട്ടിലുമുള്ള സർക്കാർ പ്രവർത്തനങ്ങളിലുമെത്തേണ്ട തന്ത്രപരമായ നീക്കങ്ങൾ വ്യക്തമായിരിക്കണം. സർക്കാർ പ്രവർത്തനങ്ങളെ പിന്തുണയ്ക്കാൻ സാമൂഹികപരമായ ഇടപെടലുകളും ആവശ്യമാണ്. പ്രവർത്തനങ്ങളിൽ ഉൾക്കൊള്ളുന്ന കടമകൾ, പ്രോട്ടോക്കോൾ ചട്ടങ്ങൾ, ലക്ഷ്യങ്ങൾ തുടങ്ങിയവയെക്കുറിച്ച് നല്ല ധാരണ ഉണ്ടായിരിക്കണം. സാമൂഹികപരമായ പ്രവർത്തനത്തിന് ഒരു ഉദാഹരണം സംസ്ഥാനത്തുടനീളം തദ്ദേശസ്വയംഭരണ വാർഡ് കമ്മിറ്റികളിലെ ആശാ വർക്കർമാരുടെയും പൊലീസുകാരുടെയും സാന്നിദ്ധ്യമാണ്. സമൂഹത്തിനു ഊർജ്ജം പകരുന്ന പ്രതിരോധ നടപടികളിലെ ഇവരുടെ പങ്കാളിത്തം തന്നെ കാരണം. സന്നദ്ധസേവകരെ കണ്ടെത്താൻ ഒരു പോർട്ടലും തയ്യാറാണ്. സന്നദ്ധപ്രവർത്തനങ്ങളിൽ ഏർപ്പെടാൻ താല്പര്യമുള്ള ആർക്കും പോർട്ടലിൽ രജിസ്റ്റർ ചെയ്യാം. ഓരോ വാർഡിലും 20 പേരെയെങ്കിലും ആവശ്യമുണ്ട്. പൗരസമൂഹത്തിനു ഈ പ്രവർത്തനങ്ങളുടെ ഭാഗമാകാനുള്ള മറ്റൊരു വഴി സമൂഹ അടുക്കളകൾ നടത്തുക എന്നതാണ്. ഇപ്പോൾ, സമൂഹ അടുക്കളകൾ നടത്തുന്നത് കുടുംബശ്രീ വഴി തദ്ദേശസ്വയംഭരണ സ്ഥാപനങ്ങളാണ്. ചിലയിടത്തു സഹകരണ സംഘങ്ങളും. എന്നിരുന്നാലും, ലാഭേച്ഛ ഇല്ലാതെ സഹായിക്കാൻ തയ്യാറുള്ളവർക്ക് അവസരങ്ങളുണ്ട്. അത്തരത്തിൽ, കോവിഡ് പ്രതിസന്ധിയെ അതിജീവിക്കാനുള്ള സർക്കാർ പരിശ്രമങ്ങളിൽ സമൂഹത്തിന്റെ പങ്കാളിത്തം ഉറപ്പ് വരുത്തിയിട്ടുണ്ട്.

സ്വയം സഹായ സംഘങ്ങളെ പങ്കുചേർക്കുക

ഇന്ത്യയിൽ സ്വയംസഹായ സംഘങ്ങളുടെ പ്രവർത്തനം താഴേക്കിട

യിൽ വളരെ വലുതാണ്. ഏകദേശം 65 ലക്ഷത്തോളം വരുന്ന ഇവരുടെ പങ്കാളിത്തം ബോധവല്ക്കരണത്തിനും ആരോഗ്യ പരിപാലനശ്രമങ്ങൾക്ക് സഹായമെത്തിക്കാനും ഉപയോഗിക്കാവുന്നതാണ്. രാജ്യത്തിന്റെ ആരോഗ്യസംവിധാനത്തെയാകെ തകിടം മറിക്കുന്ന ഈ ഘട്ടത്തിൽ ഈ ശൃംഖല ഉപകാരപ്പെടും. സർക്കാർ സേവനങ്ങൾ എല്ലായിടത്തും എത്തുന്നതിൽ കുടുംബശ്രീ നല്ല പങ്ക് വഹിക്കുന്നു. മാസ്കുകളും സാനിറ്റൈസറുകളും നിർമ്മിക്കാനും വിതരണം ചെയ്യാനും കുടുംബശ്രീ മുൻകൈ എടുക്കുന്നു.

ഭാവിയിലേക്ക് നോക്കുമ്പോൾ

ആളുകളുടെ അടിയന്തരമായ ആവശ്യങ്ങൾക്ക് ഉത്തരം കണ്ടെത്തുക എന്നതിലുപരിയായി, സംസ്ഥാനങ്ങൾക്ക് ഭാവിയിലേക്ക് തയ്യാറാകാനായി ഒരു അവസരം കൂടിയാണ് ഈ ലോക്ക്ഡൗൺ. വേണ്ട സൗകര്യങ്ങൾ ഒരുക്കുക, അടിസ്ഥാന സൗകര്യങ്ങൾ വർദ്ധിപ്പിക്കുക തുടങ്ങിയവ ലോക്ക്ഡൗൺ കഴിഞ്ഞയുടനെ ആവശ്യമായി വരും. വരാൻ സാദ്ധ്യതയുള്ള കനത്ത സാമ്പത്തിക സാമൂഹിക പ്രതിസന്ധിക്ക് സംസ്ഥാനങ്ങൾ തയ്യാറെടുക്കേണ്ടതായുണ്ട്. ആരോഗ്യ പ്രതിസന്ധി ഘട്ടം തരണം ചെയ്യുമ്പോൾ, ദുർബ്ബല ജനവിഭാഗങ്ങൾക്ക് സ്വന്തം കാലിൽ നില്ക്കാനുള്ള സഹായങ്ങൾ സംസ്ഥാന സർക്കാരുകൾ ഉറപ്പ് വരുത്തണം.

(ഇന്ത്യ ഡെവലപ്പ്മെന്റ് റിവ്യൂ ഏപ്രിൽ 1, 2020)

(Dr. ജോയ് ഇളമൺ, രാജീവ് സദാനന്ദൻ, എസ് എം വിജയാനന്ദ് തുടങ്ങിയവർ നല്കിയ വിവരങ്ങൾ ശേഖരിച്ച് സ്നേഹ ഫിലിപ്പിന്റെ സഹായത്തോടെ തയ്യാറാക്കിയ ലേഖനം)

കേരള മാതൃകയുടെ വിജയഗാഥ

ഉമ്മൻ സി കുര്യൻ

മാർച്ച് ആദ്യ പകുതിയിൽ, ഇന്ത്യയിൽ അപായ സൂചന മുഴങ്ങി തുടങ്ങിയിരുന്നില്ല. അന്ന് ഇന്ത്യയിൽ ആകെ 6 കൊറോണ കേസുകൾ, അതിൽ മൂന്നും കേരളത്തിൽനിന്നുള്ളവർ. പക്ഷേ, ആഴ്ചകൾക്കുള്ളിൽ രാജ്യമാകമാനം 17000 രോഗികളായി. മുംബൈ ഉൾപ്പെടെയുള്ള മഹാന ഗരങ്ങളിലാകട്ടെ, രോഗികളുടെ എണ്ണം ഏകദേശം 1000 എത്തുകയും അതുപോലെ ആശുപത്രികൾ അടച്ചിടേണ്ട അവസ്ഥയും ആയി. ഇതേ സമയം, ഇന്ത്യൻ ഉപഭൂഖണ്ഡത്തിലെ തെക്കേ അറ്റത്തുള്ള 'കേരളം' എന്ന സമൃദ്ധമായ, ചെറിയ സംസ്ഥാനം കൊറോണ പ്രതിരോധ ഗ്രാഫ് നേർരേഖയിൽ ആക്കാൻ തുടങ്ങി. 'കേരള മോഡൽ' ഒരു വൻ വിജയമായി ലോകമെങ്ങും വാഴ്ത്തപ്പെടുന്നു. ഇതെങ്ങനെ സംഭവിച്ചു?

കേരളം അതിന്റെ അടിത്തറ ശക്തമാക്കുന്നതിൽനിന്നാണ് യാത്ര ആരംഭിച്ചത്. ദാരിദ്ര്യ നിർമ്മാർജ്ജനത്തിനും ക്ഷേമത്തിനുമായി മാനവവികസനത്തിൽ നിക്ഷേപിക്കുക വഴി സാമൂഹിക സാമ്പത്തിക സാഹചര്യം വികസിക്കുന്നു എന്നതിന്റെ ഉദാഹരണമാണ് കേരളം. ഇന്ത്യയിലെ ബാക്കി സംസ്ഥാനങ്ങളെ അപേക്ഷിച്ച് ഉയർന്ന സാക്ഷരതാ നിരക്കും ആരോഗ്യാന്തരീക്ഷവുമുള്ള കേരളം താരതമ്യേന ഉദാരനയങ്ങളെങ്കിലും, കമ്യൂണിസ്റ്റ് പാർട്ടിക്ക് ഭരണത്തിൽ സ്വാധീനമുള്ള സ്ഥലമാണ്. കേരളത്തിന്റെ ചില ശക്തികളെങ്കിലും ദൗർബല്യം കൂടിയാണ്, കേരളത്തിന്റെ ഏറ്റവും വലിയ കയറ്റുമതി അവരുടെ വിദഗ്ദ്ധ തൊഴിലാളികൾ (skilled labourers) തന്നെയാണ്. അതുകൊണ്ട്, ഇന്ത്യയിലെ മറ്റേത് പ്രദേശത്തേക്കാളും വിദേശത്തുനിന്നുള്ള വരുമാനം കേരളത്തിലാണ്. ഇതിൽ അധികവും ഗൾഫിൽനിന്നുള്ള വരുമാനമാണ്. കേരളം ഒരു ടൂറിസ്റ്റ് സ്പോട്ട് കൂടിയാണ്. ഈ രണ്ടു ഘടകങ്ങളും

കേരളത്തെ ഒരു ഹൈ റിസ്ക് മേഖലയാക്കി.

കേരളത്തിലെ ആദ്യ മൂന്ന് കൊറോണ പോസിറ്റീവ് കേസുകൾ വുഹാനിൽനിന്ന് അവധിക്ക് നാട്ടിൽ തിരിച്ചെത്തിയ ഇന്ത്യൻ വിദ്യാർത്ഥികളായിരുന്നു. പിന്നീടുള്ള ആഴ്ചകളിൽ, സംസ്ഥാനത്തെ രോഗികളുടെ എണ്ണം കുതിച്ചുയർന്നു. മാർച്ച് 24 ആകുമ്പോഴേക്കും, കേസുകളുടെ എണ്ണം 100 പിന്നിട്ടു. അപ്പോഴേക്കും, ഇന്ത്യയിലെ ജനസംഖ്യയുടെ 2. 5% മാത്രമുള്ള കേരളത്തിൽ കോവിഡ് രോഗികളുടെ എണ്ണം ഇന്ത്യയിലെ മൊത്തം കോവിഡ് രോഗികളുടെ അഞ്ചിലൊന്ന് ആയി മാറി.

വളരെ വേഗം കേരളം രോഗത്തെ അതിജീവിച്ചു തുടങ്ങി. ശക്തമായ പൊതുജനാരോഗ്യ സംവിധാനവും കൃത്യമായ ജാഗ്രതാ നിർദ്ദേശങ്ങളും സാമൂഹിക പങ്കാളിത്തവുമാണ് അതിനു കാരണം. ഇടതുപക്ഷ ഭരണത്തിലാണെങ്കിലും കേരളത്തിലെ ആരോഗ്യരംഗം പൊതുസ്വകാര്യ തൊഴിലുകൾ തമ്മിലുള്ള ആരോഗ്യകരമായ ഒരു അന്തരത്തോടെ വാസ്തവത്തിൽ അധികവും സ്വകാര്യവല്ക്കരിക്കപ്പെട്ടതാണ്. ഈ വികേന്ദ്രീകൃത വ്യവസ്ഥിതി രണ്ടു തുടർച്ചയായ പ്രളയങ്ങളും മറ്റൊരു പകർച്ചവ്യാധിയും ഈ അടുത്ത കാലത്ത് തന്നെ നേരിടുകയുണ്ടായി. ഇതിനെല്ലാം സന്നദ്ധവും ഊർജ്ജിതവുമായ സാമൂഹിക പങ്കാളിത്തവുമുണ്ടായിരുന്നു.

ജനുവരിയിൽ തന്നെ, കേരളം മഹാമാരിയെ നേരിടാനുള്ള പരിശ്രമങ്ങൾ ആരംഭിച്ചിരുന്നു. 2018 ൽ നിപ എന്ന, മരുന്നോ വാക്സിനോ ഇല്ലാത്ത പകർച്ചവ്യാധിയെ നേരിട്ട അനുഭവം കരുത്തായി. ആശുപത്രികളിൽനിന്നും കൂടുതൽ പേരിലേക്ക് പകർന്ന നിപാ രോഗത്തിനെ നേരിടാനായി ശീലമാക്കിയ സമ്പർക്കപ്പട്ടിക തയ്യാറാക്കലും ഐസൊലേഷനും ജാഗ്രതാനിർദ്ദേശങ്ങളും ഉൾപ്പെടെയുള്ള സംവിധാനങ്ങൾ കോവിഡ് കാലത്തും സഹായകരമായി. ഹോം ക്വാറന്റൈനിലുള്ള പതിനായിരങ്ങളെ നിരീക്ഷിക്കാൻ ഫോണിലൂടെയുള്ള മോണിറ്ററിങ്ങും അയൽക്കൂട്ടങ്ങളിൽ ഉള്ളവരെ ഉപയോഗിച്ചുള്ള നിരീക്ഷണവും സഹായകരമായി.

ദേശീയതലത്തിലുള്ള ലോക്ക്ഡൗണിനു മുൻപ് തന്നെ കേരളത്തിൽ ലോക്ക്ഡൗൺ നടപ്പാക്കി. ഒത്തുചേരലുകൾ നിരോധിച്ചും സ്കൂളുകൾ അടച്ചും ക്വാറന്റൈനിൽ ഇരിക്കേണ്ട ദിവസങ്ങളുടെ എണ്ണം കൂട്ടിയും പ്രാർത്ഥനാകൂട്ടായ്മകൾക്കെതിരെ പോലും നിയമ നടപടിയെടുത്തും കേരളം കർക്കശ നിലപാടുകളെടുത്തു. ഇതിനോടൊത്ത് തന്നെ, സമൂഹത്തിനു ഗുണപരമായ രീതിയിൽ ചില കാര്യങ്ങൾ ചെയ്തു. ആളുകൾക്ക് അവശ്യസാധനങ്ങൾ വീട്ടിലെത്തിക്കാനും സ്കൂൾ വിദ്യാർത്ഥികൾക്ക് സ്കൂൾ അടച്ചിരിക്കുന്നതിനാൽ ഉച്ചഭക്ഷണം വീട്ടിലെത്തിക്കാനും വ്യാജവാർത്തകളെ തുറന്നുകാട്ടിയും, അന്യസംസ്ഥാന തൊഴിലാളികളെ നന്നായി പരിരക്ഷിക്കാനും, മാനസികാ

രോഗ്യം മെച്ചപ്പെടുത്താൻ ഹെൽപ്പ് ലൈനുകൾ സംസ്ഥാനത്തുടനീളം നടത്തിയും, കോവിഡ് 19 ന്റെ വ്യാപനം തടയാനായി. ബ്രേക്ക് ദി ചെയിൻ എന്നൊരു ക്യാംപെയിന് തുടക്കമിട്ടും കേരളം ശോഭിച്ചു.

അപ്രതീക്ഷിതമായി നൂറോളം പേർ രോഗബാധിതരായപ്പോൾ, സർക്കാരിന്റെ കീഴിൽ ജോലിചെയ്യുന്ന ആയിരത്തോളം ആരോഗ്യപ്രവർത്തകരും സന്നദ്ധ സേവകരും റൂട്ട് മാപ്പുകളും ഫോളോ ചാർട്ടുകളും ഉപയോഗിച്ച് സമ്പർക്കപ്പട്ടികകൾ നിയന്ത്രണവിധേയമാക്കി. ദക്ഷിണ കൊറിയൻ മാതൃകയിൽനിന്ന് പ്രചോദനം ഉൾക്കൊണ്ട്, സാമ്പിളുകൾ ശേഖരിക്കാൻ വാക് ഇൻ കിയോസ്‌ക്കുകൾ സ്ഥാപിച്ചുകൊണ്ട് വിപുലമായ ടെസ്റ്റിങ് നടത്തി. വിദ്യാർത്ഥികളെ ഉൾപ്പെടെ പങ്കെടുപ്പിച്ചു കൊണ്ട് പൂർണ്ണമായും ഒരു സർക്കാർസാമൂഹിക സമീപനം ആയിരുന്നു. സാധാരണയായി ഉപയോഗിക്കുന്ന പി സി ആർ കിറ്റുകൾ കൂടാതെ, പൂനെ ആസ്ഥാനമായുള്ള മൈലാബിൽനിന്നും റാപിഡ് ടെസ്റ്റ് കിറ്റുകളും കേരളം വാങ്ങി.

ഒരുപാട് പേരിൽ, ചികിത്സ പോലും ആവശ്യമില്ലാത്ത ഒരു ചെറിയ രോഗലക്ഷണമായി തിരിച്ചറിയപ്പെടാതെ ഭേദമായി തന്നെ പോയെന്നിരിക്കാം. ഇതേ കാര്യം തന്നെയാണ് ഈ രോഗത്തെ സംബന്ധിച്ച ഭീതിജനകമായ കാര്യവും. പാശ്ചാത്യ സമ്പന്ന രാജ്യങ്ങളുടെ ചികിത്സാരീതിയേക്കാൾ, സാമൂഹികപരമായ കാര്യങ്ങൾക്ക് മുൻഗണന കൊടുക്കുന്ന, കൃത്യമായ ജാഗ്രത നിർദ്ദേശിക്കുന്ന ഫലപ്രാപ്തി നേടുന്ന കേരള മോഡലിൽനിന്ന് പാഠങ്ങൾ പഠിക്കേണ്ടിയിരിക്കുന്നു. ജനുവരിയിൽ ത്തന്നെ ആദ്യ രോഗി റിപ്പോർട്ട് ചെയ്യപ്പെട്ട ഒരു സംസ്ഥാനത്തെ സംബന്ധിച്ച് 90% രോഗികളും 60 വയസ്സിനു താഴെയായതും (വൃദ്ധജനങ്ങൾക്ക് കൃത്യമായ സാമൂഹിക അകലം നിർദ്ദേശിച്ചുകൊണ്ട് കൊടുത്ത പ്രത്യേക സംരക്ഷണം), മൂന്ന് മരണങ്ങൾ മാത്രമായതും ശ്രദ്ധേയമാണ്.

പ്രതിരോധത്തിന്റെ ഗ്രാഫ് നേർരേഖയിലായെങ്കിലും, കേരളത്തിന്റെ സാമ്പത്തികസ്ഥിതി ലോക്ക്ഡൗൺമൂലം തകർച്ചയിലാണ്. കർശനമായ നിയന്ത്രണങ്ങളിൽ ചിലത് കാലവർഷവും അതേത്തുടർന്നുള്ള പ്രളയവും പ്രവാസികളുടെ തിരിച്ചു വരവും ഉൾപ്പെടെയുള്ള കാര്യങ്ങൾ പരിഗണിച്ചു പുനർനിർണ്ണയിച്ചു ഇളവുകൾ വരുത്താനുള്ള ആലോചനയിലാണ് കേരളം. പക്ഷേ, ഒരു കാര്യം വ്യക്തമാണ്. ഉറപ്പായും വരാൻ സാദ്ധ്യതയുള്ള കോവിഡിന്റെ രണ്ടാം ഘട്ട വ്യാപനം ഉണ്ടാകുമ്പോൾ, സംസ്ഥാനം തയ്യാറാണ്.

(ദി ഗാർഡിയൻ, ഏപ്രിൽ 21, 2020)

കോവിഡ് അധിക വിവരങ്ങൾക്ക്

(സന്ദർശിക്കാവുന്ന വെബ്സൈറ്റുകൾ)

സാർവ്വദേശീയം:

ലോകാരോഗ്യസംഘടന

World Health Organization.Corona virus disease (COVID-19) pandemic.https://www.who.int/emergencies/diseases/novel-coronavirus-2019

ഇമ്പീരിയൽ കോളേജ് ലണ്ടൻ

https://www.imperial.ac.uk/mrc-global-infectious-disease-analysis/covid-19/?fbclid=IwAR2-XRnI6ZIc-6pdvRNt7xVQQJHp_GlryetKv2nJEbhbag1a2MhkoRw1fRo

സെന്റർ ഫോർ ഡിസീസ് കൺട്രോൾ അമേരിക്ക

Centres for Disease Control and Prevention.United States Department of Health and Human Services.Coronavirus (COVID-19).

https://www.cdc.gov/coronavirus/2019-ncov/index.html

ഫുഡ് ആന്റ് ഡ്രഗ് അഡ്മിനിസ്ട്രേഷൻ അമേരിക്ക

Food and Drug Administration.United States Department of Health and Human Services.Coronavirus Disease 2019 (COVID-19).

https://www.fda.gov/emergency-preparedness-and-response/counterterrorism-and-emerging-threats/coronavirus-disease-2019-covid-19

യൂറോപ്യൻ സെന്റർ ഫോർ ഡിസീസ് പ്രിവൻഷൻ ആന്റ് കൺട്രോൾ

European Centre for Disease Prevention and Control.European Union.COVID-19.https://www.ecdc.europa.eu/en/covid-19-pandemic

ദേശീയം

കേന്ദ്ര ആരോഗ്യ കുടുംബക്ഷേമ വകുപ്പ്

Ministry of Health and Family Welfare, Government of India.COVID-19 India.https://www.mohfw.gov.in/

ഇന്ത്യൻ കൗൺസിൽ ഓഫ് മെഡിക്കൽ റിസർച്ച്

Indian Council of Medical Research, Government of India.COVID-19.

https://www.icmr.gov.in/

നാഷണൽ ഇൻഫർമാറ്റിക്സ് സെന്റർ

National Informatics Centre, Ministry of Electronics & Information Technology,

Government of India.India Fights Corona COVID-19.

https://www.mygov.in/covid-19/

കേരളം

ഡയറക്ടറേറ്റ് ഓഫ് ഹെൽത്ത് സർവ്വീസസ്

http://dhs.kerala.gov.in/

ആരോഗ്യവകുപ്പ് ഡാഷ് ബോർഡ്

https://dashboard.kerala.gov.in/index.php

ഇ സഞ്ജീവിനി ടെലിമെഡിസിൻ പോർട്ടൽ

https://esanjeevaniopd.in/kerala

കോവിഡ് അധികവായനയ്ക്ക്

- Coronavirus Disease 2019 (COVID-19) Epidemiology, Pathogenesis, Diagnosis, and Therapeutics Editor Shailendra K Saxena Centre for Advanced Research, King George's Medical University, Lucknow, Springer 2020
  https://link.springer.com/book/10.1007/978-981-15-4814-7
  (ഈ വെബ്സൈറ്റിൽനിന്നും സൗജന്യമായി ഡൗൺ ലോഡ് ചെയ്യാം)
- *The Coronavirus: What you Need to Know about the Global Pandemic* by Swapneil Parikh, Maherra Desai and Dr. Rajesh Parikh (Ebury Press 5 April, 2020).
- *കൊറോണ വൈറസ് 100 ചോദ്യങ്ങൾ ഉത്തരങ്ങൾ*
  ഡോ. ബി പത്മകുമാർ, കേരള ഭാഷാ ഇൻസ്റ്റിറ്റ്യൂട്ട്. 2020
- *Wuhan Diary: Dispatches from a Quarantined City* by Fang Fang. (HarperVia 15 May 2020).
- *Palliative Care in COVID-19 Resource Toolkit for Low* and *Middle Income Countries:* E-book Edited by Task Force in Palliative Care (PalliCovidKerala May 2020)
  https://palliumindia.org/wp-content/uploads/2020/05/Palliative-Care-in-COVID19-Resource-Toolkit-Ebook-V3-1.pdf
  (ഈ വെബ്സൈറ്റിൽനിന്നും സൗജന്യമായി ഡൗൺ ലോഡ് ചെയ്യാം)
- *Deadly Companions: How Microbes Shaped our History* by

Dorothy H Crawford OUP Oxford; Updated edition 2018).

- *Pale Rider: The Spanish Flu of 1918 and How it Changed the World* by Laura Spinney (Vintage Digital 2017).
- *Outbreak: 50 Tales of Epidemics that Terrorized the World* by Beth Skwarecki. Adams Media 2016).
- *Pandemic: Tracking Contagions, from Cholera to Ebola and Beyond.* by Sonia Shah. (Sarah Crichton Books 2016).
- *Room 000: Narratives of the Bombay Plague* by Kalpish Ratna. (Pan Macmillan India 2015).
- *Spillover – Animal Infections and the Next Human Pandemic* by David Quammen (W W Norton and Company 2013).
- *China Syndrome: The True Story of the 21st Century's First Great Epidemic* by Karl Taro Greenfeld (Harper Collins 2009).
- Semmelweis His Life and Works: Gy. Gortvay and 1. Zoltan. Akademiai Kiad6, Budapest 1968

സാങ്കേതിക പദങ്ങൾ

Antibody	:	പ്രതിവസ്തു
Community Spread/Transmission	:	സാമൂഹ്യ വ്യാപനം
Contact Tracing	:	സമ്പർക്കാന്വേഷണം
Containtment Zone	:	നിയന്ത്രിത മേഖല
Covid	:	Corona Virus Disease കൊറോണ രോഗം
CFLTC	:	Covid First Line Treatment Centre കോവിഡ് പ്രാരംഭതല ചികിത്സാ കേന്ദ്രങ്ങൾ
Free Software	:	സ്വതന്ത്ര സോഫ്റ്റ് വെയർ
Home Quarantine	:	ഗാർഹിക സമ്പർക്കവിലക്ക്
Institutional Quarantine	:	സ്ഥാപന സമ്പർക്കവിലക്ക്
ILI	:	Influenza Like Illness ജലദോഷപ്പനി
PPE	:	Personal Protection Equipment ആരോഗ്യ പ്രവർത്തകർക്കുള്ള സുരക്ഷാ വസ്ത്രങ്ങളും ഉപകരണങ്ങളും
Primary Contacts	:	പ്രാഥമിക സമ്പർക്കക്കാർ
M E R S	:	Middle East Respiratory

	Syndrome മദ്ധ്യേഷ്യയിൽ 2012 ൽ ആരംഭിച്ച പകർച്ചവ്യാധി
Herd Immuntiy	: സാമൂഹ്യ പ്രതിരോധം
I C M R	: Indian Council of Medical Research ഇന്ത്യൻ കൗൺസിൽ ഓഫ് മെഡിക്കൽ റിസർച്ച്
Quarantine	: സമ്പർക്കവിലക്ക്
One Health	: ഏകാരോഗ്യം
Reverse Quarantine	: സംരക്ഷണ സമ്പർക്കവിലക്ക്
R0	: R Naught : Reproductive Rate (രോഗവ്യാപന നിരക്ക്)
RT PCR	: Reverse Transcriptase Real Time Polymer Chain Reaction കോവിഡ് നിർണ്ണയത്തിനുള്ള വൈറസ് ടെസ്റ്റ്
SARI	: Severe Acture Respiratory Infection കടുത്ത ശ്വാസകോശ രോഗാണു ബാധ
SARS	: Severe Acute Respiratory Syndrome ചൈനയിൽ 2002 ൽ ആരംഭിച്ച പകർച്ചവ്യാധി
Secondary Contacts	: ദ്വിതീയ സമ്പർക്കക്കാർ
Source Code	: നിർമ്മാണ രേഖ
Surveillance Test	: പര്യവേക്ഷണ ടെസ്റ്റ്
Virulence	: തീവ്രത
W H O	: World Health Organisation ലോകാരോഗ്യ സംഘടന

പദസൂചി

www.ingramcontent.com/pod-product-compliance
Lightning Source LLC
LaVergne TN
LVHW100803051026
849519LV00006B/1953